Vớt Người Biển Đông

VỚT NGƯỜI BIỂN ĐÔNG

Tác giả: Phan Lạc Tiếp

Trình Bày: Xpress Print

NGƯỜI VIỆT BOOKS xuất bản lần thứ nhất, 2018

VỚT NGƯỜI
Biển Đông

PHAN LẠC TIẾP
SƯU TẦM - SOẠN THẢO

NGƯỜI VIỆT BOOKS

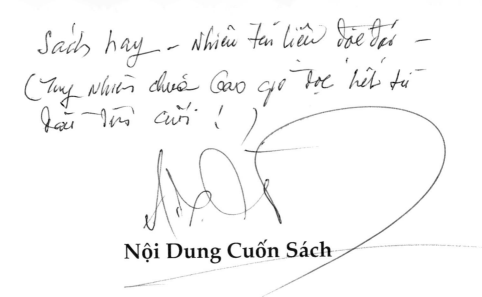

Sách hay — Nhiều tài liệu độc đáo —
(Tuy nhiên chưa bao giờ đọc hết từ
đầu đến cuối !)

Nội Dung Cuốn Sách

Đây là cuốn sách bao gồm những tài liệu khởi đầu bởi những lá thư kêu cứu thống thiết , phong phú và bền bỉ của nhà văn Nhật Tiến về thảm nạn tại đảo Kra, khiến Ủy Ban Báo Nguy Giúp Người Vượt Biển được thành lập. Sau đó có thêm những lá thư của những nạn nhân khác.

Suốt hơn 10 năm hoạt động, những thư từ, bài viết của quý vị và hình ảnh Ủy Ban còn có được tạo nên tập sách này. Người viết, trong vai trò thông tin và điều hợp tổng quát, xin ghi lại những sự việc đã diễn ra, nhất là những nghĩa cử đẹp đẽ, vì nhiều lẽ khiến sự việc đã bị hiểu đi sai lạc, hay nói đến chưa đủ, hoặc chưa được nhắc đến.

Là một người khởi xướng, người viết xin chân thành cảm tạ mọi giới đồng bào và bằng hữu xa gần đã đóng góp dưới mọi hình thức trong công tác cứu vớt thuyền nhân suốt hơn 10 năm cũ, và đã để lại vết tích trong những trang sách này. Nói cách khác, chính quý vị nhiều, ít đã là tác giả của cuốn sách. Cá nhân chúng tôi dù là người phối hợp nhưng chắc chắn không thể nào biết hết, nhớ hết những công lao của tất cả bằng hữu bốn phương.

Dám mong quý vị lượng tình tha thứ.

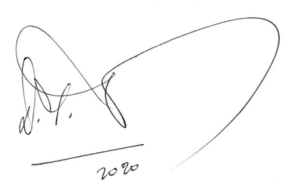

2020

Lời nhà xuất bản

Vượt Biển! Sau năm 1975 hàng triệu người Việt Nam vượt biển tìm tự do và hy vọng. Mấy trăm ngàn người không bao giờ tới bờ. Những trang sử bi thảm và hùng tráng của từng gia đình, từng cá nhân đã được nhiều nhân chứng kể lại và sẽ còn nhiều người kể nữa.

Ngay sau khi các cuộc vượt biển bùng lên khiến dư luận khắp thế giới phải chú ý, một phong trào song song diễn ra tại các nước tự do ở châu Âu, châu Mỹ, quy tụ những người muốn cứu giúp các đồng bào liều thân vượt biển. Phong trào Cứu Người Vượt Biển tự động phát ra ở các nước có người Việt cư ngụ, Pháp, Đức, Mỹ, Canada, vân vân. Quốc gia tiếp nhận nhiều "thuyền nhân" nhất là nước Mỹ, cho nên công cuộc cứu người ở đó cũng có quy mô lớn nhất.

Trong tập sách này, nhà văn Phan Lạc Tiếp tường thuật các hoạt động của Ủy Ban Báo Nguy Giúp Người Vượt Biển, mà ông giám đốc điều hành từ khi thành lập, đầu năm 1980 ở San Diego, California, USA. Đây là một công trình thu thập nhiều tài liệu có giá trị lịch sử, khi người Việt Nam sau này muốn tìm hiểu về phong trào vượt biển vào cuối thế kỷ 20. "Vớt Người Biển Đông" nhắm kể chuyện việc làm của những người "đi vớt," nhưng cũng không thể nào bỏ qua các câu chuyện của những người "được vớt."

Ông Phan Lạc Tiếp đã đắn đo chọn lựa khi công bố các tài liệu, các lời kể của "nhân chứng." Ông đã phải bỏ qua nhiều tài liệu trong đó phơi bày những thảm cảnh mà chính các nạn nhân cũng không bao giờ muốn ai nhắc tới. Tuy nhiên, chúng ta không thể bỏ qua, không thể xóa hết quá khứ, dù đó là những chuyện vô cùng bi đát. Các nhà viết sử sau này, người Việt hay người ngoại quốc, sẽ căn cứ vào các câu chuyện đau thương mà người vượt biển kể lại (mà đây là những người may mắn tới bờ), để thấy phải tìm hiểu tại sao hàng triệu người Việt Nam đã bước chân xuống tàu ra đi, dù biết bao nhiêu người đi trước đã chết hoặc gặp tai họa thảm thương. Những câu chuyện được các nhân chứng kể lại trung thực này phải được giữ lại vì giá trị lịch sử, cũng như các nấm mộ thuyền nhân tử nạn còn nằm trên các hòn đảo trong vùng Đông Nam Á.

Cuốn sách này cũng ghi nhận công đóng góp của rất nhiều người, người Việt cũng như người ngoại quốc, đã cố gắng giúp các người vượt biển, ở Mỹ cũng như khắp thế giới. Tất cả, chỉ vì tình nhân loại, vì nghĩa đồng bào.

Trong bài phỏng vấn trên Nhật báo *Los Angeles Times* ngày 12 tháng 2 năm 1989, giáo sư Nguyễn Hữu Xương, chủ tịch Ủy Ban Báo Nguy Giúp Người Vượt Biển, nói: "Chúng tôi làm việc này chỉ là làm nhiệm vụ của một người Việt Nam. Nếu quý vị là người Việt, nếu quý vị biết những câu chuyện hãi hùng về hải tặc, … chúng tôi nghĩ chắc quý vị cũng không thể ngồi yên."

Điều giáo sư Nguyễn Hữu Xương nói cũng là ý nghĩ của tất cả mọi người Việt Nam.

Nhà xuất bản Người Việt
2018

Đôi Lời Thưa Gửi

Trong dòng lịch sử của dân tộc, chúng ta chưa bao giờ có hiện tượng người dân bỏ nước ra đi ào ạt, bất chấp mọi gian nguy như biến cố Thuyền Nhân sau 1975. Đó còn là một sự kiện kinh hoàng của nhân loại trong hậu bán thế kỷ 20. Phải chăng đó cũng chính là sự bỏ phiếu bằng mạng sống của mình, một thái độ quyết liệt nhất, dũng mãnh nhất và can đảm nhất của người Việt Nam khước từ Cộng Sản (CS). Có thể nói, không một gia đình nào của Miền Nam Việt Nam không có thân nhân, bè bạn xa gần ra đi tìm Tự Do qua con đường vượt biển.

Là người may mắn đã rời Việt Nam ngay khi Cộng Sản vào Sài Gòn, và cũng là người từng có những hiểu biết, kinh nghiệm nghiệt ngã của biển khơi, chúng tôi đã kinh hoàng đón nhận những tin tức về Thuyền Nhân, về những hãi hùng của sóng bão, nhất là do những bạo tàn của hải tặc. Do đó khi có trong tay những lá thư kêu cứu của nhà báo Dương Phục và Vũ thanh Thủy, nhất là của nhà văn Nhật Tiến, một người bạn đã có với chúng tôi nhiều kỷ niệm thời đi học, một cây bút sắc bén, một tấm lòng nhân ái từng thể hiện trong sáng liên tục qua những cuốn sách của ông, chúng tôi tự thấy chẳng thể ngồi yên. Từ tâm trạng này đã nảy sinh ra những lo âu, những liên kết để thành lập một tổ chức kêu cứu cho đồng bào vượt biển, cho bạn bè mình. Khi tổ chức đã thành hình, đã hoạt động, thì cá nhân chúng tôi bị cuốn hút vào những sinh hoạt này, do đó chính cá nhân chúng tôi đã thấy, đã biết, đã tham dự hầu như tất cả những hoạt động của Ủy Ban Báo Nguy Giúp Người Vượt Biển (Boat People S.O.S. Committee), do Giáo Sư Nguyễn hữu Xương làm chủ tịch, trong suốt 10 năm hoạt động, từ khi bắt đầu cho đến khi trao trách nhiệm cho người khác.

Với những kinh nghiệm ấy, vốn liếng ấy, chúng tôi tình cờ đã có trong tay nhiều câu chuyện, nhiều mảnh đời, cũng như không thiếu những điều éo le, oan trái trong đoạn đường vượt chết đi tìm Tự Do của đồng bào chúng ta. Do đó từ những ngày khởi đầu công việc liên hệ đến Thuyền Nhân, chúng tôi đã nảy sinh ý định phải ghi lại sinh hoạt này. Nhưng biến cố ấy to lớn quá, kinh khiếp quá và kéo dài lâu quá, những nhận xét của chúng tôi, tuy có những nét đặc thù, nhưng cũng chỉ là những mảnh đời dù đau thương đặc biệt, nhưng không phải là toàn thể cảnh huống của thảm nạn này. Những sinh hoạt của Ủy Ban tuy có thiết thực, cụ thể và quan trọng nhưng cũng chỉ là một khía cạnh, một hoạt động trong một thời gian mà thôi. Hơn thế nữa, là một người cột trụ trong gia đình, các con còn nhỏ, sinh kế đòi hỏi, chúng tôi không có cơ hội, phương tiện để tiếp tục đi sâu, tìm hiểu về toàn thể thảm nạn này. Riêng về đống hồ sơ để lại sau khi Ủy Ban ngưng hoạt động, không ai thực sự có trách nhiệm lưu giữ, đã mỗi lúc một hao mòn, phân tán, như có người mượn làm thất lạc. Nay chúng tôi cố gắng thu thập những tài liệu còn lại cùng những gì chúng tôi và bạn bè nhớ được, đúc kết thành cuốn sách này, nên đây chỉ là một phần, một góc nhìn, hy vọng là góc nhìn tiêu biểu của thảm nạn Thuyền Nhân mà thôi.

Thật khó để xếp loại cho cuốn sách này là loại sách gì, nhưng chắc chắn đó là những việc thực, người thực đã kinh qua một đoạn đường đầy bi thảm, khủng khiếp trên đường trốn chạy Cộng Sản, đi tìm Tự Do.

Quý vị sẽ tìm thấy những bi thương nhưng không thiếu hào hùng của đồng bào ta đã phải đương đầu với nguy nan trên biển khơi, sóng gió. Quý vị sẽ không thể không đau xót trước những cảnh huống thảm thương, tơi tả của người phụ nữ Việt Nam trong cơn cuồng bạo, điên rồ của bọn hải tặc dã man.

Nhưng quý vị cũng nhìn thấy những xót thương vô bờ bến của người đi trước với những kẻ đi sau, trong tinh thần lá rách đùm lá tả tơi. Có người đã dùng chính thân xác mình đốt lên làm ngọn đuốc để thức tỉnh lương tâm nhân loại: "Thà chết, chúng tôi không muốn trở về đất cũ".

Và giữa cảnh huống bi thương ấy, chúng ta cũng có những mừng vui khi những lời kêu cứu của chúng ta đã có những hồi âm đến từ những nhân vật quyền lực, những tổ chức nhân ái của loài người. Và chúng ta cũng có những giọt nước mắt tủi mừng của những cuộc trùng phùng, đoàn tụ bất ngờ ngoài mong mỏi.

Chúng ta cũng có những phút bàng hoàng, sửng sốt trước những tấm lòng hào hiệp, bao dung khi chúng ta đặt chân tới những quốc gia đệ tam. Họ đã mở rộng vòng tay đón nhận chúng ta và còn vinh danh chúng ta là những Chiến Sĩ của Tự Do.

Từ những rách nát tang thương trong bước đầu trên đất tạm dung, trong nhẫn nại và nhân cách, chúng ta đã làm lại cuộc sống, nuôi dạy con cái, mau chóng đóng góp vào sự thịnh vượng chung của quê hương mới.

Thuyền Nhân, Boat People, biểu tỏ cho sự can trường và tràn đầy tiềm lực, trái hẳn với những lời thậm từ phỉ báng mà người Cộng Sản Việt Nam dành cho kẻ bỏ nước ra đi.

Thuyền Nhân.

Boat People.

Ngày nay, một cách tình cờ éo le của lịch sử, Thuyền Nhân đang đóng góp vào sự thịnh vượng chung của cộng đồng thế giới.

Trong khả năng hạn hẹp và một tấm lòng thành, xin gói ghém những điều trên trong những trang sách này, như một chứng nhân, một món quà của một thời oan trái.

Lời cuối, chúng tôi không quên chân thành đa tạ những bạn bè xa gần đã tiếp tay, ủng hộ Ủy Ban qua những lời kêu cứu do chúng tôi phổ biến.

Đặc biệt những vị đã trực tiếp tham gia cùng Ủy Ban dưới mọi hình thức. Quý vị đã đóng góp công, của vào công tác chung này. Vì thế, danh tính, công tác, bài vở của quý vị còn lưu lại trên các Bản Tin của Ủy Ban và bây giờ chúng tôi lục ra in lại. Chắc chắn với một cái nhìn của một người tuổi trời cho đã trên tám chục, dù cố gắng cách nào cũng không thể bao trùm hết mọi khía cạnh, không thể phản ảnh hết công tác của quý vị, nhất là không thể làm hài lòng tất cả mọi người.

Xin quý vị thông cảm và rộng lòng tha thứ cho.

Và từ phút này, chúng ta cùng nhau mở lại đống hồ sơ cũ, cái còn, cái mất để nhìn lại một đoạn đường gian khổ mà người Việt chúng ta đã liều chết vượt qua.

Phan lạc Tiếp

MỤC LỤC

Phần I: NHỮNG VẬN ĐỘNG KÊU CỨU

Chương I : **Vận Động**

Chương II : **Hồ Sơ Đảo Kra**

Chương III: **Chiến Dịch Chống Hải Tặc**

Phần II: VỚT NGƯỜI BIỂN ĐÔNG

Chương I : **Cứu Thuyền Nhân**

Chương II : **Định Cư cho Thuyền Nhân**

Chương III: **Những Tấm Lòng Trắc Ẩn**

Chương IV: **Buồn Vui Ngày Đó**

Phần III: TÁC GIẢ VÀ HÌNH ẢNH

Phần I
NHỮNG VẬN ĐỘNG KÊU CỨU

Chương I – Vận Động

- Tôn Chỉ Hành Động 5
- Lý Do Thành Lập và Mục Đích 6
- Lược Trình Hoạt Động của UBBNGNVB 6
- Tình Bạn 16
- Hành Động 27
- Đã Có Một Thời Như Thế 31

Chương II - Hồ Sơ Đảo Kra

- Hành Trình Đi Tìm Tự Do Bằng Tàu Thuyền
  Qua Ngả Thái Lan 47
- Thư Đầu Tiên của Nhật Tiến 47
- Thư Ngỏ Viết Từ Songkhla 60
- Bản Cáo Trạng Số 3 của Nhật Tiến, Dương Phục
  và Vũ thanh Thủy 65
- Thư gửi Giáo Sư Nguyễn hữu Xương 1 và 2 78
- Thỉnh nguyện thư 82
- Ủy Ban Báo Nguy Giúp Người Vượt Biển
  Chống Cướp Thái Lan 85
- Cuối Cùng Tình Yêu Đã Thắng 87

Chương III – Chiến Dịch Chống Hải Tặc

- Ủy Ban Báo Nguy Giúp Người Vượt Biển
  Đưa Kháng Thư 93
- Hoạt Động của
  Ủy Ban Báo Nguy Giúp Người Vượt Biển 108
- Thư Ngỏ của Ủy Ban Báo Nguy Giúp Người Vượt Biển ... 110
- Đồng Bào Năm Châu Hưởng Ứng Chiến Dịch
  Chống Hải Tặc Thái 114
- Thư của bà Đặng ngọc Nữ 117
- Ủy Ban Chiếu Phim Gây Quỹ 121
- Nhân Chứng Kể Chuyện Mình 125
- Bộ Ngoại Giao Mỹ Phúc Đáp Thư
  của Giáo Sư Nguyễn hữu Xương 135
- Nhật Tiến Nói Về Hải Tặc ở Santa Ana và San Diego 136
- Xin Đừng Lơi Nhịp Đấu Tranh 139
- Hồ Sơ về 19 Thuyền Nhân Bị Vu Oan Là Hải Tặc 145
- Luật Sư Ngoạn Văn Đào Thăm Các Trại Tị Nạn 148

Chương I
VẬN ĐỘNG

"Đa số chúng ta là cựu thuyền nhân.
Chúng ta quên thế nào được những đoạn đường gian khổ đã qua.
Chúng ta phải cố gắng tự cứu chúng ta, từ đó chúng ta mới có tư cách để yêu
cầu thế giới tiếp tục cứu vớt chúng ta."
Giáo Sư Nguyễn hữu Xương
Chủ Tịch Ủy Ban Báo Nguy Giúp Người Vượt Biển

Trong các hoạt động cứu vớt thuyền nhân, cần phải nói đến những nỗ lực phi thường của **Ủy Ban Báo Nguy Giúp Người Vượt Biển (Boat People S.O.S. Committee, BPSOS)**, một tổ chức nhân đạo do Giáo Sư Nguyễn hữu Xương, cựu sĩ quan Hải Quân Phan lạc Tiếp và một số nhân sĩ ở San Diego thành lập năm 1980. Trong mấy năm đầu, tổ chức này cung cấp tin tức về thảm trạng của thuyền nhân và kêu gọi quốc tế khẩn cấp cứu trợ, đồng thời trực tiếp giúp đỡ cho những trường hợp khó khăn được đi định cư. Những cuộc vận động thành công đáng kể là giúp được 157 nạn nhân trôi dạt vào đảo Kra ở Thái Lan năm 1980; tranh đấu cho 300 thiếu niên bị cộng sản cưỡng bách đi chiến đấu ở Cam-bốt nhưng bị Thái Lan giam giữ như những "tù nhân chiến tranh" vì tội đào ngũ; 19 thanh niên tị nạn chống bọn hải tặc nhưng bị chúng vu cáo tội giết người và bị an ninh Thái bắt đem ra tòa xử; 700 trẻ em không có người đi kèm bị nhốt riêng chờ ngày hồi hương. Kết quả là tất cả những thanh thiếu niên này đều được chính phủ Thái cho phép chuyển vào các trại tạm cư để làm thủ tục đi các quốc gia đệ tam.

Lê xuân Khoa
Làn Sóng Người Việt Bỏ Nước Ra Đi, 2015

Tôn Chỉ Hành Động

Ủy Ban quan niệm rằng, bao lâu Cộng Sản còn ngự trị trên đất nước Việt Nam, thì còn người Việt liều chết ra đi tìm Tự Do.

Sự ra đi tìm Tự Do của người Việt còn là hậu quả của cuộc chiến lâu dài và đầy thảm khốc giữa Thế Giới Tự Do và Cộng Sản trên đất nước Việt Nam, do đó người Việt có nhiệm vụ cứu vớt người Việt, nhưng đó còn là nghĩa vụ của Thế Giới Tự Do.

Đành rằng tệ nạn hải tặc thường xảy ra trên vịnh Thái Lan, nhưng Ủy Ban không bao giờ đồng hóa hành động bạo ngược này với nhân dân và Vương Quốc Thái. Ủy Ban cũng không quên hàng trăm ngàn thuyền nhân đã được tá túc, giúp đỡ tại các trại tị nạn trên đất Thái, cũng như tại các quốc gia khác trong vùng Đông Nam Á.

Trên 4000 năm lập quốc, chưa có khi nào người Việt đã phải trải qua nhiều đau khổ như lúc này. Ngay cả năm Ất Dậu, 1945, có hàng triệu người Việt Nam bị chết đói, nhưng cũng không có người Việt nào bỏ nước ra đi.

Tất cả các dữ kiện nêu trên, đủ để chứng minh rằng người Việt ra đi vì Tự Do, chứ không vì cơm áo. Đó cũng là lý tưởng mà mỗi người Việt trên khắp mặt địa cầu có quyền hãnh diện và có nhiệm vụ nêu cao và làm sáng tỏ.

Do đó, đã là người Việt đến được bến bờ Tự Do, ai cũng có nhiệm vụ và tư cách, bằng tất cả khả năng và phương tiện của mình để lên tiếng, cứu vớt những đồng bào đi sau.

Từ nhận định trên, Ủy Ban chỉ đóng vai trò vận động và điều hợp trong tinh thần ôn hòa và thượng tôn pháp luật. Cũng vì thế, Ủy Ban mong mỏi đón nhận và chia xẻ kinh nghiệm với các tổ chức, các hội đoàn bạn, để cùng nhau cố gắng làm giảm thiểu nỗi thống khổ của người Việt đi tìm Tự Do.

Đến một lúc nào đó nỗi thống khổ của người tị nạn không còn nữa, hoặc vấn đề ấy đã có tổ chức khác thi hành tốt đẹp, Ủy

Ban tự xét thấy không cần thiết nữa, Ủy Ban sẽ tự giải tán. Và đó cũng là ước mong của mỗi thành viên trong Ủy Ban.

Lý Do Thành Lập và Mục Đích

Năm 1979, làn sóng người tị nạn lên cao nhất[1], và tệ nạn hải tặc cũng được biết đến nhiều nhất. Thông cảm với nỗi đau khổ của đồng bào trên đường đi tìm Tự Do, Giáo Sư Nguyễn hữu Xương và một số thân hữu tại San Diego, Hoa Kỳ, đã đứng ra thành lập Ủy Ban Báo Nguy Giúp Người Vượt Biển (Boat People S.O.S. Committee), nhằm mục đích:

- Thu thập các dữ kiện về tệ nạn hải tặc và phổ biến rộng rãi trước dư luận thế giới.

- Hỗ trợ những thuyền nhân trên biển cũng như tại các trại tị nạn.

- Kêu gọi thế giới tự do tìm giải pháp chấm dứt tệ nạn hải tặc.

Lược Trình Hoạt Động của Ủy Ban Báo Nguy Giúp Người Vượt Biển

Ủy Ban Báo Nguy Giúp Người Vượt Biển được thành lập vào đầu năm 1980, và chấm dứt hoạt động vào cuối năm 1990. Văn Phòng Ủy Ban đặt tại 6970 Linda Vista Road, San Diego, CA 92111, Hoa Kỳ. Hoạt động của Ủy Ban được chia ra làm 2 giai đoạn:

• Báo động về cảnh huống thuyền nhân lên diễn đàn quốc tế để tìm cách chấm dứt thảm trạng này.

• Trực tiếp cứu vớt thuyền nhân trên Biển Đông.

1. UNHCR: 202,201 người.

6

Giai Đoạn Một:
Báo Động Về Cảnh Huống Của Thuyền Nhân

Đầu năm 1980, khi làn sóng người tị nạn lên cao nhất, tệ nạn hải tặc cũng bi thảm nhất. Ủy Ban Báo Nguy Giúp Người Vượt Biển (Boat People S.O.S. Committee) đã được thành lập do Tiến Sĩ Nguyễn hữu Xương, giáo sư Đại Học University of California – San Diego (UCSD), làm chủ tịch với sự hợp tác của nhiều nhân vật uy tín tại địa phương. Giám Đốc Điều Hành Ủy Ban là nhà văn Phan lạc Tiếp. Như tên gọi, Ủy Ban lúc đầu chỉ có một mục đích là theo dõi những thảm nạn của thuyền nhân, phổ biến rộng rãi những thảm nạn ấy trước dư luận, can thiệp với các tổ chức quốc tế để nhờ các nơi này cứu vớt thuyền nhân. Sau đây là những công tác cụ thể mà Ủy Ban đã lần lượt thực hiện:

Vụ Hải Tặc trên đảo Kra

Khởi đi từ những lá thư kêu cứu của nhà văn Nhật Tiến, vợ chồng nhà báo Dương Phục – Vũ thanh Thủy đại diện cho 157 nạn nhân bị hải tặc bắt và hành hạ tại đảo Kra, Ủy Ban đã can thiệp với chính phủ Thái Lan đem vụ đảo Kra ra xét xử, đồng thời can thiệp để 157 nạn nhân của vụ này được vào Mỹ nhanh chóng, tránh cho họ phải trải qua những ngày bị đe dọa, sợ hãi tại trại tị nạn Thái Lan. Can thiệp để chính phủ Thái Lan cho cảnh sát kiểm soát đảo Kra, tránh cho nơi này là sào huyệt của bọn hải tặc tiếp tục hành hạ thuyền nhân trên đường đi tìm Tự Do.

Vụ Building 9

Tháng 6 năm 1981, Building 9 là nơi nhà đương cuộc Thái Lan giam giữ hơn 300 người Việt Nam, đa số là thanh niên còn trẻ, với tội danh là "tù binh chiến tranh" vì cho rằng họ là những đào binh của quân đội Cộng Sản Việt Nam, nhưng thực tế họ là con em của chúng ta tại Miền Nam, bị bắt đi lính cho Cộng Sản, hành quân xâm lăng Cambodia. Căn cứ trên tài liệu do họ cung cấp, Ủy Ban đã trình bày, phân tích hoàn cảnh của những thanh niên này, gửi cho chính quyền Thái Lan và Phủ Cao Ủy Tị Nạn, nên đa số họ đã được lập thủ tục đi đoàn tụ với thân nhân tại các quốc gia đệ tam.

19 thuyền nhân bị vu cáo là hải tặc

Năm 1981, 19 thuyền nhân Việt Nam và gia đình họ bị nhà đương cuộc Thái Lan bắt giam, vì trên đường vượt biên họ đã chống lại bọn hải tặc để tự vệ. Mười chín (19) người này do sự can thiệp của Ủy Ban, được tòa án Thái Lan tha bổng ngày 27 tháng 12 năm 1981. Họ và gia đình họ đã được đi định cư. Lá thư cảm ơn của 19 người này gửi tới Ủy Ban đã được loan báo trước hàng ngàn đồng bào trong ngày Hội Tết tại San Diego.

Điều Trần tại Quốc Hội Hoa Kỳ

Năm 1982, làn sóng người Việt Nam ra đi vẫn còn mạnh mẽ. Tệ nạn hải tặc và sóng gió của biển khơi vẫn còn là những đe dọa khủng khiếp cho người Việt trên đường đi tìm Tự Do, trong khi đó chính quyền Thái Lan có chủ trương không tiếp nhận người tị nạn nữa. Ngày 19 tháng 4 năm 1982, Ủy Ban đã ra điều trần trước Tiểu Ban Á Châu Thái Bình Dương (Asia Pacific Sub/Com.) để xin Hạm Đội 7 cứu vớt thuyền nhân; xin chính phủ Thái Lan tiếp tục cho thuyền nhân Việt Nam tạm thời nhập nội; đề nghị với chính phủ Mỹ can thiệp để xúc tiến chương trình ra đi có trật tự (ODP).

700 Cô Nhi

Tại các trại tị nạn Thái Lan, do nhiều hoàn cảnh bi thương trên đường đi tìm Tự Do, có trên 700 trẻ nhỏ thất lạc cha mẹ, không thân nhân. Viện lẽ trẻ nhỏ cần được ở gần cha mẹ, Chính phủ Thái Lan dự trù trả các trẻ nhỏ này về bên kia biên giới Cambodia. Ủy Ban đã vận động để những trẻ nhỏ này được các hội từ thiện quốc tế tiếp nhận và định cư ở những quốc gia đệ tam.

Cải Thiện Trại Sikiew

Tháng 10 năm 1982, Ủy Ban đã can thiệp để thảm cảnh của

đồng bào ta tại Sikiew được cải thiện. Hàng trăm đồng bào tị nạn ở quá lâu tại Immigration Center Room No. 14 được đi định cư. Các trẻ em sơ sinh của 70 phụ nữ, nạn nhân của hải tặc, được nuôi dưỡng, chăm sóc nhờ vào 1,500 Mỹ kim từ Ủy Ban gửi đến.

Can Thiệp Cho Người Vượt Biên Đường Bộ

Năm 1982, Ủy Ban đã vận động, can thiệp để đồng bào ta vượt biên qua ngả đường bộ, tạm trú tại đây được đi định cư như những đồng bào vượt biển tìm Tự Do, không phải trả về bên kia biên giới.

Các Phụ Nữ Việt Nam Bị Bắt

Tháng 9 năm 1982, Ủy Ban phát động chiến dịch tìm kiếm những người con gái bị hải tặc bắt đi. Tài liệu liên hệ đã được gửi đến 1,500 tổ chức và các cơ quan quốc tế. Kết quả có 10 cô gái được may mắn giải thoát. Sau đó, bắt đầu từ năm 1986, Bộ Ngoại Giao Hoa Kỳ đã đồng ý với Ủy Ban, thành lập một tổ chức đặc nhiệm để giải cứu những cô gái nạn nhân này, và có 3 cô gái đã được giải cứu.

Đây là một vấn đề tế nhị, khó khăn cho bất cứ ai lưu ý tới từ nhiều năm qua.

oOo

Giai Đoạn Hai:
Chiến Dịch Vớt Người Biển Đông

Sau 5 năm hoạt động, với những thành quả cụ thể, được dư luận và đồng bào khắp nơi hỗ trợ, trong khi làn sóng người vượt biển tìm Tự Do vẫn không chấm dứt, Ủy Ban đã liên kết với những tổ chức nhân đạo quốc tế đem tàu ra biển trực tiếp cứu vớt thuyền nhân.

Tàu Jean Charcot năm 1985

Ủy Ban đã hợp tác với Hội Y Sĩ Thế Giới của Pháp (Médecins du Monde) đem con tàu Jean Charcot ra Biển Đông cứu vớt thuyền nhân. Chiến dịch này khởi đầu ngày 30 tháng 4 năm 1985, đúng 10 năm Việt Cộng cưỡng chiếm Miền Nam, và chấm dứt ngày 7 tháng 6 năm 1985, vớt được 520 thuyền nhân. Đa số những thuyền nhân này được chính phủ Pháp cấp chiếu khán để định cư tại Pháp. Và suốt thời gian hoạt động, Hải Quân Pháp đã biệt phái chiến hạm Schoelcher tháp tùng để hỗ trợ và bảo vệ.

Kết quả khích lệ này đã khiến cộng đồng người Việt khắp nơi mừng rỡ, nhiệt tình ủng hộ, mở đầu cho những Chiến Dịch Vớt Người Biển Đông sau này.

Tàu Cap Anamur

Năm 1986, Ủy Ban đã hợp tác với Ủy Ban Cap Anamur của Đức Quốc cùng với Hội Y Sĩ Thế Giới của Pháp, gửi con tàu Cap Anamur II ra khơi, dưới sự điều động của Ủy Ban Cap Anamur.

Trong thời gian 5 tháng hoạt động, tàu Anamur II qua 3 lần ra khơi, đã gặp được 14 chiếc ghe tị nạn và vớt được tổng cộng 888 thuyền nhân. Trong số đó, 530 thuyền nhân đã được trao cho Cao Ủy Tị Nạn Liên Hiệp Quốc tại đảo Palawan để đi định cư tại các quốc gia đệ tam đã cấp chiếu khán cho họ. Vì số chiếu khán đã hết, 358 thuyền nhân còn lại được tàu Anamur II chở thẳng về hải cảng Hambourg, Đức hôm 5 tháng 5 năm 1986. Tại hải cảng này các thuyền nhân Việt Nam đã được đón tiếp rất trọng thể, và được chính thức vinh danh là Những Chiến Sĩ của Tự Do. Hình ảnh cuộc đón tiếp này đã được phổ biến rất rộng rãi trên khắp thế giới.

Trong chuyến công tác này, Ủy Ban đã đóng góp 300 ngàn Mỹ kim và gửi 2 thành viên là nhà báo Dương Phục và Nguyễn văn Hiền theo tàu đảm trách công tác điều hành, thông dịch và hỗ trợ thuyền nhân trên nhiều lãnh vực.

Tàu Rose Schiaffino.

Năm 1987, với sự hợp tác của cả 3 tổ chức (Hội Y Sĩ Thế Giới, Ủy Ban Cap Anamur và Ủy Ban), đã gửi con tàu Rose Schiaffino ra Biển Đông, khởi hành hôm 3 tháng 4 năm 1987. Cho đến cuối tháng 6, tàu Rose Schiaffino đã vớt được 906 thuyền nhân, kể cả một người đã bị tàu duyên phòng của Cộng Sản Việt Nam săn đuổi, bắn chết.

Trong công tác này Hải Quân Pháp đã biệt phái 3 chiến hạm hộ tống, tham gia chiến dịch. Và đây cũng là công tác có sự hiện diện đông đảo của các cơ quan truyền thông và báo chí, gồm 12 ký giả và 3 toán chuyên viên thu hình từ Âu Châu, Nhật Bản và Hoa Kỳ. Ngày 22 tháng 7 năm 1987, tàu Rose Schiaffino cặp bến Rouen, thuộc bờ biển Normandie, Pháp Quốc, đem theo gần 300 thuyền nhân, trong đó có gần 200 người đã ở quá lâu tại các trại tị nạn. Từ cửa biển vào đến hải cảng, con tàu chở người tị nạn đã được chính quyền cũng như dân chúng dành cho những cuộc đón tiếp rất trọng thể. Bốn vị Bộ Trưởng trong chính phủ Pháp đã chờ đón thuyền nhân tại cầu tàu, và lần lượt lên diễn đàn ngỏ lời chào mừng, và một lần nữa vinh danh sự ra đi vì Tự Do của thuyền nhân Việt Nam. Một lần nữa hình ảnh thuyền nhân Việt Nam lại xuất hiện trên trang nhất những tờ báo lớn, cũng như trên các màn ảnh truyền hình khắp thế giới, nhất là ở Âu Châu.

Tàu Mary Kingstown năm 1988

Năm 1988, Ủy Ban hợp tác song phương với Hội Y Sĩ Thế Giới (Ủy Ban Cap Anamur không tham gia chiến dịch này). Con tàu Mary Kingstown khởi hành từ hải cảng Singapore hôm 25 tháng 4 năm 1988, dưới sự hộ tống của chiến hạm chuyên chở trực thăng Jeanne d'Arc và soái hạm Boudet của Hải Quân Pháp. Bà Vũ thanh Thủy, một thành viên của Ủy Ban, người được trao danh hiệu Tiến Sĩ Danh Dự, người của Thế Kỷ 21, đã trực tiếp tham gia công tác này, cùng với các chuyên viên thu hình của đài ABC khởi hành từ Hoa Kỳ. Các hình ảnh trong công tác này sau đó đã được chiếu trong chương trình 20/20 hôm 5 tháng 8 năm 1988. Trong khi đó các vị bác sĩ Y Khoa Việt Nam từ Hoa Kỳ và Canada cũng trực tiếp hiện diện trên tàu để cứu giúp thuyền nhân, gồm có Bác Sĩ Nguyễn ngọc Kỳ, Bác Sĩ

Nguyễn thượng Vũ, Bác Sĩ Bùi Đồng, và Bác Sĩ Trang Châu.

Chiến dịch này đã chính thức chấm dứt ngày 7 tháng 6 năm 1988, với kết quả 494 thuyền nhân đã được cứu vớt, 43 thuyền nhân khác gặp trên Biển Đông, vì không đủ chiếu khán, đã được giúp đỡ và hướng dẫn để họ tự đến đảo Pulau Bidong an toàn. 302 thuyền nhân ở quá lâu ở các trại tị nạn Hồng Kông và Pulau Bidong cũng được Ủy Ban can thiệp để đi định cư tại Pháp, Áo và Bi. Chi phí cho chuyến công tác này khoảng 1 triệu Mỹ kim trong đó Ủy Ban đã đóng góp 300 ngàn Mỹ kim.

Tàu Mary Kingstown 1989

Năm 1989 Ủy Ban trực tiếp hợp tác với chủ nhân con tàu Mary Kingstown, nhà tỷ phú André Gille, thuộc xứ Monaco, thực hiện công tác Vớt Người Biển Đông. Tàu khởi hành từ Singapore hôm 1 tháng 4 năm 1989, và chấm dứt vào cuối tháng 6 năm 1989. Kết quả có 259 thuyền nhân được cứu vớt, được đưa vào trại tị nạn để nơi đây làm thủ tục đi định cư cho họ tại những quốc gia đã cấp chiếu khán. Trong khi đó có 41 thuyền nhân khác gặp được trên Biển Đông, vì không đủ chiếu khán, nên họ đã được giúp đỡ và hướng dẫn vào trại tị nạn.

oOo

Vì nhiều lý do như lương tâm thế giới đã mệt mỏi, không quốc gia nào muốn cấp chiếu khán cho người tị nạn nữa, cũng như một số thuyền nhân được vớt đưa lên tạm trú tại các trại tị nạn đã không chịu trình diện để đi định cư tại các quốc gia đệ tam đã cấp chiếu khán cho họ mà chỉ muốn đi định cư tại Hoa Kỳ, nên chương trình Vớt Người Biển Đông không có lý do để tồn tại.

Như thế giữa cao trào người Việt bỏ nước ra đi tìm Tự Do, trong 5 năm, từ năm 1985 đến năm 1989, qua 5 chiến dịch Vớt Người Biển Đông, Ủy Ban đã liên kết với những tổ chức nhân đạo thế giới, vớt và lo định cư tất cả 3,103 thuyền nhân; can thiệp cho hàng ngàn người ở quá lâu trong các trại tị nạn được đi định cư ở các quốc gia đệ tam, trợ giúp một số thuyền nhân khác từ biển khơi tới các trại tị nạn an toàn.

oOo

Bảo Trợ Người Tị Nạn Vào Canada

Tuy chương trình Vớt Người Biển Đông không thể thi hành được nữa, nhưng người vượt biển tìm Tự Do vẫn không chấm dứt, tạo nên cảnh ứ đọng, khốn khổ của người tị nạn trong vùng Đông Nam Á. Lúc ấy Canada là quốc gia còn tương đối rộng mở đón tiếp người tị nạn, nên Ủy Ban đã chính thức hỗ trợ Chương Trình Bảo Trợ Người Tị Nạn vào Canada. Với ngân khoản 40,000 Mỹ kim do Ủy Ban gửi tới, nhiều đoàn thể trong cộng đồng ta tại Canada đã hưởng ứng mạnh mẽ. Chương Trình này cũng được chính quyền Canada chính thức hỗ trợ, nên số người tị nạn được vào Canada mỗi lúc một nhiều, tuy so với nhu cầu còn quá khiêm tốn.

Hỗ Trợ Chương Trình Vớt Người Trên Biển của Liên Hiệp Quốc

Từ mấy năm qua Chương Trình Vớt Người Trên Biển (Rescue at Sea) của Liên Hiệp Quốc đã được thi hành, đã có hàng chục ngàn thuyền nhân được các tàu buôn cứu vớt, rồi trao lại cho Phủ Cao Ủy Liên Hiệp Quốc để định cư họ. Liên Hiệp Quốc sẽ bồi hoàn phí khoản cho những tàu buôn khi phải dừng lại giữa hải trình để cứu vớt thuyền nhân. Cho đến năm 1990, chương trình này tưởng phải chấm dứt vì ngân khoản không còn. Biết được nhu cầu này, Ủy Ban đã phát động rộng rãi chương trình này trong cộng đồng người Việt khắp nơi. Ủy Ban đã gửi tới Liên Hiệp Quốc để hỗ trợ Chương Trình Vớt Người Trên Biển một ngân khoản là 300 ngàn Mỹ kim. Các quốc gia khác như Nhật Bản, Đức, Pháp, Anh, và Hoa Kỳ cũng đóng góp vào chương trình này. Tính từ đầu năm cho đến ngày 22 tháng 9 năm 1990, đã có 2,288 thuyền nhân được cứu vớt.

Hỗ Trợ Hội Nghị Về Người Tị Nạn Đông Dương

Vào giữa năm 1988, tại Đông Nam Á có khoảng 150,000 người tị nạn, trong đó có khoảng 50,000 người Việt Nam. Họ bị nhốt trong các trại tị nạn trong điều kiện sinh sống rất đáng quan tâm. Có người ở trong trại đã trên 10 năm. Bao nhiêu trẻ nhỏ đã được sinh ra không được đi học, không biết thế nào là Tự Do. Để tìm hiểu cặn kẽ vấn đề hầu đưa ra một yêu cầu hợp lý, chuyển tới Phủ Cao Ủy Tị Nạn hầu giải tỏa hoàn cảnh bi thương cho các trại tị nạn tại Đông Nam Á, Ủy Ban đã hỗ trợ cho Trung Tâm Tâm Tác Vụ Đông Dương (IRAC) do Giáo Sư Lê xuân Khoa làm chủ tịch, một ngân khoản là 30,000 Mỹ kim để góp vào ngân quỹ tổ chức một Hội Nghị Quốc Tế về Các Vấn Đề Người Tị Nạn Đông Nam Á. Hơn 300 đại biểu của cộng đồng người Việt đến từ 33 tiểu bang Hoa Kỳ và 14 quốc gia đã tham dự hội nghị này. Hội nghị họp tại Hoa Thịnh Đốn trong 3 ngày, từ 6 đến 8 tháng 6 năm 1988.

oOo

Ủy Ban Ngưng Hoạt Động

Khởi đầu, trước hoàn cảnh bi thương của đồng bào vượt biển, đặc biệt qua những lá thư kêu cứu của nhà văn Nhật Tiến, Dương Phục và Vũ thanh Thủy, như đã nói ở phần trên, Ủy Ban được thành lập để kêu cứu thay cho những thuyền nhân mà thôi. Ủy Ban cũng không ngờ những can thiệp của Ủy Ban đã đem lại những thành quả tuy khiêm tốn nhưng cụ thể như thế. Ủy Ban cũng không ngờ được sự nồng nhiệt của cộng đồng người Việt khắp nơi từ Mỹ, Canada đến Úc đã hỗ trợ mạnh mẽ như thế. Do đó từ vai trò kêu cứu, Ủy Ban đã chuyển sang nhiệm vụ cứu vớt thuyền nhân. Từ đó, suốt trên 10 năm sinh hoạt, những tổ chức của cộng đồng tự phát khắp nơi đã được hình thành, liên hệ với Ủy Ban để cùng nhau sinh hoạt. Những buổi văn nghệ gây quỹ, những buổi tiếp đón những vị ân nhân, đón tiếp thuyền nhân tới bến đã là những sinh hoạt đầy hào khí và chan chứa tình thương yêu đùm bọc. Quý vị trong giới truyền thông, báo chí của cộng đồng ta khắp nơi liên tục phổ biến những biến cố này hầu như không dứt. Những nghệ sĩ, văn nhân cũng đã đóng góp thật là tích cực. Tất cả những hình thức sinh hoạt ấy đã làm nên ngân khoản để Ủy Ban đóng góp vào các công tác ý nghĩa nói trên, đồng thời đó cũng là những khích lệ vô giá cho những người khởi xướng, cũng như làm chất men gắn bó khắng khít của cộng đồng ta nơi hải ngoại. Nhưng trên đời bất cứ sự việc gì có bắt đầu, ắt cũng phải có kết thúc.

Bình tâm nhìn vào thực chất của sự việc, trước khi công tác Vớt Người Biển Đông chấm dứt, Ủy Ban thấy rằng trong tương lai việc bênh vực, lên tiếng cho người tị nạn trên diễn đàn quốc tế sẽ là công tác chính. Do đó từ tháng 11 năm 1987, chi nhánh Ủy Ban tại Thủ Đô Hoa Thịnh Đốn đã được thành lập, do ngân khoản của Ủy Ban từ San Diego đài thọ. Ngày chuyển giao trách nhiệm đã đến, đó là ngày 22 tháng 9 năm 1990 trong ngày đại hội Tình Thương Dưới Ánh Mặt Trời tại San José, thủ phủ của tình thương, giữa Giáo Sư Nguyễn hữu Xương và bà Trương anh Thụy. Trên pháp lý, đây là hai tổ chức hoàn toàn khác nhau, nhưng trên tinh thần, Ủy Ban mới có tên là Ủy Ban Cứu Người Vượt Biển (Boat People S.O.S.), rất gần với tên Ủy Ban Báo Nguy Giúp Người Vượt Biển (Boat People S.O.S. Committee), vì Ủy Ban sau sẽ tiếp nhận mọi sự hỗ trợ tinh thần cũng như vật chất từ Ủy Ban trước.

Trong lời công bố của Giáo Sư Nguyễn hữu Xương cũng như bà Trương anh Thụy, Ủy Ban ở San Diego chính thức ngưng hoạt động và Ủy Ban ở Hoa Thịnh Đốn chính thức hoạt động kể từ 1 tháng 10 năm 1990. Từ đó đến nay, Ủy Ban mới, những thành viên mới đã liên tục hoạt động rất hữu hiệu và không ngừng phát triển.

oOo

Những Ấn Phẩm Và Phim Ảnh Liên Hệ

Để hỗ trợ cho công tác nêu trên, Ủy Ban đã lần lượt thực hiện và cho phát hành những tài liệu sau đây:

- *Hải Tặc Trong Vịnh Thái Lan* (sách tiếng Việt).
- *Pirates On The Gulf of Siam* (sách tiếng Anh).
- *Report On The Vietnamese Land Refugees* (sách tiếng Anh).
- *Vớt Người Biển Đông*, video, dài 27 phút (tiếng Việt).
- *Rescue Mission On The High Seas,* video, dài 27 phút (tiếng Anh).
- *Bản Tin* của Ủy Ban, tiếng Việt, phát hành hàng tháng, liên tục trong 10 năm.
- *Tự Do Hay Là Chết*, video, dài 25 phút (tiếng Việt).

Những tài liệu này đã được các cơ quan truyền thông Việt, Mỹ, các đài truyền hình, các nhà phát hành băng nhạc sử dụng khi nói đến thảm cảnh của thuyền nhân liên tục từ hơn nhiều thập niên qua. Những tài liệu ấy bây giờ không những đã trở thành những chứng cớ lịch sử bi hùng, độc nhất của người Việt Nam liều chết ra đi vì Tự Do, mà còn là một biến cố khốc liệt chối từ chủ nghĩa Cộng Sản, làm bừng tỉnh lương tâm nhân loại ở cuối thế kỷ 20.

Tình Bạn, Yếu Tố Tạo Nên Ủy Ban Báo Nguy Giúp Người Vượt Biển

Vào một ngày cuối năm âm lịch, trời San Diego cũng lạnh lắm, tôi đem một cành đào và tờ *Đất Mới* tới tặng anh Lê tất Điều, (có lẽ là đầu năm 1978). Cắm cành đào vào lọ, chúng tôi ngồi nhìn ra mảnh vườn rộng sau nhà. Gió thổi lao xao trên cành cây lớn bên cửa ra vườn sau. Lòng tôi xốn xang, nhớ những ngày Tết ở quê nhà. Nhớ những người thân còn kẹt lại... Một ấm trà thơm đặt bên tờ báo. Điều nói: Đi được là một phép lạ. Gia đình tôi đi đủ cả... Nghe Điều nói thế, mừng cho bạn, nhưng trong lòng tôi không khỏi dấy lên một nỗi xót xa vì nhớ đến ông anh tôi hiện còn bị giam cầm trong các trại học tập. Tôi lặng đi khá lâu, tay mân mê ly trà nóng. Điều tiếp: Tôi chỉ còn mong có mặt một người, người anh văn nghệ. Người ấy tôi quý lắm. Tôi hỏi: Ai vậy? thì Điều cho hay: Đó là nhà văn Nhật Tiến. Con người này hay lắm. Viết rất sớm, viết khỏe. Từng được giải nhất văn học miền Nam. Làm việc cũng ghê và thẳng thắn vô cùng … Để cho Điều nói hết về người anh kết nghĩa ấy, tôi mới hỏi: Có phải bà Nhật Tiến là Đỗ phương Khanh không? Điều đáp: Phải. Tôi tiếp: Hai người lấy nhau từ Hà Nội, rồi đưa vào Nam … Điều ngớ ra và nói: Sao ông biết rành vậy? Tôi nói tiếp: Hai ông bà học cùng một lớp, trong lớp đó có tôi … Chúng tôi cười toe, và Điều thì trách: Sao ông không nói ngay từ đầu? Từ đó, ngoài những kỷ niệm về ông anh tôi, Phan lạc Phúc mà có thời Điều cùng làm việc ở nhật báo *Tiền Tuyến*, chúng tôi còn có những điều nhớ đến, nói về nhà văn Nhật Tiến.

Từ những ngày đó, tôi và Điều thường liên lạc với nhau luôn. Có việc nào mới mở, nghe chừng tụi tôi kham được, chúng tôi lại ới cho nhau. Lúc thì đóng vai cổ cồn cà vạt để xin việc văn phòng. Có lúc lại quần *jean*, giày mũi cứng, ra cái điều chúng tôi là những người lao động thứ thật để xin một chân thợ trong hãng đóng tàu. Có lúc lại ra cái điều làm việc theo giờ giấc riêng, chúng tôi đi bán bảo hiểm, mà thân chủ của chúng tôi toàn là Mỹ một trăm phần trăm, mà lại là Mỹ đen. Có nhiều điều kinh lắm, nói ra không hết. Có một độ chúng tôi lại làm cho một hãng đóng máy bay, sau thời gian đóng tàu thủy. Thôi thì thượng vàng hạ cám, đúng là đổ mồ hôi, sôi nước mắt để nuôi thân và gia đình.

oOo

Một buổi tối đâu đã trên dưới 11 giờ đêm, cuối năm 1979, thời giờ của những người lao động chính hiệu như tụi tôi, đang nằm lơ mơ để an giấc nghỉ ngơi, thì Điều gọi, giọng thong thả, rành rẽ:

- Ông ơi! Ông Nhật Tiến đã thoát được rồi. Đã đến Thái. Tôi mới nhận được thư đây. Trong chuyến vượt biên này có cả vợ chồng Dương Phục, Vũ thanh Thủy nữa.

Tôi hỏi:

- Ông Nhật Tiến cũng mang theo được cả gia đình à?

- Không! Bà ấy còn kẹt lại. Theo ông ấy nói thì một người còn phải ở lại giữ nhà. Nếu đi không thoát thì còn có chỗ mà về.

Từ những cánh thư của Nhật Tiến do Điều gửi cho, tôi đã đọc và đầm đìa nước mắt. Phải làm gì để tiếp tay cho họ. Trong thâm tâm tôi, tôi vẫn nghĩ rằng, mình đi thoát được là một cái may, một cái phúc, chứ mình tài cán gì. Nếu kể về tài, về tiền, về thế thì mấy ông bộ trưởng, mấy ông tướng tá kia sao lại kẹt lại. Cứ nghĩ như thế càng thấy rằng đi được hay không chỉ cách nhau có đường tơ kẽ tóc. Nếu chẳng may mình kẹt lại thì thân phận mình hệt như những kẻ đi sau. Hình ảnh bi thương của họ chính là hình ảnh của chính mình. Thân phận của họ là thân phận của chính mình. Tôi đọc những lá thư ấy biết bao nhiêu lần mà vẫn thấy lòng mình bối rối khôn nguôi. Hơn nữa vốn là một sĩ quan Hải Quân, cũng không phải là người yếu chịu sóng, từng trông coi, chỉ huy một con tàu, kinh nghiệm sóng nước tuy không lẫm liệt như một số các bạn cùng khóa, nhưng tôi biết rằng trước cái bao la ngút mắt của biển khơi, những bất trắc của sóng gió, của thời tiết, nhớ đến những ngày đi biển tôi vẫn sợ. Những đêm trời biển đen đặc liền nhau như một miếng thạch, sóng gió ầm ầm, con tàu dài trên trăm thước, có thể chở cả trăm chiếc xe GMC, khi tàu cõi lên ngọn sóng, rồi bất thình lình rơi thõm xuống trũng sóng, hẫng đi, toàn thân tàu rùng rùng chuyển mình như có thể gẫy ra làm đôi. Khi mũi tàu chúi xuống, lái tàu bị hổng trên không, con tàu chơi vơi, bánh lái nhẹ tênh, mũi tàu chao đi, mất hướng trong mấy phút. Những phút như thế, dù đã dự trù, chằng buộc, vẫn không thiếu những đồ vật rơi đổ. Đôi khi đầu lộn nước, máy tắt, đèn tắt. Cả tàu tối om trong năm, bảy phút. Dù biết mọi sự sẽ được sửa chữa, bình thường, nhưng không phải những người trên tàu không lo sợ. Vì thế tôi nghĩ rằng chỉ những người không hiểu gì về biển mới dám liều đi như thế. Bây giờ là những người trốn chạy, ngoài nỗi khốn khó của thiên nhiên, còn là cái mồi ngon cho những kẻ bất lương, những phường thảo khấu, hải tặc trên đoạn đường dài nguy nan đó. Những điều ấy đã liên tiếp xảy ra, chúng ta đã nghe, đã gây nên nỗi quan tâm không nhỏ trong cộng đồng nhân loại. Và giờ đây nỗi bất hạnh ấy xảy đến cho những người mà mình hằng quen biết, mến yêu. Vậy phải làm gì cứu giúp họ bây giờ. Ngoài những kinh nghiệm mà càng biết càng sợ như trên, mình làm được gì. Trên căn bản đa số người Việt Nam trên đất Mỹ khi ấy còn trong tình trạng bỡ ngỡ, tạm dung. Kinh nghiệm sống và khả năng phần lớn còn thật là đơn sơ, eo hẹp. Càng suy nghĩ càng thêm quẫn chí, vô kế khả thi. Hàng ngày chạy theo cái đồng hồ, "cày" 40, có khi 50 tiếng một tuần đã bở hơi tai. Thì giờ đâu, sức lực nào mà lo cho người khác.

Đang nghĩ như thế thì Giáo Sư Nguyễn hữu Xương gọi cho tôi hỏi: "Sao cuối tuần này rảnh không, lên nhà tụi này ăn cơm. Bà xã tôi nấu món cá ám ngon lắm." Tôi đưa điện thoại cho nhà tôi để hai bà quyết định. Riêng tôi, rất mừng, tôi sẽ mang những lá thư kia cho anh Xương đọc, biết đâu anh Xương sẽ có cách giúp chúng tôi, giúp những người đó.

oOo

Năm 1970, tôi là một sĩ quan được cho đi Hoa Kỳ huấn luyện và sau đó lãnh tàu từ San Diego, vượt Thái Bình Dương, về Việt Nam. Tất cả thủy thủ đoàn có 110 người. Vị Hạm Trưởng là một người lịch duyệt, tế nhị. Tôi là sĩ quan đệ tam, lo về Hành Quân và Chiến Tranh Chính Trị. Do đó tôi được gửi đi trước để sắp xếp những gì cần thiết trước khi Hạm Trưởng và thủy thủ đoàn đến sau. Trong thời gian ở Mỹ, chúng tôi làm quen với một số người Việt đang dạy tiếng Việt cho quân nhân Mỹ tại đây, trong đó có Bác Sĩ Nguyễn tôn Hoàn và anh Trương văn Tính. Anh Tính vốn là một cựu sĩ quan Thủy Quân Lục Chiến, đã giải ngũ, tính tình vui vẻ, và rất quảng giao. Chúng tôi bằng tuổi nhau, nên rất tương đắc. Đặc biệt là anh có tài nấu ăn rất ngon. Những ngày cuối tuần anh mang xe đến đón đi mua đồ cũ, rồi về nhà anh ăn cơm Việt Nam. Ngoài giờ dạy học, anh còn học

thêm ở UCSD, nên anh thường nhắc đến Giáo Sư Nguyễn hữu
Xương với tất cả tấm lòng kính trọng và thân quý. Qua anh tôi
được biết Giáo Sư Xương là vị Giáo Sư thực thụ, đang phụ trách
chương trình giảng huấn cho những sinh viên đang làm luận án
tiến sĩ. Ông phụ trách cả 3 môn vật lý, hóa học và sinh học. Tuy
ông không phải là một giới chức cao cấp trong trường, nhưng
lại là người có thâm niên thuộc bậc nhất tại đây. Ông về trường
này khi học khu này còn là một cánh rừng bắt đầu được khai
phá để xây trường. Ông cũng là người mang lại niềm hãnh diện
và ngân khoản cho trường vì ông là tác giả của hệ thống quang
tuyến điện tử, một khám phá mới nhất lúc bấy giờ. Hệ thống
quang tuyến điện tử này đã được Viện Y Tế Quốc Gia Hoa Kỳ
(National Institute of Health) công nhận là tài nguyên quốc gia
và tài trợ mỗi năm nửa triệu Mỹ kim để tiếp tục việc khảo cứu.
Vì thế ông có khá đông những vị tiến sĩ từng làm luận án dưới
sự hướng dẫn của ông, nay đang là những người có vị thế trong
xã hội Hoa Kỳ. Ngày lễ tiếp nhận Dương Vận Hạm Qui Nhơn,
HQ 504, và Dương Vận Hạm Nha Trang, HQ 505, được tổ chức
trên sân chính của HQ 504 rất là long trọng, dưới sự chủ tọa
của Đô Đốc Zumwalt, đương kim Tư Lệnh Hải Quân Hoa Kỳ
và Phó Đề Đốc Trần văn Chơn, đương kim Tư Lệnh Hải Quân
Việt Nam. Tất nhiên hàng tướng lãnh Hải, Lục, và Không Quân
Mỹ và các giới chức dân chính, như ông Thị Trưởng San Diego,
Nghị Sĩ và Dân Biểu tại địa phương đều được mời tham dự.
Về phía người Việt, trong niên giám điện thoại lúc ấy chúng
tôi thấy có tất cả 55 người Việt cư ngụ ở thành phố San Diego
này mà thôi. Đa số là sinh viên, và một số các bà vợ của quân
nhân Mỹ theo chồng về Mỹ. Hạm Trưởng quyết định mời một
người khách Việt Nam duy nhất là Giáo Sư Tiến Sĩ Nguyễn
hữu Xương tới dự lễ tiếp nhận chiến hạm. Ngoài vị Tư Lệnh
Hải Quân từ Việt Nam qua, Giáo Sư là người được mời như
một vị khách quý, một niềm hãnh diện cho người Việt không
phải chỉ ở thành phố này mà thôi, mà còn là một vinh dự cho cả
người Việt trên đất Hoa Kỳ. Nhưng phút chót Giáo Sư Xương
đã không đến được vì ông phải đón tiếp một phái đoàn giáo

dục đến thăm viếng công trình khảo cứu của ông. Ông tỏ ý rất làm tiếc, và Hạm Trưởng của chúng tôi cũng lấy làm tiếc.

Ít ngày sau đó, Giáo Sư Xương đã mời Hạm Trưởng và Sĩ Quan chiến hạm thăm viếng trường UCSD, đặc biệt là thăm công trình khảo cứu được mang tên ông là Xương Machine. Trong dịp này Hạm Trưởng đã trân trọng mời Giáo Sư Xương tới thăm chiến hạm và dùng cơm tối trên tàu. Chiến hạm đã đặc biệt dành cho ông một buổi tối rất trân trọng. Tôi quen Giáo Sư Xương từ đó và mối liên lạc còn bền vững khi chúng tôi trở lại Việt Nam, và sau ngày 30 tháng Tư, gia đình chúng tôi định cư tại San Diego, gặp lại nhau với rất nhiều mừng rỡ.

oOo

Trong bữa cơm cuối tuần tại căn nhà nhỏ đường Sauk khu Clairemont, San Diego mà anh chị Xương mới dọn về như một tổ ấm mới, tôi đã đưa những lá thư, bài viết *Hành Trình Đi Tìm Tự Do Bằng Tàu Thuyền Qua Ngả Thái Lan* của anh Nhật Tiến và cả bài viết dài 11 trang in *ronéo* của vợ chồng anh chị Dương Phục: *Thư Gửi Những Người Bạn Ngoại Quốc*. Tất cả để trong một phong bì lớn, và nhắc: "Anh chị đọc cho biết về nỗi khốn khổ của đồng bào ta trên Biển Đông. Dài đấy. Một vài ngày nữa tôi sẽ gọi lại để xin ý kiến." Mấy ngày sau tôi gọi lại hỏi thì anh Xương nói: "Tôi không đọc được anh à." Tôi hơi bỡ ngỡ, và nghĩ có lẽ anh Xương xa nước đã lâu khi còn quá trẻ, có thể đã quên tiếng Việt rồi chăng. Trong lúc tôi phân vân lắng đợi như thế thì chị Xương nói thay lời anh Xương: "Mỗi đêm anh Xương đều đem mấy lá thư này ra đọc, nhưng chỉ đọc được vài trang, nước mắt anh ấy đã chan hòa, không đọc tiếp được nữa. Nhưng anh yên chí đi, tôi đọc rồi, thương quá. Anh Xương đang nghĩ cách làm gì để cứu họ chứ. Để thế đâu được…"

Từ những nỗi xúc động này, tôi bàn với anh Xương mình nên họp lại thành một tổ chức để qui tụ thêm nhiều nhân sự hầu có thể lên tiếng kêu cứu cho đồng bào. Từ ý niệm sơ khởi đó, anh Xương đã mời một số người đang có những sinh hoạt

21

trong cộng đồng tới nhà anh để tham dự buổi họp, vào hồi 10 giờ sáng ngày 27 tháng 1 năm 1980, có 7 người sau đây tham dự: Nguyễn hữu Xương, Phạm quang Tuấn, Nguyễn hữu Giá, Lê phục Thủy, Phan lạc Tiếp, Vũ minh Trân và Nguyễn hữu Khang. Ngoài 7 người ghi trong biên bản, cuộc họp đề nghị anh Xương nhận lãnh vai trò chủ tịch Ủy Ban. Anh Nguyễn hữu Khang làm Tổng Thư Ký và cũng xin anh Khang cho Ủy Ban dùng chung địa chỉ 6790 Linda Vista Road, San Diego, CA 92111 là Văn Phòng Cố Vấn Pháp Luật của anh Khang, cho tiện việc liên lạc thư từ. Đơn giản Ủy Ban đã được hình thành như thế, nhưng nhân sự thì tùy hoàn cảnh có nhiều thay đổi. Những buổi họp tiếp theo, điện thoại mời, ai đến được thì quý, không đến cũng không sao, đã có thêm những người mới khác. Như cụ thể trong lá thư gửi Quốc Vương và Hoàng Hậu Thái Lan, thì Ủy Ban đã mời thêm nhiều nhân vật khác thuộc mọi sinh hoạt đoàn thể, tôn giáo để lá thư thêm uy tín.

Mấy năm sau, qua những kết quả mà Ủy Ban gặt hái được, công việc của Ủy Ban trở nên bề bộn, nhất là được đồng bào khắp nơi gửi tiền về để hỗ trợ cho công việc Vớt Người Biển Đông thì thành phần của Ủy Ban càng có thêm người. Những vị này đa số cư ngụ tại San Diego, có liên hệ xa gần trong ngành giáo dục, hoặc trong sinh hoạt cộng đồng với Giáo Sư Nguyễn hữu Xương như Tiến Sĩ Lê phục Thủy, Tiến Sĩ Nguyễn Hiệp, Kỹ Sư Nguyễn tấn Thọ, Bác Sĩ Trần quý Trung, Tiến Sĩ Tô Đồng, ông Phạm như Bích, ông Nguyễn văn Nghi, ông Lưu danh Du, Dược Sĩ Trang Kiên, Bác Sĩ Trần văn Khang, Kỹ Sư Đỗ như Điện, Họa Sĩ Nguyễn văn Mộch, ông Phan lạc Tiếp, Kỹ Sư Nguyễn hữu Đoàn, Kỹ Sư Bùi anh Tuấn. Sau này khi anh chị Dương Phục – Vũ thanh Thủy rời Houston, định cư ở San Diego cũng trở thành thành viên của Ủy Ban, cũng như anh Phạm xuân Thắng (chủ tịch Hội Sửa Xe ở San Diego), Tiến Sĩ Trần minh Chánh và Kỹ Sư Vũ hồ Nam là những người được mời vào trong những năm sau này. Ngoài ra trong tinh thần hỗ trợ cụ thể, một số quý vị ở xa cũng được mời như những thành viên hỗ trợ hay cố vấn, như nhà văn Nhật Tiến, Bác Sĩ Nguyễn ngọc Kỳ, Bác Sĩ Nguyễn thượng Vũ, Giáo Sư Lê xuân Khoa, Giáo Sư Nguyễn ngọc Linh, Linh Mục Đỗ thanh Hà, Giáo Sư Nguyễn xuân Vinh, nhà văn Nguyên Phong (Giáo Sư Vũ văn Du), ông Nguyễn hữu Lục, đại diện Ủy Ban vùng Bắc Cali, Kỹ Sư Tống Nhiệm, đại diện Ủy Ban ở Nam Cali, nhà văn Đào vũ anh Hùng tại Dallas, ông Lê công Truyền tại Phoenix, ông Trần huy Vân tại New Orleans, Bác Sĩ nha khoa Nguyễn văn Cường tại Montréal, và Nữ Tài Tử Kiều Chinh như một sứ giả đặc biệt. Đặc biệt do sự giới thiệu của nhà văn Nhật Tiến, Ủy Ban đã mời được bà Trương anh Thụy làm đại diện Ủy Ban tại vùng thủ đô Hoa Kỳ và sau đó thành lập chi nhánh chính thức của Ủy Ban tại đây. Trong vai trò này bà Trương anh Thụy đã mời thêm nhiều người nữa rất có khả năng và uy tín như Giáo Sư Nguyễn ngọc Bích, Tiến Sĩ Nguyễn đình Thắng và khá đông những người trẻ khác, tạo thành một cơ cấu làm việc rất hăng say, đem lại nhiều thành công rất cụ thể. Chính chi nhánh Đông Hoa Kỳ do bà Trương anh Thụy đại diện đã tiếp tục hoạt động với danh xưng mới là Ủy Ban Cứu Người Vượt Biển. (Tên của Ủy Ban ở San Diego là Ủy Ban Báo Nguy Giúp Người Vượt Biển, chỉ khác ở chữ Cứu thay cho chữ Báo mà thôi). Ủy Ban này đã liên tiếp hoạt động **từ 1 tháng 1, năm 1990 đến nay**. Thành quả của Ủy Ban này rất dài, khởi đi từ bà Trương anh Thụy, Tiến Sĩ Nguyễn đình Thắng, với sự cộng tác của rất nhiều người trẻ lớn lên và thành đạt ở Hoa Kỳ, ở Úc. Đó là phần sau không thuộc trách nhiệm và sự hiểu biết của chúng tôi. Và nếu có ai hỏi "Điều gì làm quý vị vui nhất, thành công nhất trong suốt thời gian hoạt động cho Thuyền Nhân?" thì tôi cũng như Giáo Sư Xương đều đồng ý rằng "Việc hợp tác của những tổ chức quốc tế, đem tàu ra biển cứu vớt thuyền nhân là điều thành công đáng vui mừng nhất của Ủy Ban và sau đó là việc chúng tôi đã thành lập chi nhánh Ủy Ban tại vùng Hoa thịnh Đốn, để sau đó bàn giao công tác này cho anh chị em tại đây."

oOo

Trở lại với Ủy Ban ở San Diego, trên pháp lý căn cứ trên hồ sơ do bà March Fong Eu, Secretary of State, ký ngày December 12 năm 1986 thì những vị sau đây là những người có tên trong tài liệu được Tiểu Bang California cho phép hoạt động là ông Nguyễn hữu Xương, chủ tịch; ông Nguyễn hữu Khang, phó chủ tịch; và ông Lê phục Thủy. Quý vị này mời ông Lưu danh Du làm Tổng Thư Ký để tổ chức văn phòng cho Ủy Ban vì ông Du, nguyên là phát ngôn viên Bộ Ngoại Giao Việt Nam Cộng Hòa dưới thời Ngoại Trưởng Trần chánh Thành, và nay tại Mỹ ông Du đang hành nghề kế toán cho thành phố San Diego. Với sự mẫn tiệp và cẩn thận sẵn có, ông Lưu danh Du là người đặt cơ sở hành chánh cho Ủy Ban. Khi văn phòng Ủy Ban đã hoạt động bình thường, ông Lưu danh Du xin từ nhiệm, nhưng theo yêu cầu của Giáo Sư Xương, ông Du vẫn dành thời giờ theo dõi tất cả hồ sơ chi thu của Ủy Ban để chắc chắn cả về pháp lý cũng như tình cảm, không một hồ sơ nào có sơ sót, trước khi hồ sơ được chuyển qua cho văn phòng kế toán của bà Trịnh thúy Nga kiểm soát và lưu giữ. Khi ông Nguyễn hữu Khang qua đời, năm 1987, ông Lê phục Thủy được Giáo Sư Xương mời thay thế ông Khang trong vai trò Phó Chủ Tịch, và tôi, Phan lạc Tiếp được mời giữ vai trò Tổng Thư Ký, kiêm Giám Đốc Điều Hành, Giáo Sư Xương kiêm Thủ Quỹ.

Khi Ủy Ban được thành lập vào đầu năm 1980, Ủy Ban không có một ngân khoản nào để điều hành. Và cũng như những sinh hoạt cộng đồng khác, không thấy ai bàn tới những dự liệu dài hạn, ngoài việc lên tiếng kêu cứu như ghi trong biên bản mà thôi. Vì xét cho cùng, ngoài anh Xương là người ở ngoại quốc lâu, là một giáo sư, một nhà khoa học có tiếng, có khả năng, và uy tín, trong khi đa số những người hiện diện còn trong qui chế tạm dung, công ăn việc làm còn không vững, nên không ai có ý kiến gì hơn. Và như quan niệm chung của mọi người trong Ủy Ban, ai phải mang tên tuổi mình đứng ra làm việc là một hy sinh, một chịu đựng, chứ không hề là một quyền lợi. Vì không ai có lương, mà mọi thư từ, điện thoại liên lạc, ai giữ vai trò gì thì (mặc nhiên xin vui lòng) bỏ tiền túi ra mà thanh toán. Còn thảm nạn của đồng bào ta bây giờ được thể hiện như một hình tam giác mà đáy ở phía dưới. Hy vọng theo thời gian, theo kết quả kêu cứu của chúng ta, đến một lúc nào đó thảm nạn ấy nhỏ dần đi để đến lúc *business* của chúng ta thành con số không là thành công. Con số không này cũng là lúc một tổ chức khác, một người nào khác đảm nhận thay cho chúng ta thì thật là quá lý tưởng.

Về danh xưng của Ủy Ban, mọi người bàn luận và nhận rõ rằng chúng ta hiện không có khả năng gì đặc biệt, nhưng không thể ngồi im nhìn đồng bào ta bị chà đạp trên Biển Đông, ta phải lên tiếng, càng to, càng rộng càng hay. Như những người đi biển khi tai nạn xảy ra thì chúng ta phải dùng tín hiệu SOS, bất luận thuyền bè nào hoạt động trong vùng nghe thấy tín hiệu này, theo luật hàng hải quốc tế, các thuyền bè này phải mau mau đến tiếp cứu. Do đó danh xưng tiếng Việt của Ủy Ban là Ủy Ban Báo Nguy Giúp Người Vượt Biển, và tên quốc tế là Boat People S.O.S. Committee. Như thế Ủy Ban này đã được khai sinh ngày 27 tháng 1 năm 1980, tại tư gia Giáo Sư Nguyễn hữu Xương, tại San Diego như trên.

Riêng tôi sau buổi họp này, tôi đã gọi cho anh Lê tất Điều biết, để mừng. Tôi cũng viết thư ngay cho anh Nhật Tiến, thông báo tường tận những diễn tiến nói trên, đồng thời cũng yêu cầu anh Nhật Tiến điều tra, thu thập thêm tin tức những nạn nhân của hải tặc hầu bổ túc hồ sơ gửi cho các cơ quan quốc tế, cũng như tiếp tục làm nóng không khí đấu tranh chống tệ nạn hải tặc trên Biển Đông. Thư từ đi và về vào khoảng 10 ngày. Mỗi lần nhận được thư của anh Nhật Tiến, sau khi đi làm về, tôi vội vã đi in thành nhiều bản, gửi cho anh Xương, gửi cho bè bạn và báo chí bốn phương. Tại địa phương thì tôi cung cấp cho tờ *Việt Nam Hải Ngoại* của anh Đinh thạch Bích. Xa hơn chút nữa thì gửi cho tờ *Người Việt Ca li* (tiền thân của tờ *Người Việt*) ở Santa Ana của anh Đỗ ngọc Yến, tờ *Đất Mới* của anh Vũ đức Vinh, Thanh Nam ở Seattle, tờ *Ngày Nay* của anh Nguyễn ngọc

Linh, Trương trọng Trác ở Houston, tờ *Chiêu Dương* của anh Nhất Giang ở Sydney, Úc Châu. Và sau đó nhiều tổ chức, nhiều đồng bào liên lạc về xin tài liệu như anh Tống Nhiệm ở Cali, anh Nguyễn hữu Lục ở San José, và nhiều nơi khác nữa. Trong niềm cảm thông và vui mừng thấy tiếng kêu của bạn bè mình mỗi lúc mỗi được lắng nghe, mỗi lúc mỗi có thêm những khích lệ, nên mọi chi phí về in tài liệu, bưu phí tôi đều bỏ tiền túi của mình ra. Cũng may là lúc đó tôi đang có việc làm trong hãng đóng tàu, lương khá cao, chi phí đó chỉ là như những đồng tiền ăn trưa mà thôi.

oOo

Từ năm 1985, khởi đi từ Bác Sĩ Đinh Xuân Anh Tuấn, một thành viên của Hội Y Sĩ Thế Giới (Médecins du Monde) từ Paris qua liên lạc với chúng tôi qua nhà văn Nhật Tiến, Ủy Ban đã chuyển sang những hoạt động cụ thể hơn, hợp tác với các tổ chức nhân đạo quốc tế, đem tàu ra biển cứu vớt thuyền nhân, bản tin riêng của tôi biến thành bản tin chính thức của Ủy Ban, bản số 1 đề ngày 5 tháng 4 năm 1986. Bản tin này phát hành không định kỳ và cũng không có số trang nhất định. Tùy nhu cầu, có khi hàng tháng, có khi nửa tháng, bản tin này đã đem đến những tin tức liên hệ đến cảnh huống của thuyền nhân, những đồng bào đi tìm Tự Do bằng đường bộ, cùng những sinh hoạt vận động để cứu vớt, bênh vực cho người tị nạn Việt Nam mà Ủy Ban đứng ra phát động. Riêng tờ *Việt Nam Hải Ngoại* của anh Đinh thạch Bích khi ấy phát hành rất rộng rãi tới nhiều tiểu bang tại Hoa Kỳ và một số quốc gia khác nữa. Là người cư ngụ cùng thành phố, tôi là một cộng tác viên thân thiết với tờ báo này. Những tin tức sinh hoạt của Ủy Ban do tôi hoặc anh Đinh thạch Bích viết trên *Việt Nam Hải Ngoại*, thường lấy chung bút hiệu là Trí Tâm, Tường Vinh. Nhưng những lời hô hào, những khẩu hiệu hỗ trợ Thuyền Nhân trên báo, thường là do anh Bích viết.

Như thế Ủy Ban đã được hình thành trong sự tình cờ, dựa

trên sự hiểu biết, cảm thông và tương kính của tình bằng hữu, trước nhỏ sau to, cứ thế mà lan đi. Có người đã gọi cho tôi, nêu ý kiến: Ủy Ban nên thành lập một mạng lưới, với tổ chức qui mô, chặt chẽ, từ trung ương đến các địa phương, khởi đi từ San Diego, từ Mỹ rồi tới các châu lục khác. Từ uy tín này chúng ta sẽ xây dựng một lực lượng để sẵn sàng khi đất nước cần đến… Chúng tôi đem chuyện này bàn với anh Xương, anh Xương hỏi lại tôi. Tôi đáp, "Tôi chỉ mong nỗi khốn khổ này mau hết để nghỉ, còn lo việc gia đình. Chúng ta lấy tư cách gì mà buộc được ai. Chuyện lâu dài, to lớn không hợp với khả năng và hoàn cảnh của tôi. Cho đến lúc ấy, nếu tôi không biết anh Nhật Tiến trước thì thảm nạn của đồng bào ta trên Biển Đông đã không tới tai tôi sớm như thế và bền bỉ như thế. Và với anh, một giáo sư bận rộn trong công tác khảo cứu khoa học, cả với chị nữa, nếu không có những giao tình trước, tôi không dám phiền tới anh chị." Đó là tình bằng hữu, cũng như, nếu trước đây tôi không phải là người cầm bút, không quen biết trước với bạn bè khắp nơi, đặc biệt là ở San Diego, chắc chắn là anh em báo chí, những người cầm bút đã không bỏ công, bỏ sức ra làm như thế.

Tất cả đã khởi đi từ tình bằng hữu. Và chỉ có tình bằng hữu mà thôi.

Hành Động

Khi Ủy Ban đã được thành lập, việc trước mắt là làm sao những tài liệu này được chuyển ngữ nhanh chóng, chính xác, và sau đó làm cách nào để những tài liệu và những hoạt động của Ủy Ban đến được văn phòng của những cơ quan, những nhân vật có uy tín quốc tế để thảm nạn của thuyền nhân được giải quyết. Để làm được những việc này, nhìn lại, chúng tôi thấy như có một sự sắp xếp nhiệm mầu. Đó là sự có mặt của anh James Banerian và ký giả Greg Gross.

Anh James Banerian

James cư ngụ ở đường Central, khu khá sâu, không mấy an ninh, cùng nhà với cụ Phan quảng Nam, và nhà bên cạnh, chung số nhà là đôi vợ chồng người Việt còn trẻ, đang miệt mài đèn sách. Cụ Phan sau dọn đi ở một vùng kém an ninh, do đó bị tụi trẻ nghiện xì-ke đến xin tiền đi hút. Hết tiền, chúng giết cụ để khảo tiền. Cụ chết trong cô đơn và tội nghiệp. Hai vợ chồng trẻ kia nay đã là hai vị Bác Sĩ Y Khoa, và được tiếng là người có hùng tâm trong việc xây cất, trùng tu những ngôi chùa tại thành phố này. Và địa chỉ nơi James cư ngụ, với một mảnh vườn to phía trước, nay là Như Lai Thiền Viện, hàng ngày Phật tử lui tới rất đông vui. Một nơi đất lành, tịnh độ. Khi thảm nạn hải tặc xảy ra, những lá thư, những bản cáo trạng từ Thái Lan gửi về cho tôi, thì từ nhà tôi qua nhà James chỉ hơn mươi khu phố. Những lá thư ngắn tôi đưa hồi chiều, sau khi đi làm về thì James cười nhẹ: "Mai đến lấy." Những tài liệu dài thì: "Mai ghé lại nha." James đã làm những việc này nhẹ nhàng, mau chóng như thế và hoàn toàn tự nguyện, không nhận một thù lao nào. Chỉ một lần, James đánh rơi vỡ cặp kính trắng. Tôi vội đi mua tạm cặp kính khác cho James, để James có kính đọc và dịch ngay những tài liệu cần thiết cho Ủy Ban. Công lao của James thật là vô giá.

Ký giả Greg Gross

Những lá thư, những bản cáo trạng về thảm trạng thuyền nhân đã được chuyển dịch, nhưng làm sao những thảm trạng này xuất hiện được trước diễn đàn công luận Hoa Kỳ. Khó khăn này, may mắn thay Giáo Sư Xương nhớ ra một người bạn Mỹ, ký giả Greg Gross, *staff writer*, của tờ báo lớn nhất tại đây, nhật báo *San Diego Union*. Ký giả này thường gặp gỡ Giáo Sư Xương để tìm hiểu về công trình khảo cứu của ông. Giáo Sư Xương đã đưa bản dịch những tài liệu nói trên cho ký giả Greg. Sau khi đọc, Greg đã tỏ ra xúc động, sẵn sàng tiếp tay. Greg đã nói chuyện cặn kẽ với Giáo Sư Xương, nhưng đương sự muốn chính xác chụp hình những phong bì có dấu bưu điện phát xuất từ

Thái Lan, và chụp hình người nhận những lá thư ấy, như nguồn phát xuất và trách nhiệm sự ngay thật của những lá thư này. Do đó Giáo Sư Xương đã gọi cho tôi, cười vui và bảo: "Greg nó muốn đến nhà anh, chụp hình anh và những lá thư, hỏi vài câu liên hệ." Biết không thể từ chối, tôi đã nhận lời. Tôi cũng thông báo tin này cho anh Lê tất Điều hay, và mời anh đến nhà tôi để cùng xuất hiện, viện lẽ những lá thư đầu tiên anh Nhật Tiến gửi qua Mỹ là gửi cho anh Lê tất Điều. Nhưng khi Greg đến nhà tôi, y nói: "No. Tôi được chỉ thị chụp hình Mr. Phan thôi." Do đó ngày hôm sau, thứ Hai, 11 tháng 2 năm 1980, trong trang B2, tin địa phương, một hàng tít chạy dài suốt bề ngang tờ báo với hàng chữ: *Abuse of Boat People Results in Anti-Thai Campaign Here.* Và tất nhiên có in hình tôi với những lá thư bày trước mặt. Bài báo nói đến những thảm cảnh của thuyền nhân dựa theo tài liệu cung cấp của nhà văn Nhật Tiến và ký giả Dương Phục và vợ, ký giả Vũ thanh Thủy. Ở cuối bài nêu lên những công tác mà Ủy Ban đang sửa soạn tiến hành.

Khởi đi từ tờ báo này, những thảm nạn của thuyền nhân đã có những bước đi vững chắc. Tự thân bài báo đã có những ảnh hưởng trên dư luận, đến những người, những tổ chức có trách nhiệm. Và bước đi thứ hai là những tài liệu này được Ủy Ban chính thức gửi đi đến những nơi chúng ta muốn gửi đến như Tổng Thống Hoa Kỳ, Jimmy Carter, Quốc Vương và Hoàng Hậu Thái Lan, Đại Sứ Thái tại Hoa Thịnh Đốn, Phủ Cao Ủy Tị Nạn. Đặc biệt Tòa Tổng Lãnh Sự Thái tại Los Angeles chỉ cách San Diego khoảng 2 giờ lái xe. Với hàng ngàn chữ ký chúng ta thu được trong ngày Hội Xuân tại UCSD, những tài liệu về thảm nạn thuyền nhân, bản sao những lá thư mà Ủy Ban đã gửi đến những nhân vật quốc tế, đặc biệt có lá thư của Thượng Nghị Sĩ Kennedy, một ứng viên Tổng Thống, bày tỏ mối quan tâm đến số phận của thuyền nhân. Ủy Ban xin hẹn gặp vào lúc 1 giờ 30 chiều ngày 5 tháng 3 năm 1980, nhưng từ buổi sáng hàng trăm người Việt chúng ta, với cờ vàng, khăn tang, biểu ngữ đã tụ họp trước tòa Tổng Lãnh Sự Thái trong thái độ ôn hòa, nhưng ngập tràn đau khổ, trong đó có những người đầm đìa nước mắt khóc thương, trên tay cầm bảng đề Boat People SOS, gây được sự chú ý mạnh mẽ cho mọi người đi qua, khiến cuộc biểu dương khí thế đấu tranh càng lúc càng thêm đông đảo. Những tài liệu liên hệ cũng được in sẵn để phân phát. Cuộc biểu dương này do anh Đặng giang Sơn tổ chức với những góp ý và tài liệu cung cấp bởi Ủy Ban. Ông Spovapoj Srivali, Tổng Lãnh Sự Thái đã tiếp phái đoàn của Ủy Ban do Giáo Sư Nguyễn hữu Xương, Giáo Sư Tiến Sĩ Đại Học UCSD, Chủ Tịch Ủy Ban hướng dẫn. Giáo Sư Xương đã giới thiệu thành phần phái đoàn gồm Tiến Sĩ Lê phục Thủy, Giáo Sư tại UCSD; ông Nguyễn hữu Giá, Giám Đốc Trung Tâm Cứu Trợ Người Tị Nạn Đông Dương và Luật Sư Đinh thạch Bích, nguyên Thứ Trưởng Bộ Thông Tin và Chiêu Hồi, đương kim chủ bút *Việt Nam Hải Ngoại*. Ông Tổng Lãnh Sự trịnh trọng đón nhận tất cả những tài liệu và hứa sẽ chuyển ngay về cho chánh phủ Thái.

Từ tin tức thuận lợi này, dựa trên sức mạnh của truyền thông trong xã hội Tự Do và Dân Chủ, Ủy Ban đã dấy lên một phong trào bênh vực, và cứu vớt thuyền nhân trên 10 năm hoạt động, những kết quả tuy khiêm tốn so với thảm nạn của làn sóng người liều chết ra đi vì Tự Do, nhưng rất là cụ thể, đặc biệt dư luận thế giới đã có cái nhìn đầy thiện cảm với người Việt ra đi vì Tự Do. Những quốc gia Âu Châu, đã vinh danh người Việt ra đi là Chiến Sĩ của Tự Do, ngược lại với những lời miệt thị thậm từ của người Cộng Sản Việt Nam.

Sau này nhà văn Thế Uyên đến Mỹ qua ngả HO, có đến thăm người viết và ở lại mấy ngày, nói với chúng tôi rằng: "Công tác cứu vớt thuyền nhân trong nhiều năm đã làm đảo lộn cuộc sống của xã hội Việt Nam. Cứ mỗi lần nghe tiếng ông loan tin tàu ra biển cứu vớt thuyền nhân trên đài VOA, hay BBC, là cả nước xôn xao chuẩn bị ra đi. Ra đi, được con tàu nhân đạo của quý vị vớt là hãn hữu như mò kim đáy bể. Nhưng đó là một tín hiệu cụ thể rằng, nếu không được con tàu nhân đạo vớt thì lúc này các trại tị nạn chưa đóng cửa. Ra đi còn có nơi đón nhận. Từ đó hầu như cả nước trong lặng lẽ đều sửa soạn ra đi. Ảnh hưởng của những con tàu nhân đạo thật là to lớn."

Đã Có Một Thời Như Thế

Cho đến bây giờ, vào thời điểm 2005, con số vừa tròn để có thể nói là hai mươi lăm năm nhìn lại, tôi chỉ coi thảm kịch trên đảo Kra trong vịnh Thái Lan là một khúc phim cũ mòn đã bị khỏa lấp bởi sức sống vươn lên mạnh mẽ của thuyền nhân tị nạn và bởi thời gian bao giờ cũng làm tăng lên sự phai nhòa của trí nhớ.

Nhưng không lẽ một thảm kịch như thế, trong đó đã chất chứa bao nhiêu nỗi đau thương, nghẹn ngào, cũng như đã chôn vùi biết bao nhiêu cái chết đớn đau tức tửi của những con người vô tội lại không còn được nhắc đến?

Nếu mà như thế thì lịch sử đâu có lý do để tồn tại? Và nếu thế hệ mai sau muốn tìm lại dấu chân của các bậc cha anh, họ sẽ lấy gì để mà soi rọi? Rồi thêm nữa, nhà cầm quyền CS trong nhiều năm đã từng gây nên nguyên nhân sâu xa của thảm kịch thuyền nhân, gián tiếp xô đẩy hàng triệu con người ra biển cả chẳng lẽ lại được phủi tay, vỗ trắng trách nhiệm?

Chỉ mới nêu ra ngần ấy câu hỏi đã thấy dù là thuyền nhân hay chưa từng là thuyền nhân, cũng không ai muốn để cho những thảm kịch đã xảy ra ở Biển Đông phải chịu số phận chôn vùi trong lớp bụi quên lãng của thời gian.

Cho nên việc ôn lại những đau thương của thuyền nhân tị nạn trong muôn ngàn nỗi đau thương của bao nhiêu con người khác nữa kể từ sau biến cố 30-4-1975 sẽ chẳng phải là việc khơi lại hận thù, nhưng là chuyện cần thiết phải làm. Làm để dựng lại một mảnh gương lịch sử cho đời sau, để gìn giữ những chứng tích trước công lý ngõ hầu sau này trả lại công bằng cho mọi thành phần dân tộc trong ngày phán xét của lịch sử. Và thêm nữa, một mai, khi bình minh ló dạng trên quê hương, những tượng đài gian dối, những danh nhân biến sắt đầu đường bất xứng, những tên tuổi được ca ngợi một cách xảo trá trong sách vở mà trong nước đã in … tất cả sẽ nhờ những công việc nhắc nhở này mà được sắp xếp lại. Tính chất vàng thau không thể vì nhu cầu chính trị nhất thời hay riêng tư mà lẫn lộn trong những trang sử của dân tộc vì chúng ta chỉ có thể trân trọng gửi lại cho con cháu những trang sử ghi chép sự thật mà thôi!

oOo

Bài Viết của Nhật Tiến

Sau 30-4-1975, tôi không có cơ hội đi thoát và đã ở lại Việt Nam.

Trong hơn 4 năm trời ròng rã, tôi đã chứng kiến hay đã trải qua khá đầy đủ những hệ lụy của một con người sống trong cái mô hình xã hội do những người Cộng Sản tạo dựng nên. Đấy là một xã hội hoàn toàn mất tự do, đầy dẫy những bất công phi lý và toàn bộ guồng máy điều hành đất nước đã được đặt trong tay những con người ngu muội, thiển cận, nhìn đâu cũng thấy kẻ thù và sẵn sàng áp đặt mọi thứ luật lệ bất công lên đầu các tầng lớp quần chúng để dễ dàng trấn áp.

Cho nên cùng với hàng triệu con người Việt Nam khác, tôi đã xuống thuyền đi tìm Tự Do! Nhà văn Phan lạc Tiếp, vốn là một sĩ quan Hải Quân, đã từng ra khơi ở Thái Bình Dương, khi nhắc đến biển, ông không khỏi đưa ra những hình ảnh hãi hùng: *"Có những đêm trời biển đen đặc liền nhau như một miếng thạch, sóng gió ầm ầm, con tàu dài trên trăm thước, có thể chở cả trăm chiếc xe GMC, khi tàu cõi lên ngọn sóng, rồi bất thình lình rơi thỏm xuống trũng sóng, hẫng đi, toàn thân tàu rùng rùng chuyển mình như có thể gẫy ra làm đôi. Khi mũi tàu chúi xuống, lái tàu bị hổng trên không, con tàu chơi vơi, bánh lái nhẹ tênh, mũi tàu chao đi, mất hướng trong mấy phút. Những phút như thế, dù đã dự trù, chẳng buộc, vẫn không thiếu những đồ vật rơi đổ. Đôi khi đầu lộn nước, máy tắt, đèn tắt. Cả tàu tôi om trong năm, bảy phút. Dù biết mọi sự*

32

sẽ được sửa chữa, bình thường, nhưng không phải những người trên tàu không lo sợ. Vì thế tôi nghĩ rằng chỉ những người không hiểu gì về biển mới dám liều đi như thế."

Thế mà chúng tôi đã ra đi, không bằng con tàu dài trên trăm thước chứa nổi cả hàng trăm xe vận tải, mà trên những con thuyền mỏng manh dài không quá hai chục thước, chật ních người, chỉ ngồi bó gối cũng đã hết chỗ.

Và cũng đã có nhiều người ra đi trong tình trạng như thế, không chỉ một lần mà ba, bốn lần, thậm chí cả trên chục lần.

Không phải là họ không biết những hiểm nguy đang chờ đón họ ở ngoài khơi mù mịt. Nhưng họ chỉ có một tâm niệm duy nhất là trốn chạy khỏi cái xứ sở, cái quê hương của chính họ vốn đang nằm trong vòng kiềm tỏa của chế độ Cộng Sản.

Thế mới biết, khi đem lên bàn cân, chế độ toàn trị của Cộng Sản còn khủng khiếp hơn nhiều. Bởi vì đi ra biển, người ta có thể chết trong khoảnh khắc, nhưng ở lại đất nước trong thời điểm đó, con người chỉ thấy cái tương lai sống lầm than và chết mòn mỏi kéo dài suốt cả một đời người.

Và đúng như đã có thể dự đoán trước, đoàn người chúng tôi ra đi vào ngày 19 tháng 10 năm 1979 đã gặp và chịu đựng rất nhiều thảm họa. Bốn lần bị cướp biển lục soát lấy hết mọi vật dụng quý giá, 21 ngày mòn mỏi bị lôi kéo vào đảo Kra trong vịnh Thái Lan, sống đày đọa trong đói khát, tủi nhục, thường xuyên bị hành hạ cho đến khi được Cao Ủy Tị Nạn Liên Hiệp Quốc cứu ra.

Tôi không bao giờ quên cái buổi tối hôm 18-11-1979, ngày đầu tiên sau khi chúng tôi được đưa trở lại đất liền bằng con tàu do ông Theodore Schweitzer, Cao Ủy Tị Nạn LHQ tại Thái Lan, thuê ra đón chúng tôi từ đảo Kra về tỉnh Songkhla, miền Nam Thái Lan.

Tôi đã ngồi bó gối dưới ánh sáng của ngọn đèn *néon* mờ mờ tỏa xuống hàng hiên phía sau trạm cảnh sát quận Pak Phanang,

lòng ngổn ngang trăm mối vì không biết rồi đây tương lai mình
sẽ đi về đâu. Dù cơ thể đã suy yếu sau nhiều ngày gian khổ
nhưng đầu óc tôi vẫn còn khá tỉnh táo để có thể nhớ lại những
gì đã xảy ra sau 10 ngày lênh đênh trên biển và trong 21 ngày
sống trong vòng kiềm tỏa của đám hải tặc lui tới trên đảo Kra.
Biết bao nhiêu nỗi niềm cảm xúc đã trào dâng trong lòng, nhưng
trên tất cả hình như vẫn là một sự hối thúc mạnh mẽ, thúc đẩy
tôi phải tìm mọi cách thông báo chuyến đi hãi hùng của mình
cho thân nhân, cho bạn bè và đồng bào trong nước được hay, vì
vào thời điểm đó đang còn rất nhiều người chuẩn bị ra đi. Đồng
thời tôi cũng muốn đánh động lương tâm thế giới để những
thảm kịch cướp bóc, hãm hiếp trên biển cả phải chấm dứt hay ít
ra cũng có cơ may giảm thiểu.

Dưới ánh sáng chập chờn và trong cái mái hiên lộng gió ấy,
tôi đã viết bài tường thuật: *"Hành Trình Đi Tìm Tự Do Bằng Tàu
Thuyền Qua Ngả Thái Lan"* mà sau này nó đã được công bố rộng
rãi trên nhiều cơ sở báo chí, truyền thông và cũng đã được Ủy
Ban Báo Nguy Giúp Người Vượt Biển cho in trong cuốn *Hải Tặc
Trong Vịnh Thái Lan* ấn hành năm 1981. Bài viết đã có trong tay,
nhưng phổ biến nó thì phải kể tới sự hỗ trợ đầu tiên của những
người bạn mà tôi rất thân quý: nhà văn Lê tất Điều và nhà văn
Phan lạc Tiếp. Họ chính là cái phao đầu tiên mà tôi bám víu để
thực hiện được điều mình muốn làm, bởi nếu không có sự tiếp
tay tận tình của họ, tôi chẳng thể một mình cáng đáng vì sau vài
ngày tạm trú ở trạm cảnh sát, chúng tôi đã được đưa vào nhập
trại tị nạn Songkhla, tài sản của tôi khi đó chỉ có một chiếc quần
đùi đã rách mướp, một cái áo nỉ cộc tay và một đôi dép cao su
một bên nhựa màu xanh, một bên nhựa màu đỏ, cả hai bên đều
đã đổi màu bạc phếch do tôi đã lượm được đâu đó ở ven rừng
quanh đảo Kra, như vậy thì làm sao tôi có phương tiện để giao
dịch với thế giới bên ngoài. Cái áo nỉ cộc tay cũng là thứ tôi
lượm được trên đảo mà nhân đây tôi xin phép được viết thêm
đôi dòng để làm sáng lại một thứ tình cảm tốt đẹp mà tôi gọi là
tình người.

Hồi mới bị kéo vào đảo Kra, tôi còn mặc một cái áo len rất dầy, rất ấm, và nhờ nó, tôi đã trải qua những đêm ngủ gần bãi biển, chẳng có mái che trên đầu, mỗi đêm trời mưa hai ba trận, phải chạy vào gốc cây rừng ẩn trú trong khi gió lộng thổi rào rào quất vào mặt những hạt mưa lạnh buốt. Thế rồi có một hôm tôi bị một thằng hải tặc nhìn thấy cái áo len còn tươm tất, nó liền bắt tôi lột ra để cho nó lấy mang đi. Những ngày sau đó, tôi lạnh run những lúc đêm về, nhưng may mắn sao, vào một lần đi quanh đảo, tôi bắt gặp cái áo nỉ cộc tay của ai đó vất ngay trên bờ cỏ. Tôi đã lượm lên và mặc nó suốt những ngày còn lại trên đảo và cả hàng tháng trời sau khi nhập trại Songkhla, cho mãi tới lúc có tiền của thân nhân tiếp tế, tôi mới mua được cái áo ấm khác thay thế. Và cho tới khi đó, một vị phụ nữ đi cùng ghe đã tới gặp tôi. Bà cho biết cái áo nỉ ấy là của bà, bị hải tặc lấy đi, nhưng sau chắc mặc không vừa nó vứt đi và vì thế tôi lượm được, nhưng không rõ là áo của ai. Những ngày sống trên đảo, vị chủ nhân của cái áo ấy đã nhìn thấy tôi mặc, nhưng thấy tôi ốm yếu, trời lại lạnh, nên bà lẳng lặng nhường tôi mặc. Nay mọi sự đã ổn định, bà xin lại chiếc áo để giữ làm kỷ niệm. Tôi đã ứa nước mắt trả lại cho bà, và những ngày sau, tôi vẫn còn khóc được mỗi khi nghĩ đến tấm lòng nhường nhịn chia xẻ của bà, đã dành cho tôi trong cái hoàn cảnh mà ai nấy đều đói, lạnh và yếu đau hết.

Tình người quả là thứ quý giá biết bao và không một thứ vật chất nào có thể so sánh được. Tuy nhiên, trong hoàn cảnh hoạn nạn, nó lại là một thứ hiếm hoi, cái không hiếm hoi dễ gặp thì lại là sự dửng dưng, tàn nhẫn của đám lính Hải Quân Thái Lan đối với chúng tôi, chỉ một ngày sau khi chúng tôi bị kéo vào đảo Kra.

Đấy là toán tuần tiểu của Hải Quân Thái đi trên chiếc tiểu đĩnh số hiệu 15, xuất hiện ở ngay ngoài khơi đảo Kra vào đúng một ngày sau khi chúng tôi đặt chân lên đảo. Họ đã dùng xuồng cặp đảo để gặp chúng tôi, hỏi han ghi chép đủ điều và sau cùng hứa hẹn sẽ quay trở lại trước khi bỏ đi. Nhưng họ không bao giờ trở lại hết. Họ cũng chẳng màng đến việc thông báo cho Cao Ủy Tị Nạn ở Thái biết có sự hiện diện của 81 thuyền nhân trên đảo Kra. Một sự tàn nhẫn và lạnh lùng đến độ khó hiểu!

Trong đoàn người đi cùng thuyền với tôi còn có cặp vợ chồng ký giả Dương Phục và Vũ thanh Thủy. Phục làm phóng viên của đài Phát Thanh Quân Đội. Thủy làm ở đài Tiếng Nói Tự Do. Sau khi toán Hải Quân Thái Lan đã nuốt lời hứa, chúng tôi đành tìm một phương cách khác. Một lá thư ký tên chung Vũ thanh Thủy và Nhật Tiến viết cho ông Felix Bolo, Chánh văn phòng đại diện Pháp Tấn Xã ở Bangkok đã được gửi tay mang đi, qua một ngư phủ có mặt trên một trong khoảng trên 50 con tàu hải tặc bu quanh đảo. Nội dung lá thư ấy viết bằng tiếng Pháp, tạm dịch như sau:

Kính gửi:
Ông Felix Bolo
Chánh Văn Phòng Pháp Tấn Xã (AFP)
Bangkok - Thái Lan

Chúng tôi ký tên dưới đây là Vũ thanh Thủy, phóng viên đài Tiếng Nói Tự Do (VOF) Việt Nam, và Nhật Tiến, Nhà Văn miền Nam Việt Nam, Phó Chủ Tịch Trung Tâm Văn Bút Việt Nam, Hội Viên Hội Văn Bút Quốc Tế (P.E.N. Club International), thuộc nhóm 81 người tị nạn (có 20 trẻ em và 25 phụ nữ) rời Việt Nam đi tìm tự do, trôi giạt trên biển 10 ngày và tới đảo Kra trong vịnh Thái Lan (cách quận Pak Phanang khoảng 6 giờ tàu chạy) từ hôm 29 tháng 10 năm 1979.

Hôm nay, ngày 13 tháng 11, tức đã là ngày thứ 15 chúng tôi sống trên đảo này trong điều kiện khủng khiếp, khốn cùng: không thực phẩm, không thuốc men, tất cả phụ nữ đều phải trốn tránh ở trên núi hay trong rừng vì sợ bọn hải tặc Thái Lan. Cái chết vì sự đói khát, lạnh lẽo và sự bạo hành đã đe dọa chúng tôi từng ngày (đứa con gái của Vũ thanh Thủy mới sinh được có 4 tháng).

Xin hãy giúp chúng tôi.

Xin hãy thông báo càng sớm càng tốt tin tức của chúng tôi đến tất cả các hãng thông tấn, tới Trung Tâm Văn Bút Thái Lan, luôn cả

36

Hồng Thập Tự Quốc Tế.

Xin đừng để chúng tôi chết trên đảo này trong sự bị bỏ rơi và khốn cùng.

Xin thành thật cám ơn ông.

Xin gửi lời chào thân hữu của chúng tôi tới ông Jean Claude Pomonti (báo Le Monde) và tới cô Marie Joanidis.

Viết tại đảo Kra ngày 13 tháng 11 năm 1979

Vũ thanh Thủy – Nhật Tiến

Lá thư được gửi đi trong tâm trạng đợi chờ đằng đẵng, nhưng chẳng bao giờ chúng tôi có được hồi âm. Có thể nó đã bị vứt bỏ ngay giữa biển khơi nên không tới tay người nhận, lòng tin tưởng của chúng tôi về tình người, vào khi đó, cũng vì thế mà phai nhạt dần.

Nhập trại tị nạn Songkhla được ít ngày, ngoài thư từ thông báo cho nhà tôi còn ở Việt Nam (Đỗ phương Khanh vượt biển tháng 4 năm 1980, tạm trú ở Pulau Tengah – Mã Lai), tôi đã liên lạc và báo tin về chuyến đi hãi hùng của mình cho một người bạn rất thân thiết mà tôi có địa chỉ, đó là nhà văn Lê tất Điều, người đã và hiện còn định cư ở San Diego. May mắn thay, cùng cư ngụ ở một nơi với Lê tất Điều còn có nhà văn Phan lạc Tiếp, một người bạn học cũ của vợ chồng chúng tôi thời còn cắp sách ở Hà Nội mà sau 1975, chúng tôi không có địa chỉ liên lạc. Nhờ nỗ lực mau chóng và chứa chan tình cảm chia xẻ, các anh Lê tất Điều và Phan lạc Tiếp đã phổ biến rất rộng rãi bài tường thuật *"Hành Trình Đi Tìm Tự Do Bằng Tàu Thuyền Qua Ngả Thái Lan,"* đặc biệt là trên tờ *Người Việt Cali* của ký giả Đỗ ngọc Yến, tờ *Việt Nam Hải Ngoại* của Đinh thạch Bích, tờ *Đất Mới* của Vũ đức Vinh, tờ *Văn Nghệ Tiền Phong* của Nguyễn thanh Hoàng, tờ *Ngày Nay* của Lê hồng Long, tất cả ở Hoa Kỳ, tờ *Quê Mẹ* của Võ văn Ái ở Paris, Pháp quốc, tờ *Độc Lập* của Vũ ngọc Yên ở Tây Đức, tờ *Chuông Sài Gòn* của Nguyễn vy Túy ở Úc Châu, cùng nhiều báo Việt ngữ rải rác khắp nơi trên thế giới nữa.

Nhưng điều may mắn hơn nữa, ở San Diego, ngoài Lê tất Điều và Phan lạc Tiếp cư ngụ, còn có đông đảo đồng hương với nhiều nhân vật có uy tín, có tên tuổi như Giáo Sư Nguyễn hữu Xương, Họa Sĩ Văn Mộch, Luật Sư Đinh thạch Bích, Dược Sĩ Lê Phục Thủy, Ông Nguyễn văn Nghi ...v.v... và đặc biệt, có cả một tấm lòng hết sức nhiệt thành và tha thiết với người Việt Nam, đó là dịch giả người Hoa Kỳ, anh James Banerian nữa. Chính những nhân vật này cùng các nhân sĩ khác trong cộng đồng Việt Nam ở San Diego đã mau chóng thành lập một tổ chức đáp ứng lời kêu gọi khẩn thiết của chúng tôi. Ủy Ban Báo Nguy Giúp Người Vượt Biển (Boat People S.O.S. Committee) chính thức ra đời ngày 27 tháng 1 năm 1980 với những hoạt động rất tích cực và hữu hiệu, mà qua đó các bản cáo trạng gửi đi từ hộp thư dành riêng cho trại tị nạn: P.O. Box 3 Songkhla, Thailand, ký tên Nhật Tiến – Dương Phục – Vũ thanh Thủy đã được phổ biến rộng rãi, rồi những kháng thư thống thiết đã được Ủy Ban soạn thảo và gửi tới nhiều tổ chức cũng như nhân vật quốc tế, kể cả Quốc Vương và Hoàng Hậu Thái và đặc biệt là những vận động của Ủy Ban (cùng với tiếng nói của tờ Quê Mẹ ở Paris và nhiều tờ báo Việt ngữ khác ở hải ngoại) mà nhiều con tàu Vớt Người Biển Đông như Ile de Lumière, Cap Anamur, Médecins Sans Frontières … đã liên tục ra khơi.

Sự đáp ứng sốt sắng cùng những sự bày tỏ chia xẻ những đớn đau mà chúng tôi đã phải chịu đựng của các đồng hương hải ngoại thực sự đã an ủi và làm ấm lòng chúng tôi, những thuyền nhân sống sót cư ngụ tại các trại tị nạn Đông Nam Á, rất nhiều. Mỗi lần có đợt báo mới (Việt ngữ) vào tới trại, lòng chúng tôi rưng rưng không cầm được nước mắt khi được đọc những bản tin tường thuật các cuộc họp mặt, các cuộc mít tinh, các cuộc xuống đường ồn ào của đồng hương trên khắp thế giới mà nội dung chỉ nhằm mục đích đấu tranh cho thuyền nhân tị nạn. Nhiều cáo trạng của chúng tôi đã được đọc lại trong các buổi tổ chức này. Và đồng bào khắp nơi đã khóc cùng với chúng tôi qua những giọt nước mắt xót thương trước những thảm nạn có một không hai trong nửa sau của Thế Kỷ Hai Mươi này. Nói vài lời tri ơn về những công cuộc này, chúng tôi nghĩ là chưa đủ nhưng cũng có thể là thừa. Vì đã chung một dòng máu Việt, ai mà không thấu hiểu ý nghĩa của câu: *"Một con ngựa đau, cả tàu không ăn cỏ."*

Những con ngựa đau ấy đã có một thời kỳ làm nhân chứng tố cáo mạnh mẽ trước dư luận thế giới, đặc biệt là trước chính phủ và nhân dân Thái. Tôi còn nhớ một ngày trong tháng 4 năm 1980, vào buổi trưa lúc mọi người trong trại đang dùng bữa thì tên tôi đã được gọi trên loa toàn trại để gọi ra trình diện tại trạm cảnh sát Thái.

Thì ra chính phủ Thái đã cử một Trung Tá cảnh sát lặn lội từ Bangkok về Songkhla ở phía Nam, cách xa hàng ngàn cây số để điều tra hư thực về những bản cáo trạng mà chúng tôi đã công bố. Nào vụ giam giữ 157 thuyền nhân trên đảo Kra với nhiều nạn nhân bị xô xuống biển (tổng cộng có 5 con tàu vượt biển bị hải tặc kéo vào đảo trong lúc chúng tôi đang ở đó, trong số này có 1 thuyền chỉ còn sống sót đúng duy nhất có một người sau khi cả thuyền bị hải tặc xô xuống ở ngoài khơi cách bờ hàng trăm thước), nào vụ một thiếu nữ trốn tránh trong bụi rậm bị hải tặc tưới dầu phóng hỏa xua ra khiến cho cô bị cháy hết cả một mảng lưng, hàng mấy tháng liền không nằm ngủ trong tư thế bình thường, nào vụ một ông già bị 4 tên hải tặc trên đảo giữ chân, giữ tay và dùng tourne-vis đục một nửa hàm răng trên để lấy đi mấy chiếc răng vàng … v.v… Viên Trung Tá cảnh sát Thái Lan mở hồ sơ chất vấn tôi đến đâu, tôi đều gọi được nhân chứng trong trại ra trực tiếp xác nhận đến đó. Cuối cùng thay vì vẫn còn giữ thái độ giận dữ vì chúng tôi đã "bôi nhọ danh dự dân tộc Thái" mà ông ta có lúc ban đầu, sau khi nhìn rõ sự thật, chính ông cũng đã phải rút khăn tay lau nước mắt vì xót thương cho những hoàn cảnh quá phũ phàng mà thuyền nhân Việt Nam đã phải chịu đựng.

Như trên tôi đã trình bày, thảm kịch trên đảo Kra trong vịnh Thái Lan chỉ là một khúc phim cũ và đã bị khỏa lấp bởi sức sống vươn lên mạnh mẽ của thuyền nhân tị nạn và cũng bởi thời gian bao giờ cũng làm tăng lên sự phai nhòa của trí nhớ.

Sự nhắc lại những đau thương của thuyền nhân tị nạn trong muôn ngàn nỗi đau thương của bao nhiêu con người khác nữa kể từ sau biến cố 30-4-1975 là công việc dựng lại một mảnh gương lịch sử để cho các đời sau nhìn lại. Nó cũng là một thứ chứng tích sống động trước công lý để sự xét xử sau này, từ đó sẽ trả lại sự công bằng cho mọi thành phần dân tộc.

Hẳn cũng vì những lý do đó mà trong tháng Ba năm nay (2005), hơn 100 cựu thuyền nhân từ nhiều nơi trên thế giới đã đến Mã Lai và Nam Dương trong cùng một chuyến đi để thăm viếng mồ chôn những thuyền nhân xấu số và thiết lập ở mỗi nơi một tấm bia tưởng niệm. Thế mà chỉ trong vòng không đầy 2 tháng sau, nhà nước Cộng Sản Việt Nam đã áp lực chính phủ hai nước này hủy bỏ hai tấm bia đó, đến nỗi tiến sĩ Nguyễn thanh Giang, một khuôn mặt trí thức đấu tranh cho tự do dân chủ còn đang sống ở trong nước đã phải thốt lên trong một cuộc phỏng vấn do phóng viên Đinh Quang Anh Thái thực hiện trên đài *Little Saigon Radio* ở Nam Cali qua điện thoại: *"Nếu thật sự có việc nhà cầm quyền Hà Nội đã áp lực với hai chính phủ Mã Lai và Nam Dương đập phá bia tưởng niệm, tức là miếu thờ của thuyền nhân Việt Nam ở Bidong và Galang, thì đó là một hành động ngu xuẩn và tàn bạo không thể tưởng tượng được."*

Vào thời điểm tôi viết bài này, tấm bia ở Galang, Nam Dương đã bị đục bỏ đi rồi, còn tấm bia ở Pulau Bidong, Mã Lai thì đang ở trong vòng vận động hay tranh cãi, chưa biết số phận của nó sẽ ra sao. Nhưng sự việc đã cho thấy nhà nước Cộng Sản Việt Nam dù đang kêu gào mở cửa, đổi mới, nhưng họ vẫn tiếp tục xuyên tạc hay bôi xóa lịch sử. Những tấm bia cụ thể có thể bị những âm mưu chính trị đục bỏ nhưng ai có thể xóa được tấm bia đã ghi sâu trong lòng của những người Việt Nam tị nạn?

Thế thì cái trò ngu xuẩn đòi phá bỏ những tấm bia lưu niệm ở Pulau Bidong và Galang chỉ một lần nữa khẳng định thêm cái chính nghĩa mà thuyền nhân đã mang theo khi họ liều chết ra khơi.

Ngoài những lý do kể trên, tôi cũng mong mỏi bài viết này, tuy nhỏ bé nhưng cũng đủ thay cho một nén hương lòng, thắp lên để tưởng niệm biết bao nhiêu con người đã vùi thây oan khốc trên biển cả, trong rừng sâu, trên đường họ trốn chạy một chế độ tàn bạo đang ở vào một thời kỳ mông muội nhất so với cộng đồng nhân loại.

Garden Grove, California ngày 1 tháng 7 năm 2005

Nhật Tiến

Chương II
HỒ SƠ ĐẢO KRA

Trong những lá thư viết về thảm nạn của thuyền nhân trên đảo Kra, ngoài bài *"Hành Trình Đi Tìm Tự Do Bằng Tàu Thuyền Qua Ngả Thái Lan"* của nhà văn Nhật Tiến, lá thư được đem ra đọc trong buổi họp đầu tiên khi thành lập Ủy Ban Báo Nguy Giúp Người Vượt Biển, là lá thư của ký giả Dương Phục và Vũ thanh Thủy. Lá thư dài 11 trang đánh máy, quay *ronéo*. Tôi đã đọc lá thư ấy mà nước mắt đầm đìa. Mọi người ngồi nghe cũng rơi lệ. Nhưng suy nghĩ lại, mọi người đồng ý là không nên phổ biến lá thư này, vì những sự kiện được nói trong thư nhiều chỗ ghê gớm quá, sỗ sàng quá, và dù tên người nói trong thư đã được viết tắt, nhưng không tránh được những đau đớn, sượng sùng khi bài viết được phổ biến trước công chúng. Nhất là sau này khi vết thương ấy đã mờ nhòa, những người trong cuộc có còn muốn nhắc lại nữa không? Do đó sau này khi thu thập tài liệu liên hệ để in cuốn sách *Hải Tặc Trong Vịnh Thái Lan* năm 1981, chúng tôi và tác giả cũng đã không chọn in lá thư này trong cuốn sách. Bây giờ 40 năm sau, đọc lại những dòng chữ này (nhiều chỗ đã bị nhòe, mòn rách), chúng tôi cũng vẫn thấy đầy xúc động, nhưng vẫn thấy việc không cho bài viết này xuất hiện trước công luận là rất chính đáng. Thời gian là một vị thuốc nhiệm mầu đã hàn gắn những vết thương ngày cũ.

Hơn thế nữa, những bài viết khác, trong một lối nhìn khác, tế nhị hơn, tuy vẫn cực tả được những nét man rợ của thảm nạn. Những nhân vật được nhắc đến, khi đọc lại về cảnh huống

45

bi thương này, tuy đau đớn nhưng có lẽ sẽ không buồn phiền, vì bài viết, cách viết không di hại đến danh dự, đến hạnh phúc của người trong cuộc. Ngay cả việc viết lại thảm trạng này, chúng tôi cũng đã suy nghĩ kỹ: có cần thiết không? Vì những lý do đó, trong thảm nạn ở đảo Kra, chúng tôi chỉ nhắc lại những nét căn bản, đủ bằng có cụ thể có khả năng thuyết phục độc giả mà thôi.

Trong tinh thần ấy, chúng tôi mong mỏi tác giả cũng như độc giả thông cảm và lượng thứ cho những "thiếu sót" này.

Hành Trình Đi Tìm Tự Do Bằng Tàu Thuyền Qua Ngả Thái Lan

Thư Đầu Tiên của Nhật Tiến

Đào thoát khi quê hương đang bị Cộng Sản cai trị để tìm về một xứ sở tự do, đó là điều mà hầu hết những người Việt Nam hiện nay đều mơ ước. Trước chúng tôi và cả sau chúng tôi nữa sẽ còn nhiều đoàn người tiến ra Biển Đông bằng tàu thuyền, đem chính mạng sống của mình thách đố với muôn vàn hiểm nguy một phần sống, chín phần chết, nhưng cuộc đấu tranh cho tự do nào mà không phải trả giá.

Có những đoàn người đã thành công rực rỡ, nay đã sống yên ổn ở một đất nước tự do, nhưng cũng không thiếu gì những đoàn người đã chết dũng cảm trong âm thầm và tức tưởi giữa sóng gió ngoài Biển Đông. Chúng tôi đã tích lũy những kinh nghiệm của người đi trước để chuẩn bị cho chuyến đi của chính mình, và chúng tôi cũng mong mỏi rằng cuộc hành trình gian khổ của chúng tôi sẽ đem lại cho những người đi sau một số kinh nghiệm mới. Chính vì tinh thần liên đới đó mà chúng tôi tường thuật lại chuyến đi của mình, đồng thời chúng tôi cũng mong mỏi rằng những đau thương mà chúng tôi phải chịu đựng trên con đường đi tìm tự do sẽ góp phần làm rạng rỡ thêm ý nghĩa cao quý của hai chữ TỰ DO mà cả dân tộc Việt Nam chúng tôi hiện nay đều mơ ước.

Đoàn chúng tôi gồm 81 người, bao gồm những nhóm nhỏ của nhiều gia đình chưa từng quen biết nhau, và chúng tôi chỉ thực sự gắn bó với nhau kể từ khi cùng nhau chia xẻ những biến cố đau thương mà chúng tôi đã trải qua trong cuộc hành trình. Kiểm điểm lại, thành phần của chúng tôi khá phức tạp: có những người thuộc giới văn nghệ sĩ như nhà văn, ký giả, phóng viên báo chí, đạo diễn ngành vô tuyến truyền hình, có những người thuộc giới khoa học, kỹ thuật như giáo sư đại học, kỹ sư nông lâm, kỹ sư hóa học, chuyên viên ngành vô tuyến viễn thông, huấn luyện viên ngành sửa chữa cơ khí máy bay, cũng có cả thầy tu, ni cô, các sĩ quan từ cấp Úy đến cấp Tá đào thoát khỏi trại cải tạo của Cộng Sản, nhưng thành phần đông nhất vẫn là các anh chị em sinh viên thuộc đủ mọi phân khoa đại học Sài Gòn nằm trong hạn tuổi nghĩa vụ quân sự của nhà nước cộng sản.

Chúng tôi rời Việt Nam vào ngày 19-10-1979 xuất phát từ Vũng Tàu, dự định tiến về hướng Mã Lai với hy vọng được tàu bè của các nước tự do cứu vớt. Nhưng chỉ mới ra khơi được gần một ngày thì biển động dữ dội. Tự liệu con thuyền mỏng manh 14 thước của chúng tôi không thể chịu nổi sóng to gió lớn, chúng tôi bắt buộc phải đổi hướng đi dọc theo bờ biển Việt Nam với chủ đích sẵn sàng chấp nhận số phận trở lại Việt Nam khi nào con thuyền không còn hy vọng đi xa. Quả nhiên, qua sang ngày thứ ba thì thuyền của chúng tôi bị chết máy, bình điện lại hư không thể cho máy nổ được trở lại. Thế là chúng tôi đành bó tay mặc cho sóng gió đưa đi qua mũi Cà Mau và sau đó đẩy chúng tôi ngày càng xa hải phận Việt Nam. Kể từ đó chúng tôi mất định hướng, không chấm nổi tọa độ con thuyền, đành phó mặc cho sóng gió đưa đi. Tám ngày lênh đênh trôi giạt, dù ở trên thuyền đói ăn, thiếu uống trầm trọng (có người phải đi tiểu rồi uống), nhưng chúng tôi vẫn phải duy trì nhiệm vụ chia phiên tát nước bằng lon hộp cầm tay, 24 giờ trên 24 để đối phó với tình trạng nước vào thường xuyên trong các khoang thuyền. Đêm đêm, chúng tôi cũng còn chia phiên gác lửa đốt lên làm hiệu với hy vọng tàu bè lưu thông trên biển nhìn thấy mà cứu vớt. Tiếc thay chúng tôi đã gặp 7, 8 con tàu đi qua trước mắt, nhưng không một tàu nào quan tâm tới dấu hiệu báo nguy khẩn cấp của chúng tôi. Cho tới ngày thứ 10 của cuộc hành trình thì chúng tôi gặp một tàu đánh cá, khi đó chúng tôi mới biết là mình đã trôi giạt vào vịnh Thái Lan. Những ngư phủ trên tàu này đã mở một cuộc lục soát đầu tiên trên con tàu của chúng tôi, tịch thu tất cả đồ nữ trang, đồng hồ và một số quần áo mà họ ưng ý. Sau đó họ sửa chữa máy móc, cho mượn bình điện để nổ máy và chỉ tọa độ cho chúng tôi đi vào đất liền. Nghe tiếng nổ máy ròn rã trở lại trên thuyền, chúng tôi vô cùng phấn khởi và vui mừng. Nhưng niềm vui chẳng kéo dài được bao lâu, ngay 5 giờ chiều của ngày hôm sau, chúng tôi lại bị 2 tàu đánh cá khác kè sát, những ngư phủ lại nhảy qua lục soát chúng tôi thêm hai lần nữa, đồ đạc quần áo còn lại đều bị tước đoạt. Tuy mất mát đủ thứ nhưng chúng tôi vẫn khấp khởi mừng thầm bởi vì cho tới khi đó những phụ nữ trên thuyền của chúng tôi chưa có ai bị xâm phạm. Hình như vì không có cướp bóc được vật gì quý giá, những ngư phủ trên một trong hai tàu đã tức giận muốn húc chìm con thuyền của chúng tôi. Toàn bộ phụ nữ và trẻ em trên thuyền phải kéo nhau lên hết trên mui quỳ lạy họ liên hồi, do đó con thuyền mong manh của chúng tôi chỉ bị húc văng xuống biển nguyên một cái mái che ở trên cùng dùng làm chỗ cho tài công quan sát, đặt hải bàn để lèo lái con thuyền. Cuối cùng một chiếc tàu đánh cá bỏ đi, còn một cái nữa đã dòng dây qua thuyền của chúng tôi để kéo vào hoang đảo Kra nơi cách địa phận quận Pak Phanang thuộc tỉnh Nakhon Si Thammarat 5, 6 giờ chạy. Trời lúc đó đã tối hẳn, chủ tàu cho đốt đèn lên, lùa chúng tôi qua hết bên tàu của họ, rồi sau đó lại tuần tự kêu từng người trong nhóm chúng tôi ra để lục soát tỉ mỉ một lần nữa với mục đích tìm vàng hay dollars cất dấu. Mọi người sau khi bị khám xong được đưa trở lại thuyền cũ, cứ thế cho đến hết. Cuối cùng chúng tôi được họ kéo thuyền cho cặp sát vào đảo để đổ bộ lên, còn con thuyền thì họ dòng qua một bãi khác để tháo máy móc mang đi.

Toàn thể ai nấy đều vui mừng khi được đặt chân lên đất liền dù chỉ là một cái đảo hoang. Con sợ hãi vì đắm thuyền giữa biển cả kéo dài từng giờ, từng phút triền miên trong tám ngày đêm liên tiếp bây giờ kể như đã chấm dứt. Chúng tôi nằm lăn trên bãi biển đầy sỏi đá san hô, lòng nhẹ nhàng như vừa cất đi một gánh nặng, sau đó ai nấy đều ngủ được một giấc an lành nhất kể từ ngày ra đi.

Hai ngày sau đó chúng tôi tổ chức tạm thời đời sống ở trên đảo với một số thực phẩm mang được từ thuyền xuống. Nhờ một hang đá chật hẹp, chúng tôi có thể trú chân che mưa nắng cho phụ nữ và trẻ em. Chúng tôi cũng cho cắm một lá cờ trắng sơn 3 chữ S.O.S. lên một mỏm đá cao với hy vọng mong manh rằng các tàu bè hay phi cơ qua lại sẽ nhìn thấy chúng tôi mà cứu vớt. Do thực phẩm ít ỏi, chúng tôi hạn chế mỗi bữa chỉ ăn mỗi người một chén cháo loãng cầm hơi. Nước ngọt có sẵn ở những hỏm đá trên núi cao do nước mưa đọng lại. Những toán thanh niên khỏe mạnh hàng ngày thay phiên nhau mang bình nhựa leo lên những sườn núi thật dốc và trơn trọt để lấy nước mang về. Bụng đói chân rũ, nhiều người suýt mất mạng vì trượt té trong những lần đi lấy nước suốt thời kỳ chúng tôi còn sống trên đảo. May mắn thay không có ai bỏ mạng trừ một trường hợp duy nhất bị té rách một mảng da đầu. Hai ngày đầu tiên trôi qua êm ả, chúng tôi có dịp đi quan sát một vòng quanh đảo. Chúng tôi phát hiện nhiều dấu tích của những toán người tị nạn Việt Nam đi trước chúng tôi cũng đã đặt chân trên đảo này. Có chỗ họ đã ghi lại kỷ niệm bằng sơn trắng trên vách đá, có chỗ họ đã dùng than củi ghi chép những kinh nghiệm sống trên đảo lên bốn bức tường vôi của một căn chòi xây bằng gạch, nơi chứa những bình *gaz* để thắp sáng một ngọn hải đăng duy nhất trên đỉnh núi. Dù thời gian có làm cho dấu than phai nhạt chúng tôi cũng đã được truyền lại những kinh nghiệm hết sức hãi hùng: nào là đàn bà phụ nữ khi đặt chân lên đảo phải lập tức tìm cách trốn lên núi cao hay rừng sâu để khỏi bị hãm hiếp, nào là những ngư phủ Thái Lan ở quanh vùng đó đều vừa đánh cá vừa cướp biển. Họ có thể cho gạo, cho cá ban ngày, nhưng ban đêm thì kéo phụ nữ đi hành hạ tập thể. Để minh chứng cho những lời căn dặn này, rải rác ở trên đảo, chúng tôi đã gặp những đám tóc của phụ nữ đã bị cắt rời. Hẳn các phụ nữ trước đây đã phải cắt tóc giả trai để tránh cặp mắt của các ngư phủ Thái Lan. Những sự kiện đó bắt đầu nhen nhúm trong lòng chúng tôi một nỗi kinh hoàng, mỗi lúc một thêm sâu đậm như mây đen dần dần lan tới bầu trời sắp nổi cơn giông bão. Chúng tôi bắt đầu đặt vấn đề phải thực hiện theo lời căn dặn của những người đi trước, nhưng nỗi lo xa đó chưa kịp thực hiện thì ngay trong buổi chiều của ngày thứ nhì chúng tôi đặt chân lên đảo, mọi người phát hiện có một tàu Hải Quân Thái Lan đang rẽ sóng tiến vào đảo. Ôi xiết bao là vui mừng. Chúng tôi tưởng như đã có phép lạ ban xuống cứu giúp chúng tôi ra khỏi cơn hãi hùng mà đồng bào đi trước của chúng tôi đã phải chịu đựng. Mọi người trong chúng tôi đều kéo hết lên mỏm núi thi nhau vẫy gọi bằng cờ SOS, bằng quần áo, bằng khăn mặt. Cuối cùng, những người mặc sắc phục Hải Quân Thái Lan cũng neo tàu và đi xuồng vào đảo. Họ yêu cầu gặp đại diện của chúng tôi để hỏi han và ghi chép những dữ kiện cần thiết. Họ cũng đi thăm nơi ăn chốn ở của chúng tôi. Sau đó họ rời đảo với một lời hứa hẹn đầy khích lệ: "Chúng tôi sẽ trở lại gặp các bạn sau." Đối với chúng tôi, sự hiện diện của họ là một cứu tinh của chúng tôi về cả hai phương diện, một là chắc chắn không bao giờ chúng tôi bị bỏ rơi trên đảo hoang giữa biển cả mênh mông này, hai là kể từ giây phút đó, chúng tôi đã được đặt dưới quyền bảo trợ của chính phủ Thái Lan, ít ra là cũng về mặt an ninh, không còn lo sợ cướp bóc hay hãm hiếp. Trong số chúng tôi đã có người lạc quan nói: "Bây giờ ai đụng đến chúng mình tức là đụng đến luật pháp của Nhà nước Thái. Chẳng ngư phủ nào dại dột đi làm chuyện đó." Trên căn bản lạc quan ấy, chúng tôi lại được sống qua một đêm an lành nữa, mọi người vui vẻ trò chuyện bên đống lửa đốt cao, có thể nói đó là đêm an lành cuối cùng mà chúng tôi được sống trong chuỗi ngày còn lại sau này ở trên đảo. Bởi vì sau đó từng ngày, từng giờ, chúng tôi đỏ mắt trông chờ chiếc tàu Hải Quân mang số 15 quay trở lại như đã hứa nhưng họ vẫn biệt tăm. Cho đến bây giờ chúng tôi cũng không thể hiểu nổi thái độ bỏ rơi một cách phũ phàng đó của họ. Làm sao có thể hiểu nổi khi chúng ta đang sống ở giữa thế kỷ 20 này trong một quốc gia có truyền thống tốt đẹp như quốc gia Thái. Nhưng thật sự là chúng tôi đã bị bỏ rơi. Nếu như ngày nay chúng tôi còn sống sót đó là nhờ vị đại diện của cơ quan Cao Ủy Tị Nạn của Liên Hiệp Quốc ở Thái Lan đã tổ chức và sắp xếp đưa chúng tôi vào đất liền. Ngay buổi tối của ngày hôm sau chiếc tàu Hải Quân đã bỏ đi, chúng tôi bắt đầu nếm mùi của đêm kinh hoàng thứ nhất. Trời vừa chập choạng tối thì một toán ngư phủ Thái Lan võ trang bằng súng trường, búa và dao găm đã đốt đuốc sáng rực ùa vào chỗ chúng tôi nằm. Họ bới tung khắp mọi chỗ, lục soát kỹ lưỡng từng người một, kiếm chác thêm một số quần áo nữa rồi bỏ đi. Toán này vừa ra, toán khác ùa vào, lại lục lọi, lại bới móc, cứ thế tiếp diễn đến quá nửa khuya, tổng cộng riêng trong tối hôm ấy chúng tôi bị ba toán cướp vào lục soát liên tục. Riêng toán cuối cùng sau khi moi móc đã dồn tất cả đàn ông, thanh niên vào hết trong hang đá rồi canh giữ bằng súng ở bên ngoài. Sau đó bọn chúng lùa đàn bà đi một chỗ xa để hãm hiếp. Trong đêm tối của bầu trời đầy sương đêm và gió lạnh chúng tôi chỉ nghe thấy tiếng của trẻ em la hét khi bị giật khỏi vòng tay người mẹ, tiếng kêu khóc van xin thảm thiết của những phụ nữ chân yếu tay mềm. Bọn đàn ông thanh niên chúng tôi chỉ đành cắn răng nghẹn ngào nuốt căm hờn và tủi nhục dưới họng súng để duy trì mạng sống cho tất cả mọi người. Cơn kinh hoàng tột độ kéo dài tới gần sáng mới chấm dứt. Những phụ nữ được kéo trở về nằm bẹp bát trên nền sỏi đá san hô. Nhiều người tấm tức khóc. Nhiều người lả đi trong vòng tay nghẹn ngào tủi nhục của thân nhân. Kiểm điểm lại nhân số, chúng tôi phát hiện thiếu mất 1 người. Thế là chúng tôi phải cùng nhau đốt đuốc đi tìm. Tiếng la, tiếng gọi hú vang lên trong vách đá át cả tiếng sóng vỗ vào mạn bờ nghe hãi hùng và thê thảm đến rợn người. Cuối cùng chúng tôi đã tìm được người bị mất tích nằm bất tỉnh trên mỏm đá ngoài bờ biển, thì ra cô này lúc bị bọn cướp lôi đi đã vùng chạy lên bờ đá cao ở ven biển rồi lao mình xuống nước tự tử, rất may sóng xô mạnh đẩy dạt vào bờ, kẹt vào một hốc đá nằm bất tỉnh.

Sau đêm đau thương và kinh hoàng đó, chúng tôi bắt buộc phải tổ chức cho phụ nữ đi trốn theo lời căn dặn của những người Việt Nam tới trước. Có nhóm phụ nữ lẻn vào rừng sâu nằm yên chịu trận với mưa gió lạnh lẽo suốt ngày đêm giữa những bụi rậm um tùm đầy rắn rết và bọ cạp, những con bò cạp chỉ chích nhẹ một vòi là bắp thịt sưng vù lên và nhức buốt lên tới óc. Cũng có nhóm trèo lên núi cao chênh vênh, vách đá trơn trợt để chui vào những bụi cây um tùm, trong số này đã có những người bị trượt ngã xây xát khắp mình mẩy, nhưng rất may không có ai bị rớt xuống bãi biển qua vách đá dựng đứng ở cả hàng trăm thước bề sâu. Nhiều phụ nữ khác chui nhủi vào những hỏm đá ngoài bờ biển ngâm chân suốt ngày đêm trong nước mặn, lúc nào lưng cũng phải khom xuống vì trần đá thấp. Cho đến nay, chúng tôi vẫn không thể hiểu được làm thế nào mà những phụ nữ yếu đuối như thế lại có thể chịu trận trong những điều kiện thảm thương đó trong suốt 18 ngày liền còn lại trên đảo. Chỉ biết tối hôm cuối cùng được cứu ra, hầu hết bị ngất xỉu và phải mất một thời gian khá lâu mới cử động lại được như bình thường. Nếu như thảm kịch đó kéo dài thêm một thời gian ngắn nữa, chắc chắn sẽ có người bại liệt.

Công việc tiếp tế cháo loãng (khẩu phần cho một người mỗi bữa là một chén nhỏ) cho đám phụ nữ đi trốn đều do đàn ông thanh niên phụ trách. Nhưng biện pháp đi trốn như vậy không phải là nơi nào cũng an toàn. Những ngư phủ Thái Lan quanh vùng đều rất thông thạo địa thế ở trên đảo vì thế trong những ngày kế tiếp họ thi nhau đi lùng sục cả ban ngày lẫn ban đêm. Nhiều ổ trốn tránh đã bị phát hiện và những phụ nữ đã bị lôi ra đánh đập và chịu đựng những cuộc hãm hiếp tập thể có khi lên đến cả chục tên cùng một lúc. Nhiều tên có máu bạo dâm đã vừa hành lạc vừa đánh đập phụ nữ đến ngất xỉu, có người bị chúng đấm liên hồi vào bụng đến nỗi bây giờ hãy còn bị chấn thương. Trong tình cảnh hãi hùng đó, chúng tôi phải thay đổi chỗ ẩn núp cho phụ nữ luôn luôn bằng cách đưa họ vào rừng sâu hơn, leo trên núi cao hơn, công việc tiếp tế hàng ngày vì thế mỗi lúc một cam go hơn, có một chỗ xa nhất chúng tôi phải vừa đi vừa về mất hết nửa ngày. Nhưng sự vất vả đó không thấm thía gì so với những nỗi gian truân mà các phụ nữ phải chịu đựng khi đi trốn. Đói, lạnh, mưa gió có khi rả rích suốt đêm, quần áo ướt đẫm hàng tuần lễ không một lúc nào khô ráo, đã thế nỗi lo sợ bị cướp phát hiện, nỗi kinh hoàng về đêm nghe tiếng sột soạt trong bụi, có thể là rắn, rết, cũng có thể là những đám chuột rừng đông nhung nhúc thường hay bò ra từng đàn đi lục lọi đồ ăn ở khắp mọi nơi. Kinh khủng nhất là những con rết trên núi cao, con nào con nấy to gần bằng cái đũa cả để ghế cơm hàng ngày. Chỉ cần nghĩ đến thôi cũng đã đủ rợn người, vậy mà những phụ nữ của chúng tôi đã thực sự nằm giữa rừng sâu trong bóng tối âm thầm lạnh lẽo với đủ loại sinh vật kinh tởm bao quanh, sẵn sàng tấn công bất cứ lúc nào. Trong khi số phận đàn bà phải chịu trăm cay nghìn đắng như thế thì đàn ông, con trai cũng không tránh được những nỗi hiểm nguy. Hàng đêm chúng tôi không bao giờ được ngủ yên một giấc cho tới sáng, có khi là trời thường xuyên đổ mưa 3, 4 trận, phải chạy đi tìm gốc cây ẩn núp, (chúng tôi ngủ ngoài trời) nhưng điều đó không đáng kể bằng sự thường xuyên chúng tôi bị những toán cướp soi đèn vào mặt mấy lần mỗi đêm để lùng tìm phụ nữ. Có những người bị chúng lôi ra đánh đập để tra khảo bắt chỉ chỗ trốn của phụ nữ, cũng có người đã bị chúng siết cổ bằng dây thừng đến rướm máu để bắt cung khai kẻ nào còn cất dấu vàng hay đô la. Thê thảm nhất là một trường hợp vì muốn bảo vệ tiết hạnh cho người thân, có người đã bị chúng dùng búa rìu bổ vào đầu đến bể trán rồi xô xuống vách đá ngoài bờ biển, nhưng rất may không chết. Một ông già mang mấy chiếc răng vàng ở hàm trên đã bị chúng dùng dao nạy ra lấy vàng, đau đớn đến ngất xỉu. Nói chung trong suốt khoảng thời gian còn lại sống trên đảo không một ngày nào chúng tôi không phải trải qua những cơn kinh sợ hãi hùng cả ngày lẫn đêm. Bởi vì tàu đánh cá thì đông, toán này đi toán khác tới, nhất là những hôm biển động họ đậu đen nghẹt quanh lối vào bãi biển ở trên đảo. Có những lần chúng tôi đếm được trên dưới 40, 50 chiếc. Tất nhiên không phải là tàu nào cũng đưa ngư phủ vào đất liền quấy nhiễu. Nhưng chỉ cần một vài tàu thôi cũng đủ gieo rắc cho chúng tôi biết bao tủi nhục, kinh hoàng. Trong cơn tuyệt vọng cùng cực đó, chúng tôi chỉ còn biết cầu nguyện và chờ trông con tàu Hải Quân bữa trước trở lại cứu vớt chúng tôi ra khỏi địa ngục hãi hùng. Nhưng càng trông càng đỏ mắt, trong thâm tâm chúng tôi, nỗi tuyệt vọng bị bỏ rơi trên hoang đảo bắt đầu nhen nhúm và ngày càng trở nên rõ ràng sâu đậm hơn. Chúng tôi bắt đầu cảm thấy thấm thía cái ý nghĩa chua xót và hãi hùng của cuộc sống không có ngày mai với số lương thực ngày càng cạn dần và cơn mỏi mệt, rã rời vì vẫn phải thường trực đối phó với những sự sách nhiễu, lùng sục của các ngư phủ cả ngày lẫn đêm.

Ngày 8-11-79, thêm một tàu tị nạn nữa được ngư phủ Thái Lan đưa vào đảo, tổng số 21 người, bị tàu Thái Lan quăng xuống biển chết đuối ngoài khơi một người, nên chỉ còn 20 người. Qua ngày hôm sau, 9-11, lại thêm một tàu 37 người Việt Nam được đưa vào bờ. Rồi tới ngày 15-11, một tàu tị nạn thứ tư tới hoang đảo với tổng số 34 người, vì bị tàu đánh cá xô họ xuống biển cách xa bờ một cây số nên có 16 người chết đuối, trong đó có 4 phụ nữ và 3 trẻ em. Số 18 người sống sót bơi được vào bờ chưa kịp nghỉ ngơi, phụ nữ đã bị lôi đi hành hạ ngay, thật dã man và mọi rợ không thể tưởng tượng được. Qua ngày 16 tháng 11 có một xác thanh niên 19 tuổi được sóng đánh xô vào vách đá, mọi người xúm lại vớt lên và làm một đám tang giản dị. Thi hài được bỏ vào một túi nylon duy nhất còn lại trên đảo và đặt trên một tấm ván có 4 người khiêng. Nhiều người đi sau cầu kinh lâm râm. Một cái hố sẵn có ở gần đó được dùng làm huyệt. Sau này, chúng tôi được biết ngay cái hố đó đã chôn 4 xác trẻ em từ những tàu thuyền tới trước. Xác chết được đưa xuống hố và được lấp kín bằng đá sỏi san hô. Đau thương đã cùng cực rồi nên không còn ai bật được ra tiếng khóc, chỉ thấy những giọt lệ nghẹn ngào rưng rưng qua khóe mắt. Vài hôm sau, mùi tử khí bốc lên qua khe đá sỏi đưa lên nồng nặc, khiến cho các phụ nữ trốn ở một bụi rậm gần đó phải đi tìm một địa điểm mới. Tình trạng này nếu kéo dài, bệnh tật chắc chắn sẽ lan tràn nhưng, rất may cho đến khi đó, trong tổng số cả 4 tàu bị kéo vào đảo tổng cộng 157 người, chưa có ai đau nặng, trừ một thiếu nữ ẩn nấp trong bụi rậm bị ngư phủ tưới dầu đốt rụi nên cháy phỏng lưng, một thanh niên leo vách đá bị té rách đầu, và một đàn ông bị ngư phủ Thái Lan chém bể trán và xô xuống vách đá xây xát hết mình mẩy. Trong hoàn cảnh cực kỳ bi đát đó, chúng tôi không ngừng cầu mong cho số phận của mình không bị thế giới bên ngoài bỏ rơi, mặc dù trong thâm tâm sâu kín của từng người nỗi tuyệt vọng ngày một gia tăng. Điều lo ngại nhất là vấn đề lương thực. Chúng tôi đã bắt đầu ăn tới lá cây rừng phụ thêm vào một chén cháo không đủ no. Một vài người đào được củ nứa phải ngâm nước biển 4, 5 ngày cho ra hết chất nhớt, tuy vậy lúc luộc lên ăn vào, cổ và miệng ngứa như bị bào. Một vài người lo lắng mất ngủ có thể hái lá vông luộc ăn thay cho thuốc an thần. Có nhóm kiếm được lá bình bát đem luộc ăn thay cho rau cũng rất mát. Về loài vật thì ai may mắn bắt được sẽ có thể ăn đủ thứ. Chuột, dơi (loài dơi mình to như một con mèo nhỏ), hào và rết, những con rết dài trên 30 phân, đem nướng lên và được khen ngon như thịt gà. Có một lần anh em đi tắm biển phát giác được một con vít (giống như con rùa biển) rất lớn, bèn xúm lại kéo lên bờ làm thịt. Xé ra cũng có trên dưới 100 ký thịt và hàng ngàn trái trứng. Thịt đem kho, trứng đem luộc, đó là lần may mắn duy nhất kiếm được thịt trong những ngày sống trên đảo.

Cũng trong ngày 15-11, chúng tôi phát hiện một trực thăng bay qua đảo. Mọi người xô ra vẫy gọi, nhưng tiếc thay họ đã bay xa. Tình thế tưởng như không còn hy vọng gì thì hai hôm sau họ trở lại, đổ xuống bãi biển cho chúng tôi gạo, cá khô và thuốc men. Chúng tôi mừng rỡ như những người được tái sinh.

Thế giới bên ngoài đã biết đến chúng tôi. Chúng tôi đã không bị hoàn toàn bỏ rơi trong những nỗi gian khổ, nhục nhằn, kéo dài từng ngày, từng giờ nhất là về phía các phụ nữ, chúng tôi thấy rõ họ đã kiệt sức sau bao nhiêu ngày đêm bị hành hạ và trốn chui trốn nhủi trong những điều kiện hết sức hãi hùng và thê thảm. Việc chúng tôi được tiếp tế, các ngư phủ Thái Lan đều nhìn thấy rõ. Chúng tôi hy vọng rằng họ đã biết chúng tôi được thế giới bên ngoài bảo trợ thì mọi hành động man rợ của họ sẽ chấm dứt. Nhưng đó chỉ là điều chúng tôi suy luận, trong thực tế thì trái lại, có những toán ngư phủ mới đến, lại lùng sục dữ dằn hơn bao giờ hết. Họ lục lọi để kiếm chác thêm ít quần áo đã xơ xác của chúng tôi, lấy đi từng cái áo mưa rách, từng cái áo len của trẻ con, và phụ nữ nào mệt mỏi quá không đủ sức đi trốn nữa phải bò về thì lại bị tiếp tục hãm hiếp. Có người bị cả ngày lẫn đêm. Nhưng địa ngục kinh hoàng đó chỉ kéo dài thêm đúng một ngày nữa là chấm dứt. Buổi chiều ngày 18-11, nhóm người tiếp tế cho chúng tôi bằng trực thăng hôm trước nay trở lại bằng một tàu tuần của Hải Quân.

Chúng tôi được biết đó là cơ quan HCR của Liên Hiệp Quốc ở Thái Lan do ông Theodore G. Schweitzer III là đại diện. Ông Schweitzer cặp đảo của chúng tôi cùng với một bác sĩ mang theo dụng cụ y khoa và thuốc men. Trong lúc các người bệnh được đưa lại băng bó, chích thuốc, thì chúng tôi đưa ông Schweitzer đi thăm một số địa điểm ẩn náu của phụ nữ, có người nghe tin được cứu đã tự động ra về. Có người trốn dưới hang sâu phải chờ chúng tôi tới kéo lên. Chính ông Theodore Schweitzer đã chứng kiến cái cảnh chúng tôi lôi từng phụ nữ từ khe đá lên mặt đất. Ai nấy nhìn thấy ánh sáng mặt trời đều ngất xỉu đến nỗi chính ông Theodore Schweitzer cũng phải xúc động quay đi không dám nhìn. Ống kính máy ảnh của ông đã thu được nhiều tài liệu quý giá: cảnh kéo phụ nữ từ khe đá sâu, cảnh một nơi ẩn náu của phụ nữ giữa một bụi cây rậm rạp, giữa rừng sâu, cảnh một bụi cây bị ngư phủ Thái tưới dầu đốt cháy xém mà lần đó đã làm phỏng nửa mảng lưng của một thiếu nữ trong nhóm chúng tôi, cảnh nấm mồ thô sơ phủ bằng đá san hô không có được một tấm mộ bia, và biết bao nhiêu khuôn mặt hốc hác, sợ hãi kinh hoàng khác đã được thu vào ống kính. Trước tình cảnh cùng cực của chúng tôi, ông Schweitzer đã an ủi, khích lệ chúng tôi rất nhiều, ông tuyên bố mọi sự hãi hùng từ nay sẽ chấm dứt. Chúng tôi vô cùng xúc động và nhân đây, nhân danh nhóm tổng số 157 người của 4 tàu tị nạn được cứu khỏi đảo Kra ngày 18-11-1979, chúng tôi xin ngỏ lời tri ân ông Theodore Schweitzer và toàn thể nhân viên trong phái đoàn LHQ đã theo ông tới đảo. Sự tận tâm và sốt sắng của quý vị đã thể hiện một cách cao quý tinh thần của bản tuyên ngôn quốc tế nhân quyền của Liên Hiệp Quốc. Trong phạm vi quyền hạn và trách nhiệm của quý vị, những việc mà quý vị đã làm được cho chúng tôi kể từ ngày mà chúng tôi được phát hiện, đã là những sự việc hữu hiệu, nhanh chóng và cần thiết nhất, chúng tôi nghĩ rằng dù có ai sốt sắng và tận tụy cách mấy cũng khó có thể hành động hữu hiệu được hơn như thế. Hiện nay chúng tôi đang ở tại quận Pak Phanang, chờ làm thủ tục trước khi được đưa về trại tị nạn Việt Nam ở Songkhla. Trong thời gian chờ đợi này, chúng tôi không quản ngại bất cứ vì lý do gì, đã mạnh dạn lên tiếng tố cáo trước pháp luật của nhà nước Thái Lan, trước cơ quan HCR của Liên Hiệp Quốc về những sự chà đạp man rợ của một số ngư phủ Thái Lan đã dành cho chúng tôi, nhất là đối với các phụ nữ trong suốt 21 ngày chúng tôi sống trên đảo Kra. Đau thương nào rồi cũng trôi qua, thời gian sẽ là liều thuốc xoa dịu mọi nỗi tủi nhục và đau buồn. Chúng tôi rất muốn áp dụng lời dạy của Phật Thích Ca là oán chỉ nên cởi chứ không nên thắt. Nhưng ở đây vấn đề không phải thuộc khía cạnh của triết lý về đời sống mà là vấn đề an toàn của những người tị nạn Việt Nam đi sau chúng tôi sẽ còn dịp trôi dạt theo lộ trình mà chúng tôi đã đi qua. Chúng tôi hy vọng rằng sự tố cáo của chúng tôi trước lương tâm và dư luận thế giới về chuyến đi hãi hùng này sẽ làm cho chính phủ Thái Lan lưu tâm hơn nữa về tình trạng hãm hiếp và cướp bóc mà theo đồn đãi thì nhiều ngày nay đã xảy ra, nhưng bây giờ mới có nhân chứng cụ thể. Chúng tôi hy vọng rằng sự tố cáo của chúng tôi sẽ tạo cơ hội cho các cơ quan có thẩm quyền quốc tế như HCR của Liên Hiệp Quốc, Hội Hồng Thập Tự quốc tế, Hội Bảo Vệ Nhân Quyền quốc tế tìm được những biện pháp hữu hiệu để bảo vệ nhân phẩm và tính mạng của những người tị nạn đi sau sẽ không còn bị rơi vào hoàn cảnh cực kỳ bi đát như chúng tôi nữa.

Và sau cùng, chúng tôi cũng hy vọng rằng sự tố cáo của chúng tôi sẽ tạo được dư luận ảnh hưởng đến bạn bè thân nhân còn ở Việt Nam hay đã ra ngoại quốc, để mọi người cùng bảo nhau thận trọng hơn nữa trong lộ trình đi tìm tự do qua ngả Thái Lan, tốt hơn hết là nên tìm con đường khác và trong trường hợp không thể đừng thì không bao giờ nên mang theo phụ nữ.

Tự do là điều vô cùng cao quý. Cuộc hành trình tìm về tự do nào cũng phải trả giá. Chúng tôi mong mỏi với những kinh nghiệm bằng máu và nước mắt của chúng tôi khi được phổ biến tới những người đi sau thì cái giá nếu họ có phải trả cũng không phải là cái giá quá đắt.

Pak Phanang ngày 24 tháng 11 năm 1979

NHẬT TIẾN
Nguyên Phó Chủ Tịch Trung Tâm Văn Bút Việt Nam

VIETNAM COUPLE DESCRIBE 20-DAY ORDEAL

Abuse Of 'Boat People' Results

By GREG GROSS
Staff Writer, The San Diego Union

A letter from Thailand describing a 20-day ordeal of kidnap, robbery and rape of 157 "boat people" by Thai pirates has prompted refugees in San Diego to mount a political campaign against the Thai government.

A coalition led by UCSD physics professor Nguyen Huu Xuong calls itself the Boat People SOS Committee. They intend to appeal to the U.S. government to pressure the Thais to crack down on the pirates.

But they also will protest directly to the Thais themselves, if necessary, appealing to the king and queen of that country to intervene against the pirates, Xuong said.

"We call them pirates, but they're really fishermen," Xuong said. "There are absolutely no penalties for what they do."

In letters to refugees in San Diego and Santee, a Vietnamese couple, Duong Phuc and Vu Thanh Thuy, wrote of their experience on the island of Kô Kra.

They said Thai pirates held three boatloads of refugees on the island for 20 days before United Nations officials rescued them. They also accused the Thai government of protecting the pirates from prosecution.

Two days after their arrival, a Thai naval vessel stopped at the island and the officers aboard promised to return with help. They

THE SAN DIEGO UNION
Monday, February 11, 1980

never did, according to the two Vietnamese writers. "The day after the Thai navy boat left us, we were attacked by pirates, searched and raped," the letter said.

Pirates attacked one man with hammers, screwdrivers and pliers to remove his gold teeth, then raped his 15-year-old daughter. One woman washed ashore from a refugee boat attacked by other pirates was raped as she reached land. Others became pirate "wives" to avoid being passed from one man to another.

"There was a girl, 12 years old, who hid in a crevice in the side of a wooded mountain . . . terrified of every sound she heard. After suffering thus for 15 days, she couldn't help but leave her hiding place, only to be raped on the spot by four pirates."

Many women left their families

and tried to hide, crawling under brush or clinging to mountainsides. Some refused to leave the brush even after pirates set fire to it and were badly burned. Vietnamese men who refused to reveal the hiding places were beaten with hammers and hanged, the letter said.

The number of refugees killed on the island was not specified in the letter. Phan Lac Tiep, one of the San Diego refugees who received the letter, said at least one of the writers was injured, but was unsure of details.

Eventually, the group was flown by U.N. helicopters to the Thai mainland, first at a camp called Pak Panang, then to the U.N. camp at Songkhla. Many signed formal accusations against the pirates, some of whom went to the refugee camp after the island episode had ended.

On the complaints of the refugees, they were arrested by Thai police, but then released after eight days, the letter said.

"Showing no signs of what they had done, they mingled with the Vietnamese boat people, joking and carefree," the writers said. "They seemed assured the police were on their side."

Later, uniformed police officers told some of the women to take their names off the accusations they had signed, otherwise later boat people arrivals would be killed, the refugees said.

Thư Ngỏ Viết Từ Songkhla

Kính nhờ Boat People S.O.S. Committee sao chuyển tới báo chí và các cộng đồng người Việt.

NHẬT TIẾN

Kính thưa toàn thể quý vị,

Lá thư ngỏ này, tôi viết tại lô lều số 25 trong tổng số 41 dãy lô lều tại trại tị nạn Songkhla miền Nam Thái Lan. Tôi đang ngồi trên một tấm sạp gỗ ghép lại bằng những mảnh ván thùng. Gần hết diện tích tấm phản đã ướt nhẹp vì nước mưa. Tôi đã cố khép mình lại để những giọt nước trên mái lá thủng lỗ chỗ khỏi rơi xuống đầu của mình. Tôi ngồi đây, viết thư này, cũng là để chờ sáng vì không còn chỗ nào đủ khô để ngả lưng xuống. Tuy nhiên tôi còn là người may mắn hơn nhiều đồng bào khác trong trại, vì tôi vẫn đang được ở trong lô lều. Nhiều người khác còn lâm vào tình trạng khốn khổ hơn. Họ ăn ngủ ngoài trời vì thiếu chỗ. Vào những cơn mưa như bây giờ, một số đông đồng bào khác, hẳn cũng đang ngồi bó gối, chen nhau tránh mưa trong diện tích chật hẹp của một ngôi nhà thờ nghèo nàn, vách lá đơn sơ, mái che lụp xụp, phương tiện trang trí bên trong cũng chỉ không ngoài những mảnh ván thùng.

Mùa mưa ở Thái Lan chỉ mới bắt đầu. Cơn mưa mới chỉ kéo dài một vài giờ. Trong ít tuần nữa, sẽ rả rích ba bốn ngày liền không có một lúc tạnh ráo. Tôi không tưởng tượng nổi đời sống của hơn 6,000 đồng bào ở đây sẽ ra sao. Tối hôm cuối tuần qua, một ngày đầu tháng 7 dương lịch, có cơn mưa kèm theo gió lớn. Tôi không hiểu được những cơn gió lạnh căm này cấu xé thịt da các em nhỏ mới nhập trại có mấy ngày, sẽ làm các em run cóng đến mực nào. Phải một hay hai tuần sau, may ra các em mới được phát cho tấm mền mỏng, không phải cho riêng em, nhưng là một tấm cho ba người. Những tấm chăn này là của các hội thiện nguyện gửi đến, hẳn cũng đã có phần đóng góp của nhiều đồng bào do các cuộc lạc quyên của báo chí. Tôi cũng thấy nhiều đêm nay, các em nằm co ro trên những tấm bao tải, dọc bên hàng rào kẽm gai sát bờ biển. Nếu cơn mưa ụp tới, các em cũng như những người khác sẽ phải vùng dậy, chạy vào núp dưới một mái che nào đó qua cơn mưa.

Cũng cơn gió lớn đêm qua làm thổi tung nóc một số lô lều đã quá mục nát. Đồng bào ngủ trong các lô 12, 17, 26 đã phải hoàn toàn chịu trận giữa cơn mưa ào ạt, bởi vì lều của họ đã bị sụm xuống. Quần áo, đồ đạc và cả người nữa, đã tơi tả dưới cơn mưa. Nhiều lô lều khác cũng sẽ không qua khỏi mùa mưa này vì đã quá mục nát. Tình cảnh cơ cực ấy vây bọc lấy những tấm thân gầy gò, yếu ớt. Tôi cũng không hiểu trong số những đồng bào đó, những ai đã không được ăn uống đầy đủ. Nhưng bằng vào khẩu phần quá ít ỏi được cấp phát: một gia đình 5 người chia nhau 3 con cá nhỏ bằng nửa bàn tay dùng để ăn 2 bữa, hay những ngày đổi món thì 70 người chia nhau 1 con gà trong một ngày, và cũng bằng vào những khuôn mặt xanh xao, hốc hác, những bờ vai nhô lên, những cánh tay tong teo, gầy guộc, tôi đã thấy rõ có quá nhiều đồng bào ở đây không có nguồn tài trợ nào của thân nhân ở nước ngoài. Mọi người chỉ trông vào phần gạo và cá của Cao Ủy LHQ, chỉ mỗi một việc làm sao chạy cho ra một bó củi để nấu chín rúm gạo ấy, mớ cá ấy cũng đã là cả một vấn đề nan giải rồi, mặc dù lâu lâu gần như thất thường, mỗi người cũng được phát than theo tiêu chuẩn một người 1 kg. Còn bếp lò, nồi niêu, bát đũa, mắm muối đều phải tự túc hết. Đó là tình cảnh của hơn 6,000 đồng bào chúng ta, trừ một thiểu số ngoại lệ được thân nhân gửi tiền về tài trợ.

Trong một bức thư ngỏ, do toàn thể đồng bào ở đây cùng ký tên để gửi đi La Mã cho Đức Giáo Hoàng vào giữa tháng 5-1980, có những câu thống thiết: "Ở đây, chúng tôi thiếu thốn tất cả mọi tiện nghi cần thiết cho con người. Ở đây không phải họ đang sống, mà họ đang cố sống sót!"

Quả vậy, sống sót là một hoàn cảnh gần kề với địa ngục, ở ngưỡng cửa địa ngục, bên bờ vực thẳm. Ở đây chưa phải là đã có đời sống. Vì đời sống của con người đích thực thì không thể hàng ngày phải chung đụng với cả ngàn con ruồi bu đến trên những bát cơm trắng, cả trăm con rệp, chui rúc trên các sạp ngủ, và những đêm mưa, ngày nắng, con người vẫn phải chui rúc chật chội dưới những mái lá tả tơi, rách nát. Tất cả chỉ là một tình cảnh thoi thóp bên bờ sống thực, không chỉ riêng ở đây, mà hẳn còn ở chung cả các trại ở các trại ở Đông Nam Á. Tất nhiên, cũng phải nói thêm rằng, dù ở đây có là địa ngục của kẻ sống sót, thì nó vẫn còn hơn cả ngàn lần, cả triệu lần cái địa ngục đích thực ở quê nhà do cộng sản tạo dựng nên, với bắt bớ, tù đày, với sự đày đọa con người cả về thể xác lẫn tinh thần, và ở đó, con người đắm chìm mãi mãi trong vòng tủi nhục, đớn đau, không bao giờ có thể thoát ra được nếu Cộng Sản vẫn còn tồn tại trên quê hương.

Đã đến được bến bờ Tự Do là chúng ta có quyền hy vọng được ở tương lai. Nhưng trong những tháng ngày mòn mỏi chờ đợi ở các trại tị nạn, đời sống của đồng bào ruột thịt chúng ta chắc chắn sẽ bớt cơ cực hơn nếu như tất cả những người đã ra đi trước, đã ổn định trước cùng nhau ngoảnh lại nhìn để cảm thông, để chia xẻ bằng các hy sinh một phần thụ hưởng của mình để đóng góp vào quỹ cứu trợ. Chắc chắn, nếu làm như thế, quý vị sẽ đem dược đồng bào ra xa bờ vực thẳm của đau thương. Các em bé sẽ không phải phong phanh run rẩy trong những đêm trời nhiều gió lạnh, các phụ nữ sẽ không phải co ro, sau những cơn kiệt sức vì đã bị bạo hành trên biển mà lại còn phải tiếp tục chống lại với thiếu thốn, cực nhọc.

Kính thưa quý vị,

Tình cảnh mà chúng tôi trình bày ở trên, mới chỉ là tình cảnh của những người đã may mắn tới được bến bờ, và đang chờ đợi để đi định cư.

Trước đó hầu như tất cả mọi người đã phải trải qua những thảm kịch kinh hoàng trên biển cả. Thống kê của riêng chúng tôi, những thuyền nhân hiện diện trong trại tự ý đứng ra làm, cho thấy trong tháng 5-1980 tổng số 41 ghe mới nhập trại thì đã có 36 ghe bị hải tặc đánh cướp (tỷ lệ 88%) và trong tháng 6-1980 có 36 ghe nhập trại thì 35 ghe bị đánh cướp (tỷ lệ 97%). Đằng sau những con số lạnh lùng, khô khan đó ẩn chứa biết bao là đau thương và tủi nhục. Những câu chuyện bi thảm, những chi tiết khủng khiếp đã từng được nhắc đi nhắc lại nhiều lần trong các bản cáo trạng đã được báo chí đăng tải, có thể dễ đi tới chỗ buồn nản, nhàm tai. Nhưng trong thực tế, nó vẫn luôn luôn hoàn toàn là mới đối với từng ghe, từng gia đình giờ này còn đang lênh đênh ngoài biển cả. Từng ngày, từng giờ, vẫn luôn luôn có những bầy qui dữ sẵn sàng ụp tới, nhảy múa gào thét trên những tấm thân bất động của các thiếu nữ thơ ngây đã ngất xỉu trên sàn thuyền; sẵn sàng rồ máy để con tàu vững chãi của chúng húc bể con thuyền mong manh của dân tị nạn; sẵn sàng cầm chân những em bé vô tội thảy ra giữa lòng biển khơi; sẵn sàng dùng búa và rìu rượt đuổi các thuyền nhân để xô họ xuống biển.

Chúng tôi, ở đây, đã từng nức nở đến tận cùng của những cơn xúc động để khóc cho những thảm kịch như thế đã từng xảy ra, và biết chắc nó sẽ còn xảy ra nữa. Và cũng ở đây, ngày lại ngày, chúng tôi vẫn trực diện với những cảnh tiếp đón đồng bào mới nhập trại, nói đúng hơn, những con người như mới đội mồ chui lên với quần áo rách nát, lấm lem đầy dầu, nhớt, và rất nhiều người chẳng còn gì ngoài một bộ quần áo mang trên mình. Những con thuyền tả tơi mang đến từ biển cả những em bé nằm bất động vì kiệt sức trên đôi tay gầy gò run rẩy của bà mẹ. Những thiếu nữ ngơ ngác, thất thần, tủi nhục, đớn đau. Đau thương nhất là phải chứng kiến những ghe thuyền mà toàn bộ phụ nữ vì bị bạo hành mà lết đi không nổi. Chúng tôi đã phải khiêng họ vào bệnh xá. Chiếc cáng này nối đuôi chiếc cáng kia, đi qua những đám đông đồng bào xúm xích bu quanh, nhưng tuyệt nhiên không còn ai lên tiếng nói, không còn ai gây ra một tiếng động dù nhỏ nhặt. Sự im lặng đã bao trùm toàn bộ lên khung cảnh ấy, thấm đẫm một niềm đớn đau, bi phẫn và không ai bảo ai, tất cả đều chan hòa nước mắt. Hình ảnh đó đã theo chúng tôi từng giờ, từng phút, ở mọi nơi, mọi chỗ. Bưng bát cơm lên miệng mà nghe như xát muối trong lòng. Đêm về, trong giấc ngủ, còn như thấy lởn vởn trong cơn mơ tiếng la thảm thiết của các em gái Việt Nam thơ ngây đang vật vã trong tay bầy qui dữ, còn mơ thấy những cánh tay chới với giữa lòng đại dương với những cơn sóng ngập đầu, rồi tất cả chìm khuất giữa biển cả bao la. Ở đây, Songkhla, hay Lemsing, hay Sikhiu, hay Trengganu, hay Pulau Bidong, Pulau Tengah và các trại tị nạn khác ở Đông Nam Á. Môi trường của đớn đau, chia lìa, của xót xa, tủi nhục, của thiếu thốn, bệnh tật, hẳn đã là cơn nhức nhối, dằn vặt của tất cả những ai đã có đời sống ổn định và có lòng chia xẻ những nỗi gian nan, vất vả của đồng bào ruột thịt.

Xin quý vị hãy đứng lên làm một cái gì cho những thiếu thốn của đồng bào trong các trại tị nạn và cho tệ nạn hải tặc phải chấm dứt, không thể để có lũ qui dữ cứ tiếp tục hò hét man rợ lên thân xác của các em bé Việt Nam, của các phụ nữ Việt Nam, hay cứ tiếp tục thẳng tay xô đẩy đồng bào ruột thịt xuống lòng biển sâu.

Xin hãy làm một cái gì.

Chúng tôi không nghĩ rằng đó là lời kêu gọi để mọi người phải động lòng trắc ẩn, nhưng đó là một lời lên tiếng để kêu đòi tất cả mọi người hãy trả một món nợ tinh thần. Đó là món nợ đối với những người vì chính nghĩa Tự Do đã ra đi và đã chết âm thầm tức tưởi trong bao năm qua ở ngoài Biển Đông. Nhân danh những cái chết bi hùng và lặng lẽ vì Tự Do (mà chúng ta đang hưởng), chúng ta phải làm một cái gì cho những đồng bào đi sau. Chúng tôi nghĩ rằng đó là cung cách hay nhất để tưởng niệm những người đã khuất, trong đó có người thân yêu của mình, có bạn bè của mình, hay ít nhất cũng là có những đồng bào Việt Nam ruột thịt của mình.

Songkhla ngày 10 tháng 7 năm 1980
NHẬT TIẾN

Bản Cáo Trạng Số 3:
Thảm Kịch Vẫn Tiếp Diễn Với
Thuyền Nhân Trong Vịnh Thái Lan

Nhật Tiến – Dương Phục – Vũ thanh Thủy

Lại thêm nhiều trường hợp thê thảm nữa xảy ra cho dân tị nạn bằng thuyền trong vịnh Thái Lan, tiếp theo sau những vụ đã được chúng tôi tường trình trong những bản văn đã công bố. Sau đây là mấy vụ điển hình mà chúng tôi vừa ghi nhận được:

sunny

Vụ Thứ Nhất:
Gái Tị Nạn Việt Nam Bị Bắt Cóc Đưa Vào Đất Liền

NHÂN CHỨNG: NGUYỄN THỊ NGỌC TUYẾT, 19 tuổi, tốt nghiệp Trung Tâm Sinh Ngữ dành cho nhân viên ngoại giao, đi cùng anh ruột là Nguyễn hồng Tuấn bị cướp bắt cóc trên biển.

Ghe Minh Hải 2101, dài 14 mét, chở 70 người gồm 40 đàn ông, 30 đàn bà và trẻ con. Khởi hành từ Cà Mau nửa đêm 13-1-1980. Ghe vừa ra đến hải phận quốc tế thì gặp ngay tàu cướp Thái Lan. Sau này được biết có loại tàu cướp Thái Lan mang danh đánh cá nhưng chuyên nghiệp cướp, luôn luôn cố ý quanh quẩn, chực sẵn ngoài khơi vùng Rạch Giá, Cà Mau để tranh nhau cướp trước nhất các ghe tị nạn Việt Nam vừa ló dạng.

Tàu hải tặc này rất lớn, do bọn cướp chuyên nghiệp điều khiển gồm 15 tên. Tàu trang bị súng, loa phóng thanh và thông dịch viên tiếng Anh. Số tàu ở đầu mũi cũng được bọc vải che kín.

Tàu hải tặc dùng loa gọi ghe tị nạn lại gần, kề sát và chuyển dân tị nạn Việt Nam sang rất từ tốn, trật tự. Chúng nấu cơm cho ăn và cho nước uống thả giàn. Sau khi mọi người đã khỏe khoắn, bọn chúng mới bắt đầu hành động. Chúng tách rời mọi người thành hai nhóm: đàn ông bị dồn ra đầu mũi tàu, đàn bà bị lùa vào *ca-bin* của tàu. Chúng lục soát từng người, không sót một chỗ, lấy hết vàng bạc, nữ trang và hành hạ đàn bà.

Cô Nguyễn thị Ngọc Tuyết, rất đẹp, thông thạo Anh ngữ, bị tên chủ tàu bắt dành riêng. Hắn được gọi là "PHIL", khoảng 30 tuổi, nói với mọi người qua thông dịch viên tiếng Anh, là hãy nộp vàng cho chúng, chúng sẽ thả cho đi, chỉ giữ lại cô Tuyết. Nếu không, ghe Việt Nam và tất cả dân tị nạn sẽ bị đánh chìm.

Nguyễn hồng Tuấn, 23 tuổi, anh ruột cô Tuyết và một nhóm thanh niên trên tàu bàn nhau chống lại bọn cướp, nhưng mọi người đều biết chỉ là một hành động tự sát vì bọn chúng đã sẵn sàng chờ đợi với vũ khí lăm lăm để tàn sát người tị nạn.

Khi đó, trên tàu hải tặc còn có 6 người tị nạn Việt Nam thuộc ghe khác, đã bị giữ trên tàu chúng từ nhiều ngày trước, gồm 2 phụ nữ, 2 trẻ em và 2 đàn ông. Đây là 6 người sống sót còn lại của một chiếc ghe gồm 35 người tị nạn, đã bị một tàu hải tặc khác húc chìm sau khi bị 18 lần cướp và hãm hiếp cực kỳ dã man. Sáu người này đã được tên Phil cho lệnh vớt trong lúc đang vẫy vùng trên biển, nhưng hai người đàn bà cũng không tránh khỏi bị đám cướp này hãm hiếp liên tục.

Cô Tuyết kể lại tình trạng trên tàu lúc đó rất gây cấn căng thẳng. Sau cùng, cô đành phải đi theo tên trùm hải tặc để cứu thoát cả ghe và 6 người Việt Nam tị nạn nọ.

Bọn cướp dồn tất cả 69 người còn lại và 6 người bị chúng giữ từ trước qua ghe Việt Nam và chặt dây nối, nổ máy. Lúc đó, cô Tuyết đứng ở mũi tàu khóc ngất. Anh ruột cô Tuyết ở bên ghe Việt Nam gào thét nói cô Tuyết nhảy đại xuống biển bơi về bên này. Anh Tuấn cũng định nhảy xuống biển để đón cứu nhưng bị mọi người ôm lại. Bọn cướp cũng ghì chặt cô Tuyết và chĩa súng sang ghe Việt Nam định bắn.

Sau cùng, tàu hải tặc chạy, mang theo cô Tuyết và cô đã bị nhốt kín trong *cabine* cùng với tên Phil suốt ngày đêm không được bước chân ra ngoài. Tàu chạy loanh quanh trên biển 6 ngày và sau đó cặp vào đất liền. Tuyết được đưa lên bờ và bị nhốt chặt trong một căn phòng của một ngôi nhà mà Tuyết không biết thuộc tỉnh nào. Tên Phil vẫn tiếp tục cuộc hành hạ; có lần Tuyết kháng cự, bị hắn thẳng tay đánh đập.

Đến ngày thứ ba, nhờ may mắn, cửa phòng không khóa, tên Phil đi vắng, nhà chỉ còn lại một người đàn bà canh chừng, Tuyết chạy thoát ra đường sau khi giằng co xô đẩy với người đàn bà Thái.

Cuối cùng, Tuyết được đưa về Tòa Đại Sứ Mỹ, và đến lúc đó Tuyết mới biết cô đang ở giữa thủ đô Bangkok. Nhân viên sứ quán Mỹ kinh ngạc, không tin câu chuyện của Tuyết đột ngột xuất hiện ngay tại Tòa Đại Sứ. Sau nhờ sự xuất hiện của ông Denis, chuyên viên đặc trách phỏng vấn của phái đoàn Mỹ tại các trại tị nạn Việt Nam ở Thái và chính ông giúp Tuyết kiểm chứng dò tìm được tông tích chiếc ghe Minh Hải 2101. Ghe này, sau khi Tuyết bị bắt, đã may mắn được vớt đem vào trại tị nạn ở Mã Lai Á với đầy đủ nhân chứng xác nhận lời khai của Tuyết.

Đến lúc đó, Tuyết mới chính thức được chấp nhận như một người tị nạn Việt Nam trên đất Thái và được đưa về trại Lumpini ở Bangkok.

Nhưng câu chuyện thê lương của cô gái Việt Nam này vẫn chưa chấm dứt.

Lumpini là một trại chuyển tiếp của tất cả người tị nạn ở Thái Lan, kể cả Việt Miên Lào, tập trung tại đây để tiến hành thủ tục cuối cùng trước khi đi định cư tại đệ tam quốc gia.

Tại Lumpini, người Thái không cho Tuyết ở chung với dân tị nạn, cô lập với bên ngoài, do 2 cảnh sát viên trông coi. Tuyết ở chung phòng với 5 cô gái Việt Nam khác. Đó là 5 cô Nguyễn thị Mỹ 23 tuổi, Chung thị Mỹ Vân 19 tuổi, Nguyễn thị Ánh Nguyệt 12 tuổi, Ngô Mỹ Dung 22 tuổi và Ngô Mỹ Hạnh 17 tuổi.

Câu chuyện về 5 cô gái này lại là một thảm cảnh khác. Chúng tôi không trực tiếp phỏng vấn các nhân chứng này, nên chỉ ghi lại tóm tắt qua lời kể của cô Tuyết như sau:

- 5 cô này cũng bị hải tặc bắt cóc trên biển trong trường hợp tương tự như Tuyết. 15 người trên ghe các cô đã bị bọn cướp giết chết trước khi thả cho chiếc ghe này trôi giạt tới được bờ Mã Lai. Các cô bị đem vào đất liền và bán cho ổ điếm. Nội vụ đổ bể, các thủ phạm bị bắt và đưa ra tòa. Năm cô phải ở lại trại tị nạn để chờ vụ án kết thúc, nhưng sau đó vì vụ án bị cố tình kéo dài lăng nhăng quá lâu nên Cao Ủy LHQ đành chấp thuận cho các cô lên đường đi định cư tại Tây Đức ngày 20-2-1980 theo lời xin của Tòa Đại Sứ Tây Đức. Thế là vụ án 5 cô gái này được đánh chìm xuồng.

Theo lời cô Tuyết kể, suốt thời gian ở Lumpini, cô bị đối xử sàm sỡ, nhục nhã. Hai cảnh sát viên Thái tha hồ làm đủ mọi trò thô tục. Họ chưa dám hãm hiếp trắng trợn nhưng đêm nào cũng mò vào phòng gạ gẫm, đòi hỏi, thản nhiên sờ mó cợt nhả.

Mọi quyền hành ở đây đều do 2 cảnh sát viên này, và Tuyết cô thế, chỉ biết tránh né nhẫn nhục, không dám phản đối lớn tiếng.

Nhân một dịp gặp ông Denis vào trại phỏng vấn, cô xin đổi trại và cương quyết đòi được ở chung với những người Việt Nam tị nạn khác. Cuối cùng Tuyết được đưa về trại tị nạn Songkhla và hiện cô ở đây, chờ làm thủ tục để được đi định cư ở Hoa Kỳ.

Vụ Thứ Hai:
Thuyền Nhân Việt Nam Bị Đối Xử Như Súc Vật

NHÂN CHỨNG: NGUYỄN CÔNG BIÊN, 32 tuổi, Thiếu Úy Pháo Binh, đi cùng vợ là Vũ thị San 25 tuổi và con 7 tháng. Em gái Nguyễn thị Nhường bị hải tặc bắt cóc.

Ghe số KG-00226 dài 10 mét, ngang 1,8 mét chở 46 người gồm 15 trẻ em, 8 phụ nữ và 23 đàn ông, khởi hành từ Rạch Giá 3 giờ sáng ngày 28-1-1980. Ghe đi êm xuôi được 2 ngày.

- 6 giờ sáng ngày 30-1-1980 gặp tàu cướp Thái Lan. Tàu này mang số 1214, khác hẳn với loại tàu đánh cá thông thường bằng gỗ, tàu này bằng sắt rất lớn, có trang bị hệ thống radar. Bọn cướp gồm 20 tên, dồn tất cả 46 người tị nạn Việt Nam qua tàu chúng. Khởi đầu, chúng lục soát từng người, cướp hết vàng, nữ trang, đồng hồ và những bộ quần áo tốt. Sau, chúng bắt 4 thanh niên trở về ghe tị nạn, đánh đập, tra khảo, bắt chỉ chỗ dấu vàng. Chúng nạy ván, sục sạo khắp mọi chỗ, nhưng không tìm thêm được gì, chúng cướp luôn 2 máy ghe (ghe tị nạn Việt Nam chạy bằng máy Jama F-8 và còn mang theo 2 máy PS-16 và Kohler 4 để phòng hờ).

- Sau đó, tàu hải tặc chạy mang theo 46 người tị nạn Việt Nam trên tàu của chúng và dùng dây buộc kéo theo ghe tị nạn.

Đến 11 giờ đêm cùng ngày (30-1) đến vùng biển toàn là tàu cướp biển, tất cả 12 tàu đánh cá Thái Lan khác quay chung quanh tàu hải tặc 1214 và ùa nhau lên tàu này. Cảnh tượng diễn ra lúc này được các nhân chứng kể lại hết sức mọi rợ, khủng khiếp. Các bà bị bọn cướp đè ra sàn tàu hãm hiếp đủ trò đủ kiểu y như súc vật. 23 đàn ông, 15 em bé và riêng bà Đỗ thị Minh 24 tuổi mới sinh được 20 ngày với đứa con nhỏ xíu trên tay, được bọn chúng dồn lại, bắt ngồi yên một chỗ chứng kiến cảnh hãm hiếp trước mặt. 7 người đàn bà còn lại, kể cả bà BTX 26 tuổi đang có thai 6 tháng đều bị bọn cướp hành hạ.

Anh Bùi Đoàn, 26 tuổi kể lại, anh đếm được ít nhất 50 tên cướp của 12 tàu đậu chung quanh, cộng với 20 tên của chiếc tàu 1214, đã quần thảo 7 bà. Chúng không hãm hiếp theo lối bình thường từng tên một mà lôi một lượt 7 bà lên sàn *cabine*, thắp đèn sáng choang và cả lũ xếp hàng chung quanh, cười rũ ồn ào chờ tới phiên. Anh Bùi Đoàn còn nhớ rõ, bọn cướp của chiếc tàu mang số 1544 hành động tàn bạo quái gỡ nhất. Bọn chúng hóa trang trét phấn đầy mặt, chỉ chừa đôi mắt trắng dã, cởi trần truồng, thân hình xâm mình quái dị, có đứa còn vẽ chằng chịt trên mặt, và tên nào cũng đeo đủ thứ hình tượng lủng lẳng quái gỡ. Có tên còn cầm khẩu súng lục thị uy.

Nhiều bà khiếp quá hét lên. Bọn chúng cũng gào thét lên. Cuộc hành lạc man rợ kéo dài suốt đêm, từ 1 giờ tới 6 giờ sáng, không ai đếm rõ mỗi bà bị hiếp bao nhiêu lần, nhưng tất cả đám hải tặc, mỗi đứa đều ít nhất một lần hiếp. Trời sáng, tất cả 7 bà đều ngất xỉu nằm bất động. Trong số 7 phụ nữ có 2 cô gái trẻ, cô Đinh thị Hồng 16 tuổi đi cùng người anh ruột là Đinh văn Tiến; cô Nguyễn thị Trường 20 tuổi đi cùng anh ruột Nguyễn công Biên; còn 5 bà kia đều có chồng con đi chung. Các nạn nhân được giao lại cho các ông chồng và 2 người anh săn sóc. Tất cả 50 tên trở về 2 tàu của chúng và tàu nổ máy bỏ đi. Riêng chiếc tàu sắt 1214 dồn tất cả mọi người về ghe Việt Nam khiêng theo 6 phụ nữ vừa bị hiếp. Nhưng riêng cô Đinh thị Hồng thì tên chủ tàu giữ lại bắt mang theo.

7 giờ sáng ngày 31-1, ghe Việt Nam lại tiếp tục cuộc hành trình, lúc này chỉ còn 45 người. Nhưng chỉ lát sau tàu 1214 đuổi theo quăng trả lại cô Hồng lúc này chỉ còn thoi thóp. Có lẽ chúng sợ cô Hồng chết trên tàu của chúng.

Ghe Việt Nam tiếp tục chạy được khoảng 15 phút, chiếc tàu 1544 của bọn tàn bạo nhất lại đuổi theo và lại chọn cô Hồng đòi bắt. Hồng trẻ nhất và có nhan sắc nhất. Mọi người nài nỉ van xin tha cho Hồng nhưng bọn chúng định húc chìm ghe nên cuối cùng cô Hồng lại được chuyển sang tàu chúng mang đi mất.

Tiếp tục cuộc hành trình thê thảm, khoảng nửa tiếng sau, tàu hải tặc 1214 lại quay trở lại, lần này chúng chọn một người đàn bà khác, bà Nguyễn thị Đào 23 tuổi đi cùng chồng và đứa con 2 tuổi. Bà Đào khóc ngất ôm chặt chồng con, nhất định không chịu sang tàu chúng. Cuối cùng, cô Nguyễn thị Nhường, cô gái độc thân duy nhất còn lại trên tàu đành phải chấp nhận đi theo tàu chúng để cứu thoát cả ghe khỏi bị chúng húc chìm.

Nhưng ngay sau đó, từ 31-1 đến 2-2-1980, ghe Việt Nam chạy êm xuôi. 6 giờ sáng 2-2 gặp tàu Singapore nhưng không được vớt, chỉ được tiếp tế đồ hộp, nước uống, thuốc men và phao cấp cứu, cùng 100 lít dầu. Và chỉ hướng để chạy vào đất liền Thái Lan.

Tiếp tục chạy, khoảng 10 giờ sáng cùng ngày, lại gặp 2 tàu hải tặc mới, một tàu mang số 0879 và một tàu khác không nhớ số, kề sát. Cảnh cũ tái diễn, lại dồn tất cả mọi người lên tàu của chúng, lại lục soát, nhưng không còn gì để cướp và cuối cùng 5 phụ nữ còn lại bị hãm hiếp thêm một đợt nữa.

Bọn cướp này còn hung bạo hơn bọn cướp cũ. Ai dùng dằng tỏ ý kháng cự, chúng thẳng tay đánh đập. Tất cả đàn ông và thanh niên bị chúng bắt nằm dài trên mũi tàu và chúng dùng lưới đánh cá trùm lên trói chặt lại. Mọi người kinh hoàng kêu la thảm thiết, tưởng chúng thủ tiêu quăng xuống biển. Nhưng chúng chỉ dọa giết và dùng gậy đánh đập, tra khảo, bắt nộp vàng, nữ trang còn cất giấu, nhưng tất cả đã bị bọn cướp trước lấy hết, không ai còn gì để nộp.

Bọn chúng cướp nốt chiếc máy Kohler 4 mã lực còn lại và cuối cùng chiếc ghe chỉ còn lại một máy đuôi tôm F8 để tiếp tục di chuyển.

Ghe Việt Nam với 44 người còn lại được bọn cướp thả cho đi và trước khi vào đến bờ (9-2) còn bị thêm 4 lần cướp và hãm hiếp bởi 4 tàu cướp khác nhau.

8 giờ tối ngày 9-2-1980, ghe Việt Nam cặp vào đất liền Thái Lan. Đó là quận Sichon. Được đưa vào Ty Cảnh Sát quận làm thủ tục khai báo vào độ 7 ngày.

Đến ngày 15-2-1980, 44 người tị nạn khốn khổ này được thuyên chuyển đến trại tị nạn Songkhla. Không ai biết số phận của hai cô Đinh thị Hồng và Nguyễn thị Nhường bị cướp bắt ra sao.

Trong 7 ngày tại Ty Cảnh Sát Sichon, câu chuyện diễn tiến như sau:

- 44 người tị nạn được cảnh sát Thái Lan thẩm vấn, điều tra rất kỹ; mọi người đều được lăn tay, làm tờ khai báo chi tiết.

- Lần lượt từng người được đưa vào phòng khám xét rất kỹ lưỡng, kiểm soát từng gấu áo, lai quần. Vẫn còn một số người giấu được nhẫn, dây chuyền được khâu sẵn trong quần áo từ Việt Nam. Bọn cướp trước đây không tìm thấy, lần này cảnh sát Thái Lan đã khám phá ra và tịch thu hết.

- Anh Đỗ quang Dũng 23 tuổi, tài công, bất mãn khiếu nại với thiếu tá trưởng ty cảnh sát đòi xin lại chiếc nhẫn.

- Ngày 14-2, anh Dũng đang có mặt tại văn phòng cảnh sát để làm thủ tục khai báo, bất thần 1 cảnh sát viên được nghe là "LA-RING" tát 2 cái vào mặt. Anh Dũng chống đỡ, 2 người bạn anh đứng gần đó, anh Nguyễn văn Mùi 27 tuổi và Nguyễn văn Đôn 25 tuổi chạy lại can. Lập tức cả hai bị đám quân nhân Thái Lan mặc sắc phục Nhảy Dù kiểu Mỹ ào tới đánh tới tấp. Ba anh bị đập bằng gậy và đạp vào mặt bằng *botte de saut* ngã gục, ngất xỉu ngay trước sân Ty Cảnh Sát, trước sự chứng kiến của dân tị nạn Việt Nam và rất đông các sĩ quan cảnh sát Thái, kể cả viên phó quận cảnh sát Thái, trung úy được gọi là "Stadi."

Câu chuyện này xảy ra lúc 5 giờ chiều ngày 14-2-1980; buổi tối, thiếu tá quận trưởng cảnh sát đến gặp đoàn người tị nạn Việt Nam và đề nghị trả số nhẫn và dây chuyền bằng tiền mặt với giá 300 bahts một chỉ (trong khi giá chính thức bán ngoài chợ Songkhla là 1.000 bahts một chỉ).

Hiện nay 44 người tị nạn Việt Nam của ghe KG-00226 đang sống tại đây, trại tị nạn Songkhla. Bà Đỗ thị Minh, với con nhỏ, bé gái thuyền nhân nhỏ nhất trại. Bà Bùi thị Xuân với cái thai gần sanh. Hai anh Đinh văn Tiến, anh cô Nguyễn thị Hồng và anh Nguyễn công Biên, anh cô Nguyễn thị Nhường vẫn chưa gặp được hai cô em. Hai anh Tiến và Biên cho biết được thư của hai cô Hồng và Nhường. Lá thư đầu rất ngắn, nguyên văn như sau:

"... Anh chị Biên, anh chị Thìn. Sau khi cướp Thái Lan bắt, nhờ ơn Chúa, chúng em còn sống. Hiện ở Ty Cảnh Sát Sattahip, ở đây ăn uống phải tự mua lấy, chúng em không có tiền; ở đây cũng có một số người tị nạn Việt Nam cho ăn nhờ. Vài hàng xin các anh chị an tâm. Chúng em Nguyễn thị Nhường, Đinh thị Hồng."

Lá thư thứ hai được viết từ trại Laem Sing (Chanthaburi) cho biết hai cô được đưa vào đây sau 15 ngày điều tra tại Ty Cảnh Sát Sattahip. Hai cô kể lại, ở trên tàu cướp Thái Lan 5 ngày thì chúng đưa vào bờ, quẳng lên một bãi vắng; sau được cảnh sát Thái cứu đem về Ty.

Đây là một đoạn nguyên văn trong bức thư này:

"... Anh Chị xin lễ Tạ Ơn Chúa, và nếu có tiền, gởi cho chúng em chút ít. Ở đây ăn nhờ đồng bào chung quanh, nhưng ai cũng nghèo khổ cả" ...

Anh Nguyễn công Biên cho chúng tôi xem bức thư và nói: "Chúng tôi cũng không còn gì để gởi cho 2 em."

Người viết bài ghi lại đầy đủ chi tiết, nêu rõ tên tuổi các nhân chứng trong câu chuyện này với sự đồng ý của các đương sự. Họ ở đây, không hề có một thân nhân quen biết nào ở ngoại quốc, sẽ không bao giờ nhận được một lá thư nào. Họ chưa định xin đi nước nào và họ sẽ bị cứu xét chậm nhất vì không có điều kiện. Họ ở đây, lẫn lộn với trên 5 ngàn đồng bào, với đầy dẫy những câu chuyện thương tâm khác. Tất cả đang tạm quên đi những câu chuyện đã xảy ra trên biển cả và hàng ngày đối phó với những nỗi cơ cực khốn khổ trong trại tị nạn. Người viết bài kết thúc mẩu chuyện và xin được bày tỏ một cảm nghĩ riêng: "Chính trong lúc các độc giả đang đọc câu chuyện này, thì có lẽ ngoài biển khơi một câu chuyện tương tự khác đang xảy ra. Nhưng liệu có còn nhân chứng nào sống sót để kể lại cho chúng ta nghe?"

Vụ Thứ Ba:
Lại Những Kinh Hoàng Tiếp Diễn Trên Đảo Kra: Nhiều Người Bị Xô Xuống Biển Chết Đuối

NHÂN CHỨNG: Anh LÝ BÁ HÙNG đi với cha mẹ, 6 em ruột và 1 em rể - Mẹ và 3 em ruột của anh Hùng bị xô xuống biển chết đuối.

Ghe AG-0961 dài 8 mét, ngang 1,4 mét trang bị máy 1 *bloc* và 1 máy đuôi tôm phòng hờ, khởi hành từ Kiên Giang ngày 14 tháng 2 năm 1980 với 38 người. Sau 3 ngày và 2 đêm trên biển, tới sáng ngày 18-2-1980 thì gặp hải tặc Thái Lan đi trên thuyền đánh cá mang số 2523 với khoảng 11 tên cướp biển. Chúng nhảy qua thuyền tị nạn, cướp tất cả vàng, nhẫn, tiền bạc, rồi húc cho vỡ hông thuyền. Chỉ 15 phút sau thì thuyền lật ngang rồi chìm hẳn. Có 6 thuyền nhân bị chết đuối gồm 1 bà lão 67 tuổi, 1 thanh niên 20 tuổi, và 4 trẻ em từ 5 cho đến 15. Số còn lại cố ngoi lên được tàu cướp và được chúng đưa vào đảo Kra. Cách đảo hơn 300 mét, chúng đưa phụ nữ vào đảo bằng xuồng nhỏ, còn bao nhiêu, chúng xô xuống biển, bắt bơi vào. Thêm 9 người nữa bị chết đuối vì không biết bơi, gồm 1 thanh niên, 4 trẻ em và 4 phụ nữ (trong số này có 2 phụ nữ đang mang thai).

Anh Lý bá Hùng 24 tuổi, sinh viên Chính Trị Kinh Doanh Đà Lạt (trước 1975) bị tê liệt 2 chân từ hồi nhỏ, phải chống nạng, vào lúc bị xô xuống biển may mắn ôm được một phao, nên đã trôi giạt trên 11 tiếng đồng hồ liền, thì được sóng đưa vào đảo thoát chết. Một em ruột của anh, tên Lý nguyệt Minh 14 tuổi chết đuối lúc thuyền tị nạn bị hải tặc đục chìm. Mẹ của anh tên Cao nguyệt Nga (45 tuổi) và 2 em ruột khác tên Lý nguyệt Phương (21 tuổi, có mang 2 tháng) và Lý cao Hiếu (4 tuổi) đều chết đuối lúc bị xô xuống biển cách đảo Kra 300 mét.

- 23 thuyền nhân còn lại của chiếc ghe khốn khổ này bị giam giữ suốt 16 ngày trên đảo, lại bị những toán hải tặc đi trên những thuyền đánh cá khác nhau tấp nập ra vô đảo tra tấn đàn ông, hãm hiếp phụ nữ liên tục suốt ngày đêm. Vào giai đoạn này (tháng 2-1980) tình trạng của các dân tị nạn bị đưa vào đảo còn thê thảm hơn so với hồi tháng 12 năm 1979 mà chúng tôi đã tường trình trong bản văn đã công bố. Nước uống trên đảo khô cạn, không còn đọng trong các hốc đá như trước vì đã hết mùa mưa. Dân tị nạn phải dùng cành cây bươi móc 1 cái giếng sâu 3 mét để lấy được một thứ nước đen, ngấm đầy mùi lá mục. Họ phải dùng sỏi san hô để lọc lấy nước uống, nhưng mỗi lần một toán cướp mới tấp vô đảo, chúng lại đổ hết nước lọc, bươi vãi san hô để tìm kiếm vàng hay nữ trang mà chúng còn nghi ngờ dân tị nạn cất giấu. Mặt khác, địa thế trên đảo này đối với chúng đã trở thành quá quen thuộc nên các cuộc đi trốn của phụ nữ đều gần như vô hiệu; ngay cả những địa điểm ngốc ngách, sâu kín nhất cũng bị chúng lùng sục ra. Vì thế, ròng rã trong suốt 16 ngày trên đảo, các phụ nữ đều trở thành một miếng mồi ngon cho các đám hải tặc thay phiên nhau hành hạ, không thể trốn tránh và cũng vô phương chống cự. Mãi tới ngày 3-3-1980 Cao Ủy Tị Nạn LHQ mới phát giác và cứu thoát họ đem vào đất liền. Hiện anh Lý bá Hùng đang ở trong trại tị nạn Songkhla với cha, em rể (chồng cô Lý nguyệt Phương đã chết với bào thai 2 tháng) và 3 em ruột tuổi từ 10 đến 16.

Vụ Thứ Tư:
Hải Tặc Bắt Cóc Thiếu Nữ Việt Nam Từ Đảo Kra Đem Vào Đất Liền Để Hành Lạc

NHÂN CHỨNG: Cô VŨ THỊ B.V. 18 tuổi; Cô NGUYỄN THỊ T. 15 tuổi; Cô NGUYỄN THỊ D. 14 tuổi.

Ghe không số, dài 11 mét, ngang 1.7 mét, trang bị máy 1 *bloc* khởi hành từ Minh Hải đêm 13 tháng 2 năm 1980 với 26 người. Sau 2 ngày đi trên biển thì gặp hải tặc Thái Lan. Bọn này đi trên thuyền đánh cá không nhớ số, sơn hai màu đỏ và trắng, tổng cộng 10 tên. Trên tàu của chúng lúc đó đã có sẵn 29 đồng bào Việt Nam tị nạn bị chúng cướp cách đó 1 tuần lễ và đã đục cho chìm thuyền sau khi cướp bóc và hãm hiếp phụ nữ. Tàu cướp nhảy xuống thuyền tị nạn mới gặp, lục soát để cướp hết tiền bạc, nữ trang, rồi dồn tất cả các thuyền nhân tổng cộng 55 người xuống thuyền Việt Nam và buộc dây kéo về đảo Kra. Chỉ có 1 nạn nhân bị chết đuối trong giai đoạn di chuyển từ thuyền Việt Nam lên đảo, vì gặp lúc biển êm. 54 thuyền nhân lên đảo, nhập chung với nhóm 23 người còn sống sót trong vụ thứ ba kể trên để lại cùng chịu đựng những thảm kịch mà bất cứ thuyền nhân nào bị đưa lên đảo đều phải chịu: đàn ông bị tra tấn, đánh đập để bắt khai chỗ chôn giấu vàng; đàn bà bị hãm hiếp liên tục suốt ngày đêm bởi những toán hải tặc khác nhau, mà lúc chúng tụ tập đông nhất lên tới trên 50 tàu đánh cá khác nhau, bu kín quanh lối vào đảo.

Lên đảo được 4 ngày, tới 22-2-1980 thì các cô Vũ thị B.V., Nguyễn thị T. và Nguyễn thị D. bị một toán hải tặc bắt cóc đem vào đất liền. Toán này do tên THOM cầm đầu, cùng 3 tên khác có tên TRUC, TRAU và RUI. Chúng đem 3 cô cất giấu tại một căn nhà ở cách quận Pak Phanang, tỉnh Nakhon Si Thammarat, chừng 30 cây số, để giữ làm của riêng hành lạc. Nhờ một dịp may mắn, hai cô V. và T. trốn thoát được, đi tố cáo cảnh sát. Nhờ vậy, các cô được đưa về quận Pak Phanang và sau đó nhập trại Songkhla ngày 28-1-1980. Riêng cô D. khi bị động ổ, bọn hải tặc đã đem cô đi giấu ở một nơi khác gần tỉnh Songkhla. Sau đó, cô đã tìm tới được cảnh sát cầu cứu và được đưa vào trại Songkhla. Hiện cả 3 cô đang sống ở đây để chờ đợi được đi định cư tại đệ tam quốc gia.

Trên đây là những vụ thảm khốc xảy ra cho dân tị nạn bằng thuyền, tiếp theo sau những vụ đã xảy ra trên đảo Kra. Thật khó mà kiểm chứng được, trong thời gian hai tháng vừa qua của đầu năm 1980, đã còn có bao nhiêu thuyền nhân khác bị chết ngoài biển cả, nhưng không còn nhân chứng nào sống sót để có dịp lên tiếng tố cáo những thảm kịch mà họ đã phải chịu đựng ở trên biển. Chúng tôi chỉ xin nêu ra ở đây những trường hợp cụ thể, với những nhân chứng hiện còn ở trong trại tị nạn Songkhla mà chúng tôi đã tiếp xúc trực tiếp, được phép các nạn nhân cho nêu rõ tên tuổi. Chúng tôi xin hoàn toàn chịu trách nhiệm về những điều nêu ra trong bản tường trình này.

Dưới mắt chúng tôi, mọi sự việc thảm thương xảy ra cho Boat People trên vịnh Thái Lan vẫn không có dấu hiệu nào cải thiện, dù chỉ là một biện pháp nhỏ. Quỷ Sa Tăng vẫn còn ngự trị trên địa ngục Ko Kra và trong khi đó các thuyền nhân Việt Nam vẫn tiếp tục ra đi, nhất là trong mùa biển êm hiện tại.

Chúng tôi xin gửi tới toàn thể các hội đoàn, các tổ chức Nhân Quyền và nhân dân trên toàn thế giới lời kêu cứu khẩn cấp và tuyệt vọng của những thuyền nhân tị nạn, hiện giờ này còn đang lênh đênh ngoài biển cả, cũng như nhiều người khác đang chuẩn bị ra đi.

Songkhla ngày 25 tháng 3 năm 1980
VŨ THANH THỦY – DƯƠNG PHỤC – NHẬT TIẾN
P.O. Box 3 Songkhla, Thailand

Lời Tòa Soạn

Đọc Bản Cáo Trạng Số 3 này, nếu bạn không thấy bàng hoàng xúc động, xin phục bạn là người có trái tim bằng sắt; nếu bạn vẫn còn đủ can đảm ăn chơi phè phỡn, bưng tai bịt mắt trước cảnh khổ của đồng bào, xin phục bạn là người... không có trái tim.

Trong chúng ta, chắc ít có hạng người "đáng phục" như thế! Bất cứ nước nào, bất cứ dân tộc nào có chủ quyền, chỉ cần một người con gái bị làm nhục, thì vì danh dự chung, cả nước phải đứng lên rửa nhục. Quyền hành ở Việt Nam bây giờ nằm trong tay cộng sản; con gái Việt bị làm nhục, cộng sản sung sướng, vì đó là những người đã chối bỏ sự thống trị của chúng mà ra đi. Người tị nạn Việt Nam bây giờ trông cậy vào ai? Vào các "cựu đồng minh" ư? Thì đó, cô gái Việt đã chạy vào Tòa Đại Sứ Mỹ ở Bangkok, để rồi được trả về cho cảnh sát Thái Lan, rũ trách nhiệm. Vào nước Thái "với truyền thống Phật Giáo" ư? Thì đó, tàu đánh cá biến thành cướp đông cả 50 chiếc, công khai giở trò điếm nhục, không thể nói là "không biết"; thủ phạm đã bị vạch mặt chỉ trán, đang được cảnh sát Thái che chở; hệ thống pháp lý như cái mền rách, không đủ đắp điếm những tội ác lồ lộ. Vào các cơ quan quốc tế ư? Thì bất quá họ thí cho ít phẩm vật và vài lời an ủi rỗng tuếch.

Chúng ta bây giờ CHỈ CÒN CÓ NHAU. Hãy đâu lưng vào nhau mà chống chỏi với nghịch cảnh! Hãy lấy hợp quần làm sức mạnh. Chúng ta đủ sức dạy cho cả thế giới bài học LÀM NGƯỜI.

VNHN

Thư Nhật Tiến - Dương Phục - Vũ Thanh Thủy gửi Giáo Sư Nguyễn Hữu Xương

Songkhla, Thái Lan ngày 23 tháng 4 năm 1980

Thân gửi Anh Nguyễn hữu Xương,

Chủ tịch Hội Boat People S.O.S.

Thưa Anh,

Chúng tôi là Vũ thanh Thủy, Dương Phục, Nhật Tiến, hôm nay mới có thì giờ viết thư tới Anh để hỏi thăm sức khỏe của Anh cùng quý quyến, đồng thời để bày tỏ với Anh lòng cảm kích và biết ơn sâu xa của chúng tôi về những nỗ lực của Anh,

Anh Phan lạc Tiếp, Anh Đinh thạch Bích và toàn thể những
Anh Chị Em khác đã hỗ trợ chúng tôi trong công cuộc tố cáo
trước dư luận thế giới về tệ nạn hải tặc diễn ra cho những đồng
bào tị nạn bằng thuyền của chúng ta ở Đông Nam Á.

Phải thành thực mà nói, kể từ khi Vũ thanh Thủy và Dương
Phục công bố lần đầu tiên bài bút ký đăng trên HV cho đến
những bản cáo trạng viết về đảo Kra sau này ký tên chung ba
người, chúng tôi không dám có ước vọng là tạo được một tiếng
vang mạnh mẽ như thế. Chúng tôi chỉ cố gắng làm bổn phận
của những người cầm bút phải lên tiếng nói trước những thảm
kịch vô cùng đớn đau, vô cùng thảm khốc xảy ra cho đồng bào
của mình. Nhưng rồi được sự cảm thông của các Anh, được các
Anh chia xẻ sâu xa nỗi xúc động về những sự kiện kinh hoàng
xảy ra trong vịnh Thái Lan, được các Anh bỏ hết tâm huyết và
thì giờ để phơi bày nội vụ ra trước công luận, nhờ thế mà tiếng
nói nhỏ bé và cô đơn ở đây đã được vang dội khắp thế giới,
khả dĩ đem lại được những hiệu quả tốt đẹp cho việc giải quyết
các tệ nạn hải tặc kể trên. Chúng tôi biết rằng, sự kiện các Anh
dấn thân vào công cuộc hỗ trợ cho những nguyện vọng chính
đáng của thuyền nhân tị nạn, xuất phát từ lòng nhân ái và tình
nghĩa đồng bào của các Anh Chị, nhưng dù sao, trong cương vị
những người đã tố cáo khởi sự từ những giờ phút mệt mỏi và
cô đơn nhất, chúng tôi cũng phải gửi tới riêng Anh, và tới toàn
thể các Anh các Chị trong hội Boat People S.O.S. niềm xúc động
chân thành và lòng biết ơn của chúng tôi. Chính những nỗ lực
của các Anh các Chị ở bên đó đã an ủi, khích lệ chúng tôi rất
nhiều, giúp chúng tôi thêm sức mạnh tinh thần để đương đầu
với nội vụ mà chúng tôi rất ý thức được tất cả những hậu quả
có thể xảy ra cho chúng tôi trong thời gian chúng tôi còn nằm
ngay ở trên phần đất của Thái Lan này.

Ở trong trại tị nạn này, với tất cả hồ sơ mà các anh đã gửi
đến cho chúng tôi, chúng tôi đã thực hiện một chương trình
phát thanh đặc biệt trên loa cho gần 7,000 đồng bào toàn trại
được rõ về những sự hỗ trợ của các Anh các Chị đã và đang

tiếp tục làm. Đồng bào ở đây rất vui mừng khi được thấy số phận đớn đau của họ đã được thế giới biết đến, Quốc Vương và Hoàng Hậu Thái Lan biết đến, và tất cả đều chỉ biết cầu nguyện cho nỗ lực của các Anh Chị bên ấy đạt được nhiều kết quả, để các đồng bào đi sau khỏi phải nhận lãnh số phận đớn đau như những người đi trước.

Xin gửi tới Anh lời thăm hỏi chân tình nhất. Xin Anh gửi tới tất cả các Anh Chị Em trong hội Boat People S.O.S., trong các hội đoàn, các tổ chức khác mà Anh có dịp tiếp xúc, lời tri ân sâu xa của chúng tôi.

Kính thư,

VŨ THANH THỦY - DƯƠNG PHỤC - NHẬT TIẾN

Thư gửi Giáo Sư Nguyễn Hữu Xương:
Thắng Lợi Nhưng Phải Duy Trì Nỗ Lực Chống Hải Tặc!

NHẬT TIẾN - DƯƠNG PHỤC - VŨ THANH THỦY

Songkhla Thái Lan ngày 14 tháng 6 năm 1980

Kính gửi Tiến Sĩ Nguyễn hữu Xương
Chủ Tịch Boat People S.O.S. Committee (Hoa Kỳ)

Thay mặt nhóm 157 nạn nhân thuộc đảo Kra trong vịnh Thái Lan, chúng tôi xin kính gửi tới Tiến Sĩ lời tri ân chân thành của chúng tôi trước những nỗ lực của Tiến Sĩ và của Boat People S.O.S. Committee trong công cuộc vận động đấu tranh chống hải tặc, chẳng những riêng cho số phận của nhóm thuyền nhân chúng tôi mà còn chung cho toàn thể những đồng bào tị nạn bằng thuyền đang và sẽ ra đi. Chính nhờ ở những hoạt động tích cực, mau chóng và hữu hiệu của Boat People S.O.S. Committee, cùng với sự hỗ trợ triệt để, mạnh mẽ và quyết liệt của các cộng đồng tôn giáo, các cơ quan truyền thông, báo chí, các hội đoàn, anh chị em học sinh và sinh viên các trường Đại Học và các đồng bào trong cộng đồng tị nạn Việt Nam, mà thảm kịch trên biển hiện nay, tuy chưa có những biện pháp giải quyết trọn vẹn nhưng đã gây được tiếng vang, làm chấn động lương tâm nhân loại và đồng thời đã có một số biện pháp cụ thể được áp dụng để làm giảm thiểu tệ nạn hải tặc trong vịnh Thái Lan.

Chúng tôi xin kính nhờ Tiến Sĩ, thông qua Boat People S.O.S. Committee, chuyển tới toàn thể các cộng đồng tôn giáo, các cơ quan truyền thông, báo chí, các hội đoàn, anh chị em sinh viên học sinh và đồng bào trong cộng đồng tị nạn Việt Nam lòng xúc động sâu xa, lời tri ân chân thành của chúng tôi trước tinh thần đoàn kết, cảm thông mà mọi người, mọi giới đã chia xẻ với chúng tôi bằng cách này hay cách khác, đem lại cho chúng tôi rất nhiều an ủi, khích lệ trước những nỗi đớn đau vì những thảm kịch mà chúng tôi đã phải chịu đựng sau những cuộc hành trình vượt biển đi tìm tự do.

Đặc biệt, nhờ sự vận động tích cực, mau chóng của Boat People S.O.S. Committee, thông qua ảnh hưởng rộng rãi của Tiến Sĩ Chủ Tịch đối với các giới chức có thẩm quyền cao cấp nhất liên quan đến công cuộc giải quyết thích đáng cho số phận nhóm 157 thuyền nhân chúng tôi. Lá Thỉnh Nguyện Thư của chúng tôi đề ngày 7-5-1980 nhờ Boat People S.O.S. Committee sao chuyển và vận động, nay đã được một số thành quả khích lệ. Các giới chức thẩm quyền cao cấp của Cao Ủy Tị Nạn Liên Hiệp Quốc tại Thái Lan và phái đoàn của Tòa Đại Sứ Mỹ tại Bangkok đã xuống tại Songkhla ngày 13-6-1980 mở các cuộc tiếp xúc chính thức với toàn thể nhóm nạn nhân 157 người để bày tỏ sự cảm thông, chia xẻ về những nỗi đớn đau mà họ đã phải chịu đựng, đồng thời hứa sẽ giải quyết nội vụ trên hai khía cạnh:

1) Sẽ vận động để việc ra tòa của các nhân chứng kết thúc thật sớm và để các đồng bào nhân chứng có thể đi định cư trong thời gian ngắn nhất.

2) Trước đó, những đồng bào nạn nhân không phải nhân chứng chính thức sẽ được giải tỏa cho đi định cư dần dần theo danh sách thông lệ của phái đoàn Mỹ đưa xuống trại tị nạn

Songkhla (riêng chúng tôi phân công một số vào Mỹ trước, và một số ở lại cùng với các nhân chứng).

Chúng tôi đã tiếp nhận những biện pháp giải quyết này, trước hết với lòng bày tỏ sự cảm thông và chia xẻ đối với các đồng bào nhân chứng trực tiếp, sẽ còn phải ở lại Thái Lan thêm một thời gian, và sau nữa, với một nguyện vọng mong mỏi dư luận trên toàn thế giới, không vì những diễn tiến mới của vụ án KO KRA mà cho rằng chính nghĩa đã toàn thắng vẻ vang. Tệ nạn hải tặc vẫn còn đó! Trong tương lai, không thể biết được rằng số phận các thuyền nhân đi sau chúng tôi sẽ được chú ý nhiều hơn là vẫn tiếp tục bị rơi vào những thảm kịch kinh hoàng trên mặt biển.

Vì lý do đó, chúng tôi thỉnh cầu Tiến Sĩ trong cương vị Chủ Tịch Boat People S.O.S. Committee, hãy tiếp tục sử dụng ảnh hưởng sẵn có để duy trì tiếng nói của các nạn nhân khổ đau tị nạn bằng thuyền trong công cuộc đấu tranh cho đến khi nạn hải tặc chấm dứt vĩnh viễn. Chúng tôi nghĩ rằng còn vấn đề cộng sản ở Việt Nam thì vẫn còn những thuyền nhân ra đi, và vai trò của Boat People S.O.S. Committee vẫn còn phải tồn tại. Chúng tôi xin hứa sẽ góp phần tích cực trong phạm vi khả năng của mình, để tiếp tay với Tiến Sĩ nói riêng và Boat People S.O.S. Committee nói chung trong mọi công tác phục vụ lợi ích chung cho đồng bào vượt biển tị nạn bằng thuyền.

Xin Tiến Sĩ nhận ở đây lòng kính mến của chúng tôi.

Thay mặt nhóm thuyền nhân 157 người ở đảo Kra

NHẬT TIẾN – DƯƠNG PHỤC – VŨ THANH THỦY

Thỉnh Nguyện Thư
gởi Quốc Vương và Hoàng Hậu Thái Lan

Kính thưa,

Quốc Vương và Hoàng Hậu

Vương Quốc Thái Lan

Trước hiểm họa cộng sản ngày một gia tăng, nước Việt Nam chúng tôi đã phải gánh chịu nhiều tai họa đau thương nhất. Đặc biệt sau 30-4-1975, khi Miền Nam Việt Nam rơi vào tay cộng sản, nhân dân nước tôi đã có hàng triệu người, bất chấp mọi gian nguy, đã vượt biển, bỏ nước ra đi tìm tự do. Trong số đó hàng trăm ngàn người đã lọt vào bờ biển của quý quốc, và đã được quý quốc giúp đỡ, săn sóc, cho tá túc để chờ được định cư tại các quốc gia khác. Nghĩa cử hào hiệp đó sở dĩ có được chính là nhờ ở sự trị vì nghiêm minh của Quốc Vương, và đặc biệt còn nhờ ở đức độ thuần hậu đầy nhân ái của Hoàng Hậu, cũng như sự bao dung của Chính Phủ và nhân dân Thái, một dân tộc đã được thấm nhuần sâu xa lòng từ bi của Đấng Như Lai. Do đó chẳng những người tị nạn biết ơn, mà cả thế giới đã tỏ lòng ngưỡng mộ quý quốc. Chúng tôi chân thành gửi đến Quốc Vương, Hoàng hậu, Chính Phủ và nhân dân Thái lời cảm tạ sâu xa nhất của chúng tôi.

Song bên cạnh nghĩa cử cao đẹp đó, trong những tháng vừa qua, có một số người hành nghề đánh cá trên lãnh hải của quý quốc, đã có những hành động tàn bạo, gây nên rất nhiều cảnh đau thương cho những người Việt Nam vượt biển. Trong số những cảnh huống đầy máu và nước mắt ấy là sự ngược đãi người tị nạn trên đảo Ko Kra, xảy ra trong tháng 11-1979. Hành động bạo tàn này chắc chắn đã đi ngược lại tôn chỉ của Hoàng Gia, của Chính Phủ và nhân dân Thái; đã làm hoen ố một phần không nhỏ nghĩa cử cao đẹp của Hoàng Gia và quý quốc đã và còn đang dành cho người Việt Nam vượt biển; cũng như đã làm cho dư luận thế giới xúc động. Đó là một điều vô cùng đáng tiếc.

Do đó, trước nguy nan đang và còn đe dọa đến tài sản, tính mạng và nhân phẩm của những người vì yêu chuộng tự do mà vượt biển; trước uy tín rực rỡ của Hoàng Gia và quý quốc, chúng tôi kính cẩn viết thư này gửi đến Quốc Vương, Hoàng Hậu, Chính Phủ Thái, với niềm mong mỏi được quý quốc nghiêm trị những thủ phạm đã gây nên các thảm họa nêu trên, đồng thời kính xin Quốc Vương, Hoàng Hậu và Chính Phủ Thái tìm mọi cách để dập tắt càng sớm càng tốt những hành động xấu xa đang làm ô danh lòng nghĩa hiệp của nhân dân Thái.

Trước niềm mong mỏi này chúng tôi nguyện cầu Đấng Như Lai gia hộ cho Hoàng Gia và toàn thể nhân dân Thái mãi mãi được hưởng những ngày thanh bình thịnh trị, để bờ biển Thái còn mãi là nơi đến đầy an lành và thương yêu cho người Việt Nam vượt biển tìm tự do.

Chân thành cảm tạ.

- Ô. Nguyễn văn Nghi
Chủ tịch Cộng Đồng Đông Dương
và Chủ Tịch Cộng Đồng Công Giáo Việt Nam

- Linh Mục Đỗ quang Biên
Lãnh đạo Tinh thần Công Giáo Việt Nam tại San Diego

- Thượng Tọa Thích Trí Chơn
Lãnh đạo Tinh thần Phật Giáo Việt Nam San Diego

- Cô Đỗ thái Hương
Giám Đốc Trung Tâm Cộng Đồng Đông Dương

- Ô. Phạm quang Tuấn
Giám Đốc Trung Tâm Trợ Giúp Người Tị Nạn Đông Dương

- Ô. Nguyễn hữu Giá
Cố vấn Việt Nam Thân Hữu Hội

- Luật Sư Nguyễn hữu Khang
Giám Đốc Văn Phòng Cố Vấn Pháp Luật

- Ô. Vũ minh Trân
Chủ Tịch Hội Văn Hóa và Giáo Dục

- Ô. Trần mạnh Phúc
Phó Chủ Tịch Hội Ái Hữu Việt Nam

- Ô. Đinh Thịnh
Tổng Thư Ký Hội Phật Giáo Việt Nam

- Bác Sĩ Trần Văn Khang
Hội Viên Hội Ái Hữu Việt Nam

- Tiến Sĩ Lê phục Thủy
Giáo Sư Đại Học UCSD

- Ô. Phan Lạc Tiếp
Nhà Văn

- Luật Sư Đinh thạch Bích
Chủ bút báo Việt Nam Hải Ngoại

- Ô. Nguyễn Nguyên
Tổng Thư Ký Hội Ái Hữu Không Quân Việt Nam

- Ô. Đỗ quang Giai
Chủ Tịch Hội Sinh Viên Việt Nam tại Đại Học San Diego

- Tiến Sĩ Nguyễn hữu Xương
Chủ Tịch Ủy Ban Báo Nguy Giúp Người Vượt Biển

- Ô. Lục Phương Ninh
Chủ Tịch Lực Lượng Quân Nhân Hải Ngoại

Ủy Ban Báo Nguy Giúp Người Vượt Biển Chống Cướp Thái Lan
Tin riêng VNHN – ĐPV Trí Tâm từ San Diego.

– Báo chí địa phương tuần vừa qua loan tin: tại San Diego vừa thành lập một Ủy Ban Báo Nguy Giúp Người Vượt Biển chống cướp Thái Lan.

Tiếp xúc với báo chí Mỹ, nhà văn Phan lạc Tiếp, một trong những người sáng lập Ủy Ban, với đầy đủ tài liệu trong tay, đã tố giác nhà cầm quyền Thái Lan cố tình làm ngơ, để bọn cướp biển mặc tình cướp bóc, hãm hiếp người Việt vượt biển tìm tự do, trong đó có rất nhiều trường hợp thật thương tâm: giết chồng hiếp vợ; giết cha hiếp con; trẻ vị thành niên bị hiếp có bầu … mắc bệnh phong tình vì bị hãm hiếp v.v… Trong nhiều trường hợp, nhà cầm quyền Thái Lan phát giác có người vượt biển ngoài

85

hoang đảo, hứa sẽ trở lại tiếp cứu; nhưng sau khi họ bỏ đi, những người trở lại là bọn cướp với tất cả những hành vi ghê tởm nhất. Nhiều trường hợp khác, người vượt biển bị đuổi ra khơi; vừa khỏi tay nhà cầm quyền Thái thì lọt ngay vào tay bọn cướp.

Câu hỏi đặt ra: nhà cầm quyền Thái và bọn cướp là một hay là hai? Thế giới đã biết có bọn cướp như thế ở vịnh Thái Lan, tại sao vẫn làm ngơ cho đến bây giờ? Cảnh sát quốc tế ở đâu? Hay những người vượt biển không còn được coi là con người để được bảo vệ nữa? Câu hỏi đặt ra không phải chỉ cho nhà cầm quyền Thái, hay nhà cầm quyền Mỹ, mà cho toàn thể loài người. Loài người có còn lương tâm không?

Nếu loài người, nước Mỹ hay nước Thái cố tình làm ngơ, thì người Việt ở hải ngoại, nhất là những nạn nhân vượt biển đã thoát khỏi tay bọn cướp sau khi bị chúng lột sạch, bị chúng hãm hiếp, đánh đập … những người ấy có bổn phận phải lên tiếng, phải áp lực mọi cách để chấm dứt nạn cướp biển Thái Lan, để những người vượt biển đi sau chúng ta không lâm vào thảm họa như thế nữa.

Ủy Ban Báo Nguy Giúp Người Vượt Biển do Giáo Sư Nguyễn hữu Xương làm chủ tịch hiện đang xúc tiến mạnh mẽ việc sưu tầm tài liệu làm hậu thuẫn cho những tố giác, buộc thế giới phải nhìn nhận có nạn cướp biển Thái Lan, do đó, phải có biện pháp hữu hiệu chống lại bọn cướp ấy. *Việt Nam Hải Ngoại* khẩn thiết kêu gọi đồng bào sốt sắng đóng góp tài liệu, tiếng nói, làm hậu thuẫn cho công việc làm của Ủy Ban. *VNHN* tình nguyện đứng ra thâu thập giúp tài liệu; xin gửi về địa chỉ *VNHN*, chúng tôi sẽ chuyển đến Giáo Sư Nguyễn hữu Xương.

Trong dịp hội Tết ở San Diego vừa qua, Ủy Ban đã có sáng kiến đặt một bàn lấy chữ ký đồng bào ngay tại cửa vào hội trường Mandeville Center, UCSD, hậu thuẫn cho việc làm của Ủy Ban. Kết quả đã lấy được trong nửa ngày hơn 600 chữ ký của đồng bào. Thiết nghĩ, mọi người cần tiếp tay mạnh mẽ hơn nữa để Ủy Ban sớm đạt kết quả mong muốn.

Cuối Cùng Tình Yêu Đã Thắng

Tin riêng VNHN – Nhật Tiến từ Songkhla.

– Ngày 18-6-1980 vừa qua, 157 nạn nhân của đảo Kra, cùng với toàn thể đồng bào trong trại tị nạn Songkhla đã hân hoan chào mừng một hôn lễ đặc biệt, không chỉ riêng của trại, mà còn có ý nghĩa của toàn thế giới thuyền nhân tị nạn.

Cô dâu là Maria Nguyễn thị Hạnh, 18 tuổi, sinh viên sư phạm; chú rể là Giu-Se Đỗ trung Nghĩa, 25 tuổi, sinh viên đại học khoa học Sài Gòn. Cả hai đều thuộc nhóm nạn nhân 157 người của đảo Kra đã từng gây xúc động dư luận trên toàn thế giới. Cả hai đã cùng đi trên ghe không số 34 người, bị hải tặc xô xuống biển lúc đẩy vào đảo Kra, chỉ còn 18 người sống sót. Cô dâu là người đã ôm được một phao trôi nổi trong suốt một đêm mới được cứu thoát. Chú rể cùng đi với một em trai 19 tuổi, cậu này không may bị chết đuối, xác tấp vào bờ, được 157 đồng bào nạn nhân chôn cất ngay trên đảo.

Định mệnh đã đưa đẩy đôi thanh niên này lên hòn đảo địa ngục. Họ đã từng chia xẻ với nhau đến mức tận cùng của sự đớn đau và họ đã nương nhau để vượt qua những ngày sống kinh hoàng và gian khổ đó.

Khi nhập trại Songkhla, đau thương tận cùng đã không chia rẽ được đôi lứa, và cuối cùng tình yêu đã thắng. Cả hai đã quyết định đi tới hôn lễ, tổ chức đúng một ngày trước khi lên đường đi định cư tại Hoa Kỳ. Tham dự hôn lễ kỳ diệu này có đông đủ ban đại diện trại tị nạn Songkhla, các vị đại diện tôn giáo, đông đủ các thành phần của đồng bào trong trại. Sau buổi lễ tại nhà thờ công giáo, vào buổi tối, một tiệc trà đơn sơ nhưng vô cùng xúc động đã được tổ chức để chúc mừng cô dâu, chú rể.

Sự phối hợp giữa hai thanh niên nam nữ đã từng là nạn nhân của địa ngục kinh hoàng Ko Kra, không những nói lên tình yêu thương chia xẻ đến tận cùng của đôi lứa, mà còn thể hiện tinh thần can đảm, bất khuất của toàn thể "Boat People" đã từng vượt lên trên mọi gian khổ, hiểm nguy để đạt tới mục đích vượt thoát xứ cộng sản đi tìm tự do.

Trong buổi lễ, chú rể đã nghẹn ngào tuyên bố:

- Chúng tôi luôn luôn nghĩ rằng danh dự của những phụ nữ nạn nhân của hải tặc bao giờ cũng chói sáng. Họ đã thể hiện tinh thần dũng cảm và chịu đựng rất đáng khâm phục. Riêng chúng tôi, chúng tôi đã chia xẻ với nhau đến tận cùng của sự đau thương, và chúng tôi đã tìm thấy chân hạnh phúc.

Sáng 19-6-1980, cô dâu, chú rể đã cùng với hầu hết nạn nhân ở đảo Kra lên đường đi định cư ở Hoa Kỳ. Riêng một số nạn nhân, nhân chứng trực tiếp vẫn còn ở lại tại trại Songkhla để chờ vụ án kết thúc.

Nhân dịp này, toàn thể anh chị em trong tòa soạn *VNHN* cùng với Ban Chấp Hành Hội Boat People S.O.S. Committee xin gửi đến cô dâu chú rể những lời chúc lành chân thành nhất. Cuộc phối ngẫu này quả là một tấm gương sáng về tình yêu và lòng dũng cảm truyền thống của dân tộc Việt Nam.

Và Công Lý Cũng Đã Thắng Hải Tặc Thái Lan
Tin riêng VNHN

– Theo nguồn tin những đồng bào vừa từ trại tị nạn Songkhla đến Hoa Kỳ, thì vụ án hải tặc Thái Lan bỗng dưng diễn tiến mau lẹ. Việc đình hoãn đến tháng 11-1980 như đã được báo trước nay đã bãi bỏ và tòa án hoàn tất hồ sơ trong thời gian kỷ lục để đem xét xử các can phạm.

Theo đài VOA, thuật lại nguồn tin đăng trên tờ Bangkok Post, cho biết tòa án Songkhla ở Nam Thái Lan vừa kết thúc phiên xử các hải tặc và kết án 7 can phạm từ 8 đến 24 năm tù về tội hãm hiếp những người vượt biển tị nạn. Vụ đau thương này xảy ra tại đảo Kra trong vịnh Thái Lan hồi tháng giêng năm nay. Một em bé gái 12 tuổi đã bị hãm hiếp đến chết. Vụ kết án này là vụ đầu tiên trong số hàng ngàn vụ đã xảy ra trước và sau đó, nhưng các nạn nhân đã không thể thu thập đủ bằng có để đưa các can phạm ra tòa. Ngay cả trong vụ này, thoạt đầu nhà cầm quyền Thái đã tỏ thái độ muốn ém nhẹm, nhưng sau bao nhiêu vận dụng dư luận báo chí cũng như các nhân vật, các cơ quan có thẩm quyền trên khắp thế giới, kèm theo một chiến dịch đấu tranh quyết liệt của khối người Việt tị nạn ở khắp thế giới, bằng đủ mọi cách, gõ đủ mọi cửa, cuối cùng chính quyền Thái đã phải chấp nhận một phần nào công lý dành cho những người tị nạn mà họ tưởng đâu không được ai bảo vệ nữa, mặc tình ai muốn làm gì thì làm.

Mặt khác, chánh phủ Thái Lan cũng đã phải hứa sẽ dẹp trừ các vụ cướp biển và cho hay là Hoa Kỳ đã hứa tăng cường 3 tàu tuần duyên với động cơ mạnh cho Hải Quân Thái Lan để giúp tiểu trừ các hải tặc hầu bảo vệ sinh mạng và tài sản những người vượt biển tị nạn từ Việt Nam vượt vịnh Thái Lan đến các nước Đông Nam Á.

Ủy Ban Báo Nguy Giúp Người Vượt Biển Được Đồng Bào Ủng Hộ Tài Chánh

Tin riêng VNHN

– ĐPV Trí Tâm từ San Diego.- Nguồn tin từ Ủy Ban Báo Nguy Giúp Người Vượt Biển vừa cho biết bức thư ngỏ của Giáo Sư Nguyễn hữu Xương, kêu gọi đồng bào ủng hộ tài chánh để nuôi dưỡng các hoạt động của Ủy Ban đã được đồng bào hưởng ứng nồng nhiệt.

Sổ vàng của Ủy Ban đã được khai trương với 1 Mỹ kim của ông Dương văn Thành, 722 N. Market #1, Wichita, KS 67214, ngày 19 tháng 5-1980.

Ngày 12-6-1980, Ủy Ban nhận được 290 Mỹ kim từ ông Nhiệm Tống, thay mặt nhóm chí nguyện của Hội Sinh Viên Việt Nam tại đại học UC Berkeley.

Ngày 15-6-1980, Ủy Ban nhận được từ ông Phạm thế Dũng 40 Mỹ kim – Cùng ngày, ông Huỳnh Q. Đại ủng hộ 10 Mỹ kim.

Ngày 16-6-1980, Ủy Ban nhận được của ông Phạm đỗ Chung 20 Mỹ kim. Cùng ngày, bà Đoàn thị Nguyệt cho 20 Mỹ kim. Cùng ngày, ông Lê văn Khoa ở Houston, TX tặng 20 Mỹ kim.

Ngày 18-6-1980, bà Xuân Quỳ Foreman ủng hộ 20 Mỹ kim.

Ngày 24-6-1980, ông Vũ quang Tùng ủng hộ 50 Mỹ kim.

Tổng cộng, cho đến ngày 24-6-1980, Ủy Ban đã nhận được 471 Mỹ kim của đồng bào ủng hộ. Ủy Ban nhờ *VNHN* cám ơn đồng bào và mong được tiếp tục ủng hộ để duy trì nỗ lực chống hải tặc trường kỳ, phòng ngừa nạn hải tặc tiếp diễn cho đồng bào vượt biển đi sau.

Chương III

CHIẾN DỊCH CHỐNG HẢI TẶC

Ủy Ban Báo Nguy Giúp Người Vượt Biển Đưa Kháng Thư Qua Lãnh Sự Thái Lan Ở Los Angeles

Tin riêng VNHN – ĐPV Trí Tâm từ Los Angeles. - Ủy Ban Báo Nguy Giúp Người Vượt Biển (chống hải tặc Thái Lan) từ khi thành lập đã không ngừng hoạt động. Một mặt, tất cả các tài liệu, chứng từ về tung tích cũng như căn cứ, các vụ cướp bóc hãm hiếp có bằng cớ được dịch cấp tốc ra tiếng Anh. Mặt khác, các nỗ lực vận dụng dư luận qua báo chí cũng như qua các nhân vật có ảnh hưởng lớn ở Hoa Kỳ v.v… được tiến hành khẩn trương. Với những bằng cớ xác thực sơ khởi, Ủy Ban đã soạn thảo một kháng thư gửi Vua Thái Lan, yêu cầu tìm mọi cách chấm dứt nạn hải tặc trong vịnh Thái Lan. Kháng thư mang chữ ký của các nhân vật sau đây ở San Diego:

- Nguyễn hữu Xương, Giáo Sư Đại Học UCSD, chủ tịch Ủy Ban Báo Nguy GiúpNgười Vượt Biển;

- Ô. Nguyễn văn Nghi, chủ tịch các hội đoàn Đông Dương ở San Diego, chủ tịch Cộng Đồng Công Giáo;

- Thượng Tọa Thích Trí Chơn, Lãnh đạo Tinh thần Hội Phật Giáo Việt Nam, San Diego;

- Linh Mục Đỗ quang Biên, Lãnh đạo Tinh thần Cộng Đồng Công Giáo Việt Nam ở San Diego;

- Ô. Nguyễn hữu Giá, Giám Đốc Trung Tâm Tiếp Trợ Người Tị Nạn Đông Dương;

- Cô Đỗ thái Hương, Giám Đốc Trung Tâm Dịch Vụ Đông Dương;

- Ô. Nguyễn hữu Khang, Giám Đốc Trung Tâm Dịch Vụ Tiền Pháp Lý;

- Ô. Phạm quang Tuấn, Cố vấn Cộng Đồng Việt Nam;

- Ô. Trần mạnh Phúc, Phó Chủ Tịch Việt Nam Thân Hữu Hội;

- Ô. Vũ minh Trân, Chủ Tịch Hội Văn Hóa Giáo Dục Việt Nam;

- Bác Sĩ Trần văn Khang, Việt Nam Thân Hữu Hội;

- Ô. Đinh Thịnh, Tổng Thư Ký Hội Phật Giáo Việt Nam San Diego;

- Ô. Phan lạc Tiếp, nhà văn;

- Tiến Sĩ Lê phục Thủy, Giáo Sư Đại Học UCSD;

- Ô. Nguyễn Nguyên, Tổng Thư Ký Hội Ái Hữu Không Quân;

- Ô. Đỗ quang Giai, Chủ Tịch Hội Sinh Viên Việt Nam San Diego State University;

- Ô. Lục phương Ninh, Chủ Tịch Lực Lượng Quân Nhân Việt Nam Hải Ngoại.

Ngày 5-3-1980, một phái đoàn đã được cử đi Los Angeles, đến tòa Tổng Lãnh Sự Thái Lan tiếp xúc với ông Tổng Lãnh Sự, trao tận tay ông kháng thư nói trên. Nội dung kháng thư rất hòa nhã, chỉ nêu rõ sự kiện với bằng cớ xác thực, yêu cầu nhà cầm quyền Thái Lan có biện pháp hữu hiệu chấm dứt nạn hải tặc Thái Lan. Trong đó có đoạn tạm dịch:

"Với hy vọng, chúng tôi cầu nguyện Đức Phật gia ơn bảo hộ Hoàng Gia và dân tộc Thái, để được mãi mãi yên hưởng hòa bình

94

thịnh vượng và để các bờ biển Thái sẽ là bến bờ thân hữu, an toàn cho những người đi tìm tự do."

Trước đó, có đoạn kháng thư viết:

"Chúng tôi chắc chắn rằng những hành động khủng khiếp, vô nhân đạo nói trên hoàn toàn trái ngược với chủ trương của hoàng gia, phản lại tình cảm của chính phủ và dân tộc Thái, hoàn toàn không xứng đáng với những hành động đáng ca ngợi mà hoàng gia và chính phủ Thái đang dành cho các thuyền nhân. Những hành động vô nhân đạo ấy, cũng đã khơi động dư luận hoàn toàn bất lợi trên toàn thế giới..."

Phái đoàn gồm có Giáo Sư Nguyễn hữu Xương, Giáo Sư Lê phục Thủy, các ông Nguyễn hữu Giá, Nguyễn hữu Khang và đại diện báo *Việt Nam Hải Ngoại (VNHN)* đến Tòa Tổng Lãnh Sự Thái Lan lúc 1 giờ 30 chiều, được ông Tổng Lãnh Sự Spovapoj Srivali tiếp đón niềm nở (ông nói được một hai câu tiếng Việt để chào hỏi). Ông xác nhận chính quyền Thái Lan không bao giờ dung dưỡng những hành vi hải tặc, nhưng vì khả năng hạn hẹp, vùng biển bao la khó kiểm soát, nên bọn hải tặc vẫn còn điều kiện để hoạt động. Ông hứa sẽ chuyển kháng thư theo hệ thống hành chánh về chánh phủ trung ương Thái. Ông cũng tỏ ý mong vụ này sẽ không trở thành một rắc rối chính trị không có lợi gì cho ai.

Giáo sư Nguyễn hữu Xương trình bày mục đích của phái đoàn chuyển đạt những sự thật đến nơi có thẩm quyền để được giải quyết thỏa đáng, đồng thời ước mong nước Thái với truyền thống Phật Giáo sẽ tìm mọi cách chấm dứt những hành động hải tặc trong lãnh thổ thuộc thẩm quyền và trách nhiệm của mình, chấm dứt thảm cảnh của những thuyền nhân đi tìm tự do, chưa thấy tự do đâu, đã gặp hải tặc.

Tiến Sĩ Lê phục Thủy nhấn mạnh những vụ hải tặc có bằng cớ đang được tòa án Thái Lan thụ lý, chuyển đệ nguyện vọng của khối tị nạn Việt Nam là những thủ phạm phải được trừng trị thích đáng.

95

Về lời yêu cầu của ông Tổng Lãnh Sự Thái Lan rằng "xin đừng chụp hình đăng báo, làm vụ này thành to chuyện", đại diện *VNHN* đã trả lời rằng: "Chúng tôi cần phải minh chứng với đồng bào chúng tôi rằng tính mạng, số phận của họ, dù ở một vùng biển khơi nào, cũng được luật pháp che chở. Khi người ta có cảm tưởng hoàn toàn bị bỏ rơi trong hoàn cảnh tuyệt vọng, chỉ sợ người ta không những chỉ làm to chuyện, mà còn có những phản ứng không ai lường trước được." Cuối cùng, ông Tổng Lãnh Sự xuề xòa, vui vẻ để nhà báo chụp hình.

Được biết, Ủy Ban Báo Nguy Giúp Người Vượt Biển đã sao kháng thư trên ra làm nhiều bản, gửi đi nhiều nơi có ảnh hưởng để kêu gọi sự ủng hộ, tiếp tay; dường như nhiều thống đốc, nghị sĩ, dân biểu Mỹ đã tỏ ý ủng hộ bản kháng thư hết mình, và hứa tiếp tay giúp chấm dứt nạn hải tặc trong vùng vịnh Thái Lan.

Ngoài lề các vận động, một số thanh niên, cựu quân nhân Việt Nam đã điện thoại, hoặc viết thư cho *VNHN*, đề nghị liên lạc, thỉnh cầu cơ quan Cảnh Sát Quốc Tế thuộc Liên Hiệp Quốc cấp tàu bè, vũ khí; các thanh niên tị nạn Việt Nam tình nguyện đi lính không lương giúp dẹp hải tặc trong vùng vịnh Thái Lan. *VNHN* thiết nghĩ: quý bạn nào ở vùng Nữu Ước nên phát động ngay một phong trào đấu tranh trước Liên Hiệp Quốc, đòi hỏi thỏa mãn nguyện vọng này. Cứ phát động, dù họ không thỏa mãn cách ta mong muốn, cũng phải tìm cách khác mà chấm dứt thảm trạng hải tặc trong vịnh Thái Lan.

Đồng Bào Hưởng Ứng Việc Chống Hải Tặc Thái Lan

Tin riêng – đpv Nam Dân từ San Diego. - Việc làm của Ủy Ban Báo Nguy Giúp Người Vượt Biển bắt đầu có tiếng vang trong mọi giới đồng bào tị nạn. Sau khi *VNHN* công bố địa chỉ của Ủy Ban (số 6970 Linda Vista Road, San Diego, CA 92111) thư từ của đồng bào đã tới tấp đến địa chỉ này, hoặc khuyến khích, hoặc góp thêm ý kiến, hoặc đề nghị được tiếp tay v.v… Một số thư từ khác gửi qua *VNHN* nhờ chuyển. Có vị không quên cho phép *VNHN* đăng tải thư mình. Đó là trường hợp của ông Nguyễn mạnh Kim, hiện cư ngụ ở Pennsylvania, với lá thư dài, đóng góp nhiều ý kiến xây dựng kèm theo những đề nghị thật cụ thể, thật hữu ích. Chúng tôi xin đăng nguyên văn bức thư của ông Kim dưới đây hầu độc giả:

Lancaster ngày 11-3-1980

Kính gửi Giáo Sư Nguyễn hữu Xương (qua VNHN)

Thưa Giáo Sư,

Tôi tên Nguyễn mạnh Kim, rất vui mừng được biết chính Giáo Sư, cùng nhà văn Phan lạc Tiếp và một số sáng lập viên, đã thành lập xong Ủy Ban Báo Nguy Giúp Người Vượt Biển chống cướp Thái Lan. Nhân đây tôi xin kính chúc Giáo Sư, quý sáng lập viên và gia quyến luôn được an khang hạnh phúc. Đồng thời tôi cũng xin cầu chúc quý Ủy Ban sớm đạt được kết quả to lớn. Tôi tin chắc sự thành công của quý Ủy Ban sẽ đem lại, không những kịp thời cho các thuyền nhân đang và sẽ ra đi tìm tự do, được thoát khỏi hiểm họa đáng sợ "cướp biển", mà còn thiết thực đáp được sự mong ước của toàn thể đồng bào ở trong cũng như ngoài nước Việt Nam, để an ủi các nạn nhân còn sống sót và rửa hận cho các thuyền nhân đã chết đau đớn vì nạn cướp biển Thái Lan.

Thật vậy, nạn cướp biển đã gây sự uất hận cho toàn thể Việt kiều hải ngoại và đồng bào còn ở lại Việt Nam. Chính tôi đã thông báo rộng rãi đến các bạn bè, họ hàng và các Việt kiều quen biết xa gần biết về tổ chức của Giáo Sư, và tất cả đã vui mừng và nhiệt liệt, hoàn toàn ủng hộ "Ủy Ban Báo Nguy Giúp Người Vượt Biển Chống Cướp Thái Lan."

Ủy Ban của Giáo Sư quả là cần thiết, cấp bách và lợi ích. Như quý Ủy Ban đã nêu rõ, các tội ác của bọn cướp Thái, đồng lúc nói lên được những đau khổ, nhục hận của các nạn nhân chúng ta đã được toàn thế giới biết rõ, nhưng chẳng ai lưu tâm hành động ngăn chận cướp biển và giúp các người vượt biển. Cuối cùng, chỉ chính người Việt Nam chúng ta phải hy sinh, mạnh dạn đứng ra kêu giúp lẫn nhau mà thôi.

Nạn cướp biển đến nay đã gây thù oán cho toàn thể người Việt Nam và gây lo ngại rất nhiều cho những người muốn thoát khỏi nanh vuốt cộng sản. Qua đài BBC, VOA và đài VERITAS..., lúc còn ở Việt Nam, tôi và các đồng bào đã được tường thuật lại những vụ cướp biển khốn nạn và những hành động dã man, vô nhân đạo, để hèn của bọn cướp Thái. Thế nhưng, dù "nạn cướp biển Thái Lan" đã được quốc tế thông tin rộng rãi, chúng ta vẫn chưa thấy một hành động cụ thể nào ngăn cản. Bây giờ thì nạn cướp biển càng ngày càng bành trướng và có đôi lúc hầu như được "hợp thức hóa."

Như ở vịnh Thái Lan, bằng chứng là tất cả các ngư phủ Thái đã trở thành cướp biển, chứ không phải chỉ có bọn hải tặc chuyên nghiệp Thái. Thêm vào đó là sự cộng tác, che chở, hỗ trợ và tòng phạm của các nhân viên an ninh, quân sự thuộc các lực lượng bảo vệ và canh phòng Thái Lan, trong lúc nhà cầm quyền Thái vẫn giả mù giả điếc. Tệ hại hơn nữa, nạn cướp biển đã truyền lan sang khu vực biển Mã Lai: lại một số đông ngư phủ Mã Lai đã chuyển qua nghề cướp biển. Và lính canh phòng bờ biển, thủy quân lục chiến Mã Lai, cũng đã giở trò cướp của và hãm hiếp đàn bà con gái dã man và công khai, trước khi đưa thuyền nhân vào trại tạm cư, hoặc kéo ngược trở ra biển khơi.

Thưa Giáo Sư,

Chính tôi là một nạn nhân của bọn cướp Thái Lan trong cuộc vượt biển tháng 9-1979 vừa qua. Qua kinh nghiệm tiếp xúc với đồng bào tị nạn ở Singapore, tôi kính xin được hợp tác với quý Ủy Ban trong mọi nhiệm vụ được giao phó. Tôi và các đồng thuyền đã giết chết được 10 tên cướp Thái, đoạt được chiếc thuyền lớn của chúng để tiếp tục hành trình vượt biển. Nhưng đau đớn cho tôi, là vợ tôi đã té xuống biển và đã tử nạn. Đồng thời, thời gian ở trong trại tị nạn Singapore, với chức vụ phó trại trưởng, tôi đã được biết rõ nhiều vụ cướp Thái. Nhân đây, tôi xin đóng góp một số chi tiết cần thiết và một số ý kiến để thu thập tài liệu chính xác, cần thiết, như sau:

A.- Chi tiết về khu vực hoạt động cướp biển và hành động phụ thuộc:

- Bọn ngư phủ Thái hoạt động cướp biển kề cận và dọc sát theo bờ biển Việt Nam, từ vùng biển Đà Nẵng xuống tới mũi Cà Mau, vòng sát đảo Côn Sơn, Phú Quốc và chận lối vào Rạch Giá, Hà Tiên.

Trong lúc các thuyền nhỏ hơn, với số ngư phủ từ 15 tên trở xuống thì xếp hàng rào ngăn chận theo hướng Tây Nam đảo Phú Quốc, tức từ Phú Quốc chạy chéo xuống Mã Lai và Nam Dương. Dọc hải bàn từ Nam Việt Nam xuống từ hướng 160^0 đến 230^0. Bọn này dùng dao nhỏ, búa, bồ cào và xẻng cuốc thường.

- Đảo Kra và các đảo nhỏ gần biên giới Mã Lai là nơi bọn cướp Thái giam giữ các thuyền nhân để tiếp tục tra khảo tiền, vàng và hãm hiếp phụ nữ. Ở đảo Kra này, bọn ngư phủ hành nghề ma cô với các tàu đánh cá khác và các lực lượng tuần phòng; có nhân viên ở đảo bảo vệ kỹ lưỡng.

- Ngoài ra, bọn cướp còn giữ lại một số phụ nữ đẹp trên ghe của chúng để tiếp tục dùng như trò giải trí khi đi biển, hoặc đưa vào đất liền gả bán, hoặc bắt hành nghề mãi dâm cho chúng.

- Chi tiết khác cho hay: cảnh sát và nhân viên an ninh các trại tị nạn cũng đôi lúc đưa và ép một số nữ trại viên ra ngoài trại để bán cho các lò "điếm" ở các phố kế cận, hoặc để tự chúng thủ vui, với lý do là di chuyển trại, hoặc chuyển đến các quốc gia thứ ba. Thực tế là mất tích, chứ chẳng có đi đâu cả. Sự việc này đã do một người bà con một nạn nhân trốn thoát được khỏi một nhà chứa tiết lộ.

B.- Các chi tiết cần thu nhận để làm tài liệu, gồm có các sự kiện liên quan đến từng trường hợp cụ thể như:

- Tên thuyền và số thuyền (như BT-146; NT-4129, v.v…)

- Ngày và nơi khởi hành từ Việt Nam;

- Ngày giờ và nơi bị cướp (tọa độ trên hải đồ nếu có); nếu bị cướp nhiều lần, cũng ghi rõ mỗi lần bị ở đâu… ngày giờ nào…

- Ghi lại số ghe Thái đã gây cướp;

- Nhân số: tổng số ban đầu, số bị chết, số bị thương, số bị hiếp;

- Nơi bị giam giữ + số ngày bị giam giữ;

- Ngày và giờ nơi vào đất liền

C.- Chi tiết phụ:

- Có thấy thuyền Việt Nam nào bị cướp không? (cho các chi tiết như ở phần B, nếu có thể);

- Có thấy tàu nào bị phá, hoặc ủi chìm không?

Trên đây là một vài ý kiến đóng góp của tôi và tôi mạo muội đóng góp, chứ thực tế, tôi nghĩ rằng quý Ủy Ban đã chắc chắn có sẵn những chương trình hành động, các chi tiết cần thu nhận rồi. Mong Ủy Ban cũng thông cảm cho tôi. Nhưng nếu có thể được, kính xin Ủy Ban đăng trên báo Việt Nam Hải Ngoại những chi tiết cần cho tài liệu, để đồng bào được đóng góp mau chóng.

Riêng ở Singapore, tôi và một số nạn nhân khác đã tự động kéo đến Tòa Đại Sứ Thái ở Singapore để trao bản tường trình và kháng cáo. Đại diện Tòa Đại Sứ Thái (qua sự can thiệp của Cao Ủy Tị Nạn và các phóng viên ngoại quốc) đã nhận kháng thư của chúng tôi để chuyển đạt cho chính quyền Thái. Đồng thời, chính tôi đã tự tổ chức và xin được tiếp xúc báo chí. Ngày 21-9-1979, tôi đã tiếp xúc được tất cả 17 phái đoàn và đại diện hãng thông tấn, báo chí, tại văn phòng trại tị nạn. Đồng thời nhờ ông Đỗ Văn thuộc đài BBC Luân Đôn thực hiện một chương trình phát thanh, và đã có kết quả là 2 nạn cướp đã được tàu hàng Nhật và Mỹ cứu thoát. Và một số nhóm thuyền nhân đi sau đã theo sự chỉ dẫn đi biển hoặc trang bị chống cướp; họ đã thành công và viết thư cám ơn tôi.

Tôi hy vọng Ủy Ban KCGNVBCCTL cũng sẽ thực hiện rộng rãi những chương trình thông tin quốc tế, giúp đỡ truyền bá qua hai đài BBC và VOA, để đồng bào bên nhà được biết rõ ràng hơn, tiện lợi cho các cuộc trốn thoát mong đợi của họ.

Riêng nhóm tôi gồm 29 người, dùng thuyền đánh cá số BT-146 đi từ Bến Tre và ra cửa biển Long Phú, Hậu Giang vào lúc 5 giờ sáng ngày 29-8-1979. Bị cướp lần đầu vào đêm 1-9-1979 ở phía Tây Nam Phú Quốc, khoảng 400 km theo hướng 220^0 (vì mất bản đồ nên không ghi được tọa độ theo hải đồ), do ghe Thái Lan số 452 cướp. Bọn này sau khi kêu gọi chúng tôi góp vàng, tiền với lời hứa sẽ kéo vào đất liền, nên chúng tôi đã nộp cho chúng, gồm 2 lượng vàng và 150 đô la Mỹ. Nhưng chúng không kéo đi, mà chỉ nấu cơm cho ăn, cho thêm gạo, thuốc uống, thuốc hút và nước ngọt để tiếp tục ra đi. Tương đối bọn này rất tử tế, không đánh đập hoặc hãm hiếp, mà chuyện trò ăn uống rất vui vẻ. Lần thứ nhì, chúng tôi gặp cướp sau một ngày biển và bị chận vào 10 giờ đêm ngày 2-9-1979. Bọn này đánh đập tàn nhẫn hết mọi người, chỉ trừ 7 em nhỏ. Chúng gỡ máy thuyền chúng tôi, rồi bắt đầu giở trò hãm hiếp. Ngay khi chúng chụp lấy vợ tôi lôi đi và đúng lúc tôi được cởi trói, tôi và 4 anh em khác đã đứng dậy đoạt vũ khí của chúng và giết hết bọn chúng. Chúng tôi, một số bị té xuống biển, nhưng đã được vớt lên và thiệt hại 3 người, là vợ tôi và 2 thanh niên nữa. Thuyền của chúng, đã do chúng tôi làm chủ liền, vì là thuyền của hải tặc chuyên nghiệp, nên không có số, mà có dấu hiệu đặc biệt là 2 chiếc xương xéo màu trắng, trên nền cờ màu đen.

Đúng sau 5 phút chúng tôi cướp được tàu cướp Thái, thì có 4 ghe Thái Lan khác rượt theo chúng tôi đến 5 giờ sáng hôm sau mới bỏ cuộc. Và chúng tôi được tàu dầu Na Uy vớt ngày 4-9-1979 đưa vào Singapore vào 3 giờ chiều ngày 6-9-1979. Riêng gia đình tôi, gồm 1 người em trai và 2 con tôi đã vào đất Mỹ ngày 2-12-1979 vừa qua và hiện ở số... Pennsykvania; đt số:....

Thưa Giáo Sư,

Ngay sau khi viết thư này, tôi cũng sẽ viết thư đi các thuyền nhân bị cướp quen biết ở Mỹ và các nước khác như Hòa Lan, Bỉ, Đức, Na Uy, Pháp, Canada, Úc... để cùng nhau gửi tài liệu về quý Ủy Ban.

Sau cùng, tôi xin cám ơn Giáo Sư đã cố gắng đọc hết lá thư dài của tôi. Nhưng, thưa Giáo Sư, tôi cần phải viết cho hết và kịp thời gửi đến Ủy Ban. Kính xin Giáo Sư và quý Ủy Ban nhận sự kính mến sâu xa nhất của tôi và sự hợp tác của tôi.

Kính chào,

NGUYỄN MẠNH KIM

Uỷ Ban Báo Nguy Giúp Người Vượt Biển

BOAT PEOPLE S.O.S. COMMITTEE
6970 Linda Vista Road
San Diego, CA 92111
(714) 292-6912/6913

Ngày 3 tháng 2 năm 1982

THÔNG BÁO

CỦA

UỶ BAN BÁO NGUY GIÚP NGƯỜI VƯỢT BIỂN
(Kính nhờ báo chí đăng tải)

Thưa toàn thể đồng bào,

Trước thềm năm mới, Uỷ Ban chúng tôi xin được vui mừng thông báo cùng đồng bào một tin vui. Đó là 19 thuyền nhân của chúng ta vừa được thả tự do, sau khi đã bị nhà đương cuộc Thái giam giữ gần 1 năm, viện lẽ họ là "hải tặc".

Qua báo chí chắc đồng bào cũng đã theo dõi lời kêu cứu của 19 thuyền nhân đã bị nhà đương cuộc Thái bắt giữ, vì họ đã chống trả lại tụi hải tặc Thái để tự vệ, khiến tụi hải tặc Thái phải bỏ tàu nhảy xuống biển thoát thân. Mười chín thuyền nhân cũng thân nhân khoảng 100 người đã dùng tàu của hải tặc vào đất Thái, vì ghe của họ đã bị hải tặc đục chìm. Ngay vừa tới đất liền, cảnh sát Thái đã bắt 19 người tham dự vào công cuộc tự vệ trên biển và nhốt vào nhà tù Pak Phanang. Thân nhân của 19 nạn nhân cũng như chính các nạn nhân đã tường trình nội vụ cho Uỷ Ban chúng để nhờ can thiệp.

Sau khi suy xét và tìm hiểu nội vụ, Uỷ Ban chúng tôi đã làm một bản phân tách hành động của 19 nạn nhân trên, để minh chứng rằng đó chỉ là hành động tự vệ chính đáng trước sự tấn công man rợ của tụi hải tặc Thái. Bản phân tách này đã được gửi đến Văn Phòng Cao Uỷ Ty Nạn Liên Hiệp Quốc, Chính Phủ Thái Lan, Tòa Đại Sứ Mỹ tại Thái Lan cũng như một số các tổ chức quốc tế khác để nhờ can thiệp và thông báo.

Văn phòng Cao Uỷ LHQ đã cử một luật sư theo dõi vụ án. Chính Phủ Thái Lan đã xếp tài liệu ấy vào hồ sơ của vụ án như một văn kiện biện minh cho hành động tự vệ của các nạn nhân. Tòa Đại Sứ Mỹ cũng lưu tâm theo dõi vụ này. Sau đó một số tổ chức quốc tế khác cũng đã tiếp tay với Uỷ Ban chúng tôi tiếp tục lên tiếng bênh vực cho 19 nạn nhân.

Sau nhiều cuộc vận động bền bỉ của Uỷ Ban chúng tôi cũng như của nhiều tổ chức khác, Chính Phủ Thái đã phải cho xúc tiến vụ án mau chóng. Và mới đây, đúng ngày mồng 1 Tết Nhâm Tuất, Uỷ Ban chúng tôi đã nhận được tin từ 19 nạn nhân gửi đến thông báo là "Tòa Án Pak Phanang ngày 28/12/1981 đã tuyên bố 19 nạn nhân hoàn toàn vô tội". Để đồng bào cũng chia xẻ nỗi vui mừng với thân nhân của họ, Uỷ Ban chúng tôi xin đính kèm theo đây nguyên văn lá thư của 19 nạn nhân vừa được chính phủ Thái thả tự do.

Uỷ Ban chúng tôi cũng xin đa tạ mọi nỗ lực của các tổ chức, hội đoàn và báo chí đã tiếp tay với Uỷ Ban chúng tôi trong công cuộc vận động này.

Thay mặt Uỷ Ban,
Giáo sư Tiến Sĩ Nguyễn Hữu Xương

Danh sách nhóm 19 thuyền nhân bị giam từ 1 năm qua, vừa được nhà đương cuộc Thái Lan tha về trại Songkhla ngày 20-1-82 — Từ trái sang phải : ĐỨNG : 1) Quan Chí Cường; 2) Châu Chí Cường; 3) Trần Chánh Thành; 4) Đoàn Văn Nguyên; 5) Hồ Minh Tâm; 6) Huỳnh Trung Thuần; 7) Âu Diều; 8) Hứa Thiện Hứng; 9) Trần Khắc Đức — NGỒI :10) Không rõ tên — NGỒI : 11) Trần Xuân Vinh; 12) Dương Chí Lăng; 13) Huỳnh Quốc Tuấn; 14) Lê Quan Phương; 15) Huỳnh Công Danh; 16) Nguyễn Anh Lợi; 17) Trịnh Duy Phước;18) Lê Văn Uyển; 19) Khuất Há Chảy.

PANAT NIKHOM . ngày 06 - 2 - 82.

Kính gửi : Chủ tịch Nguyễn Hữu Xương - Uỷ Ban Báo Nguy giúp người
Vượt Biển .

Kính thưa Ngài .

Hôm nay , chúng tôi trân trọng thông báo cùng Ngài được rõ là
Nhóm 19 PS ở PAK PHANANG, sau hơn hai tuần lễ an dưỡng ở trại SongKhla
đã được Bộ Nội Vụ Thailand cho phép chuyển lên trại PANAT NIKHOM
vào ngày 03-2-81. Hiện một số Anh em đã gặp lại gia đình thân nhân
còn ở tới tại PANAT NIKHOM. Cao uỷ Ty nạn LHQ đã dành ưu tiên trong
việc hoàn tất hồ sơ "FORM" cho những ai có thân nhân tại trại.
Nhân viên Sứ quán Mỹ sẽ phỏng vấn vào tuần tới, nếu không có việc
gì trục trặc toàn bộ sẽ được đưa đi Philippine trong vòng 45 ngày.

Anh em chúng tôi luôn nhắc nhở đến Ngài, đến uỷ Ban báo Nguy.
vì Uỷ ban B N G N V B , Như dân Nhật Tiến đã dồn rất nhiều nỗ lực trong
việc vận động cho sự Trả lại Tự Do và Danh Dự cho Nhóm 19 người .

Nhân dịp này chúng tôi xin gửi đến uỷ ban B N G N V B một bức
ảnh Lưu niệm. Chụp khi 19 người sau khi được Tự Do đã về đến trại
SongKhla ngày 20-01-82 với nụ cười rạng rỡ thân mới, đây là
Ngày tươi nhất trong cuộc đời của Chúng Tôi.

Riêng Một số bạn sẽ được định cư tại Tiểu Ban CALIFORNIA.
những Anh em này rất Hy vọng được gặp gỡ quý Ngài để cạn tỏ niềm
vui sướng và biết ơn đối với sự giúp đỡ chân tình của UB B N G N V B,

Kính Thư .

Bác Sĩ Dương CHÍ LANG
Đại Diện Nhóm 19 Người .

Yak Phanang, ngày 29 tháng 12 Năm 1981

Kính gửi: - Tiến sĩ Nguyễn Hữu Xương, Chủ tịch Ủy Ban báo nguy giúp người Vượt Biển

- Nhà Văn Nhật Tiến.

Chúng tôi mười chín thuyền nhân bị giam giữ tại Nhà tù Pak-Phanang, nhân dịp đầu Năm mới, xin trân trọng đồng kính báo đến quí ngài một tin vui. Phiên tòa khoán đại ngày 28 tháng 12 năm 1981 vào lúc 12 giờ 30 phút, Tòa Án Pak Phanang đã tuyên bố mười chín bị cáo trong vụ án To Laksana 12 được trắng án. Chúng tôi hết sức vui mừng, hôm nay viết lá thư này kính gửi đến quí ngài để Chính thức thông báo tin Thắng lợi của Anh Em chúng tôi.

Kính thưa quí Ngài, Sự Tự Do của Chúng tôi ngày hôm nay là nhờ ở những nỗ lực vận động không ngừng trong thời gian qua của quí ủy Ban, luôn kêu gọi Cộng Đồng Văn Minh Thế Giới, các Hội Đoàn Việt Nam ở hải ngoại quan tâm và lên tiếng bênh vực để gây hậu thuẫ Quốc Tế mạnh mẽ hầu minh oan cho trường hợp của Chúng tôi. Chính Quí Ủy Ban là Hội Đoàn đã lên tiếng báo nguy cho Chúng tôi trong những ngày đen tối đầu tiên mà Thế Giới chưa hề hay biết.

Kính thưa quí Ngài, kết quả vụ án của Chúng tôi là bằng chứng hùng hồn Chứng minh cho Nền Công Lý và giúp thẩm quyền Thái Lan hiểu rõ để có biện pháp trừng trị mạnh mẽ hơn đối với bọn hải tặc, hầu ngăn chặn phần nào hành động Cướp bóc dã man ở vùng biển này.

Kính thưa quí Ngài, qua vụ án này, kính nhờ quí Ủy Ban Công bố thành quả tốt ngày hôm nay trên báo Chí Việt Ngữ tại Hoa Kỳ, đến các Tổ Chức Quốc Tế, đến Cộng đồng Việt Nam ở hải ngoại, gửi đến các giới Chức thẩm quyền Cao Cấp lời Cảm tạ chân thành và nồng nhiệt của mười Chín thuyền nhân chúng tôi.

Cuối cùng chúng tôi kính chúc đến Ủy Ban Báo nguy giúp người vượt Biển đạt được nhiều thành quả tốt đẹp trong nỗ lực cứu giúp đồng bào tỵ nạn thoát khỏi cảnh lầm than gây ra bởi bọn Cướp Biển Thái Lan. hầu vơi đi những nỗi thống khổ trên đường vượt Biển tìm Tự Do.

Mười chín thuyền nhân đồng ký tên.

Hứa Thiệu Hùng   Huỳnh Công Danh   Huỳnh Quốc Tuấn

Âu Diều   Nguyễn Anh Lội   Quan Chí Cường

Khuất Hà Chẩy   Trần Khắc Đức   Huỳnh Trung Thuần

Đoàn Văn Nguyên   Dương Chí Lăng   Trần Cháds Thans

Trịnh Duy Phước   Trần Xuân Bình   Lê Văn Uyên

Hồ Minh Tâm   Lê Quang Phường   Dương Hán Minh

Châu Chí Cường.

Hoạt Động của Ủy Ban Báo Nguy Giúp Người Vượt Biển

Tin riêng VNHN – ĐPV Trí Tâm từ San Diego. – Theo nguồn tin từ Ủy Ban Báo Nguy Giúp Người Vượt Biển[1], cho đến nay, các hoạt động của Ủy Ban đã gây được sự chú ý đặc biệt từ nhiều phía. Phía LHQ và Bộ Ngoại Giao Hoa Kỳ, qua ký giả Greg Gross của tờ *San Diego Union*, vấn đề hải tặc Thái Lan đã được đặt ra với các giới chức hữu trách trực tiếp đến vấn đề người tị nạn Đông Dương. Các nơi trên đang thụ lý vấn đề.

Đồng thời tại Thái Lan, qua thư của nhà văn Nhật Tiến và Dương Phục, những người cho Ủy Ban những chi tiết cụ thể nhất về vấn đề hải tặc Thái Lan, tất cả những người Việt nạn nhân của vụ hải tặc này đã được ông Theodore G. Schweitzer III, đại diện Cao Ủy LHQ hậu thuẫn để buộc nhà đương cuộc Thái Lan đưa nội vụ ra tòa trong một ngày gần đây. Do đó, để hỗ trợ cho việc này, Ủy Ban Báo Nguy Giúp Người Vượt Biển đã phổ biến bức thư ngỏ của nhà văn Dương Phục và Vũ thanh Thủy đến một số các báo Việt ngữ, cũng như đã dịch bức thư ngỏ ấy ra tiếng Anh để gửi đến các báo chí Mỹ cũng như các cơ quan quốc tế liên hệ. Đặc biệt trong một ngày gần đây, sau khi đúc kết các tài liệu, Ủy Ban sẽ tiếp xúc thẳng với ông Lãnh Sự Thái Lan tại Los Angeles để trình bày vấn đề và nhờ chuyển tài liệu cùng một lá thư của Ủy Ban gửi đến Quốc Vương và Hoàng Hậu Thái, yêu cầu can thiệp hầu chặn đứng nạn hải tặc cho người vượt biển, đồng thời xin đem các thủ phạm đã được nêu đích danh trong lá thư ngỏ của Dương Phục và Nhật Tiến ra tòa trừng trị để làm gương. Tài liệu này sẽ được gửi đến các nơi

---

1. *Danh xưng tiếng Việt có vài thay đổi nhưng đó chỉ là chi tiết nhỏ nhặt vì danh xưng tiếng Mỹ đã được đặt trước là The Boat People S.O.S. Committee, do đó khi dịch ra tiếng Việt không được thống nhất. Nay danh xưng tiếng Việt như trên đã được chính thức chấp nhận.*

như văn phòng Tổng Thống Carter, văn phòng Cao Ủy Tị Nạn LHQ, văn phòng TNS Kennedy, văn phòng ông Đại Sứ Thái tại Hoa Thịnh Đốn v.v…

Được biết đã có gần 1,000 đồng bào Việt Nam và các thân hữu Hoa Kỳ đã ký tên vào bản kháng thư đính kèm các tài liệu nêu trên, trong đó có một số chữ ký của các thượng nghị sĩ, dân biểu, chánh khách Mỹ. Giáo Sư Nguyễn hữu Xương, chủ tịch của Ủy Ban đã tiết lộ như vậy. Giáo sư Xương cũng tỏ ý hy vọng rằng trong tuần lễ đầu của tháng 3, Ủy Ban sẽ tiếp xúc và trao tất cả các tài liệu liên hệ cho đại diện nhà đương cuộc Thái tại Mỹ. Sau đó, vẫn trong đầu tháng 3, một đại diện của Ủy Ban sẽ mang tài liệu này lên Hoa Thịnh Đốn để phổ biến tại đây hầu vận động các nhà hữu trách quốc tế cũng như các cộng đồng Việt Nam tại thủ đô Mỹ ủng hộ việc làm của Ủy Ban.

Hiện Ủy Ban đang tiến hành các công việc trên với rất nhiều thuận lợi. Tuy nhiên, Ủy Ban tha thiết mong nhận được sự tiếp tay, góp ý của toàn thể đồng bào trên toàn thế giới, nhất là các cơ quan báo chí. Mọi chi tiết, xin liên lạc với Ủy Ban Báo Nguy Giúp Người Vượt Biển (The Boat People S.O.S. Committee) 6970 Linda Vista Road, San Diego, CA 92111.

Khắp Nơi Áp Lực Chống Hải Tặc Thái Lan

Tin riêng VNHN – đpv Trí Tâm từ San Diego. - Theo nguồn tin thân cận của Ủy Ban Báo Nguy Giúp Người Vượt Biển, sau khi Ủy Ban gióng lên tiếng nói đầu tiên, thì đã có ngay sự hưởng ứng từ nhiều phía. Trước hết là phía đồng bào ta, nhất là giới trẻ. Nhiều tập thể sinh viên đã họp khẩn cấp, liên lạc với Ủy Ban, rồi tổ chức lấy chữ ký của bất kỳ ai, phản đối hành động cướp bóc, hãm hiếp của hải tặc Thái Lan; các bản chữ ký tới tấp gửi đến Liên Hiệp Quốc, tòa đại sứ Thái Lan tại Mỹ, và các giới chính trị Hoa Kỳ. Nhiều nhân vật Mỹ đã gửi thư cho Ủy Ban tỏ bày sự tán đồng của họ và cho biết sẵn sàng làm bất cứ gì Ủy Ban yêu cầu để giúp chấm dứt nạn hải tặc Thái Lan. Các dân biểu, nghị sĩ đơn vị San Diego đã hưởng ứng sớm nhất, gửi thư thẳng cho vua Thái Lan để yêu cầu chấm dứt nạn hải tặc, bản sao gửi cho Ủy Ban.

Khí thế rất là sôi nổi khiến Ủy Ban họp hành, làm việc, dịch tài liệu, liên lạc các nơi thâu thập chữ ký, thường khi thâu đêm suốt sáng mà cũng không xuể. Ủy Ban trông đợi đồng bào mở rộng chiến dịch chống hải tặc nhiều hơn nữa. Thí dụ như Tổng Hội Phật Giáo Việt Nam tại Hoa Kỳ của Thượng Tọa Thích Mãn Giác đã sốt sắng có phản ứng ngay, gửi một loạt thư từ đi Thái Lan yêu cầu chấm dứt nạn hải tặc.

Thư Ngỏ của Ủy Ban Báo Nguy Giúp Người Vượt Biển

Thưa toàn thể đồng bào,

Từ khi Ủy Ban Báo Nguy Giúp Người Vượt Biển (The Boat People S.O.S. Committee) được thành lập (tháng 1-1980) đến nay, đã có rất đông đồng bào gửi thư đến hỏi han, khuyến khích, góp ý... khiến cho Ủy Ban chúng tôi thêm hứng khởi và mạnh mẽ hoạt động. Tiếc là số thư quá nhiều, chúng tôi không thể phúc đáp riêng được, vậy xin trả lời chung toàn thể đồng bào cũng như tường trình đến đồng bào như sau:

Trước thảm cảnh của đồng bào ta lọt vào tay bọn hải tặc trên đường vượt biển tìm tự do, nhất là qua các bản tường trình của các nhà văn Nhật Tiến, Dương Phục và Vũ thanh Thủy gửi từ Thái Lan qua, chúng tôi, một số anh chị em cư ngụ tại San Diego, Hoa Kỳ, đã họp lại và thành lập Ủy Ban Báo Nguy Giúp Người Vượt Biển (UBBNGNVB) với mục đích chuyển đạt các bản tường trình ấy đến những nơi xét ra cần thiết, cố gắng gây nên một nguồn dư luận về thảm trạng này qua báo chí Việt, Mỹ, Thái Lan, cùng một số chính khách có uy tín tại Hoa Kỳ và quốc tế, với hy vọng thảm trạng của người Việt vượt biển sớm được chấm dứt, cụ thể là các thủ phạm gây nên tội ác đã bị tố cáo đích danh, phải được nhà đương cuộc Thái trừng trị thích đáng.

Với mục đích đã vạch ra, khởi đầu chúng tôi đã cho dịch ra Anh ngữ các bản tường trình về thảm trạng mà đồng bào ta đã bị bọn hải tặc cướp bóc, hành hạ, hãm hiếp và giết chết tại đảo Ko Kra, và liên lạc với tờ nhật báo *San Diego Union* để nhờ họ lên tiếng. Kết quả là ký giả Greg Gross, sau khi đã liên lạc với Bộ Ngoại Giao Hoa Kỳ, Phủ Cao Ủy Tị Nạn LHQ và tiếp xúc với chúng tôi, đã viết một bài trên báo này nhan đề *"Abuse of Boat People Results in Anti-Thai Campaign Here"*, xuất hiện nơi trang B2, ngày thứ Hai 11-2-1980 với các chi tiết và luận cứ hết sức thuận lợi cho chúng ta.

Khởi đi từ bài báo này, Ủy Ban chúng tôi đã soạn một kháng thư gửi đến Quốc Vương và chính phủ Thái, đính kèm các bản tường trình về thảm trạng ở đảo Ko Kra. Lá thư ấy đã được tất cả đại diện các cơ quan, tổ chức người Việt tại San Diego ký tên, cộng với một danh sách kèm gần 1,000 chữ ký của đồng bào. Kháng thư ấy cũng được gửi đến hơn hai chục nhân vật xét có uy tín tại Mỹ để nhờ họ ủng hộ. Cho đến nay, chúng tôi đã nhận được một số thư ủng hộ, hoặc bản sao các lá thư mà quý vị ấy đã gửi thẳng cho Quốc Vương Thái.

Với các tài liệu trên, chúng tôi đã hẹn gặp và đã trao cho ông Spovapoj Srivali, Tổng Lãnh Sự Thái Lan tại Los Angeles ngày 5-3-1980, để nhờ chuyển lên Quốc Vương và chính phủ Thái Lan (xin xem *VNHN* số 69). Các tài liệu ấy đồng thời cũng đã được gửi đến những nơi sau đây để thông báo và nhờ can thiệp:

- Văn phòng Tổng Thống Carter;

- Bộ Ngoại Giao Mỹ;

- Phủ Cao Ủy Tị Nạn LHQ;

- Văn phòng ông Đại Sứ Thái tại Washington D.C.;

- Văn phòng Thượng Nghị Sĩ Kennedy;

- Báo *Bangkok Post* (để nhờ họ lên tiếng);

- Ông Theodore G. Schweitzer III, đại diện Phủ Cao Ủy Tị Nạn LHQ tại Thái Lan;

- Các nhà văn Nhật Tiến, Dương Phục và Vũ thanh Thủy

(đại diện các nạn nhân và tác giả các bản tường trình) tại trại tị nạn Songkhla, Thái Lan;

- Một số thân hữu và các tổ chức người Việt tại nhiều nơi trên đất Mỹ (để tùy nghi sử dụng, nhất là mở rộng thêm chiến dịch).

Song song với công việc nêu trên, Ủy Ban chúng tôi vẫn thường xuyên thu thập thêm các tài liệu liên quan đến các thảm trạng của người Việt vượt biên để đúc kết, dịch ra Anh ngữ với hy vọng sẽ phổ biến cho các cơ quan ngôn luận thế giới khi xét cần thiết.

Đó là đoạn đường thứ nhất mà Ủy Ban chúng tôi đã làm. Nay, ngày 30-4, ngày miền Nam Việt Nam rơi vào tay cộng sản sắp đến, chúng tôi ao ước được các hội đoàn, các tổ chức người Việt trên toàn thế giới hãy dành cho ngày 30-4 năm nay là "Ngày Báo Nguy Giúp Người Vượt Biển." Do đó, quý vị nào, cơ quan nào, đoàn thể nào cần có các tài liệu của chúng tôi, hãy theo dõi trên 3 tờ báo Việt ngữ: *Việt Nam Hải Ngoại, Đất Mới* và *Thức Tỉnh*. Nếu quý vị nào cần thêm các tài liệu, bản dịch Anh ngữ, thư gửi Quốc Vương Thái, các thư ủng hộ của các chính khách Mỹ... xin hãy gửi bao thư (loại 25x30 cm) có dán sẵn $1.50 US tiền tem, đề sẵn địa chỉ của quý vị, gửi về địa chỉ của Ủy Ban chúng tôi:

Ủy Ban Báo Nguy Giúp Người Vượt Biển
c/o Ô. Nguyễn hữu Khang
6970 Linda Vista Rd
San Diego, CA 92111
USA

Ủy Ban chúng tôi rất hoan hỉ được gửi các tài liệu đến quý vị.

Với hy vọng ngày 30-4-1980 là "Ngày Báo Nguy Giúp Người Vượt Biển", chúng tôi xin mạo muội đề nghị một số công tác như sau:

- Tổ chức họp mặt như: *meeting*, đêm không ngủ, làm lễ cầu siêu, cầu hồn cho những đồng bào bỏ mạng trên biển cả trên đường đi tìm tự do;

- Sao và gửi các tài liệu nêu trên đến các báo chí Mỹ địa phương (để nhờ đăng tải);

- Viết kháng thư, với thật nhiều chữ ký của đồng bào gửi đến Tòa Đại Sứ Thái Lan tại Hoa Thịnh Đốn, sao gửi tới văn phòng Tổng Thống Mỹ, Phủ Cao Ủy Tị Nạn LHQ, v.v…

- Cho các con em học sinh của quý vị làm News Report ở trường, qua các bản tin liên quan đến người vượt biển, hoặc lấy chính các tài liệu Anh ngữ của chúng tôi làm chất liệu;

- Gửi các tài liệu ấy cho quý vị bảo trợ để đọc tại các khóa lễ, in lại trong các bản tin địa phương;

- Viết thư khích lệ, gửi sách báo Việt ngữ đến đồng bào tị nạn tại trại tị nạn Songkhla, Thái Lan (P.O. Box 3 Songkhla, Thailand) qua đại diện là nhà văn Nhật Tiến, Dương Phục và Vũ thanh Thủy;

- Ngoài các khẩu hiệu chống cộng khác, xin dùng một khẩu hiệu duy nhất "Boat People SOS";

- Xin nhớ: đừng coi hải tặc là nhân dân Thái. Vì trên đại thể Thái Lan đã và đang còn là bến bờ cứu sống đồng bào ta;

- Đừng quên: kẻ thù chính gây nên thảm họa này vẫn là cộng sản Việt Nam.

oOo

Sau đó, trong trường kỳ, để thảm trạng vượt biển mau chấm dứt, chúng ta nên:

- Cổ võ bạn bè đồng hương, liên lạc với các vị bảo trợ cũ, các nhà thờ, để bảo trợ người Việt vượt biển, hầu rút ngắn thảm trạng của đồng bào ta tại các trại tị nạn, đồng thời đỡ bớt gánh nặng cho các quốc gia mà đồng bào ta đang tạm trú, cũng như chia xẻ trách nhiệm với chính phủ Mỹ và các cơ quan thiện nguyện.

Thưa toàn thể đồng bào,

Chúng tôi tha thiết mong mỏi được toàn thể các hội đoàn, các tổ chức người Việt tại các nơi trên thế giới tiếp tay với chúng tôi, thi hành các biện pháp trên trong ôn hòa và luật định. Chúng tôi nghĩ rằng nếu mọi thành phố có đồng bào ta cư ngụ, sẽ có một ủy ban như trên, chắc chắn rằng kết quả của công việc sẽ thật là tốt đẹp.

Nhân đây, chúng tôi cũng xin minh xác là Ủy Ban Báo Nguy Giúp Người Vượt Biển do một nhóm anh chị em chúng tôi ở San Diego, USA, đứng ra hoạt động hoàn toàn vô vị lợi và không có một ngân khoản nào đài thọ, ngoại trừ một ngân khoản thật nhỏ mà Ủy Ban chúng tôi nhận được từ Ủy Ban Lễ Lạc tại địa phương thâu được hôm Tết vừa qua.

Trân trọng kính chào quý vị.

Tiến Sĩ NGUYỄN HỮU XƯƠNG
Giáo Sư Đại Học UCSD
Chủ Tịch Ủy Ban Báo Nguy Giúp Người Vượt Biển

Đồng Bào Năm Châu Hưởng Ứng Chiến Dịch Chống Hải Tặc Thái

Thư của Ông Nguyễn Hoài Hương

Apple Valley ngày 14 tháng 3 năm 1980

Kính gửi quý vị trong Ủy Ban Báo Nguy
Giúp Người Vượt Biển (The Boat People Committee)
6970 Linda Vista Road
San Diego, CA 92111

Thưa quý vị,

Là người Việt Nam, không ai không đau lòng trước thảm cảnh đồng bào vượt biển phải trải qua từ những giờ phút chấp nhận bất cứ hiểm họa nào lúc còn trên quê hương thân yêu, cho đến khi đặt chân trên đất một quốc gia láng giềng thiếu tình người. Chúng tôi đã theo dõi, đã căm hờn vô cùng trước những hành động quá ư là dã man của bọn hải tặc Thái, cũng như trước thái độ bao che, nếu không nói là đồng lõa của nhà cầm quyền Thái Lan, đặc biệt là Hải Quân và Cảnh Sát Thái. Cách đây mấy tháng, trên tuần báo *Paris Match*, một ký giả Pháp đã có bài tường thuật về bọn hải tặc Thái, nhưng hình như người đọc chỉ tiếp nhận nó như một bài phóng sự tin tức và không gây một ảnh hưởng nào, dù bài báo có đề cập đến một khía cạnh đặc biệt: một tên quận trưởng Thái đã mời bọn hải tặc (đội lốt ngư phủ) dự tiệc để cám ơn bọn này đã đánh chìm hoặc đẩy các ghe thuyền tị nạn ra khỏi khu vực kiểm soát của mình, lẽ dĩ nhiên là sau khi đã giở trò cướp bóc, hãm hiếp tàn nhẫn.

Vừa qua, sau khi đọc bài của anh Dương Phục trong số *VNHN* Tân Niên, chúng tôi đã không chợp mắt được trong suốt hôm đó và nghĩ rằng Cộng Đồng Việt Nam phải làm một cái gì, chứ không thể dửng dưng im lặng trước những thảm trạng không thể tưởng tượng mà ngày này qua ngày khác đồng bào vượt biển đang phải vô cùng tủi nhục chịu đựng. Bọn hải tặc có thể cướp của, lấy sạch hành trang thâu gọn của người tị nạn, dù đó là những gì còn sót lại cố dành dụm đem theo đổi lấy miếng cơm manh áo hay thuốc men cần thiết khi phải chờ đợi hàng tháng hàng năm ở các trại tị nạn, nhưng bọn chúng không thể hàng ngày tiếp tục giết người một cách dã man, những người đáng lẽ cần được sự giúp đỡ sau khi đã trải qua mọi gian nguy hãi hùng trên biển cả.

Chúng tôi nghĩ rằng cần phải có một chiến dịch rộng lớn trên diễn đàn quốc tế, chứ không thể xem như là vấn đề liên hệ đến Việt Nam và Thái Lan mà thôi.

Chúng tôi muốn chúng ta phải có một cuộc biểu tình tuần hành hoặc *meeting* trước trụ sở Liên Hiệp Quốc, trước trụ sở Hồng Thập Tự Quốc Tế, trước sứ quán Thái Lan. chúng tôi mong các vị đại diện tôn giáo, đặc biệt là các Thượng Tọa, Đại Đức, xin quý vị hãy tạm ngưng một thời gian ngắn những kế hoạch xây cất, khuếch trương chùa chiền để mở rộng từ bi hướng về biển Thái, tập trung nỗ lực để Cứu Khổ Cứu Nạn cho bao nhiêu Phật tử, đồng bào đang lâm nguy. Xin quý vị hãy đứng lên thống nhất hành động, đặt vấn đề với các vị lãnh đạo Phật Giáo Thái Lan. Chúng tôi cũng rất mong các vị lãnh đạo tinh thần bên Thiên Chúa Giáo cầu cứu với Đức Giáo Hoàng, và chỉ một lời kêu gọi của Đức Giáo Hoàng cũng đủ để lưu ý lương tâm nhân loại (nếu thật sự nhân loại còn có lương tâm!). Chúng tôi mong tất cả các hội đoàn người Việt, dù lớn dù nhỏ, tất cả các tổ chức sinh viên, tổ chức *meeting*, xin chữ ký, lập kiến nghị để tập trung gửi đến Liên Hiệp Quốc, đến Quốc Vương Thái Lan. Chúng tôi lại càng mong mỏi báo chí Việt Nam hãy đồng thanh gióng tiếng chuông SOS để hỗ trợ cho chiến dịch với mục đích kêu gọi sự tiếp tay của thế giới, để gây áp lực với chính quyền Thái Lan hầu mong họ áp dụng những biện pháp hữu hiệu để ít nhất là giảm thiểu những hiểm họa đó. Chúng tôi nghĩ, đâu có gì khó khăn đối với Hải Quân hay Cảnh Sát Thái Lan nếu họ thật sự muốn thực hiện những biện pháp đó, nhằm canh chừng đảo Ko Kra và vùng phụ cận.

Một chiến dịch rộng lớn như trên rất cần thiết khi mà những ngày sắp đến đây, chúng ta hy vọng số người vượt biển sẽ gia tăng với mùa biển lặng sắp đến.

Chúng ta có thể nhân ngày Quốc Hận sắp đến, đưa chiến dịch này lồng vào chương trình của ngày Quốc Hận và cũng nhân dịp này chúng tôi xin được tỏ lòng thán phục các cá nhân, các tổ chức, hội đoàn, đặc biệt là các tổ chức anh chị em sinh viên ở Hoa Kỳ, ở Đức, các báo chí đã và đang kêu gọi dẹp bỏ mọi ăn chơi phù phiếm, mọi tổ chức khiêu vũ để nghĩ đến đồng bào đau khổ trên biển, trong trại tị nạn, hàng triệu chiến sĩ đang bị hành hạ dã man từ thể xác đến tinh thần trong các nhà tù cộng sản cũng như toàn thể đồng bào đang oằn oại trong *Goulag* Việt Nam mà anh Đoàn văn Toại đã viết thành sách để thế giới có thể đọc để hiểu cộng sản phần nào.

Chúng tôi cũng không quên kêu gọi chị Minh Đức Hoài Trinh đề cập vấn đề này với Hội Văn Bút Quốc Tế, Hội Văn Bút

Thái Lan. Chúng tôi lại không thể không kêu gọi đến vị ân nhân của đồng bào tị nạn, bà Bùi Tuyết Hồng, đặt vấn đề với Hoàng Gia Thái Lan, cho Quốc Vương và Hoàng Hậu Thái Lan thấy rằng đây là vết dơ đang bôi bẩn dân tộc Thái Lan, một dân tộc có một truyền thống dân tộc dựa trên Phật giáo, một tôn giáo lấy Từ Bi Cứu Khổ Cứu Nạn làm phương châm!

Với sự quyết tâm và cố gắng của mỗi một người Việt Nam chúng ta trong Cộng Đồng Việt Nam Hải Ngoại, chúng tôi tin chắc rằng chúng ta sẽ làm được một cái gì.

Chân thành cầu chúc quý Ủy Ban kiên trì đẩy mạnh chiến dịch và thành công trong sứ mệnh.

Kính thư,

NGUYỄN HOÀI HƯƠNG

Bản sao kính gửi: *Việt Nam Hải Ngoại* "*để chân thành hoan nghênh quý báo đã đặt nặng vấn đề trong những số báo vừa qua.*"

Thư của Bà Đặng Ngọc Nữ

Canada ngày 27 tháng 2 năm 1980

Kính gửi Giáo Sư Nguyễn hữu Xương,

Nhân đọc *Việt Nam Hải Ngoại* số 67, biết Giáo Sư đang đứng ra thành lập Ủy Ban Báo Nguy Giúp Người Vượt Biển, tôi rất lấy làm mừng rỡ. Đã từ lâu tôi vẫn mang nỗi ấm ức là không biết làm thế nào để có thể nói tới tai một đoàn thể hay một cơ quan nào đó, có khả năng dẹp được thảm họa cướp biển trong vùng biển phía Nam của Biển Đông, một tai họa kinh hoàng cho những người vượt biển. Và những hậu quả sau mỗi vụ cướp là sự chết chóc, những tai ương, máu và lòng hận thù. Tôi xin được góp một tiếng nói để tranh đấu cho những người Việt Nam tị nạn trong tương lai còn được một chút may mắn, trên đoạn đường chông gai tìm tự do, sau khi họ đã mất tất cả trên quê hương yêu dấu của chính mình: sự an toàn về vật chất cũng như tinh thần cho bản thân và gia đình họ.

... Chúng tôi không nghĩ là chúng tôi sẽ là nạn nhân của bọn hải tặc, vì trước đó, mặc dù có nghe nói cướp biển, nhưng đa số đồng bào vẫn chủ quan và nghĩ: chuyện rủi ro đó xảy ra với xác suất rất thấp; ai mà xui tận mạng mới gặp cướp biển. Oái oăm thay, chúng tôi đã thật là xui tận mạng! Rời Việt Nam tại Gò Công sáng ngày 23-5-1979, sau hai đêm hai ngày rưỡi trên biển, cái nóng nung người, sự chật chội tù túng đã làm mọi người mệt nhoài, ai nấy cùng mong mau đến đất liền, dù là đến một hòn đảo hoang cũng tốt. Chúng tôi cần hơi đất quá đi thôi! Thì đến trưa hôm ấy, khoảng 1 giờ ngày 25-5-1979, đằng xa xa đã thấy một chiếc tàu rẽ sóng trắng xóa đang tiến đến từ phía bên phải chúng tôi, mỗi lúc một gần. Trên tàu, ai nấy đều mừng, cứ đinh ninh là sẽ được giúp đỡ. Khi tàu đó đã ở trong tầm mắt, chúng tôi thấy đó là một tàu đánh cá với những chữ ngoằn ngoèo trên mui: tàu đánh cá Thái Lan! Lành hay dữ?!?

Mấy người bên đó đưa tay vẫy; vài bàn tay rụt rè trên chiếc MT-161 của chúng tôi cũng đưa lên vẫy lại. Đột nhiên khám phá ra vài người trên tàu lạ có cầm súng và ra hiệu đang ném dây qua để cặp vào tàu tị nạn, mọi người kinh hoàng "Cướp biển Thái Lan!!!" Những tiếng rú thất thanh nổi lên, tài công ra sức lái thật nhanh để mong vượt thoát. Nhưng không còn kịp nữa, súng đã nổ, và thêm hai chiếc tàu khác tiến lại, chạy quanh tàu chúng tôi, vây chúng tôi vào giữa và bắt đầu chĩa mũi thẳng vào hông tàu chúng tôi húc thật mạnh ...

Ping... ping... ping... tiếng la thét, tiếng khóc hoà lẫn, tạo thành những âm thanh thật rùng rợn. Tất cả phụ nữ đều đã xuống tầng hầm, cố ôm trong lòng một đứa trẻ. Chừng đã đủ để cướp tinh thần dân trên tàu tị nạn, chúng nhảy qua chiếc MT-161 với súng, dao và gậy, búa, cái nỉa, kềm... Những tiếng gầm gừ, quát tháo, những gương mặt như ác quỷ, làm chúng tôi hồn phi phách tán. Chúng lục soát từng người một, hết nhóm này đến nhóm khác, rồi trở lại nhóm đầu tiên.

Chúa ơi! Quần áo chi cũng bị bứt tung; chúng tôi bị xét tới trong miệng và cả phần dưới thân thể nữa – xin thứ lỗi cho tôi, nhưng đó là sự thật 100%. Cứ như vậy đến khoảng tối mịt, chúng bỏ đi sau khi đã lấy gần hết tư trang và tiền bạc của đồng bào ta, đồng thời lấy cả hải đồ, hải bàn và một số máy móc trên tàu.

Hì hục sửa lại, tàu chúng tôi nhúc nhích được và chạy suốt đêm đó. Trời vừa hừng sáng, một tia sáng chớp sau tàu MT-161: một chiếc tàu từ phía sau đuổi tới, bắn súng ra lệnh ngừng lại. Chúng tôi thấy có cờ Thái Lan và một lá cờ đen đáng ghét trên đó. Đó là buổi sáng ngày 26-5-1979. Thêm ba chiếc tàu khác vây lại như lũ ruồi bu vào dĩa mật, đụng đã đời. Sau cùng, chúng tôi phải dời tất cả sang một tàu cướp, ngồi đầy trên boong. Nắng đã lên cao, cái nắng bốc lửa. Lúc đó, vì hai tàu cặp lại quá gần, sóng vỗ đưa lại rồi tách ra, những cái va chạm thật mạnh. Một bé trai độ 10 tuổi ngồi trên boong tàu cướp, bị cắt lìa hai ngón tay giữa và áp út bởi sự va chạm quá mạnh này. Máu phun ra có vòi thấy khủng khiếp và thằng bé ngất xỉu. Trong lúc băng bó sơ sài bằng những mảnh vải dơ dáy thì chúng bắt đầu lục soát: từng người một ra đứng trước một nhóm 3, 4 tên cướp và bị thoát y hoàn toàn để nó mò mẫm. Thật là một cảnh dã man, mọi rợ chưa từng thấy!

Đã xong đâu! Nhảy về tàu mình, lại 2 tên chực sẵn và tái diễn trò cũ. Đồng thời một số trong bọn chúng đã dùng búa đục từng phòng máy, sàn và luôn bên mặt trong tàu để tìm của. Nhìn cảnh tan hoang thật là thê thảm. Chúng tháo tung tóc của các bà các cô ra để lục soát và với sự tình như vậy thì không người nào còn giữ được chút gì, dù chỉ một lọ dầu để thoa, đừng nói chi tiền của, giữ được là chuyện mê ngủ! Những bao thực phẩm khô dự trù bị tháo toang và bị đổ xuống biển; cả hành lý cũng cùng chung số phận. Chán chê, bọn cướp bỏ đi lúc khoảng hơn 11 giờ trưa.

Chúng tôi hì hục sửa tàu lần nữa và chạy tiếp. Đúng là số xui tận mạng! Chạy chỉ được một đỗi ngắn, lại rơi rất ngon lành vào một bọn 4 chiếc tàu khác: bọn chúng đã sẵn sàng để đón mồi!

Lại chuyển tàu... Lần này, chúng tôi đổi sang 2 tàu của bọn cướp. Lục soát... Cướp bóc... Lần này thì tai họa đã đến với 3 cô gái trẻ trên tàu chúng tôi: hơn 10 tên thay phiên nhau làm nhục 3 cô gái. Ôi thảm họa! Sau khi thỏa mãn thú tính, bọn chúng cười khả ố, tiếp tục cướp bóc... Và bây giờ thì những quần áo cũng được chiếu cố tận tình. Có nhiều tên trong toán cướp biển ăn mặc rất là nham nhở: chỉ mặc có cái *xì-líp*, nên gặp quần đen của phụ nữ, bọn chúng rất thích chí, lấy mặc liền. Quên một chi tiết: là có vài tên trên tàu cướp, tuổi chỉ độ 14, 15; vậy mà bọn nó cũng đã làm việc khốn nạn với 3 cô gái tội nghiệp của chúng tôi! Cái giận làm lộn gan lên đầu được!

Chán chê, tàu cướp bỏ đi 3 chiếc; còn 1 chiếc khác dường như bọn chúng rất giận dữ vì không còn vơ vét được gì, nên quyết tâm ở lại tiếp tục lục lọi. Chúng đi từ trên mui xuống tầng hầm. Tàu tị nạn của chúng tôi bây giờ đã rách bươm, nước rỉ vào các khe hở từng dòng, lạnh lùng, chừng như chiếc lưỡi hái của thần chết đang từ từ bổ xuống. Thật hãi hùng!

Tối lắm rồi… Ngửa bàn tay ra cũng không thấy… Chúng rời tàu chúng tôi sau khi đã lấy hết, chỉ còn hai máy: máy phát điện và máy tàu. Cột dây vào tàu, chúng kéo tàu chúng tôi chạy được một đỗi, bảo đi thẳng, rồi cắt dây… Ôi cũng vẫn nuôi chút hy vọng sống còn!

Đêm ấy, cả tàu phải thay phiên nhau tát nước bằng những cái chén, cái ly, nồi nhỏ. Tát mãi… đến sáng.

Như một phép mầu khi chúng tôi thấy trước mắt, những chiếc tàu to, đèn sáng choang. Cố gắng mãi, hơn một giờ đồng hồ sau, tàu chúng tôi cặp vào chiếc Challenge của Hòa Lan, thuộc giàn khoan dầu quốc tế ngoài khơi Malaysia. Chi xiết vui mừng khi được chấp nhận cho lên tàu dầu, vì 2 chiếc tàu đánh cá khác của Thái Lan đang đuổi theo phía sau. Lên tàu dầu được nửa giờ, trời đổ mưa thật to, biển đen kịt, sóng thì trái lại trắng xóa... Chiếc tàu cây tội nghiệp của chúng tôi từ từ chìm xuống lòng biển, 410 người ngẩn ngơ. Thật là kinh hoàng !!! Đó là ngày 27-6-1979.

...Những ngày trên đảo Pulau Tengah của Malaysia, tôi đã gặp và đã nghe những thảm cảnh tương tự, hầu như bắt đầu từ năm 1979 trở về sau không tàu tị nạn nào mà không bị cướp cả. Từ một vài lần đến 11 lần như trường hợp chúng tôi đã gặp. Tôi tin chắc là những nạn nhân, những chứng nhân bất đắc dĩ đó sẽ gửi nhiều tài liệu sống thực về cho Giáo Sư tích cực hoạt động để tranh đấu, ngõ hầu mang lại sự an toàn cho những đồng bào chúng ta vượt biển sau này.

Vài ý kiến thô thiển, tôi viết bằng tất cả lòng chân thành, nếu chẳng may có gì sơ xuất, kính mong Giáo Sư bỏ lỗi cho. Kính chúc Giáo Sư thành công tốt đẹp trong nỗ lực hoạt động vì đồng bào Việt Nam chúng ta.

Kính thư,

ĐẶNG NGỌC NỮ

Ủy Ban Báo Nguy Giúp Người Vượt Biển Chiếu Phim Gây Quỹ In Bạch Thư Về Hải Tặc

Tin riêng VNHN – ĐPV Trí Tâm từ San Diego. – Hí viện của Mandeville Center, Đại Học UC San Diego gần 1,000 ghế, không còn một ghế trống. Buổi chiếu phim gây quỹ của Ủy Ban Báo Nguy Giúp Người Vượt Biển ngày 16-8-1980 đã thành công ngoài sức mong đợi.

Được thông báo rộng rãi từ trước, đồng bào San Diego và phụ cận đã tấp nập đến địa điểm. Chương trình không phải chỉ có chiếu phim, mà còn có phòng triển lãm ảnh "Boat People" lưu động do Tổ Chức Người Việt Tự Do phụ trách, và phần văn nghệ của Ban Văn Nghệ Trung Tâm Sinh Hoạt Người Việt Quốc Gia Nguyễn Khoa Nam.

Đúng 1 giờ, bắt đầu chiếu phim *"Boat People."* Cuốn phim tài liệu với những hình ảnh sống động, bi thảm của thuyền nhân Việt Nam, gây bồi hồi xúc động. Mọi người đều thấy mình trong đó, bởi vì hình ảnh đó là hình ảnh truân chuyên của cả một dân tộc, chứ không phải của riêng ai.

Phim dứt, đèn bật sáng, nhà văn Phan lạc Tiếp giới thiệu Giáo Sư Nguyễn hữu Xương, chủ tịch Ủy Ban Báo Nguy Giúp Người Vượt Biển tường trình với đồng bào về diễn tiến và kết quả việc làm của Ủy Ban từ khi ra đời (Tết Canh Thân) đến giờ. Đại để, Ủy Ban, nhờ sự tiếp tay, hưởng ứng của mọi tầng lớp đồng bào, đã gây chấn động dư luận thế giới và thảm cảnh đau thương tủi nhục của người Việt vượt biển tìm tự do, bị hải tặc Thái Lan giết chóc, cướp bóc, hãm hiếp.

Theo lời Giáo Sư Xương, hiện nay, hầu như tất cả các chính phủ trên thế giới, cũng như mọi dân tộc của loài người, đều đã biết đến nạn hải tặc Thái Lan đang gieo tang tóc trên đám thuyền nhân khốn khổ Việt Nam trên đường đi tìm tự do. Phủ Cao Ủy Tị Nạn Liên Hiệp Quốc cũng như Hội Hồng Thập Tự Quốc Tế và các cơ quan từ thiện quốc tế khác cũng đã được thông báo đầy đủ, với tài liệu dẫn chứng về nạn hải tặc trong vịnh Thái Lan. Liên Hiệp Quốc đã có riêng một khinh tốc đĩnh, chuyên tìm cứu những người vượt biển tị nạn trong vịnh này. Ngoài ra, ngân khoản cũng đã được dự trù để mua thêm hai tàu nữa dùng vào việc cứu người vượt biển, chống nạn hải tặc. Hải Quân Hoa Kỳ cũng đã được lệnh tìm cứu những người vượt biển, hay hướng dẫn để các tàu hàng đến cứu người vượt biển tị nạn khi đã phát hiện họ trên biển.

Về vụ án hải tặc, đầu tiên do các nhà văn Nhật Tiến, Dương Phục và Vũ thanh Thủy cùng 157 nạn nhân cùng cảnh ngộ tố giác, tòa án Thái Lan đã xử các tên hải tặc với án tù trung bình 16 năm khổ sai cho mỗi tên.

Giáo Sư Xương đã nhấn mạnh rằng kết quả trên đạt được trong thời gian kỷ lục, là nhờ công lao của toàn thể đồng bào Việt Nam ở hải ngoại, bằng đủ mọi hình thức, đã tạo được áp lực cần thiết, buộc các giới thẩm quyền không thể không quan tâm giải quyết. Giáo Sư Xương sau khi ghi nhận sự đóng góp tích cực của báo chí Việt ngữ ở hải ngoại đã đặc biệt ghi nhận công lao của các "dũng sĩ" tuyệt thực suốt 5 ngày đêm trước Tòa Tổng Lãnh Sự Thái Lan ở Los Angeles, để buộc nhà cầm quyền Thái Lan phải giải quyết cụ thể vấn đề này.

Tuy nhiên, Giáo Sư Xương nhấn mạnh rằng nạn hải tặc vẫn còn đó và những biện pháp sơ khởi như trên không thể nào đủ để giải quyết tận gốc và dứt khoát nạn hải tặc. Đồng bào ta còn vượt biển đi tìm tự do thì còn bị hải tặc cướp bóc, hãm hiếp, ngày nào mà nhà cầm quyền Thái Lan chưa tích cực giải quyết vấn đề này. Cho nên, ông kêu gọi đồng bào tiếp tục phụ lực với Ủy Ban để duy trì áp lực, đòi hỏi những biện pháp tích cực hơn, giải quyết nạn hải tặc đến nơi đến chốn hơn.

Chính vì thế, một trong những kế hoạch công tác của Ủy Ban là sưu tầm tất cả những chứng liệu về nạn hải tặc hiện có, in một cuốn "Bạch Thư" bằng hai thứ tiếng Việt và Mỹ, đánh mạnh hơn nữa vào dư luận quốc tế. Và buổi chiếu phim hôm nay là để gây quỹ in cuốn bạch thư đó.

Giáo Sư Xương dứt lời, nhà văn Phan lạc Tiếp giới thiệu với đồng bào người góp công đáng kể nhất trong chiến dịch vận động dư luận chống hải tặc, là anh Jim, người Mỹ đã không quản ngày đêm, mải miết dịch tất cả những "bản cáo trạng" từ Thái Lan gửi qua từ tiếng Việt sang tiếng Mỹ, để phổ biến đến cơ quan quốc tế hữu trách; nhờ sự làm việc tích cực của anh mà dư luận quốc tế đã mau chóng chuyển hướng thuận lợi cho sự vận động của Ủy Ban và của đồng bào ta. Anh Jim được đồng bào hiện diện hoan hô nhiệt liệt bằng nhiều tràng pháo tay kéo dài. Ngỏ lời cảm tạ bằng tiếng Việt rất sõi, anh Jim đã bày tỏ nỗi xúc động của anh trước thảm họa đến với người Việt vượt biển. Anh cho rằng nạn hải tặc là vấn đề thuộc lương tâm loài người, nếu loài người còn nhận là mình có văn minh.

Lần lượt, báo chí, rồi đến các "dũng sĩ tuyệt thực" được giới thiệu với đồng bào. Anh Đặng giang Sơn, một trong những "dũng sĩ tuyệt thực" đã tường trình với đồng bào những giờ phút gay go, đấu trí với Tòa Tổng Lãnh Sự Thái Lan ở Los Angeles, để đòi hỏi cho bằng được kết quả cụ thể, buộc nhà cầm quyền Thái phải có biện pháp tích cực chống hải tặc. Bằng giọng hùng hồn khi nói về mối nhục chung của người Việt tị nạn trước nạn hải tặc, thâm trầm, tha thiết khi nói đến tình đồng bào ruột thịt phải nghĩ đến nhau, làm cái gì cụ thể cho nhau... anh Đặng giang Sơn đã được đồng bào vỗ tay tán thưởng nhiều lần.

Tiếp theo, Ban Văn Nghệ Trung Tâm Sinh Hoạt Người Việt Quốc Gia Nguyễn khoa Nam đã đến với đồng bào qua những bài hát cộng đồng hào khí ngất trời. Với đồng phục đen, huy hiệu màu quốc kỳ trên vai, Ban Văn Nghệ đấu tranh này đã đem lại cho đồng bào một không khí hoàn toàn mới mẻ, khác hẳn với thứ văn nghệ "ngủ gục" mà đồng bào vẫn phải thưởng thức bấy lâu vì... không có gì khác hơn.

Tiếp theo, một bất ngờ nữa đã đến với đồng bào San Diego với Việt Dzũng, ngôi sao lạ của vòm trời văn nghệ đấu tranh. Với cặp nạng quen thuộc, Dzũng bước ra sân khấu trong tiếng vỗ tay vang dội. Đồng bào San Diego gần đây mới nghe nói đến Việt Dzũng, nhưng chưa bao giờ nghe Dzũng hát.

Dzũng hát liền 3 bài, bài nào cũng làm chảy nhiều nước mắt. Quả thật Dzũng đã đi thẳng vào tâm tình thời đại, với vượt biển, với hải tặc, với người ra đi xót thương người ở lại, với kẻ sống xé ruột nhớ người đã chết. Dzũng từ giã đồng bào trong những tràng pháo tay thật vang dội, kéo dài thật lâu.

Từ đám khán giả, chúng tôi thấy bà Hoài Hương chen vội ra hành lang đến gặp Việt Dzũng. Bà ôm vai Dzũng mếu máo:

- Cháu làm bác xúc động quá!

Rồi bà không mếu máo nữa, bà khóc òa lên.

Buổi chiều phim được kết thúc bằng cuốn phim *"Lệ Đá."*

Nhân Chứng Kể Chuyện Mình

LÝ BÁ HÙNG

Lời giới thiệu

Anh Lý bá Hùng, sinh viên Chính Trị Kinh Doanh Đà Lạt (trước 1975) là một nạn nhân của hải tặc Thái Lan, cũng đã từng bị kéo vào đảo Kra và sống đày đọa ở đó 15 ngày (từ 18 tháng 2 đến 3 tháng 3 năm 1980).

Ngay khi anh nhập trại tị nạn Songkhla, chúng tôi đã ghi nhận cuộc hải trình thê thảm của anh để đưa vào Bản Cáo Trạng số 3 đã công bố.

Vì mới nhập trại, lại chưa hết kinh hoàng sau một thời gian sống trong đầy rẫy đau thương và chết chóc, anh Hùng mới chỉ tường thuật được một số nét chính trong chuyến đi của anh.

Nay sau gần 4 tháng ổn định lại tâm thần tại trại Songkhla, anh có dịp ngồi thuật lại cặn kẽ những đau thương xảy ra cho chính gia đình của mình. Nhận thấy những chi tiết do anh đưa ra có những nét bi thảm điển hình cho số phận chung của những ghe thuyền bị hải tặc kéo vào đảo Kra, nên tôi xin giới thiệu bài tự thuật này của anh với độc giả, một mặt để góp phần thêm vào hồ sơ tội ác của hải tặc Thái Lan và mặt khác để cộng đồng tị nạn Việt Nam chúng ta thấy rõ hơn thân phận đớn đau của đồng bào vượt biển bằng thuyền tại Đông Nam Á.

Songkhla ngày 4-7-1980

NHẬT TIẾN

125

oOo

Gia đình tôi 10 người gồm: cha mẹ tôi, 6 em ruột (2 em trai, 4 em gái), 1 em rể và tôi; cùng với 28 người khác khởi hành từ Kiên Giang khoảng 10 giờ đêm 14-2-1980 (đêm 28 Tết), trên chiếc ghe AG-0961 dài khoảng 8 mét, ngang khoảng 1,4 mét; trang bị máy 1 *bloc* và 1 máy đuôi tôm dự phòng.

Khoảng nửa đêm hôm ấy, chúng tôi ra tới biển. Biển thật lặng, thật êm, những lượn sóng vỗ nhẹ vào mạn ghe. Trông biển lúc bấy giờ như một con sông lớn, rất đáng yêu. Khoảng 4 giờ chiều ngày 16-2-1980, ghe chúng tôi đã đến hải phận quốc tế. Biển vẫn yên. Chúng tôi vừa mừng vừa lo (mừng vì coi như chúng tôi đã thoát khỏi nanh vuốt bọn Việt Cộng; lo vì không biết số mạng mình sẽ như thế nào giữa đại dương mênh mông). Anh Thời (người tài công ghe) nhắm hướng chạy vào Thái Lan.

Vào lúc 9 giờ đêm 16-2-1980, biển nổi con thịnh nộ điên cuồng. Những đợt sóng cao khoảng 10 mét đập tới một cách hung bạo, như chực nuốt lấy con thuyền bé bỏng. Mọi người chúng tôi hết sức kinh hãi, nguyện cầu đấng tối cao cứu chúng tôi thoát khỏi cánh tay bạo tàn của hung thần biển cả. Biển đối với chúng tôi lúc này không còn đáng yêu nữa, mà trông nó thật tàn bạo và man rợ. Con thuyền bé bỏng của chúng tôi loạng choạng đi tới trong cơn thịnh nộ đó; thỉnh thoảng gặp những tàu buôn to lớn, chúng tôi bắn pháo hiệu và đánh hiệu cầu cứu, nhưng tất cả đều vô vọng.

Khoảng 11 giờ đêm hôm đó (16-2-1980), từ xa, chúng tôi thấy một vùng sáng rực ánh đèn; người tài công cố sức đưa thuyền tới vùng ánh sáng đó. Khi con thuyền tới gần, thật gần, rồi cặp sát vào, chúng tôi nhận biết đó là một giàn khoan nổi của Tây Đức, thuộc hải phận Thái Lan. Người đại diện giàn khoan đầu này không cho thuyền chúng tôi cặp vào và từ chối không chịu vớt chúng tôi. Vì đã quá sợ hãi, chúng tôi cố van xin ông ta vớt chúng tôi. Sau cùng, ông ta cho chiếc tàu chở lương thực ra giàn khoan, hứa sẽ hướng dẫn thuyền chúng tôi vào

Bangkok. Tin tưởng vào lời hứa của một con người thuộc một nước Tây Phương văn minh, một con người trí thức Âu Châu, chúng tôi cố gắng đưa con thuyền bé nhỏ của chúng tôi theo con tàu to lớn để được hướng dẫn vào Bangkok.

Nhưng khoảng vài giờ, sau khi đã cách giàn khoan thật xa, con tàu to lớn đó đã bỏ rơi chiếc thuyền bé bỏng của chúng tôi mà quay trở lại giàn khoan trong đêm tối tăm đầy sóng gió đó.

Chúng tôi có ý định quay trở lại giàn khoan, nhưng vì đêm tối đầy sóng to gió lớn, không định được vị trí của giàn khoan; vả lại chúng tôi nghĩ: vị đại diện của giàn khoan Tây Đức đó đã không còn lương tâm, lòng nhân đạo, ông ta trông thấy chúng tôi, những con người sắp chết, đã không ra tay cứu giúp mà còn dùng thủ đoạn xảo trá để lừa gạt chúng tôi, thí dụ chúng tôi có trở lại, cũng sẽ bị ông ta xua đuổi tàn tệ hơn. Vì vậy, chúng tôi đành đánh liều với số mạng và tiếp tục ra đi trong cơn sóng gió bạo tàn.

Gần 8 giờ sáng ngày 17-2-1980, chân vịt chiếc máy 1 *bloc* của thuyền chúng tôi bị gẫy. Chúng tôi thả neo đứng lại để thay chân vịt khác, nhưng không thay được vì sóng quá to. Chúng tôi phải sử dụng chiếc máy đuôi tôm, tiếp tục ra đi, trong khi chờ cho sóng bớt đi hầu thay chân vịt khác. Khoảng 9 giờ, xăng dùng để sử dụng chiếc máy đuôi tôm đã gần cạn. Một lần nữa, chúng tôi neo thuyền lại và cho người lặn xuống thay chân vịt.

Khoảng 9 giờ 25, trong lúc chúng tôi đang thay chân vịt, thì chiếc tàu mang số 2325 của bọn hải tặc Thái xuất hiện. Chúng cho tàu đụng mạnh vào thuyền chúng tôi khiến mũi thuyền bị bể một mảng lớn và hông thuyền (phía gần mũi) bị thủng một lỗ khá to (đường kính độ 4 cm), nước tràn vào. Chúng tôi phải dùng áo quần bịt chặt lỗ thủng ấy lại. Sau đó, chúng dùng móc kéo thuyền tới cặp sát chúng. Rồi khoảng 8, 9 tên ùn ùn nhảy sang thuyền, làm thuyền chòng chành suýt đắm. Chúng dùng dao, búa uy hiếp mọi người, bắt trói người phụ lái và thợ máy đem sang tàu chúng.

Lúc bấy giờ, trên thuyền, đàn bà con gái, trẻ con khóc thét vang trời, cùng nhau van lạy chúng. Chúng vẫn mặc kệ và bắt đầu cuộc lục soát. Chúng lục soát tàn bạo và khả ố: chúng đổ tất cả nhiên liệu, thực phẩm, đồ đạc lẫn quần áo của chúng tôi ra ngoài, đục đẽo, đập phá khắp nơi. Chúng sờ soạng, nắn bóp khắp nơi trên thân thể của mọi người: có nhiều tên thọc tay vào chỗ kín của các cô gái... (tòa soạn đục bỏ 4 tiếng) rồi cùng nhau rũ rượi cười thích thú trong khi các cô gái hoảng sợ co rúm người lại, khóc lóc van xin chúng. Những cảnh ấy trông rất mọi rợ.

Sau khi đã lục soát xong, bọn chúng đập bể chiếc máy 1 *bloc* của chúng tôi, liệng luôn chiếc máy đuôi tôm xuống biển. Rồi tất cả bọn chúng cùng nhau ngồi một bên be thuyền, nhún mạnh, khiến chúng tôi bị mất thăng bằng, nghiêng qua và chìm.

Lúc bấy giờ thật là hỗn loạn. Tiếng la, tiếng khóc của trẻ em, đàn bà; tiếng la thét của những người đàn ông... Tất cả mọi người hoảng hốt tranh nhau chui ra khỏi mui thuyền, nhảy đại xuống biển. Một người nhanh trí, tháo được chiếc phao lớn bằng ruột xe máy cày, cột trước mũi thuyền, và nhờ chiếc phao này mà hầu hết chúng tôi mới thoát chết (vì phần nhiều chúng tôi không biết bơi).

Khi thuyền vừa chìm, tôi với 2 em tôi (1 trai, 1 gái) vừa mới lên khỏi hầm ghe. Thấy thuyền bị bọn hải tặc làm mất thăng bằng, nghiêng qua một bên, nước tràn vào, tôi vội kêu em trai tôi mau cùng nhảy qua phía đối diện với hy vọng sức nặng của hai đứa làm ghe trở lại thăng bằng. Nhưng vô ích, thuyền vẫn nghiêng, nước tràn vào như thác lũ. Thuyền chìm rất nhanh, mang theo tôi, 2 em tôi và 6 người khác. Em tôi nhanh trí, nín hơi lặn chui ra khỏi mũi thuyền, rồi nhờ sức đẩy của nước biển, nó nổi lên, cha tôi trông thấy bơi tới kéo nó cặp vào phao. Riêng phần tôi, lúc thuyền đã chìm độ 1 mét, tôi cố phá lưới mắt cáo ở cửa sổ mui thuyền, rồi dùng đầu húc mạnh vào lưới; có nhiều lúc bị ngộp, đuối sức, tôi định buông tay chịu chết, nhưng bản năng sinh tồn thúc đẩy, khiến tôi tiếp tục cố phá lưới. Phải húc khoảng 9 hay 10 lần, lưới cửa mới rách (trên cổ tôi lúc bấy giờ có 1 thằng bé đi cùng thuyền tên là Nguyễn bảo Quốc 10 tuổi bám chặt đến độ muốn ngạt thở; có lẽ lúc tôi cố sức phá lưới cửa sổ thì thằng bé vớ được tôi, rồi ôm chặt lấy cổ), tôi cố hết sức bình sanh, rút mình ra khỏi mũi thuyền, nơi lưới cửa bị rách đó, mang theo cả thằng bé, mình của tôi và thằng bé bị lưới cửa cào xướt khắp nơi, nhưng tôi không thấy cảm giác đau đớn nào, ngoài sự kinh hoàng. Ra khỏi ghe, tôi nín hơi, đồng thời được sức đẩy của nước biển, tôi nổi lên mặt nước. Trông thấy mọi người, tôi kêu cứu, thế là bị mất hơi, tôi và thằng bé chìm xuống. Tôi lại nín hơi và nổi được lên. Lại kêu cứu rồi chìm xuống. Như thế nhiều lần. Sau cùng cha tôi trông thấy, bơi tới nắm tay tôi, kéo tôi và thằng bé tới sát phao. Tôi ôm chặt tay trái vào phao, tay phải gỡ thằng bé đang ôm chặt cổ tôi và đỡ nó lên phao. Thế là tôi và thằng bé thoát chết.

Khi ghe tôi vừa bị chìm, bọn cướp vội vã bơi về tàu chúng, rồi mở máy chạy đi. Tất cả chúng tôi đều tuyệt vọng và chờ thần chết đến rước linh hồn mình. Nhưng 15 phút sau, không hiểu tại sao, bọn hải tặc đó trở lại và vớt chúng tôi lên tàu chúng. Khi đã lên tàu của bọn cướp rồi, chúng tôi kiểm điểm lại, thấy mất 6 người:

1) Lý nguyệt Minh, 14 tuổi, em gái tôi.

2) Nguyễn Vũ, 4 tuổi, con của anh Nguyễn viết Khẩn.

3) Hùng, 12 tuổi.

4) Thu, 14 tuổi (Thu và Hùng là con của ông Nguyễn văn Bảo và bà Lê thị Lộc, chủ ghe).

5) Sơn, 20 tuổi.

6) Mẹ của bà Lê thị Lộc, độ 70 tuổi.

Có lẽ 6 người này đã bị kẹt trong thuyền nên bị chìm cùng với chiếc thuyền xuống đáy đại dương.

Trên tàu, bọn cướp nói sẽ đưa chúng tôi vào đất liền. Chúng đem cơm nước ra cho chúng tôi ăn. Nhưng phần vì kinh hoàng, phần vì đau buồn người thân bị mất tích, nên chúng tôi không ai còn tha thiết đến ăn uống nữa. Khoảng 5 giờ chiều, bọn chúng bắt đàn bà, con gái, trẻ con, dồn ra đằng sau phòng lái, còn đàn ông chúng dồn xuống hầm đựng cá và bắt đầu lục soát lần cuối.

Đêm hôm ấy (17-2-1980), khoảng 8 hay 9 giờ, trời tối đen như mực, sóng to gió lớn (có lẽ là cấp 4 hay cấp 5), cách bờ hơn 300 mét, chúng ra lệnh bắt mọi người nhảy xuống biển bơi vào đảo. Hầu hết mọi người chúng tôi không biết bơi. Nhìn cảnh sóng gió hãi hùng như vậy, chúng tôi đều sờn lòng. Chúng tôi ra dấu, ý bảo bọn cướp cho chúng tôi được sử dụng cái phao bằng ruột xe máy cày mà chúng tôi còn mang theo sau khi ghe bị đục chìm. Bọn chúng đồng ý và thả phao xuống. Khi phao vừa chạm mặt nước, bất thình lình, chúng xô bừa chúng tôi xuống biển; nhiều người nhanh chân nhảy tránh sang phía khác, nên không bị chúng xô bừa, nhưng bọn chúng cầm dao, búa đuổi theo chém. Sau cùng, phải liều nhảy xuống biển.

Bà Lê thị Lộc 47 tuổi, quá sợ hãi, không chịu nhảy, nằm vạ trên sàn tàu kêu khóc, van lạy. Một tên dùng búa đập bà một phát nơi má, rồi 2 tên hải tặc khác xông tới túm lấy 2 tay và 2 chân bà Lộc quăng đại xuống biển. Riêng tôi, bây giờ ngồi riêng một nơi bên hông tàu khá tối, nên bọn chúng không để ý đến tôi (và tôi đã chứng kiến tất cả những sự việc trên); sau cùng, chúng thấy tôi, bắt tôi đứng lên nhảy xuống biển. Nhưng tôi đứng lên rồi lại té sụm xuống (tôi bị bệnh tê liệt hai chân từ hồi 1 tuổi), vì thế, một tên cướp vớ lấy 1 thùng (trống) 5 lít bằng nhựa, có 1 đoạn dây thừng cột đánh vòng ở quai thùng nằm ở gần đó, đưa cho tôi. Khi tôi vừa thọt tay vào sợi dây, thình lình chúng quăng tôi xuống biển; tôi bị chìm xuống, rồi nhờ có cái thùng 5 lít bằng nhựa đó, tôi lại nổi lên. Còn bọn hải tặc, sau khi quăng tôi (người cuối cùng) xuống biển, chúng cho tàu chạy đi mất hút. Tôi nhìn theo, căm hờn chúng không thể tả. Vì không biết bơi (có lẽ không bơi được) nên tôi ôm chặt cái thùng nhựa 5 lít ấy, phó mặc số mạng mình cho Thượng Đế. Chung quanh tôi lúc bấy giờ vang lên những tiếng gào hỗn độn thật kinh khiếp:

tiếng mọi người gọi người thân xen lẫn tiếng gào thét của sóng, gió biển; những tiếng kêu la cầu cứu nhưng nửa chừng bị tắt nghẹn vì nước biển tràn vào miệng. Những tiếng kêu cứu đó càng lúc càng thưa dần rồi im hẳn. Chung quanh tôi chỉ còn lại tiếng gào, tiếng thét man rợ của biển cả.

Nhờ cái thùng nhựa 5 lít, tôi không bị chết đuối, nhưng phải thưởng thức hương vị mặn đắng của biển đến cứng cả bụng. Sóng biển càng lúc càng cuốn tôi ra cách xa đảo. Tôi ôm cái thùng đó và chịu cho sóng biển vùi dập trong khoảng 11 giờ. Trời gần sáng, bây giờ tôi đã cách xa đảo Kra hơn 1 km. Tôi thấy ánh đèn của một tàu đánh cá Thái. Tôi kêu cứu và được vớt lên tàu. Lên đến tàu, những ngư phủ này đưa áo cho tôi thay, mền cho tôi quấn và thuốc lá cho tôi hút cho ấm. Lại đem cơm ra cho tôi ăn, nhưng vì quá mệt nhọc và kiệt sức, nên tôi thiếp đi trong *ca-bin* ấm áp của tàu.

Sáng hôm sau, 18-2-1980, những ngư phủ này dùng xuồng nhỏ đưa tôi lên đảo Kra. Tại đây, tôi gặp lại những người đi cùng ghe, cha và 3 em gái tôi; còn mẹ và 2 em gái tôi đã bị mất tích trong cái đêm khủng khiếp hôm qua. Bây giờ ghe chúng tôi chỉ còn lại tất cả 23 người (kể cả tôi). Như vậy, trong cái đêm khủng khiếp ấy, ghe tôi lại bị mất tích thêm 9 người nữa:

1) Cao nguyệt Nga, 47 tuổi (mẹ tôi).

2) Lý nguyệt Nhung, 21 tuổi, có mang 2 tháng (em gái tôi).

3) Lý cao Hiếu, 4 tuổi (em trai tôi).

4) Phương, 28 tuổi, có mang độ 6 tháng (vợ anh Thời, con của bà Lộc).

5) Mai, 18 tuổi (con của bà Lộc).

6) Hương, 6 tuổi (con của bà Lộc).

7) Hoàng, 5 tuổi (con của bà Lộc).

8) Tịnh, 3 tuổi (con của chị Phương và anh Thời)

9) Lê văn Trỏ, 27 tuổi (anh của Lê văn Trọng)

Đó là một sự thật khủng khiếp, cho đến bây giờ và mãi mãi, vẫn luôn luôn ám ảnh chúng tôi (những người may mắn còn sống sót), và hiện tại, khi ngồi lại ghi những dòng này, tai tôi như vẫn còn nghe văng vẳng tiếng kêu la cầu cứu của các em tôi, của mẹ tôi, của những người cùng đi chung chuyến hải hành bi thảm này với tôi, trong cái đêm kinh hoàng đầy đau thương đó. Chính chúng tôi những tưởng mình đã chết trong những giờ phút khiếp đảm đó. Nhưng có lẽ Thượng Đế còn muốn chúng tôi sống. Sống để làm những chứng nhân. Sống để nói lên sự mọi rợ, sự tàn bạo của con người cuối thế kỷ 20 văn minh tiến bộ này.

Cũng sáng ngày 18-2-1980, 1 tàu hải tặc Thái Lan khác đậu cách bờ 50 mét, đưa thêm 55 thuyền nhân tị nạn Việt Nam nữa vào đảo Kra. Lúc đầu chúng dùng xuồng con đưa những người đó vào đảo, nhưng sau vài ba chuyến, chúng không đem xuồng ra nữa, mà ở lại canh giữ đám thuyền nhân tị nạn; vì thế, bọn hải tặc trên tàu cầm dao, búa rượt đuổi, xô tất cả những người còn lại trên tàu xuống biển, bắt bơi vào đảo. Kết quả, nhóm thuyền nhân này có 1 người bỏ mạng (người này là một vị thầy tu Công Giáo, khoảng 25 tuổi, em của anh Đào huy Hoàng), chỉ còn lại 54 người.

Sau đó, thêm 12 chiếc tàu hải tặc khác tiến vào đảo. Hơn 100 tên cướp của 14 chiếc tàu này lên đảo, dùng dao búa uy hiếp, bắt những phụ nữ thuộc 3 ghe tị nạn Việt Nam, mang lên những bụi cây hốc đá gần đó để làm nhục. Những phụ nữ kháng cự bị chúng đánh đập một cách tàn nhẫn; nhiều phụ nữ bị chúng dày vò tập thể một cách man rợ, đủ trò đủ kiểu khốn nạn, quá đau đớn rên la và ngất xỉu ngay tại chỗ, trong khi bọn chúng cười ầm ĩ một cách thích thú như một lũ dã thú say mồi. Sau khi đã thỏa mãn thú tính, bọn hải tặc bỏ mặc những phụ nữ khốn khổ nằm ở đó, cùng nhau bơi về tàu bỏ đi mất. Chúng tôi săn sóc, rồi dẫn họ đến những nơi kín đáo, để trốn tránh bọn dã thú Thái.

Chúng tôi 77 người của 3 thuyền tị nạn đã phải sống thêm 15 ngày đầy khổ nhục trên cái "địa ngục trần gian" Kra này.

Hàng ngày (đêm cũng như ngày), lúc nào cũng có lũ quỉ sứ gớm ghiếc mặt đen cầm dao, búa lên đảo tìm kiếm những phụ nữ khốn khổ Việt Nam để hãm hiếp; tìm không ra phụ nữ thì đánh đập đàn ông, trẻ con, thật tàn nhẫn, để tra chỗ trốn của những phụ nữ.

Ngoài sự đày đọa man rợ của lũ quỉ mặt đen Thái Lan, chúng tôi luôn luôn sống trong tình trạng đói khát. Để duy trì sự sống, chúng tôi phải uống một thứ nước đen đục ngầu, đầy mùi thối của lá cây mục rữa ở một giếng do chúng tôi móc lấy. Địa điểm là một cái giếng cũ đã hư từ lâu, dưới chân nhà chứa *gaz* dùng cho hải đăng (lúc chúng tôi ở đây thì vào mùa nắng hạn, nên tất cả những mạch, khe nước ngọt đều bị khô cạn, chỉ còn lại mặt đá phẳng lì, san hô lởm chởm). Chúng tôi có dùng cát, sỏi và san hô đựng trong một thùng nhỏ để lọc nước ở giếng này, nhưng nước chỉ trong hơn một chút chứ không hết mùi hôi. Ngay cả cái thùng nhỏ để lọc nước này cũng bị bọn quỉ đen đày đọa: lũ quỉ nào lên đảo cũng đá, cũng đập cái thùng ngã xuống, rồi sục tìm vàng bạc, nữ trang trong đống cát, đá, san hô, mà chúng nghi ngờ chúng tôi còn và giấu trong đó. Đàn ông chúng tôi phải bơi ra biển khoảng 200 m đến 300 m để xin bọn quỉ đen một ít lương thực để kéo dài sự sống. (Một vài người đàn ông trong bọn, vì quá đói lại phải lội ra xa, nên suýt bị chết đuối trong lúc bơi ra xin ăn nơi tàu bọn quỉ đen). Bọn quỉ đen này chỉ bố thí cho chúng tôi một ít gạo, cá, khi nào chúng đã được thỏa mãn thú tính (nghĩa là ngày nào chúng không tìm được một người phụ nữ nào thì chẳng cho một cái gì, mà còn đánh đập, tra hỏi chúng tôi nơi các phụ nữ trốn). Thật là một bọn dã man, khốn nạn.

Ngày 1-3-1980, lúc 11 giờ trưa, chúng tôi được một phi cơ Hải Quân Hoa Kỳ phát hiện. Phi cơ này thả xuống cho chúng tôi một thùng thực phẩm, với một máy vô tuyến điện để chúng tôi liên lạc với họ. Nhưng vì dù không bọc, nên máy vô tuyến điện bị va vào ghềnh đá và bị hư; chúng tôi không liên lạc với phi cơ được.

Gia đình anh Lý ba Hùng tại trại tị nạn Songkhla.
Hàng trên: (đứng) từ trái qua phải, ?, Lý nguyệt Oanh,
Lý văn Sóc, Lý bá Hùng.
Hàng dưới: (ngồi) từ trái qua phải, Lý bá Dũng, Nguyễn bá Đa Phúc
(chồng cô Lý nguyệt Nhung đã chết trên biển) và một người đi cùng ghe.

Vì thế, mãi đến ngày 3-3-1980, lúc xế chiều, chúng tôi mới được tàu của cảnh sát Thái Lan ở quận Pak Phanang ra vớt. Phần vì đói khát, phần vì bị bọn quỉ đen hành hạ thường xuyên trong suốt 15 ngày, nên hầu hết phụ nữ trở nên suy nhược, không còn đi nổi nữa. Vì thế, chúng tôi phải trèo lên những hốc, khe núi cao, dìu từng người xuống; nỗi vui mừng của chúng tôi lúc bấy giờ không thể tả được. Qua nửa đêm ngày 3-3-1980, chúng tôi mới được đưa đến ty cảnh sát của quận Pak Phanang. Thủ thục hành chánh rất rườm rà, nên mãi đến gần sáng chúng tôi mới được ngủ. Chúng tôi ai cũng đều mệt mỏi, nhưng đã có một chút sinh khí, một chút rạng rỡ trên những khuôn mặt hốc hác, tiều tụy. Chúng tôi ở quận Pak Phanang 8 ngày; đến ngày 12-3-19802, chúng tôi được Cao Ủy Liên Hiệp Quốc đưa vào trại tị nạn Songkhla.

Bây giờ cuộc sống của chúng tôi đã tạm yên, mạng sống không còn bị đe dọa, không còn đói khát, không còn nghe tiếng gào của sóng biển lẫn tiếng hú man rợ của bọn hải tặc trong đêm khuya. Đời đời, chúng tôi không bao giờ quên chuyến hải hành bi thảm của chúng tôi và những ngày đau thương, tủi nhục mà chúng tôi bắt buộc phải sống trên cái địa ngục trần gian Kra.

Chúng tôi rất kính phục những người phụ nữ Việt Nam, những người đã chịu nhiều đau khổ trong gông cùm cộng sản, nay vì sự sống còn của các bạn đồng hành mà họ phải gánh chịu thêm những tủi nhục đau thương trong những chuyến hải hành tìm tự do đầy bất trắc, hiểm nguy. Đối với chúng tôi, họ vẫn trinh trắng, thánh thiện và rực rỡ hơn bao giờ hết.

Bây giờ, chúng tôi được tự do nói lên tiếng nói, cảm nghĩ của những con người đã hơn một lần SỐNG CHẾT VÌ TỰ DO.

LÝ BÁ HÙNG

Songkhla ngày 3 tháng 7 năm 1980

Hải Tặc Thái Lan:
Bộ Ngoại Giao Mỹ Phúc Đáp Thư
của Giáo Sư Nguyễn hữu Xương

Tin riêng VNHN – ĐPV Trí Tâm từ San Diego. – Nguồn tin thân cận của Ủy Ban Báo Nguy Giúp Người Vượt Biển do Giáo Sư Nguyễn hữu Xương làm chủ tịch hiện vẫn tiếp tục các nỗ lực chống hải tặc Thái Lan, bởi vì mặc dù vụ án 157 người bị hải tặc cướp bóc, hãm hiếp đã kết thúc với nhiều bản án nặng nề cho hải tặc, nhưng không phải vì thế mà nạn hải tặc đã chấm dứt. Nếu khối người tị nạn tự mãn với kết quả hiện tại, thì số phận những người vượt biển đi sau, sẽ vẫn còn bi thảm không kém gì trước đây hay hiện nay. Vì thế, Ủy Ban kêu gọi đồng bào tiếp tục duy trì các nỗ lực, cùng với Ủy Ban xúc tiến những công tác chống hải tặc mạnh mẽ hơn. Hiện Ủy Ban đã quyên góp được một số tiền nhỏ, chưa đủ để in một cuốn "Bạch Thư" về nạn hải tặc Thái Lan như dự trù. Vì thế, Ủy Ban dự định tổ chức một buổi chiếu phim ngày gần đây ở San Diego, gây quỹ cho cuốn "Bạch Thư" nói trên. Mong đồng bào hưởng ứng nồng nhiệt buổi chiếu phim này.

Ngoài ra, tin từ Ủy Ban cho biết Bộ Ngoại Giao Hoa Kỳ vừa gửi đến Giáo Sư Nguyễn hữu Xương một văn thư, chia xẻ mối quan tâm của Ủy Ban về nạn hải tặc, thông báo kết quả vụ án hải tặc trước tòa án Thái. Văn thư cũng cho biết, hồi tháng 1-1980, Bộ Ngoại Giao Mỹ đã cùng với Cao Ủy Tị Nạn LHQ mua một chiếc tàu đi vớt và cứu người vượt biển trong vịnh Thái Lan, nhưng thủy thủ đoàn chiếc tàu này lại là người Thái (!) Văn thư cũng cho biết tàu bè Hải Quân Mỹ đã được lệnh cứu vớt người vượt biển; các phi cơ được lệnh hễ trông thấy người vượt biển lâm nguy thì phải chỉ dẫn cho bất cứ tàu bè nào trong vùng đến vớt. Đồng thời các nước khối ASEAN sẽ họp bàn biện pháp chung chống hải tặc. Ngoài ra Tòa Đại Sứ Mỹ ở Bangkok cũng được lệnh thảo luận với nhà cầm quyền Thái về các biện pháp chống hải tặc hữu hiệu hơn. Văn thư chỉ nói tổng quát có thế. Và văn thư đã phúc đáp Giáo Sư Xương đúng 3 tháng kể từ ngày Ủy Ban Báo Nguy Giúp Người Vượt Biển chính thức viết thư cho các giới chức thẩm quyền Mỹ. Chậm còn hơn không. Vấn đề là khối người Việt tị nạn chúng ta phải tiếp tục duy trì áp lực.

Nhật Tiến Nói Chuyện Về Hải Tặc Ở Santa Ana Và San Diego

Tin riêng VNHN – ĐPV Trí Tâm từ San Diego. – Mặc đầu vợ và con vượt biển đi sau mới từ trại tị nạn Mã Lai sang đến Mỹ, trùng phùng được có một ngày, nhà văn Nhật Tiến đã từ giã San José, nơi ông định cư, để xuống miền Nam California nói chuyện với đồng bào về nạn hải tặc, như chương trình đã định do Ủy Ban Báo Nguy Giúp Người Vượt Biển tổ chức.

Tại San Diego, việc tổ chức được sự tiếp tay của Việt Nam Thân Hữu Hội. Cuộc nói chuyện của Nhật Tiến với đồng bào San Diego đã diễn ra lúc 8 giờ tối ngày 18-10-1980 tại phòng Casa

Real, Aztec Center thuộc Đại Học San Diego State University, trước khoảng 100 đồng bào các giới, đa số là anh chị em sinh viên. Phần văn nghệ được sự tiếp tay của anh Lê văn Khoa; anh mới bị "tai nạn lao động" băng bó tay mặt nhưng đã dùng tay trái đệm dương cầm cho bà Hoài Hương thổi sáo cũng như một nữ sinh viên hát giúp vui cuộc nói chuyện.

Sau lời giới thiệu nồng nhiệt của Giáo Sư Nguyễn hữu Xương, nhà văn Nhật Tiến ra trước cử tọa, được hoan nghênh nhiệt liệt. Ông tỏ lời cám ơn đồng bào và xin dành sự ưu ái của đồng bào đến những nạn nhân hải tặc, nhất là những phụ nữ Việt Nam đầy can trường đã chịu mọi nỗi tủi nhục trên đường vượt biển tìm tự do, vẫn không nhụt chí đấu tranh trước bất cứ trở ngại nào.

Bài nói chuyện của anh Nhật Tiến gồm 4 phần rõ rệt:

1) Những nỗi thống khổ mà đồng bào ta đã phải chịu đựng trên đường vượt biển, trước sóng gió đại dương, trước sự thờ ơ của các tàu bè qua lại, nhất là trước những đợt hải tặc hung bạo tràn tới. Ấy là chưa kể những nỗi hiểm nguy từ lúc cất bước ra đi, qua bao nhiêu kiểm soát, tuần phòng, rình rập của đủ thứ nhân viên, cán bộ, bộ đội, công an cộng sản. Nỗi thống khổ mỗi lần nhắc đến đều không khỏi rơi nước mắt.

2) Qua việc chúng ta đứng lên tố cáo nạn hải tặc trước công luận thế giới, nước Thái Lan đã phơi bày một nền công lý tồi tàn với tất cả những nét lạc hậu của nó. Trước hết, theo anh Nhật Tiến, phải nói rằng nhà cầm quyền Thái Lan cố tình không tích cực trong việc chống hải tặc. Ông nói: "Họ bảo họ không đủ khả năng dẹp hải tặc, đó là một lời nói dối." Theo ông, hải tặc, gồm một số ít tàu cướp chuyên nghiệp, phần lớn là những ngư phủ Thái Lan, bình thường đi đánh cá, và khi có cơ hội thì trở thành hải tặc. Trong vịnh Thái Lan, có chừng 20,000 tàu thuyền đánh cá thuộc loại hải tặc "không chuyên nghiệp" này. Vậy, nếu có một nền công lý sáng tỏ, nếu quyết tâm dẹp hải tặc, thì nhà cầm quyền Thái Lan đủ sức làm việc đó. Bằng cớ là có vài tàu thuyền

tị nạn có đem theo vũ khí, chỉ cần bắn vu vơ vài phát là hải tặc bỏ chạy ngay, và người tị nạn được yên thân. Anh Nhật Tiến nhấn mạnh: "… Trước thực tế phũ phàng như thế, chúng ta có quyền nghĩ rằng nhà cầm quyền Thái Lan cố tình nuôi dưỡng hải tặc, mong dùng hải tặc như nột công cụ làm nản lòng những người tị nạn, để họ sợ mà không dám hướng tàu về phía Thái Lan để "tìm tự do" nữa. Do đó, anh Nhật Tiến kêu gọi đồng bào tiếp tục đưa đấu tranh lên một bậc nữa để thúc đẩy nhà cầm quyền Thái Lan tích cực hơn nữa dẹp hải tặc.

3) Ngoài nạn hải tặc, nhà văn Nhật Tiến còn vạch trần những tệ nạn trong các trại tị nạn vùng Đông Nam Á, kêu gọi đồng bào tìm mọi cách làm áp lực để "tự do dân chủ" trong các trại phải được tôn trọng.

4) Cuối cùng, để trả lời câu hỏi: trước những tệ nạn trên, chúng ta làm gì, nhà văn Nhật Tiến đề nghị 8 điểm:

a) Tiếp tục những đợt vận động không ngừng chống hải tặc. Cụ thể là làm sống lại ý định (đã bị bỏ quên) của Cao Ủy Tị Nạn LHQ, dự định triệu tập một hội nghị quốc tế về nạn hải tặc; dự định này lẽ ra đã thực hiện hồi tháng 6-1980, nhưng không hiểu tại sao lại bị chìm luôn.

b) Mở những đợt đấu tranh mới, tạo áp lực mạnh mẽ hơn để buộc nhà cầm quyền Thái Lan phải quan tâm hơn nữa diệt hải tặc.

c) Xúc tiến gấp rút việc hoàn thành ấn loát và phát hành cuốn Bạch Thư về tệ nạn hải tặc, để sớm có lợi khí đấu tranh cho hữu hiệu hơn. Nhất là nhờ đồng bào sốt sắng ủng hộ tài chánh để Bạch Thư sớm ra lò.

d) Trung Tâm Người Việt Quốc Gia sắp cho ra khơi 2 chiếc tàu vớt người vượt biển trong vùng vịnh Thái Lan; vậy đồng bào, nếu xét việc làm này không dối trá, thì ủng hộ nhiệt thành để công việc mau tiến triển. Có tàu của ta vớt đồng bào ta, thì nạn hải tặc chắc chắn phải giảm bớt, mà đồng bào sẽ bớt khổ.

e) Đồng bào cần quan tâm hơn nữa đến đời sống vật chất cũng như tinh thần ở các trại tị nạn. Thư từ, quà cáp là cần thiết và cụ thể.

f) Xin đồng bào tích cực hỗ trợ chiến dịch đòi tự do dân chủ trong trại tị nạn, giúp cải thiện đời sống ở đó, chống nạn "cha chú" làm khổ đồng bào và bốc lột đồng bào.

g) Vận động có nhiều và có nhanh những người bảo trợ, để làn sóng định cư mau chóng hơn, giảm áp lực nhân số các trại, mà cũng giúp các nước cho tạm cư bớt căng thẳng, nhờ đó, đồng bào dễ thở hơn.

h) Cuối cùng, Tết sắp đến, đồng bào vui Tết đừng quên những người bất hạnh trong các trại Đông Nam Á. Nên chia xẻ bằng cách gửi quà Tết, quần áo bánh trái, hay thư từ thôi cũng được.

Sau phần giải lao văn nghệ, nhiều nhân vật đã đóng góp ý kiến để thực hiện 8 điểm trên cho thêm phong phú. Buổi nói chuyện chấm dứt lúc 10 giờ 30 đêm.

Được biết, lúc 10 giờ sáng cùng ngày, nhà văn Nhật Tiến đã đến rạp Triều Thành, gần Disneyland thuộc Orange County nói chuyện với đồng bào, cùng một đề tài, do sinh viên Long Beach phối hợp với Trung Tâm Sinh Hoạt Người Việt Quốc Gia tổ chức. Số người tham dự ở đây khoảng chừng 500 vị. Tại đây sau 5 năm, lần đầu tiên được chào cờ và hát quốc ca, Nhật Tiến đã òa khóc làm cử tọa cũng khóc theo.

Thuyền Nhân Kêu Gọi Đồng Bào:
Xin Đừng Lơi Nhịp Đấu Tranh
Thư Ngỏ Của Một Nhóm Thuyền Nhân Tị Nạn

Kính gởi toàn thể đồng bào trong Cộng Đồng Việt Nam Hải Ngoại.

Thưa toàn thể đồng bào,

Chúng tôi là một nhóm thuyền nhân vừa rời các trại tị nạn ở Đông Nam Á qua định cư tại Hoa Kỳ. Chúng tôi thấu hiểu sâu xa hoàn cảnh đau thương, tủi nhục của đồng bào chúng ta đã và hiện đang còn tiếp tục chịu đựng những ngày tháng dài chờ đợi để được đi định cư. Chúng tôi quan niệm rằng, được rời trại ra đi không có nghĩa là mình đã xa lìa vĩnh viễn liên hệ của mình với những vùng đất đầy đau thương và tủi nhục đó, nhưng trái lại, chúng tôi càng ý thức được phần trách nhiệm sâu xa của mình trong nhiệm vụ làm xoa dịu những đớn đau và khổ cực của đồng bào hiện đang còn ở đó, hay ít nhất cũng phải góp phần nói lên tiếng nói của đồng bào trước Cộng Đồng Việt Nam ở hải ngoại, để kêu gọi sự quan tâm của toàn thể cộng đồng đối với những nhu cầu vật chất cũng như tinh thần của hàng ngàn, hàng vạn đồng bào của chúng ta, hiện đang khắc khoải trong một đời sống đầy xót xa, tủi nhục và thiếu thốn tại khắp các trại tị nạn ở Đông Nam Á.

Trong tinh thần trách nhiệm đó, và trong niềm hy vọng sâu xa ở tình cảm gắn bó của Cộng Đồng Việt Nam Hải Ngoại đối với đồng bào ruột thịt đang còn rên siết ở quê nhà hay đã vượt thoát ra đi, chúng tôi mạnh dạn tiếp tục vận động những nỗ lực đã có từ trước, nhằm đẩy mạnh sự cứu giúp những THUYỀN NHÂN TỊ NẠN với những nội dung đề nghị như sau:

1) Xin toàn thể cộng đồng Việt Nam ở hải ngoại tiếp tục tích cực tham gia vào công tác vận động dư luận quốc tế nhằm giải quyết vấn đề hải tặc trong vịnh Thái Lan mà chúng tôi, những người vừa rời trại tị nạn ở đó, được biết hiện vẫn còn là một tệ nạn gieo rắc rất nhiều tai họa đau thương và khủng khiếp đối với các đồng bào vượt biển, nhất là trong những ngày tháng sắp tới, vào mùa biển êm, đồng bào ở Việt Nam còn tiếp tục ra đi đông đảo. Hiện tổ chức Cứu Nguy Người Vượt Biển (Boat People S.O.S. Committee), một tổ chức đã gây được tiếng vang rộng lớn trong lãnh vực chống hải tặc, đang tiếp tục phát động những chiến dịch vận động dư luận quốc tế. Chúng tôi xin kêu gọi đồng bào ở hải ngoại hãy tham gia tích cực những chiến dịch ấy để góp phần gây tiếng vang mạnh mẽ trước công lý và lương tâm nhân loại, ngõ hầu đem lại được những thành quả

cụ thể trong nhiệm vụ làm giảm thiểu những đau thương của đồng bào chúng ta vượt biển đi sau.

2) Trong phạm vi khả năng và sáng kiến của mọi người, mọi gia đình, mọi tổ chức, mọi đoàn thể trong cộng đồng Việt Nam hải ngoại, xin hãy TỰ Ý LÀM MỘT CÔNG TÁC GÌ CỤ THỂ CHO CÁC ĐỒNG BÀO HIỆN ĐANG TẠM TRÚ TẠI CÁC TRẠI TỊ NẠN Ở ĐÔNG NAM Á, như viết thư cho các tổ chức quốc tế, cho Quốc Vương Thái Lan, đòi hỏi một nỗ lực chống hải tặc, quyên góp và gửi tặng phẩm, thuốc men, quần áo, sách báo cho các đồng bào ở trại tị nạn. Hiện ở các trại đều có những đoàn thể đã được thành lập, như Giáo Hội các tôn giáo, Hội Cựu Quân Nhân QLVNCH, các đoàn thể thanh thiếu nhi. Mỗi đoàn thể ở hải ngoại có thể liên lạc với Ban Đại Diện mỗi trại để tìm hiểu sinh hoạt của các đoàn thể ấy và tìm cách hỗ trợ về tinh thần cũng như vật chất, ngõ hầu công tác của mỗi đoàn thể ở các trại tị nạn đạt được những thành quả cụ thể hơn.

3) Hiện nay, tuyệt đại đa số đồng bào tị nạn phải chuyển qua những trung tâm chuyển tiếp ở Phi Luật Tân và Nam Dương với thời hạn tạm trú từ một đến ba năm trước khi được chính thức định cư tại Hoa Kỳ, với lý do để học thêm nghề nghiệp và tiếng Anh. Trong thực tế, việc học hành này được tổ chức rất thô sơ, vụ hình thức mà không mang lại được những kết quả cụ thể. Việc kéo dài thời gian tạm trú tại các trại đó chỉ làm cho đời sống của đồng bào thêm suy sụp về cả mặt thể chất cũng như tinh thần. Đặc biệt là số phận của những đồng bào Việt Nam vượt thoát bằng đường bộ đang tạm trú tại các trại Đông Bắc Thái Lan (Sikhiu, Khao I Dang,...) hiện ở tình trạng cực kỳ bi thảm và không có một chút hy vọng gì trong việc định cư tại các quốc gia tự do. Sở dĩ có tình trạng như vậy là vì thành phần bộ đội, cán bộ cộng sản đào ngũ vượt thoát sang ngả Thái Lan bằng đường bộ và là thành phần khá đa số ở trong trại. Điều này tạo nên sự dè dặt và nghi ngờ trong việc cứu xét định cư. Những đồng bào không phải bộ đội, cán bộ cộng sản, mà không có thân nhân ruột thịt ở các quốc gia đệ tam, do đó đã bị ảnh

hưởng và đã bị kéo dài hết năm này qua năm khác mà chưa biết được ngày mai số phận của mình như thế nào. Mặc dù mỗi trại đều có ban đại diện người Việt, nhưng quyền hành lại tập trung trong tay những trưởng trại người Thái. Do đó, trại tị nạn ở đây đã biến thành những trại tù, với những cảnh nhục mạ, đánh đập người Việt, xảy ra hàng ngày, khiến cho đời sống đã đau khổ lại thêm phần cực kỳ thê thảm. Chúng tôi khẩn thiết kêu gọi các tổ chức lớn trong Cộng Đồng Việt Nam ở hải ngoại, song song với các công tác chống cộng sản và hỗ trợ cho các phong trào phục quốc, xin hãy quan tâm hơn nữa về số phận của các đồng bào hiện đang hiện diện ở các trại chuyển tiếp hay ở miền Đông Bắc Thái Lan, ngõ hầu mở được những cuộc vận động qua ngả Liên Hiệp Quốc hay chính phủ Hoa Kỳ, để mau chóng đưa được đồng bào ra khỏi những nơi chốn đau thương và khổ cực đó.

4) Sau cùng, chúng tôi cũng xin kêu gọi toàn thể những thuyền nhân vừa rời trại tị nạn qua định cư tại Hoa Kỳ hay các quốc gia đệ tam khác, những người đã thấu hiểu và đau xót đến tận cùng về những thảm trạng của đồng bào tại các trại tị nạn, xin hãy tiếp tay với chúng tôi trong những nỗ lực nói lên tâm tư và nguyện vọng của các đồng bào đang ở đó, và góp phần làm giảm thiểu những đau khổ của đồng bào chúng ta hiện đang và sẽ còn tiếp tục kéo dài tại các trại tị nạn ở Đông Nam Á.

Los Angeles, ngày 24 tháng 9 năm 1980

Thay mặt một số thuyền nhân tị nạn vừa tới Hoa Kỳ

- NHẬT TIẾN (trại Songkhla)

- BÙI NGỌC DƯƠNG (trại Songkhla)

- LÊ HẬU (trại Pulau Bidong)

(Phỏng dịch bản văn Contre La Piraterie)
Hội Quốc Tế Diệt Trừ Nạn Hải Tặc

Lausanne, ngày 30 tháng 4 năm 1981

ĐỂ BẢO TỒN LUẬT BIỂN QUỐC TẾ
ĐỂ DIỆT TRỪ NẠN HẢI TẶC
MỘT CHIẾN DỊCH TẢO THANH VÀ PHÒNG VỆ

Mỗi ngày qua, vẫn xảy ra những vụ lộng cuồng, sát hại và cướp bóc, mà nạn nhân là hàng trăm con trẻ và người lớn, bị đánh đập, tra khảo, giết chết, rồi vứt xác xuống biển, còn đàn bà con gái – kể cả trẻ nhỏ - thì bị hãm hiếp một cách man rợ. Vậy mà thế giới vẫn giữ im lặng, còn các tổ chức Quốc Tế thì ngồi yên, không có một hành động nào để can thiệp tại vùng biển Trung Hoa, không có một Hải Quân nào ra tay bảo vệ đứng đắn các luật hàng hải, như là:

- Thỏa ước quốc tế ký tại Bruxelles ngày 23 tháng 9 năm 1910, ấn định nghĩa vụ trợ cứu các người lâm nạn trên biển cả;

- Thỏa ước quốc tế về Luật Biển, ký tại Genève năm 1958, ấn định nghĩa vụ tuần cảnh trên biển cả.

Vậy mà cho tới nay, vẫn không có một hải thuyền nào của Liên Hiệp Quốc, không có một đội "mũ xanh" nào lai vãng tại vùng biển đó cả.

Trong khi đó thì các đợt "thuyền nhân" vẫn ồ ạt bỏ trốn xứ sở, chỉ có sức liên đới của thế giới mới là tắt hơi! Chỉ nguyên trong tháng 3 năm 1981, đã có hơn 5 ngàn người tị nạn Việt Nam cặp bến ở các nước duyên hải. Hầu hết tất cả đều bị giặc biển cướp lột, mà không ai biết được bao nhiêu kẻ đã phải bỏ mạng dưới biển sâu.

Trước sự bất lực của các chính phủ trong vùng cũng như của các Tổ Chức Quốc Tế không làm được gì hết để bảo vệ các nhân quyền và bất cứ một luật lệ nào, chúng tôi, ký tên dưới đây, ngày hôm nay đứng lên thành lập một Ủy Hội có nhiệm vụ tức thời tổ chức một đội phòng vệ hải thuyền đi tảo thanh lũ giặc biển lộng hành không còn kiêng nể một ai.

Chúng tôi quyết chỉ cứu trợ các nạn nhân tính mạng bị đe dọa, tại vùng biển Trung Hoa. Tuy nhiên, chiến dịch này sẽ không chủ trách sắp xếp cho các người tị nạn được tiếp nhận tại các đệ tam quốc gia.

Thủy thủ đoàn phục vụ trên các hải thuyền này sẽ gồm có các người tị nạn Việt Nam, cả nam lẫn nữ.

Thành lập tại Lausanne ngày 30 tháng 4 năm 1981, Ủy Hội này mang danh xưng "DIỆT TRỪ NẠN HẢI TẶC", và lấy hình thức một hiệp hội, chiếu các điều 60 và kế tiếp của Bộ Dân Luật Thụy Sĩ.

KÝ TÊN:

(Bà) Hoda DUBRAY, Đồng sáng lập Tổ Chức "SENTINELLES"

Edmond KAISER, Sáng lập viên Tổ Chức "TERRE DES HOMMES"

(Bác Sĩ) Bernard KOUCHNER, Sáng lập viên "MÉDECINS SANS FRONTIÈRES", "MÉDECINS DU MONDE" và "ILE DE LUMIÈRE"

(Bác Sĩ) Bà NGUYỄN BÁ THIỆN, Sáng lập viên "COMITÉ DE PROTECTION DE L'ENFANT REFUGIÉ"

(Bác Sĩ) NGUYỄN PHÁT, Sáng lập viên 'ÉCOLES SANS FRONTIÈRES"

(Tiến Sĩ) PHAN VĂN THÍNH, nguyên Đại Sứ Việt Nam Cộng Hòa tại Thụy Sĩ

Để có thể hoạt động, chúng tôi cần được giúp tiền, nhân sự và hải thuyền. Ước mong các quý vị viết thơ và trợ quyền giúp công cuộc này, qua địa chỉ sau đây: SENTINELLES, 10 Chemin du Languedoc 10007 Lausanne – SUISSE.

Compte de Cheques Postaux Lausanne 10-4497, xin ghi thêm là dành cho "CONTRE LA PIRATERIE."

Tại Pháp: MÉDECINS DU MONDE, 17 rue du Fer-à-Moulin 75005 Paris – FRANCE

Hồ Sơ Về 19 Thuyền Nhân Việt Nam
Bị Vu Oan Là Hải Tặc

Sau những vận động sôi nổi cho vụ đảo Kra thành công, tất cả những thuyền nhân liên hệ đến đảo Kra đã được chấp thuận vào Hoa Kỳ, mọi thành viên trong Ủy Ban đều thở phào nhẹ nhõm. Kết quả ấy vượt ra ngoài dự đoán của mọi người. Những vận động liên hệ đã được liên tục phổ biến rộng rãi, nên hầu như khắp nơi trong cộng đồng ta đều theo dõi và có những hỗ trợ trong khả năng. Nhờ đó, một cách tình cờ lúc ấy, Ủy Ban trở nên một tổ chức duy nhất tạo được thành tích cụ thể bênh vực cho thuyền nhân. Trong tay chúng tôi không có một chút phương tiện nào, cũng không ai bắt buộc chúng tôi phải làm việc này, ngoài những liên hệ bạn bè. Do đó chúng tôi chỉ mong sao cho thảm nạn đảo Kra được giải quyết mau chóng, xong là thôi, Ủy Ban sẽ giải tán. Không ngờ kết quả đã diễn ra, tuy có nhiều khó khăn, nhưng thật tốt đẹp: tất cả 157 thuyền nhân liên hệ được vào Mỹ. Những lá thư, những cú điện thoại từ khắp nơi gọi về cổ võ, yêu cầu Ủy Ban phải tiếp tục hoạt động.

Trong hoàn cảnh đó Ủy Ban nhận được lá thư kêu cứu của 19 thuyền nhân Việt Nam bị nhà đương cuộc Thái bắt giam với tội danh là "hải tặc, đã đánh cướp ghe xuồng của ngư phủ Thái." Nhưng sự thực đó chỉ là hành động tự vệ chính đáng khi ghe đánh cá này đã tấn công thuyền nhân Việt Nam. Ủy Ban sau khi nghiên cứu vấn đề, phân tách những dữ kiện liên hệ và gửi thư thẳng cho văn phòng Thủ tướng Thái Lan, thông báo cho các tổ chức quốc tế như Phủ Cao Ủy Tị Nạn LHQ, Tòa Đại Sứ Mỹ tại Thái Lan, v.v... như Ủy Ban đã làm trước đây trong vụ đảo Kra. Thư và tài liệu gửi đi ngày 20 tháng 4 năm 1981, thì khoảng 3 tháng sau, Ủy Ban nhận được thư của Trung Tướng Chanrtrakupt Sirisuth, Chánh Văn Phòng của Thủ Tướng Thái phúc đáp với lời hứa hẹn "this trial will be conducted in the spirit of impartiality and equality in accordance with due judicial process" (vụ án này sẽ được xét xử trong tinh thần vô tư, công bằng và thượng tôn pháp luật).

Sự việc diễn tiến như sau. Một ghe tị nạn Việt Nam đang trên đường tiến vào hải phận Thái Lan, thì có một chiếc ghe đánh cá Thái Lan tới gần. Trong hoàn cảnh khó khăn, tuyệt vọng, thiếu thốn thực phẩm và nước uống, ghe tị nạn được ghe Thái Lan đem sang cho cơm và nước uống. Tất nhiên ghe tị nạn hết sức sung sướng đón nhận và cám ơn vô cùng. Nhưng thực ra như sau này mới biết, hành động tưởng như nhân đạo này của ngư phủ Thái, chính là bước đầu chúng xáp lại ghe tị nạn để tìm hiểu mọi hoàn cảnh của ghe tị nạn, nhất là xem khả năng tự vệ của ghe này ra sao, có bao nhiêu người, bao nhiêu đàn ông, ghe này có súng không. Khi đã nắm vững tình hình, nhất là đã là ân nhân của ghe tị nạn trong việc tiếp tế lương thực trong ngày hôm trước, ghe Thái Lan hôm sau, với nhân số đông hơn hôm trước, trang bị bằng dao, búa, chúng tìm tới ghe tị nạn. Vừa xáp lại ghe tị nạn, rất hung hãn, nhảy sang ngay, chúng lùa tất cả mọi người đứng vào một phía, lục soát từng người, từng chỗ trên ghe tị nạn, lấy hết tiền bạc và mọi thứ chúng coi là quý giá. Trong khi lục soát, chúng không từ những hành động khả ố với phụ nữ. Sau khi lấy hết mọi thứ trên ghe, chúng bắt mấy cô gái sang ghe của chúng, rồi chúng dùng mũi ghe của chúng ủi thẳng vào ghe tị nạn, khiến ghe tị nạn bị vỡ mũi, nước ào vào ghe, sắp chìm. Trong hoàn cảnh tuyệt vọng đó người trên ghe tị nạn vội bám vào mạn ghe của ngư phủ Thái, trèo lên, chuyển những trẻ nhỏ sang ghe của ngư phủ Thái. Ngư phủ Thái đã hung hăng dùng búa, rìu khua lên định chặt tay những người bám vào ghe chúng. Đặc biệt chúng ôm những trẻ nhỏ định ném xuống biển. Trong hoàn cảnh này, tức thì, không ai bảo ai, mọi người trên ghe tị nạn gồm già trẻ, trai gái vùng lên, xáp lại chúng, cướp vũ khí, cứu trẻ con. Một cuộc hỗn chiến bỗng nổ ra. Trên ghe tị nạn có tất cả 19 đàn ông, một lực lượng khá đông với sự hỗ trợ của mọi người có mặt, nên chỉ trong chốc lát đã làm chủ được tình thế. Tụi hải tặc Thái yếu thế vội nhảy xuống biển thoát thân. Trong khi đó thì chiếc ghe tị nạn đã vỡ và đã chìm. Người tị nạn lo vớt những người đang loi ngoi dưới mặt biển lên ghe của ngư phủ Thái. May mắn không ai bị chết đuối, cũng không ai bị thương nặng, chỉ bị sây sát nhẹ do cuộc xô xát gây nên. Trong khi đó có một ghe ngư phủ Thái khác đến lo vớt những tên hải tặc lên ghe và chạy nhanh vào bờ biển Thái. Những thuyền nhân Việt Nam, trong hoàn cảnh này, ở trên ghe của ngư phủ Thái, phải cố học hỏi, làm quen với chiếc ghe này để tiếp tục cuộc hành trình đi tìm Tự Do.

Bọn ngư phủ, hải tặc Thái Lan được đồng bạn cứu thoát chạy vào bờ và trình với nhà chức trách Thái Lan rằng ghe của chúng bị hải tặc Việt Nam tấn công và cướp mất. Do đó mấy ngày sau khi những thuyền nhân Việt Nam đi trên chiếc ghe của ngư phủ Thái vào bờ biển Thái, lập tức bị nhà đương cuộc Thái bắt giữ với tội danh là hải tặc đã tấn công và cướp ghe của ngư phủ Thái. Một cách cụ thể, tất cả 19 người đàn ông trên ghe này bị nhà đương cuộc Thái bắt giam để chờ ngày đưa ra tòa xét xử.

Trong nỗi tuyệt vọng và oan ức này, 19 thuyền nhân bị nhà đương cuộc Thái bắt giữ, hàng ngày vẫn theo dõi những thông tin liên hệ đến công cuộc vận động của Ủy Ban cho đồng bào bị hải tặc Thái ngược đãi trên đảo Kra. Những tin tức này do Ủy Ban gửi từ San Diego cho nhà văn Nhật Tiến, và được nhà văn Nhật Tiến cho phổ biến trên hệ thống phát thanh trong trại tị nạn. Do đó 19 thuyền nhân này đã viết thư cho Ủy Ban để cầu cứu, mong giải oan cho họ.

Và đúng ngày Tết Nguyên Đán năm đó, Ủy Ban nhận được thư của 19 nạn nhân trong vụ án nói trên cho hay "phiên tòa khoáng đại ngày 28 tháng 12 năm 1982, vào lúc 12 giờ 30 phút, tòa án Pak Phanang đã tuyên bố 19 bị cáo trong vụ án To Laksana 12 được trắng án (xin xem phóng ảnh lá thư đính kèm). Trong lá thư có tên của 19 người liên hệ với chữ ký của 17 người. Trong đó đáng lưu ý nhất là Bác Sĩ Dương chi Lăng. Chính ông là người đã viết và ký tên trong lá thư kêu cứu. Gần 30 năm đã trôi qua, chúng tôi không biết Bác Sĩ Dương chi Lăng hiện ở đâu. Chúng tôi hy vọng ông đã hoàn tất văn bằng và đã có cuộc sống an bình, thịnh vượng trong vai trò một lương y. Có khi nào ông nhớ tới những khó khăn ngày cũ?

Vì không có đủ thì giờ trình bày, dẫn giải nội vụ, chúng tôi xin đăng tải những văn kiện căn bản liên hệ để quý vị độc giả tùy nghi suy xét.

Luật Sư Ngoạn Văn Đào Thăm Các Trại Tị Nạn

Bây giờ, kể từ biến cố 30 tháng Tư, 10 năm đã mau chóng trôi qua. Trong dòng sinh mệnh của dân tộc, chưa bao giờ người Việt Nam lại khốn khổ như thế. Chưa bao giờ có cảnh người Việt nhẫn tâm kỳ thị người Việt tàn nhẫn, vô lương tâm như thế. Người cộng sản Việt Nam đã cướp sạch và đuổi hết những người chúng cho là "có nợ máu với nhân dân", nên không có cách nào khác, những người Việt Nam khốn khổ này phải liều chết ra đi. Trên đoạn đường đi tìm Tự Do, người Việt Nam lại phải đối đầu với bao nhiêu nguy nan, khốn khổ bởi sóng gió của biển khơi và sự bạo tàn của hải tặc. Bao nhiêu gia đình tan nát, người chủ gia đình bị đập chết quăng xác xuống biển. Người vợ bị dày vò tàn bạo trong tay những tên ngư phủ Thái, rồi cũng bị vứt xuống biển để phi tang. Những cô gái nhỏ vị thành niên cũng không thoát khỏi cảnh huống khốn khổ kia. Sau những ngày dài ô nhục trên những con tàu của hải tặc, những em gái này bị đem bán cho những ổ mãi dâm. Có những em bị mang thai, trôi dạt vào các trại tị nạn, đau ốm, tủi nhục và thiếu thốn trăm bề. Những trẻ nhỏ lạc cha, mất mẹ cũng được đón vào các trại tị nạn. Chúng thèm khát đủ thứ, từ miếng cơm, manh áo và không ai nuôi dạy. Cảnh khốn cùng này không ai biết tới. Trong hoàn cảnh bi thương này Ủy Ban đã nhận được rất nhiều thư từ của những gia đình có thân nhân lâm vào tình trạng khốn khổ nói trên. Vấn đề to lớn quá và tế nhị quá. Mạng sống của những người này mong manh, hèn mọn, có thể bị thủ tiêu bất cứ lúc nào. Làm sao tìm ra những nạn nhân này. Làm sao giải thoát họ ra khỏi bàn tay tàn bạo của những tên hải tặc, của những tổ chức buôn người, của những ổ mãi dâm. Làm sao mang chút hơi ấm của tình thương đến với những người này.

Trong nỗi tuyệt vọng đó, Ủy Ban đã nhận được thư của Linh Mục Namwong. Ngài là một người Thái nhưng nói tiếng

Việt lưu loát. Ngài cũng có những ưu tư, thương xót cho số phận những người Việt Nam khốn khổ này. Như một người chết đuối gặp được cái phao, Ủy Ban đã liên lạc với Ngài. Và với sự ước đoán của Ngài thì trong lãnh thổ Thái, có ít nhất 4,000 cô gái Việt Nam bị bắt từ những chiếc ghe vượt biển, đem bán cho những ổ mãi dâm. Làm sao cứu họ ra, thật là tế nhị, khó khăn. Nhưng cụ thể, trong các trại tị nạn mà Ngài biết, có rất đông trẻ nhỏ không thân nhân, có thể bị trả về bên kia biên giới. Có rất đông các cô gái vị thành niên là nạn nhân của những cuộc bạo hành, nay mang thai, thiếu thốn trăm bề. Những cô gái ấy, những trẻ nhỏ ấy cần được biết đến, cần được giúp đỡ. Nỗi ưu tư đó như những ung nhọt nung nấu những người có lòng nghĩ đến người tị nạn, trong đó có Luật Sư Ngoạn văn Đào.

Trong thập niên 80, cộng đồng chúng ta còn quá non trẻ, những người đi học lại, phần đông hướng về những lãnh vực kỹ thuật, không đòi hỏi nhiều về khả năng Anh ngữ. Tìm một vị kỹ sư tương đối dễ dàng hơn là một vị luật sư. Lúc ấy Luật Sư Ngoạn văn Đào ở Mỹ đã lâu, là một vị luật sư có văn phòng ở rất nhiều thành phố dọc theo chiều dài của tiểu bang California, trong đó có thành phố San Diego. Trong những giao tế thân quen giữa những người có từ tâm, Giáo Sư Xương đã bày tỏ nỗi lo âu này với Luật Sư Ngoạn văn Đào. Khi được thông báo những cảnh huống này, Luật Sư Đào đã thực sự bồi hồi, xúc động. Trong lặng lẽ, với những hồ sơ trong tay, ông đã lên đường "du lịch" Thái Lan. Ông đã gặp Linh Mục Namwong. Ông đã đến thăm các trại tị nạn. Ông đã đến thăm "nhà thương" nơi có những cô gái nạn nhân của hải tặc. Ông cũng đã đến thăm và chơi đùa, tặng quà cho những trẻ nhỏ không thân nhân. Và tất nhiên, ông đã chụp những tấm hình ở những nơi ông đã đi qua. Từ những liên hệ này, Ủy Ban đã được Linh Mục Namwong làm đầu cầu để Ủy Ban gửi tiền, nhờ Linh Mục cố gắng xoa dịu một phần nào những nỗi đắng cay, thiếu thốn của những đồng bào khốn khổ này.

Phần II
VỚT NGƯỜI BIỂN ĐÔNG

Chương I - CỨU THUYỀN NHÂN

- Những Bước Đầu Tiên 157
- Đón Tiếp Ân Nhân 168
- Ngày Thuyền Nhân 174
- Chiến Dịch Vớt Người Biển Đông Năm 1986 181
- Những Mẩu Tin Quan Trọng 183
- Chiến Dịch Vớt Người Biển Đông Năm 1987 189
- Chiến Dịch Vớt Người Biển Đông Năm 1988 192
- Một Chuyến Đi Đầy Nguy Hiểm (1989) 199
  - Danh sách thuyền nhân vớt hôm 24/11/1988 205
  - Viện Đại Học Tôn Giáo Do Thái trao giải 217
  - Danh sách thuyền nhân tại trại Ban Thad Camp 222
  - Tổng Kết Chiến Dịch
    Vớt Người Biển Đông Năm 1988 225
  - Tết tưng bừng tại Ban Thad Camp 234
  - Tàu Mary Kingstown
    chở 40 thuyền nhân đến Palawan 236
  - Nước Pháp cấp 112 chiếu khán 238
  - Danh sách thuyền nhân vớt ngày 9/4/1989 241
  - 113 thuyền nhân
    được tàu Mary Kingstown cứu sống 244
  - Tin mừng cho gia đình anh Nguyễn văn Thưởng 246
  - Hải tặc xả súng và thiêu sống 130 thuyền nhân 246
  - Những dòng chữ của đồng bào ta
    vừa được cứu sống 248
- Mười Ngàn Mỹ Kim Trao Tặng Cho Ủy Ban 253
- Biểu Tình Tuần Hành
  Cho Đồng Bào Tị Nạn Tại New York 256
- Những Tấm Lòng Son Sắt Vẫn Còn Nguyên 261
- Cuộc Hành Trình Khủng Khiếp Đi Tìm Tự Do 267

• Hải Tặc Thái Giết 130 Người Tị Nạn Đã Bị Bắt 273
• Giai Đoạn Cuối Cùng Của Người Tị Nạn 274
• Những Lần Về Biển Đông 284
• Tổng Kết Chi Thu 298

Chương II - ĐỊNH CƯ CHO THUYỀN NHÂN **301**

Chương III - NHỮNG TẤM LÒNG TRẮC ẨN **325**
• Cô Thụy 327
• Ông André Gille Và Lòng Phi Sở Hữu 339
• André Gille's Progression
  To Disinterestedness And The Boat People 346
• Một Ước Mơ 354
• Bác Sĩ Đinh Xuân Anh Tuấn 358
• Cụ Hoàng Văn Chí 366
• Ông Nguyễn Kim Bảng 377
• Hà Thúc Sinh 385

Chương IV - BUỒN VUI NGÀY ĐÓ **393**
• Biển 395
• Những Hạt Mưa Bay 399
• Chuyện Cô Ph. 408
• Vũ Huynh Trưởng 413
• Lời Phát Biểu Của UBBNGNVB 417
• (Bản Anh Ngữ) 419
• Lời Tưởng Niệm 421
• An Edeggy 424
• Buồn Vui Ngày Đó 426

Chương I
CỨU THUYỀN NHÂN

Những Bước Đầu Tiên Trong Chiến Dịch Vớt Người Biển Đông Năm 1985

Qua Bản Lược Trình Hoạt Động của Ủy Ban Báo Nguy Giúp Người Vượt Biển (Boat People S.O.S. Committee, gọi tắt là Ủy Ban), chúng tôi hy vọng độc giả đã nắm vững những nét hoạt động tổng quát của Ủy Ban này từ khi thành lập cho đến khi ngưng hoạt động, chuyển giao trách nhiệm cho tổ chức khác kế nhiệm.

Công Tác Vớt Người Biển Đông năm 1985, mở đầu cho những công tác này trong những năm sau đó, được Ủy Ban và những tổ chức nhân đạo quốc tế hợp tác thi hành.

Khi Việt Nam Cộng Hòa sụp đổ, những người thoát được ra đi không được bao nhiêu. Sau đó, dưới sự cai trị tàn độc của người cộng sản Việt Nam, làn sóng người liều chết ra đi mỗi lúc mỗi đông, đồng thời thảm nạn hải tặc và những nguy nan trên Biển Đông đã gây nên bao cảnh kinh hoàng, và vô cùng thương tâm. Năm 1985, Ủy Ban đã hoạt động được 5 năm, với những thành quả cụ thể bênh vực cho thuyền nhân đã được dư luận biết đến rất rộng rãi. Đặc biệt cùng lúc ấy Giáo Sư Nguyễn hữu Xương, Giáo Sư Đại Học UCSD, chủ tịch Ủy Ban, người đã sáng chế ra máy quang tuyến điện tử mang tên ông là Xương Machine, người đang là khách danh dự của nhiều học viện danh tiếng thế giới mời đến thuyết trình về công trình khoa học này, nhân một chuyến đi thuyết trình tại Paris, Pháp, năm 1984, Giáo Sư Xương đã gặp những vị bác sĩ của Hội Y Sĩ Thế Giới (Médecins du Monde). Đây là một tổ chức nhân đạo bất vụ lợi, đã từng đem tàu ra biển cứu vớt thuyền nhân: năm 1979 với con tàu Ile de Lumière, năm 1981 với con tàu Akuna, năm 1982 với con tàu Goelo. Những công tác của họ rất qui mô, nhưng không được cộng đồng người Việt biết đến, nên hầu như không có những đóng góp nào của cộng đồng tị nạn chúng ta và kết quả cũng rất khiêm tốn.

Sau khi Bác Sĩ Đinh Tuấn đến San Diego và đã gặp Giáo Sư Nguyễn hữu Xương, cuộc gặp gỡ này đưa đến sự hợp tác giữa Hội Y Sĩ Thế Giới và Ủy Ban:

- Hội Y Sĩ Thế Giới tiếp tục tổ chức những chuyến công tác Vớt Người Biển Đông.

- Ủy Ban giữ vai trò hỗ trợ và quảng bá trước diễn đàn quốc tế, đặc biệt là vận động sâu rộng để có sự đóng góp vật chất cũng như tinh thần của cộng đồng người Việt khắp nơi cho công tác nhân đạo này.

Đây là một sự may mắn lạ kỳ mở đầu cho những công tác Vớt Người Biển Đông liên tục trong 5 năm sau đó, khiến 3,103 thuyền nhân đã được cứu vớt giữa biển khơi.

Trong lặng lẽ nhưng đây là một công tác được sửa soạn rất chu đáo. Đúng 10 năm sau khi Miền Nam sụp đổ, hồi 8 giờ sáng ngày 30 tháng 4 năm 1985, Chiến Dịch Vớt Người Biển Đông năm 1985 chính thức bắt đầu ở ngoài khơi lãnh hải Việt Nam, gồm con tàu Jean Charcot và chiến hạm Victor Schoelcher. Jean Charcot là một con tàu chuyên nghiên cứu về hải dương học được dùng làm con tàu chính đi cứu vớt thuyền nhân, đã được trang bị để có chỗ ăn ngủ với những tiện nghi căn bản cho khoảng 150 người. Còn chiến hạm Victor Schoelcher là một chiến hạm tối tân thuộc Hải Quân Pháp, được Bộ Quốc Phòng Pháp phái đi theo con tàu Jean Charcot để hộ tống, phòng ngừa mọi bất trắc. Chiến hạm này được trang bị đầy đủ thuốc men, y sĩ để sẵn sàng cấp cứu cũng như những mổ xẻ cần thiết khác. Ngoài ra vì là một chiến hạm loại viễn dương, với khả năng kiểm soát mặt biển một cách bén nhạy và rộng lớn của các hệ thống *radar*, chiến hạm này còn nhận lãnh vai trò tìm kiếm và trực tiếp cứu vớt thuyền nhân trong tình trạng biển có sóng to gió lớn, để sau đó chuyển giao những thuyền nhân vớt được sang tàu Jean Charcot.

Nhưng quan trọng hơn hết là những thuyền nhân vớt được sẽ được định cư ở đâu. Đó là một vấn nạn to lớn và căn bản. Trước khi khởi hành, Hội Y Sĩ Thế Giới, qua những cuộc vận động gay go, đã có những quốc gia sau đây cung cấp chiếu khán cho những thuyền nhân sẽ được vớt, gồm có:

Chính phủ Pháp: 300 chiếu khán.

Chính phủ Ý: 40 chiếu khán.

Chính phủ Bỉ: 30 chiếu khán.

Chính phủ Đức: 100 chiếu khán.

Chính phủ Gia Nã Đại: 50 chiếu khán.

Chính phủ Thụy Sĩ: 25 chiếu khán.

Tổng cộng chúng ta có 545 chiếu khán. Công cuộc Vớt Người Biển Đông dự trù hoạt động trong vòng 2 tháng rưỡi, trong mùa biển êm, là thời điểm mà các năm trước người vượt biển ra đi đông đảo, hy vọng vớt đủ số người như số chiếu khán đã có. Nhờ có sẵn những chiếu khán này, khi những thuyền nhân vớt được mới được phép tạm trú tại các trại tị nạn do Phủ Cao Ủy Tị Nạn quản trị.

Như chúng ta biết, trong số những thuyền nhân vớt được, không thiếu những người có thân nhân đang định cư tại Mỹ hay ở những quốc gia khác. Những người này khi vào trại tị nạn liên lạc với thân nhân, từ đó họ sẽ được thân nhân bảo lãnh để đoàn tụ với gia đình. Từ đó số chiếu khán được cung cấp sẽ dư ra. Số chiếu khán thặng dư này sẽ dùng cho những thuyền nhân vì nhiều lý do ở quá lâu tại các trại tị nạn chưa được ưu tiên đi định cư.

oOo

Đúng 8 giờ sáng, giờ địa phương, lúc cộng sản Việt Nam tưng bừng kỷ niệm 10 năm chiếm được Miền Nam, hai con tàu nhân đạo nói trên khởi hành từ hải cảng Singapore, đã có mặt ngoài lãnh hải quốc tế, ở ngoài khơi Vũng Tàu, mở đầu Chiến Dịch Vớt Người Biển Đông năm 1985. Tất nhiên cộng sản Hà Nội không vui vẻ gì khi nghe tin này, rất có thể chúng sẽ có những hành động ngăn chặn thô bạo, tạo những khó khăn cho công cuộc tìm vớt thuyền nhân. Một số biện pháp phòng ngừa đã được dự trù. Thứ nhất là vùng hoạt động của công tác Vớt Người Biển Đông chỉ ở hải phận quốc tế, không xâm nhập vào lãnh hải Việt Nam. Thứ hai là trên tàu có sự hiện diện của những phóng viên báo chí để sẵn sàng chụp hình, quay phim, ghi nhận những hành động vi phạm luật hàng hải quốc tế, nếu có, của hải quân cộng sản Hà Nội. Vùng hoạt động chính của hai con tàu nhân đạo này cách bờ biển Việt Nam trung bình 50 hải lý, ngang Vũng Tàu, bao vòng xuống mũi Cà Mau, bên ngoài những cửa sông, nơi được coi là điểm xuất phát những ghe vượt biển trong những năm qua. Một cách cụ thể, căn cứ trên hải trình điện tử ghi lại của chiến hạm Victor Schoelcher, vị trí cao nhất của chiến hạm này là ở vĩ tuyến 11^0 Bắc và 110^0 kinh tuyến Đông, ngang mũi Kê Gà, ở ngoài khơi Phan Thiết. Và điểm gặp gỡ, vớt được nhiều ghe tị nạn nhất là ở vĩ tuyến 8^0 Bắc, 108^0 kinh tuyến Đông, phía Đông đảo Côn Sơn.

Trước đó 48 giờ, trong buổi *meeting* kỷ niệm ngày Quốc Hận 30 tháng 4, tổ chức trong bãi đậu xe trước nhà sách Tú Quỳnh, Santa Ana, Nam Cali, người viết và nhà văn Nhật Tiến đã chính thức đại diện Ủy Ban loan báo tin này trước hàng ngàn đồng bào có mặt trong buổi lễ. Đồng thời tin này cũng được Ủy Ban, đại diện cho cả hai tổ chức: Ủy Ban và Hội Y Sĩ Thế Giới, loan báo trên đài BBC và đài VOA. Tất nhiên biến cố này anh chị em trong làng báo Việt Nam cũng đã được thông báo rất chi tiết. Từ đó công cuộc cứu vớt thuyền nhân chính thức được dư luận đặc biệt theo dõi, và đồng bào ta khắp nơi nóng lòng chờ đợi những tin vui. Trong lời kêu gọi đồng bào hải ngoại hộ trợ công tác Cứu Vớt Thuyền Nhân, Giáo Sư Nguyễn hữu Xương, chủ tịch Ủy Ban đã nói: "Đa số chúng ta là cựu thuyền nhân, nếu chúng ta không cố gắng tự cứu chúng ta thì chúng ta không có tư cách gì yêu cầu thế giới tiếp tục cứu vớt chúng ta."

Hơn một tuần sau ngày mở đầu chiến dịch, cả hai con tàu nhân đạo chưa gặp được chiếc ghe tị nạn nào, mọi người trên tàu đã có vẻ nao núng. Biển cấp 2, tương đối êm ả. Hồi 8 giờ tối, giờ địa phương hôm 9 tháng 5, chiến hạm Victor Schoelcher gặp được một chiếc ghe trôi lử đử. Lại gần mới hay đây là một ghe tị nạn, mọi người nằm la liệt gồm 8 đàn ông, 6 đàn bà, 9 em trai và 3 em gái, tổng cộng là 26 người. Ghe này khởi hành từ đồng bằng sông Cửu Long, đã hải hành 7 ngày, hiện buông trôi trên biển vì máy tàu đã vỡ, không chạy được nữa, lương thực và nước uống đã khô cạn. Họ đang ở trong tình trạng tuyệt vọng, nằm phơi nắng gần kề cái chết. Người lớn tuổi nhất là ông Huỳnh văn Trương, sinh ngày 15 tháng 5 năm 1932. Người trẻ nhất là em bé trai mới có 1 tuổi, tên là Nguyễn hữu Lộc. Sau khi được vớt, được khám bệnh, bồi bổ sức khỏe, tất cả những thuyền nhân may mắn này rất mau chóng hồi phục, rồi được chuyển sang tàu Jean Charcot vào hồi 2 giờ chiều ngày hôm sau, 10 tháng 5, 1985. Tin vui này tức thì được chuyển về Paris cũng như về San Diego, Hoa Kỳ và loan tải rất rộng rãi.

Phải nói ngay rằng, ngay lúc tiếp nhận những thuyền nhân từ chiến hạm Victor Schoelcher thì con tàu Jean Charcot gặp một ghe tị nạn khác chở rất đông người ở ngoài khơi cách Vũng Tàu hơn 50 hải lý, hồi 1 giờ chiều ngày 10 tháng 5. Chiếc ghe dài 12 thước, có 111 người trên ghe, phần đông là trẻ nhỏ và người già cả. Đáng chú ý nhất là ông Nguyễn hữu Vui, sinh năm 1907 (không nhớ ngày tháng sinh), nghĩa là khi ông bước lên tàu tị nạn, ông đã được 78 tuổi rồi. Những em bé mới được

1 tuổi gồm có Nguyễn thị Phương Mai, sinh năm 1984 tại Đồng Nai; Phạm khải Hương, sinh ngày 8 tháng 3 năm 1984 tại Sài Gòn; Mai việt Cao, sinh ngày 5 tháng 1 năm 1984 tại Phước Hải; Huỳnh thúy Minh Thư, sinh ngày 4 tháng 4 năm 1984 tại Biên Hòa. Như thế trên tàu Jean Charcot hiện có tất cả là 137 thuyền nhân, quá đông. Do đó Jean Charcot phải hải hành trực chỉ đảo Palawan, Phi Luật Tân, tới trại Puerto Princesa vào ngày 15 tháng 5. Sau khi những thuyền nhân đã lên bờ, tàu Jean Charcot quay mũi đi Singapore để sửa chữa, rồi trở lại vùng hoạt động ngày 21 tháng 5. Tin vui này làm nức lòng mọi người trong hai tổ chức, cũng như là một phần thưởng vô giá cho tất cả cộng đồng người Việt khắp nơi đang dõi mắt về Biển Đông.

Ngày 18 tháng 5, hồi 6 giờ chiều, chiến hạm Victor Schoelcher vớt một ghe, dài 9 thước. Ghe này rời Vũng Tàu vào buổi chiều ngày 15 tháng 5, trên ghe có 39 người, gồm 23 đàn ông, 8 đàn bà, 7 em trai và 1 em gái. Trong số những người này, không có ai già quá, cũng không có những trẻ em nhỏ quá. Người lớn nhất là ông Nguyễn văn Hân, ngư phủ, sinh ngày 19 tháng 9 năm 1929 tại Nghệ An. Trong số những người này có hai vị chủng sinh là thầy Lê văn Dũng, sinh ngày 5 tháng 12 năm 1967 tại Darlac và thầy Hoàng cao Thao, sinh tháng 8 năm 1958, 1 vị cựu quân nhân là ông Mai văn Học, sinh ngày 8 tháng 8 năm 1943 tại Nam Định.

Ngày hôm sau, vẫn chiến hạm Victor Schoelcher, hồi 9 giờ tối, vớt thêm 1 ghe nữa. Trên ghe có 25 người, gồm 12 đàn ông, 2 đàn bà và 11 trẻ em. Ghe này cũng khởi hành từ Vũng Tàu, là một ghe đánh cá loại nhỏ dài 12 thước.

Hôm sau nữa, vẫn chiến hạm Victor Schoelcher, hồi 11 giờ đêm, vớt 1 ghe có 35 người, gồm 5 đàn ông, 15 đàn bà và 7 em trai và 8 em gái, khởi hành từ Cần Giờ vào ngày 12 tháng 5.

Hôm 20 tháng 5, vẫn do chiến hạm Victor Schoelcher, hồi 7 giờ sáng, gặp một ghe loại đi sông dài có 10 thước, đầy ứ người. Vớt lên đếm được 119 người, gồm 40 đàn ông, 34 đàn bà và 45 trẻ em. Ghe này mới rời Vũng Tàu cách đây 2 ngày, hôm 17 tháng 5. Tuy rất đông người nhưng hầu như không có ai đau ốm hay say sóng gì cả. Thực phẩm và nước uống của họ vẫn còn nhiều. Đa số những người này đang ở tuổi hoạt động. Người lớn tuổi nhất là ông Đỗ trung Chu, sinh ngày 18 tháng 3 năm 1937 tại Nam Định. Em bé nhỏ tuổi nhất là Đỗ bạch Bảo Trâm, sinh ngày 18 tháng 5 năm 1983 tại Sài Gòn. Cựu quân nhân thì có ông Nguyễn đình Thái, sinh ngày 1 tháng 7 năm 1953 tại Hưng Yên. Làm nghề ấn loát có 4 người là ông Nguyễn văn Mịch, sinh ngày 15 tháng 2 năm 1950 tại Kiến An; bà Phạm thị Dung, sinh ngày 7 tháng 9 năm 1953 tại Bùi Chu; bà (cô) Phạm thị Hằng, sinh ngày 28 tháng 8 năm 1957 tại Sài Gòn và cô Phạm thị Hồng Thúy, sinh năm 1963 tại Sài Gòn.

Vào buổi sáng ngày 22 tháng 5, tất cả 218 thuyền nhân vớt được chuyển hết sang tàu Jean Charcot, khởi hành đi Palawan như chuyến trước. Đến trại tị nạn hôm 26 tháng 5, đổ bộ thuyền nhân lên bờ hồi 8 giờ sáng. Đến 5 giờ chiều, tàu Jean Charcot lại lên đường đến vùng tìm kiếm thuyền nhân. Những tin vui này tới tấp chiếm những hàng chữ lớn nhất của báo chí Việt Nam khắp nơi.

Trong khi đó chiến hạm Victor Schoelcher tách ra, trực chỉ đến vùng vịnh Thái Lan, phía Tây mũi Cà Mau để tìm kiếm thuyền nhân, đồng thời để ngăn chặn tệ nạn hải tặc được coi là rất khủng khiếp tại đây. Ở phía Đông mũi Cà Mau, nơi cửa các con sông Cửu Long, con tàu Jean Charcot lầm lũi đi lên đi xuống tiếp tục tìm kiếm thuyền nhân, và kết quả rất là khích lệ.

Riêng ngày 29 tháng 5, tàu Jean Charcot đã cứu 4 ghe tị nạn, lúc 11 giờ 25 vớt 19 người, lúc 2 giờ chiều vớt 41 người, lúc 5 giờ chiều vớt 6 người. Trong danh sách những người được vớt hôm 29 này, phần đông đều còn ở tuổi hoạt động. Người lớn tuổi nhất là ông Nguyễn hữu Tường, sinh năm 1935 tại Hà Nội, là cựu sĩ quan, 3 người có tên dưới đây được vớt, không biết có liên hệ xa gần gì với nhà văn Nhất Linh Nguyễn tường Tam không, đó là cậu Nguyễn tường Hùng, sinh ngày 29 tháng 5 năm 1967 tại Bà Rịa và cậu Nguyễn tường Huân, sinh năm 1976, cũng tại Bà Rịa. Cả ba người này đều ghi là học trò.

Ngày hôm sau, 30 tháng 5, tàu Jean Charcot vớt thêm 45 người vào lúc 8 giờ sáng, đến 11 giờ lại vớt thêm 19 người nữa, đến 8 giờ tối vớt 24 người. Trong số người được vớt thấy có tên ông Nguyễn văn Tư, sinh ngày 9 tháng 4 năm 1944, nghề nghiệp ghi là *Commandant* (không biết là thuyền trưởng tàu buôn hay Thiếu Tá Quân Lực Việt Nam Cộng Hòa).

Ngày 31 tháng 5, vẫn tàu Jean Charcot, hồi 8 giờ sáng, lại vớt thêm 11 người. Đó là 11 người cuối cùng trong Chiến Dịch Vớt Người Biển Đông năm 1985, gồm có: ông Trần văn Tâm, sinh ngày 2 tháng 12 năm 1954 tại Phước Tĩnh, ngư phủ; Trần thanh Khải, sinh năm 1970 tại Phước Tĩnh, ngư phủ; Trần anh Dũng, sinh năm 1969 tại Long Hải, ngư phủ; Trần thanh Nhàn, sinh năm 1971 tại Long Hải, ngư phủ; Vũ minh Cường, sinh năm 1969 tại Phan Rí, thợ máy; Nguyễn Leo, sinh năm 1953 tại Mũi Né, ngư phủ; Phạm văn Tâm, sinh năm 1952 tại Long Hải, thợ bạc, và người cuối cùng là ông Lê văn Mười, sinh năm 1955, thợ máy.

Với 165 người mới vớt được, tàu Jen Charcot phải rời vùng hoạt động, đem những người này đến trại tị nạn như đã thi hành trước đây. Tàu đến trại tị nạn vào hồi 8 giờ sáng ngày 4 tháng 6 năm 1985. Với số thuyền nhân vớt được phù hợp với số chiếu khán đã được các quốc gia đệ tam cung cấp, công tác Vớt Người Biển Đông năm 1985 phải chính thức chấm dứt sớm hơn dự trù hơn 1 tháng. Nếu tiếp tục ra khơi, vớt thêm thuyền nhân, Cao Ủy Tị Nạn sẽ không cho phép chúng ta đem những thuyền nhân này đến trại tị nạn, vì chưa có quốc gia nào hứa cung cấp chiếu khán để định cư những người này.

Việc định cư những thuyền nhân vớt được và quảng bá công tác này để hy vọng có thể tổ chức những Chiến Dịch Vớt Người Biển Đông trong những năm sau đòi hỏi nhiều vận động sâu rộng, tế nhị và khéo léo của Ủy Ban cũng như của các tổ chức nhân đạo quốc tế liên hệ với Ủy Ban trong thời gian sau đó.

Tổng kết sau hơn một tháng hoạt động, công tác Vớt Người Biển Đông đã có một kết quả rất cụ thể: 510 thuyền nhân đã được cứu vớt, ngoài sự mong đợi dự trù. Người đại diện Ủy Ban có mặt trên con tàu nhân đạo này là Bác Sĩ Đinh Xuân Anh Tuấn (thường gọi tắt là Bác Sĩ Đinh Tuấn). Ông vừa là người thông dịch, dẫn giải, vừa săn sóc sức khỏe cho thuyền nhân, cùng với Bác Sĩ Monchicourt của Hội Y Sĩ Thế Giới. Những hình ảnh bi hùng ra đi vì Tự Do của người Việt và công tác cứu vớt họ ngập tràn hiểm nguy và xúc động, lần đầu tiên đã được ghi lại rất đầy đủ bởi những nhiếp ảnh gia, những người thu hình nhà nghề, đã là những tài liệu vô cùng hiếm quý làm nên cuốn phim tài liệu lịch sử *Rescue Mission on South China Sea*. Cuốn phim tài liệu lịch sử này, tiếng Việt và tiếng Anh, do Ủy Ban đúc kết và phổ biến đã gây xúc động sâu đậm trong lòng người xem. Từ đó những sinh hoạt tự phát của cộng đồng người Việt khắp nơi đã đứng ra tổ chức gây quỹ để hỗ trợ cho công tác Vớt Người Biển Đông. Trong những đóng góp son sắt nói trên, vai trò của giới truyền thông, báo chí, những văn nhân, nghệ sĩ mọi giới và những mạnh thường quân khắp nơi đã đóng góp rất quan trọng. Đây cũng là lúc Phong Trào Hưng Ca do nhà văn, nhạc sĩ Hà Thúc Sinh, một cựu sĩ quan Hải Quân cư ngụ tại San Diego, đứng ra thành lập để đi lưu diễn, gây quỹ cứu vớt thuyền nhân, cùng với những nghệ sĩ tiên phong, tên tuổi như Nguyễn hữu Nghĩa, Nguyệt Ánh, Việt Dũng và rất nhiều người nữa.

Trong số 510 thuyền nhân được vớt, phân tích ra, được biết những người có nghề nghiệp chuyên môn là 218 người, có 154 đàn ông, 64 đàn bà. Những người không có nghề nghiệp có 31 người, gồm 2 đàn ông, và 29 đàn bà làm nội trợ. Học trò có 224 em, gồm 136 trai và 88 gái. Trẻ em chưa đi học dưới 5 tuổi có 47 em, gồm 29 em trai, và 18 em gái. Những người có nghề chuyên môn như thợ máy, thợ điện, ... có 48 người, gồm 49 đàn ông và 9 đàn bà. Kỹ sư có 2 người, 1 đàn ông và 1 đàn bà. Những người có những nghề khác như thợ may, thợ khâu đầm,.. có

149 người. Thương mại có 16 người, gồm 10 đàn ông và 6 đàn bà. Nhà giáo có 7 người, gồm 5 đàn ông và 2 đàn bà. Những người gần gũi với nghề mộc có 9 người đàn ông. Những người có liên hệ đến pháp luật như luật sư, chánh án có 2 người đàn ông. Quân nhân chế độ cũ của Miền Nam, có 16 người đàn ông. Những giáo sĩ có 6 người đàn ông (không nói rõ thuộc tôn giáo nào). Dân chài lưới có 45 người đàn ông. Những người làm ruộng có 10 người, gồm 9 đàn ông và 1 đàn bà. Những người có nghề khác có 15 người, gồm 1 nam y tá và 2 nữ y tá, 3 thợ hớt tóc, 2 thợ chụp ảnh, 1 nhạc công, 3 tài xế, 1 làm nghề hỏa xa, và 3 người làm nghề khác không rõ.

Trong bảng phân tích nêu trên, chúng ta thấy rằng những người phải bỏ nước ra đi thuộc mọi thành phần xã hội, già trẻ lẫn lộn, ngược lại với lời rêu rao của nhà đương cuộc Hà Nội rằng "những kẻ ra đi là tay chân của kẻ thù, những người lười biếng, những kẻ bất xứng như đĩ điếm, những thành phần rác rưởi của xã hội."

Kết quả Vớt Người Biển Đông so với làn sóng người Việt ra đi tuy nhỏ bé nhưng rất là cụ thể. Những tin vui đến với rất nhiều người, nhiều gia đình ở Mỹ cũng như ở các quốc gia khác nữa. Biết bao nhiêu gian nan, bao nhiêu là cố gắng, cũng như với bao nhiêu may mắn đã đến với chúng ta trong những đoạn đường nguy khốn này. Những người chủ gia đình hồi ấy còn trẻ, liều chết ra đi vì Tự Do, vì tương lai của con cái, thì nay không thiếu những người đã đến tuổi nghỉ hưu. Và con cái chúng ta, khi ra đi còn bé dại, hay mới được sinh ra sau này, nay đã là những người trưởng thành, và chính những người trẻ này đã đạt được rất nhiều thành quả rực rỡ thuộc mọi lãnh vực trên quê hương mới. Do đó chúng ta cần nhìn trở lại, để biết cái giá của Tự Do đắt như thế nào, đồng thời cũng thấy những quyết định của chúng ta đã được đền đáp ra sao.

Đây phải chăng cũng là dịp để chúng ta tìm lại những xúc động, những nỗi mừng vui khi bước chân lên *boong* con tàu nhân đạo. Từ *boong* tàu vững chãi này, chúng ta nhìn ra mặt biển mênh mông, ở đó chiếc ghe vượt biên rách nát của chúng ta đang được bập bùng hỏa táng, từ từ biến dần vào lòng biển tím xanh. Trong giờ phút ấy đã không thiếu những tín hữu Thiên Chúa Giáo đứng lặng thinh làm phép tạ ơn, hay những Phật tử chấp tay quì lạy bốn phương trời, mười phương đất, với những hàng nước mắt đầm đìa.

Trong tinh thần ôn cố ấy, chúng tôi sẽ xin tiếp tục lục đống hồ sơ cũ, lần lượt trình bày về những công tác Vớt Người Biển Đông trong các năm sau đó. Chúng tôi cũng sẽ nói đến những tấm lòng vàng trong cộng đồng chúng ta khắp nơi đã góp gió thành bão, lá rách đùm lá tả tơi để tạo nên kết quả này. Từ những đóng góp sắt son đó, chúng ta đã cứu sống trên ba ngàn đồng bào ta từ giữa biển khơi. Trong nỗi chết chúng ta đã tìm ra đất sống. Trong nhục nhằn, cay đắng, chúng ta đã xây dựng lại tương lai và nhân phẩm. Đặc biệt những thuyền nhân vớt được trên Biển Đông đã được những quốc gia đệ tam tưng bừng, long trọng đón nhận và vinh danh họ là những Chiến Sĩ của Tự Do. Mọi sự đã đổi thay. Những năm sau đó người Việt ra đi đã xây dựng lại được cuộc sống, và "một nước Việt Nam ngoài đất nước Việt Nam" đã mau chóng hình thành trong giàu mạnh và tràn ngập tương lai. Từ đó, mỗi ngày cuộc chiến vì Tự Do, Dân Chủ của quân dân Miền Nam mỗi được thêm sáng tỏ. Lá cờ vàng của Tổ Quốc tưởng đã chìm trong quên lãng, nay đang được chính thức công nhận và ngạo nghễ tung bay trên nhiều mảnh đất của thế giới Tự Do, nơi có người Việt chúng ta cư ngụ.

Phải chăng đó là món quà quý báu nhất được chia đều cho tất cả chúng ta, những người Việt Nam phải liều chết bỏ nước ra đi. Chúng ta đã cứu vớt nhau, đã cưu mang nhau để xây dựng lại từ đầu. Vì "Đa số chúng ta là cựu thuyền nhân, nếu chúng ta không tự cứu chúng ta, thì chúng ta không có tư cách gì để yêu cầu thế giới tiếp tục cứu vớt chúng ta," như lời kêu gọi của Giáo Sư Nguyễn hữu Xương, chủ tịch Ủy Ban, gửi tới đồng bào khi mở đầu công cuộc Vớt Người Biển Đông năm 1985.

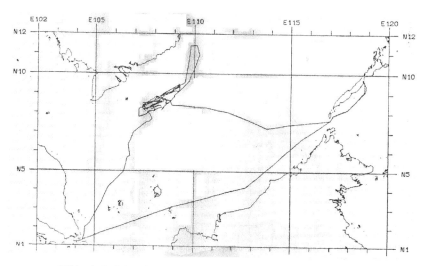

Hải trình điện tử ghi lại của chiến hạm Victor Schoelcher

Ngày 26 Tháng 10 Năm 1985
Bắc Cali Đón Tiếp Nhị Vị Ân Nhân của Thuyền Nhân

Trên nước Mỹ, nơi có đông người Việt cư ngụ nhất là Orange County, Nam Cali, đứng thứ nhì có lẽ là vùng Bắc Cali, tượng trưng là thành phố San José. Nhưng trong lãnh vực sinh hoạt cộng đồng thì nơi đây, vùng Bắc Cali thường có những "biến cố" gây nhiều chú ý nhất, tạo được khá nhiều thành quả rất đáng khâm phục. Gần 50 hội đoàn nơi đây, thuộc mọi sắc thái, đã liên kết với nhau thành Liên Hội Người Việt Quốc Gia Bắc Cali (thường được gọi vắn tắt là Liên Hội Bắc Cali). Ngay khi Ủy Ban Báo Nguy Giúp Người Vượt Biển (gọi tắt là Ủy Ban) được thành lập, chính vùng Bắc Cali đã có những đáp ứng mau chóng, cụ thể và bền bỉ hỗ trợ Ủy Ban. Cũng vì thế, khi Bác Sĩ Alain De Loche, Chủ Tịch Hội Y Sĩ Thế Giới từ Pháp qua Mỹ để cùng Ủy Ban thông báo về những công tác Vớt Người Biển Đông năm 1985, thì Ủy Ban đã dành cho Liên Hội Bắc Cali đón tiếp trước tiên. Cuộc đón tiếp này đã được Liên Hội tổ chức rất long trọng, qui mô và rất là chu đáo vào ngày 26 tháng 10 năm 1985 tại San José.

Phái đoàn gồm có Bác Sĩ Alain De Loche, Giáo Sư Nguyễn hữu Xương, và chúng tôi, người viết bài này, bằng chuyến bay 270 của hãng PSA, rời San Diego vào lúc 11 giờ 05, và tới San José vào hồi 12 giờ 15. Vừa từ trên máy bay đáp xuống, theo một lối đi riêng, vào phòng khách danh dự (VIP), chúng tôi đã thấy một phái đoàn khá đông ăn mặc chỉnh tề đứng đợi. Đứng trước phái đoàn này là 3 người mang 3 quốc kỳ Mỹ, Việt và Pháp. Có mấy thiếu nữ Việt Nam trong áo dài, khăn hoàng hậu đưa tặng hoa trước rất đông phóng viên báo chí và truyền hình đứng thu hình. Sau phần đón chào, phái đoàn được hướng dẫn ra xe và di chuyển về quán Tự Do. Nơi đây đã có khoảng 100 người đón đợi. Phái đoàn đi vào quán Tự Do giữa những tràng pháo tay rộn rã. Bác Sĩ Nguyệt, bằng một thứ tiếng Pháp lưu loát, đã lên máy vi âm, đại diện cho Hội Y Sĩ tại đây bày tỏ lời chào mừng phái đoàn và mời mọi người dùng bữa trưa đơn sơ trong tiếng nhạc êm nhẹ của nhà hàng.

Đúng 15 giờ, như đã qui định, xướng ngôn viên mời quan khách và tất cả mọi người sang hội trường của San José Civic Center (SJCC) kế bên để bắt đầu cuộc họp báo. Trên bàn họp báo, Bác Sĩ Alain De Loche, được mời ngồi ở giữa, bên phải là Giáo Sư Nguyễn hữu Xương, và bên trái là ông Hồ quang Nhật, đại diện Liên Hội. Trước bàn này có cắm 3 lá cờ, Mỹ, Việt và Pháp nhỏ. Bàn bên cạnh, kê chéo, có một số quý vị khác ngồi để điều hợp cuộc họp báo, chúng tôi nhớ có Bác Sĩ Nguyễn thượng Vũ, cựu Đại Tá Vũ văn Lộc, tức nhà văn Giao Chỉ, … Những hàng ghế trước mặt các vị chủ tọa dành riêng cho phóng viên và những người muốn đặt câu hỏi. Sau phần giới thiệu các vị quan khách, Bác Sĩ Alain De Loche đã tỉ mỉ trình bày về diễn tiến công tác Vớt Người Biển Đông năm 1985 vừa qua. Một trong những khó khăn chính là làm sao xin được chiếu khán cho những thuyền nhân sẽ được vớt, sau đó mới là vấn đề tài chánh. Một cách chi tiết, trong 40 ngày hoạt động vừa qua của con tàu Jean Charcot, chi phí tổng quát là 1,941,097 đồng quan Pháp, tương đương với 237,500 Mỹ kim. Tiếp theo lời Bác Sĩ

Alain De Loche, Giáo Sư Nguyễn hữu Xương đã cho biết, để hỗ trợ cho công tác này, Hội Y Sĩ Thế Giới đã nhận được sự đóng góp của Cộng Đồng Âu Châu 75,482.29 Mỹ kim, của cộng đồng người Việt tại Montréal là 95,000 đồng quan Pháp, của Ủy Ban Cap Anamur 500,000 đồng quan Pháp. Riêng Ủy Ban Báo Nguy Giúp Người Vượt Biển đã gửi qua 4 lần, tổng cộng là 30,000 Mỹ kim. Và ngày mai này, 27 tháng 10 năm 1985, trong Ngày Thuyền Nhân tổ chức tại UCSD, Ủy Ban và các hội đoàn sẽ trao thêm cho Hội Y Sĩ Thế Giới 30,000 Mỹ kim nữa, nâng tổng số ngân khoản mà Ủy Ban đã đóng góp cho công tác này là 60,000 Mỹ kim. Với hối xuất 1 Mỹ kim là 8 đồng quan Pháp thì tổng số chi cho công tác Vớt Người Biển Đông năm 1985 là 237,500 Mỹ kim. Tổng số thu là 179,857.25 thì chúng ta còn thiếu 57,642 Mỹ kim. Và với tổng số chi chia cho 510 thuyền nhân được vớt giữa biển khơi, tính đổ đồng, mỗi người được vớt, chi phí chưa tới 500 Mỹ kim.

Sau đó Bác Sĩ Alain De Loche tuyên bố rằng *"Chúng tôi sẽ trở lại Biển Đông cùng quý vị. Tương lai thuyền nhân nằm trong tay chúng ta."* Mọi người vui mừng vỗ tay nhiệt liệt. Một vị bô lão trao một lá thư dài với những đề nghị xây dựng, trong đó có những điều đáng chú ý như sau:

a) Thỉnh cầu các tiệm buôn Hoa hay Việt đặt cho một thùng của Ủy Ban ngay chỗ quầy hàng để khách tùy tâm bỏ vào đó tiền lạc quyên.

b) Bắt chước người Mỹ trong việc cứu nguy nạn nhân Ethiopa, xin hô hào người mình đóng hàng năm độ 20 đô la. Hội sẽ cấp cho một bằng to để treo trên tường.

c) Xin nhắc lại sáng kiến của nhà văn Nhật Tiến là nên điều đình với Liên Hiệp Quốc cung cấp cho mình một hòn đảo để đưa những người tị nạn không đủ tiêu chuẩn đi định cư tại các nước, để họ tự lực tự cường, khác nào như An Tiêm ngày xưa (…). Gần vùng Đông Nam Á có quần đảo Nouvelle Calédonie thuộc Pháp hiện có đông người Việt Nam (…).

170

d) Trong lúc này mình vẫn còn cần mấy nước Thái Lan, Mã Lai, Nam Dương tuy họ rất tồi tệ. Xin quý Ủy Ban viết thư cám ơn họ để họ lên tinh thần (...) Xin viết thư cám ơn những giàn khoan ngoài khơi vịnh Thái Lan, thường là của hãng Exxon. Có khi họ cho mình lên giàn, có khi họ tiếp tế đầy đủ lương thực cho mình.

e) Việc chuộc những thiếu nữ bị bắt làm nô lệ tại Thái Lan là rất nên. Tụi Thái Lan rất tham tiền, hễ có tiền chúng sẽ thả bằng hết.

Dưới ký tên: Một người cao niên tại San José

Giáo Sư Xương hứa xin cứu xét và thi hành trong khả năng của Ủy Ban. Riêng việc viết thư cho nhà đương cuộc Thái Lan thì Ủy Ban đã làm từ mấy năm trước. Ủy Ban đã gửi cho Quốc Vương Thái Lan, Chính Phủ Thái, những lá thư cảm tạ cùng những tài liệu liên hệ đến thảm nạn hải tặc và đề nghị những giải pháp hòng chấm dứt những tệ nạn hải tặc trong vùng. Những tài liệu này đồng thời cũng đã được gửi cho Tổng Thống Hoa Kỳ, Jimmy Carter, Thượng Nghị Sĩ Edward Kennedy, và đặc biệt một phái đoàn gồm nhiều đại diện các hội đoàn trong vùng Nam Cali đã đến văn phòng ông Tổng Lãnh Sự Thái để trực tiếp yêu cầu chuyển những tài liệu này cho Quốc Vương và Thủ Tướng Thái. Và Ủy Ban đã nhận được phúc đáp của Thủ Tướng Thái, đặc biệt vụ 157 người Việt bị hải tặc giam giữ trên đảo Kra, đã được đưa ra tòa. Tụi hải tặc đã bị bỏ tù, 157 thuyền nhân nói trên đã được Ủy Ban can thiệp với chính phủ Mỹ, và những người này đã mau chóng được cho đi định cư tại Mỹ. Sự việc này đã được Ủy Ban thông báo rành rẽ trước đây.

Sau đó là phần để giải đáp những thắc mắc. Như có người hỏi "trong công tác Vớt Người Biển Đông" vừa qua, theo hải trình trong phòng triển lãm, thì phần lớn con tàu Jean Charcot đã vớt thuyền nhân gần vùng biển Côn Sơn, như thế tàu bè của cộng sản Việt Nam có lai vãng làm khó dễ gì không?" Bác Sĩ Alain De Loche cho hay rằng: "Chúng tôi hoạt động ở ngoài hải phận quốc tế. Và suốt bao nhiêu ngày đi lên đi xuống trong vùng biển này, chúng tôi không thấy bóng dáng một con tàu nào của cộng sản Việt Nam hết." Trước khi chấm dứt phần giải đáp thắc mắc, một vị đại diện báo Dân Tộc (?, lâu quá chúng tôi không còn nhớ tên vị này) có đặt câu hỏi là "Trong 510 người được vớt thì tỉ lệ cán binh cộng sản là bao nhiêu?" Câu hỏi vừa dứt thì từ phía sau có nhiều tiếng ồn ào phản đối. Giáo Sư Xương cũng không giữ được bình tĩnh, ông đáp "Một câu hỏi phá hoại." Sự ồn ào nổi lên khiến quý vị trong ban điều hành cuộc họp báo yêu cầu tất cả hãy bình tĩnh. Câu hỏi trên được dịch ra tiếng Pháp, và Bác Sĩ Alain De Loche đã trả lời bằng Anh ngữ và được dịch ra như sau: "Công việc cứu vớt thuyền nhân là một công tác nhân đạo. Và theo luật hàng hải quốc tế, tất cả các tàu bè di chuyển trên biển, nếu thấy những người đang lâm nạn, thì các tàu bè này phải dừng lại cứu giúp họ, không cần biết những người đang lâm nạn là ai. Riêng đối với những thuyền nhân vượt biển đi tìm Tự Do, cứ thấy họ là chúng tôi vớt lên, rồi đưa họ vào tạm trú tại các trại tị nạn. Việc thanh lọc những người này tùy thuộc vào Phủ Cao Ủy Tị Nạn và những quốc gia sẽ tiếp nhận họ. Chúng tôi có phần ngạc nhiên khi thấy một người Việt Nam tại đây đặt câu hỏi như thế." Câu trả lời dù chưa được dịch ra tiếng Việt, ở cuối đám đông bỗng có tiếng ồn ào, lộn xộn. Ban tổ chức phải cho người ra can thiệp, và đưa người đặt câu hỏi rời phòng họp báo. Sau này nhà văn Giao Chỉ Vũ văn Lộc ngỏ ý với chúng tôi "Khi nào thuận tiện ông nói lại với Giáo Sư Xương rằng đương sự chỉ muốn đặt câu hỏi để cho buổi họp báo thêm sôi nổi mà thôi, đâu có ngờ lại bị cử tọa phản ứng như thế … Đương sự lấy làm tiếc." Lúc ấy đã hơn 4 giờ chiều. Cuộc họp báo chấm dứt. Phái đoàn nghỉ giải lao để sửa soạn tham dự phần văn nghệ sau đó.

Trong hội trường của SJCC, nơi tiền sảnh là Phòng Triển Lãm, gồm những bức hình lớn những thuyền nhân vừa được vớt lên giữa biển khơi. Vẻ mặt mừng vui xen lẫn những kinh hoàng, mệt nhoài, đói khổ của đồng bào ta. Chỉ mới nhìn qua ai cũng muốn rơi nước mắt. Danh sách 510 thuyền nhân do tàu Jean Charcot vớt được cũng được gắn trên tường, và in sẵn một tập để ai muốn đem về xem lại. Không thiếu những nỗi mừng vui khi người đọc tìm thấy tên người quen trong danh sách này. Đúng 5 giờ chiều, hội trường đã chật cứng. Tiếng xướng ngôn viên nói: "Xin trân trọng giới thiệu cùng toàn thể quý vị Bác Sĩ Alain De Loche và Tiến Sĩ Nguyễn hữu Xương tiến vào hội trường ..." Cả hội trường bỗng đứng cả lên và vỗ tay ào ào tưởng như không dứt. Hai vị quan khách được hướng dẫn lên sân khấu. Bác Sĩ Nguyễn thượng Vũ ngỏ lời chào mừng và vắn tắt giới thiệu hai vị khách quý. Bác Sĩ Alain De Loche ngỏ lời cảm tạ và nhắc lại lời cam kết: "Chúng tôi sẽ trở lại Biển Đông cùng quý vị. Tương lai của thuyền nhân nằm trong tay của chúng ta." Sau mỗi lời cam kết như thế, đồng bào ta lại vỗ tay rất nồng nhiệt, rất lâu. Khi Bác Sĩ Alain De Loche vừa dứt lời thì có một thiếu nữ trong áo dài và khăn hoàng hậu bước ra bê theo một bức tranh, và một vị trong Ủy Ban Thường Vụ của Liên Hội trân trọng đại diện cho cộng đồng Việt Nam Bắc Cali trao tặng Bác Sĩ Chủ Tịch Hội Y Sĩ Thế Giới. Bác Sĩ Alain De Loche tươi cười nhận bức tranh trong tiếng vỗ tay vang dội của toàn thể hội trường. Tiếp ngay sau đó là phần trình bày tổng quát về công tác Vớt Người Biển Đông. Giáo Sư Nguyễn hữu Xương nói: "Chúng ta sẽ hợp tác chặt chẽ với Hội Y Sĩ Thế Giới để trở lại Biển Đông vào mùa biển êm sang năm. Con tàu sẽ hoạt động lâu hay mau tùy thuộc vào sự đóng góp của tất cả chúng ta ..." Mọi người lại vui mừng vỗ tay nhiệt liệt.

Tiếp ngay sau đó là phần văn nghệ đấu tranh do Phong Trào Hưng Ca phụ trách. Rất đông nghệ sĩ cùng xuất hiện trên sân khấu như Việt Dũng đến từ Santa Ana, Nguyễn hữu Nghĩa đến từ Toronto, Nguyệt Ánh về từ vùng Hoa Thịnh Đốn. Ở địa phương thì có Triệu Phổ và nhiều người nữa. Cuối cùng là nhà văn, nhạc sĩ Hà Thúc Sinh, trưởng phong trào, ôm đàn bước ra. Và bản nhạc của anh viết riêng ca ngợi sự can trường liều chết ra đi vì Tự Do, bản Thà Chết Trên Biển Đông được bùng lên với nhiều bè, nhiều giọng:

Thà chết trên Biển Đông
Một ngày cũng hào hùng
Em căng buồm thách thức biển gầm...

Cách trình diễn và lời ca hùng tráng như thổi vào trái tim mọi người một khí thế kiên cường, bất khuất. Sự trốn chạy khỏi gông cùm cộng sản như được đăng quang, được vinh danh, được ngưỡng mộ trong vòng tay hào hiệp, cảm thông của cộng đồng nhân loại. Mọi người cùng vỗ tay theo khi Nguyệt Ánh cầm máy vi âm đi xuống lòng hội trường, đi giữa rừng người đang tưng bừng mừng vui, vỗ tay theo tiếng hát.

Trong khi cả hội trường say mê theo phần trình diễn thì phái đoàn quan khách đã lặng lẽ rời khỏi hội trường, để còn ra xe tới phi trường trở lại San Diego. Vì ngày hôm sau, 27 tháng 10 năm 1985 là Ngày Thuyền Nhân được Ủy Ban chính thức tổ chức tại Đại Học UCSD.

Ngày Thuyền Nhân, 27 Tháng 10 Năm 1985

Kết quả của công tác Vớt Người Biển Đông năm 1985 đã làm nức lòng cộng đồng người Việt khắp nơi. Để quảng bá công tác này, đồng thời cũng để mở đầu vận động cho công tác Vớt Người Biển Đông năm sau, Ủy Ban đã chính thức mời Bác Sĩ Alain De Loche, đương kim chủ tịch Hội Y Sĩ Thế Giới từ Paris qua Mỹ để ra mắt cộng đồng chúng ta và cùng Giáo Sư Nguyễn hữu Xương, chủ tịch Ủy Ban, chính thức loan báo chương trình sắp đến. Công tác này được cụ thể lồng trong Ngày Thuyền Nhân, 27 tháng 10 năm 1985, được tổ chức tại Đại Học San Diego, nơi mà Giáo Sư Nguyễn hữu Xương đang giảng dạy.

Từ buổi sáng mới 10 giờ mà đồng bào đã lần lượt kéo về. Mọi người được tận mắt nhìn thấy hình ảnh và tên tuổi của thuyền nhân mới được vớt bởi con tàu Jean Charcot, được triển lãm tại tiền đình Mandeville Center, UCSD. Nhiều người đã vui sướng khi thấy tên bè bạn của mình trong danh sách này. Có người tỉ mỉ hơn đã theo dõi hải trình tìm vớt thuyền nhân của con tàu Jean Charcot được phóng lớn từ hải trình điện tử. Quý vị ấy đã nói: "Thì ra con tàu này lẩn quẩn ở gần Côn Sơn. Và chính ở nơi này tàu đã vớt được nhiều đồng bào nhất." Người khác chú ý tới bản phân tích thành phần thuyền nhân, và nói: "Đa số thuyền nhân là trẻ con và người lao động. Giới trí thức ít quá. Người già cả chỉ có vài người." Khi mở cửa hí viện, đồng bào gần như bị khớp vì hí viện lộng lẫy quá. Những hàng ghế nhung màu đỏ sậm óng ánh dưới ánh đèn. Một khẩu hiệu lớn căng phía sau hàng ghế chót: "Ngày Thuyền Nhân", chữ trắng trên nền vải xậm đã như một ngọn hải đăng hiện lên trong đêm tối. Màn nhung buông kín. Ban nhạc bắt đầu nhẹ nhàng trình tấu những bản nhạc vui. Ở một góc sân khấu, một màn ảnh lớn đã được để sẵn. Hai bên hội trường, ở giữa khoảng hai bên lối đi, hai máy truyền hình lớn cũng được thiết trí. Đúng 1 giờ 30, quốc kỳ Việt, Mỹ được anh em Hướng Đạo trong đồng phục, mũ nhọn vuông múi, rước từ góc hí viện, tiến ra giữa sân khấu. Màn nhung được từ từ mở ra. Huy hiệu của Ủy Ban và huy hiệu của Hội Y Sĩ Thế Giới được phóng lớn treo ở trên cao, dưới là hàng chữ trắng "Boat People S.O.S." Nữ ca sĩ người Mỹ, tên Việt là Hoàng Yến, trong áo dài vàng tiến ra trước máy vi âm, trịnh trọng cất cao lời hát Quốc Ca Hoa Kỳ. Cả hội trường đứng lên nghiêm chỉnh. Lời ca cao vút, chất ngất. Sau đó là dàn hợp ca Hương Việt, gồm 30 giọng, đứng sẵn trên sân khấu, cất cao lời hát Quốc Ca Việt Nam Cộng Hòa. Cả hội trường cùng hát theo. Nhiều đôi mắt rưng rưng. Sau đó là phút mặc niệm để tưởng nhớ những chiến sĩ đã bỏ mình vì Tổ Quốc, cũng như tưởng nhớ những đồng bào đã vì Tự Do mà bỏ mình trên biển khơi, giữa lúc bản nhạc Chiêu Hồn cất lên ai oán.

Phần thủ tục chấm dứt, Giáo Sư Nguyễn hữu Xương, chủ tịch Ủy Ban tiến ra sân khấu, ngỏ lời trước cử tọa: " ... Mục đích của Ngày Thuyền Nhân hôm nay là để chúng ta có cơ hội bày tỏ lời cám ơn với Hội Y Sĩ Thế Giới, qua sự hiện diện của Bác Sĩ Alain De Loche, và sau đó cũng là dịp để Ủy Ban chúng tôi tường trình cùng đồng bào về công tác Vớt Người Biển Đông của con tàu Jean Charcot trong thời gian vừa qua ...” Sau đó là phần giới thiệu những vị khách từ xa đến. Đầu tiên trên hàng ghế danh dự bên cạnh hội trường là nhạc sĩ Phạm Duy và phu nhân đứng lên trước sự vỗ tay của toàn thể hội trường. Ngay sau đó là nữ tài tử Kiều Chinh trong áo dài lam tươi cười bước ra trước ánh đèn của máy thu hình. Bên cạnh nữ tài tử Kiều Chinh là bà Polly Platt, đạo diễn điện ảnh của hãng phim 20th Century Fox. Sau đó ánh đèn quay qua phía bên mặt hội trường, và phái đoàn Hội Ái Hữu Quảng Trị từ Santa Ana đến, đứng lên. Tiếp đến là phái đoàn của sinh viên Đại Học University of California – Irvine (UCI), và vùng phụ cận. Ông Nguyễn văn Nghi, Chủ Tịch Hiệp Hội Người Việt San Diego ... Cứ như thế, lần lượt với những tràng pháo tay. Chưa bao giờ San Diego lại có sự họp mặt đông vui và tha thiết như thế.

Từ trên sân khấu nhìn xuống, chúng ta thấy hội trường kín mít, kể cả hai bên hành lang. Đèn tối dần, và tiếng xướng ngôn viên nói: “Bây giờ chúng ta hãy nhìn lại Biển Đông để biết tới những cảnh huống bi hùng của đồng bào ta trên đường đi tìm Tự Do ...” Đèn trong hội trường tắt hẳn, 3 màn ảnh lớn hiện lên. Giữa màn ảnh 4 chữ lớn hiện ra: Vớt Người Biển Đông. Tiếng hát của Thùy Hạnh cất cao bài Chèo Thuyền Vượt Sóng như òa vỡ khắp hội trường. Tiếp sau đó là hàng chữ:

Ủy Ban Báo Nguy Giúp Người Vượt Biển
Thực hiện
Trình bày
Lê tất Điều
Kỹ thuật
Đinh xuân Thái

Tiếng sóng vỗ rạt rào. Người ngồi trước màn ảnh như cảm thấy đâu đây hơi gió lạnh của vùng biển quê nhà. Và giữa vùng biển xanh ngắt hiện lên chiếc ghe nhỏ bé, lúc nhìn thấy, lúc không, trước những làn sóng cao trắng xóa. Chiếc ghe lớn dần. Người ta đã nghe thấy tiếng kêu cứu, tiếng trẻ con khóc, tiếng gọi nhau. Chiếc ghe đã ép vào bên thành con tàu nhân nghĩa.

Cảnh vớt người bắt đầu. Bao nhiêu là cảm động. Những người mệt lả. Những trẻ nhỏ tròn như một củ khoai được chuyền tay đưa lên tàu. Chiếc ghe vượt biển đã rỗng không, xơ xác, chòng chành. Trong lòng ghe chỉ còn những rác rưởi và những mảnh quần áo nhàu nát. Thủy thủ đoàn đẩy chiếc ghe ra xa và bắt đầu phóng hỏa để tránh làm những trở ngại ở biển khơi. Cột khói bốc cao rồi là một khối lửa đỏ bùng lên. Những thuyền nhân vừa được vớt đứng bên thành tàu nhìn ra mặt biển xanh tím, theo dõi chiếc ghe bé nhỏ của mình đang chìm dần, chìm dần rồi mất hẳn vào lòng biển.

Đèn bật sáng, 40 phút nhạt nhòa những đau thương và nước mắt. Có người đã khóc và nghẹn ngào nói: "Nếu con tàu còn hoạt động thì vợ con tôi ..." Những thùng lạc quyên được đem ra sử dụng. Những đồng tiền ân nghĩa được đón nhận, có cả những đồng bạc mệnh giá 100 Mỹ kim và những chi phiếu. Tổng cộng thu được là 1,614.18 Mỹ kim.

Sau đó là phần trình diễn văn nghệ với sự đóng góp bất vụ lợi của nhạc sĩ Phạm Duy, đoàn vũ Lâm Tì Ni, ban hợp ca Hương Việt, ca sĩ Hoàng Yến, ban cổ nhạc Việt Nam, gia đình Phật tử Hướng Thiện, ban đại hợp xướng gia đình Công Giáo San Diego, ca sĩ Hoàng bá Tước, Rick Murphy, nghệ sĩ Hoàng Nam, Mai Trâm, Thùy Hạnh, Thanh Huyền,... Tất cả các tiết mục đều diễn ra rất linh động. Hội trường mỗi lúc như mỗi đông thêm. Thi sĩ Viên Linh xúc động đã yêu cầu ban tổ chức dành cho ít phút để lên ngâm mấy câu thơ trích trong tập Thủy Mộ Quan của ông, nói về cảnh huống bi hùng của người Việt Nam trên đường vượt biển. Trước khi chấm dứt phần văn nghệ, nhà văn Nhật Tiến, đại diện cho Ủy Ban, tiến ra sân khấu, trân trọng trao tặng nhạc sĩ Phạm Duy tấm huy hiệu của Ủy Ban, với hàng chữ:

Kính tặng nhạc sĩ Phạm Duy
Một Chiến Sĩ Văn Hóa Không Bao Giờ Mệt Mỏi

Nhạc sĩ Phạm Duy đã dơ cao tấm huy hiệu và tươi cười nói: "Tôi không bao giờ mệt mỏi. Xin đồng bào tiếp tục cứu vớt thuyền nhân, không bao giờ mệt mỏi." Hội trường lại bừng lên những tràng pháo tay tưởng như không muốn dứt.

Cho đến lúc ấy ở trước hội trường, các ký giả báo chí và các đài truyền hình địa phương đang vây quanh Giáo Sư Nguyễn hữu Xương, chủ tịch Ủy Ban, để thâu hình và đặt những câu hỏi liên hệ đến công tác Vớt Người Biển Đông. Một đại diện văn phòng Phó Thống Đốc tiểu bang California đem một bức thư khen ngợi Ủy Ban và Hội Y Sĩ Thế Giới, đóng trong khung kính khổ lớn, cũng vừa đến. Tất nhiên anh em báo chí Việt ngữ xa gần cũng có mặt, nhưng rất thông cảm, tạm thời nhường cho báo chí Mỹ tíu tít hành nghề. Đúng 4 giờ 30, bác sĩ Alain De Loche, chủ tịch Hội Y Sĩ Thế Giới tới. Cả hội trường nôn nao chờ đợi, nhưng bác sĩ Alain De Loche và Giáo Sư Xương phải nán lại bên ngoài hội trường để trả lời những câu hỏi của báo chí, truyền hình Hoa Kỳ. Khi nhị vị chủ tịch bước vào hội trường, tất cả hội trường bỗng đứng cả lên. Tiếng vỗ tay tưởng vang dội rất lâu, xen lẫn những lời kêu lớn: Cám Ơn. Chúng tôi cám ơn quý vị. Thanks. Merci. Merci Médecins du Monde. Hai vị chủ tịch rất khó khăn di chuyển giữa rừng người và những cánh tay đưa ra vẫy chào và những cái bắt tay vội vã. Cuối cùng, Giáo Sư Xương cùng Bác Sĩ Alain De Loche tiến ra giữa sân khấu, trước ánh sáng chói lòa và tua tủa những máy ghi âm của các đài truyền hình. Đợi cho hội trường lắng lại, Giáo Sư Xương nói: "Thưa quý vị, tôi xin trân trọng giới thiệu cùng quý vị, đây là Bác Sĩ Alain De Loche, chủ tịch Hội Y Sĩ Thế Giới ... (Tiếng vỗ tay lại bùng lên vang dội). Xin phép quý vị cho tôi được dùng Pháp ngữ để bày tỏ lời cảm tạ với Bác Sĩ và Hội Y Sĩ Thế Giới." Tiếp sau đó là vị đại diện hội Quảng Trị tiến ra tặng hoa cho Bác Sĩ Alain De Loche. Với bó hoa trên tay, Bác Sĩ Alain De Loche, đã nói một bài diễn văn thật hay, thật cụ thể, được xướng ngôn viên dịch ngay từng đoạn. Bài diễn văn ấy được kết thúc bằng các lời minh xác như sau:

Chúng tôi sẽ trở lại Biển Đông cùng quý vị
Tương lai của thuyền nhân nằm trong tay chúng ta
Chúng ta phải cùng nhau hoạt động

Mỗi lời khẳng định vừa dứt, là một tràng pháo tay nổ tung cùng những tiếng reo hò đầy phấn kích. Một số đại diện các đoàn thể lên trao tặng phẩm cho Bác Sĩ Alain De Loche. Và quan trọng nhất là phần trao chi phiếu. Nữ tài tử Kiều Chinh trong áo dài xanh thêu hoa vàng đã tiến ra sân khấu, và bằng một giọng nói rất "đầm", bằng Pháp ngữ, bà đã nói: "Thật là một vinh dự lớn lao cho cá nhân tôi được có mặt tại đây để bày tỏ lòng ngưỡng mộ sâu xa trước việc làm cao cả của Bác Sĩ và Hội Y Sĩ Thế Giới trong công cuộc cứu vớt đồng bào tôi. Tôi được ban tổ chức nhờ tôi chuyển đến Bác Sĩ một chi phiếu 71,610.60 Franc, tương đương với 8,000 Mỹ kim của Cộng Đồng Người Việt Tự Do Nam Úc Châu gửi đến." Rất lịch sự Bác Sĩ Alain De Loche cúi đầu đón nhận rồi dơ cao chi phiếu này trước mặt mọi người. Tiếp theo là đại diện anh chị em sinh viên Việt Nam tại UCI lên trao chi phiếu 2,827.53 Mỹ kim là kết quả cuộc trình diễn văn nghệ kỳ 4 vừa qua. Sau chót là ông Huỳnh văn Hay, thủ quỹ, đại diện Ủy Ban, lên trao chi phiếu khổng lồ 20,000 Mỹ kim. Như thế riêng trong Ngày Thuyền Nhân tại San Diego, cộng đồng chúng ta đã trao cho Bác Sĩ Alain De Loche một ngân khoản là 30,000 Mỹ kim, nâng tổng số ngân khoản mà Ủy Ban đã chuyển tới Hội Y Sĩ Thế Giới là 60,000 Mỹ kim. Giáo Sư Nguyễn hữu Xương và Bác Sĩ Alain De Loche đứng giữa, hai bên là những vị đại diện các đoàn thể của cộng đồng người Việt hiện diện, tươi cười hướng về hội trường, giữa lúc Ban Đại Hợp Xướng lại xuất hiện bao quanh, cất cao bản nhạc Hội Trùng Dương, và sau chót là ca khúc Việt Nam, Việt Nam. Cả rừng người bỗng nhiên đứng lên vỗ tay theo lời hát. Là người tổ chức và điều khiển chương trình, tôi thấy mắt mình cay, lòng mình tràn ngập một nỗi vui của thương yêu và đùm bọc. Giáo Sư Xương bước tới máy vi âm và nói lời cuối trong máy vi âm: "Đa số chúng ta là cựu thuyền nhân, chúng ta phải cố gắng tự cứu chúng ta trước, sau đó chúng ta mới có tư cách để yêu cầu thế giới tiếp tay cứu vớt chúng ta." Hội trường tan dần trong tiếng hát đầy gắn bó yêu thương đó.

Vào buổi tối, một bữa tiệc rất long trọng do Hội Y, Nha, Dược Sĩ Việt Nam tại San Diego khoản đãi, được tổ chức tại nhà hàng King Garden, San Diego. Trong dịp này, Giáo Sư Tô Đồng, nguyên Khoa Trưởng Dược Khoa Sài Gòn, hiện là chủ tịch Hội Dược Sĩ Việt Nam tại đây, đã long trọng mở đầu phần nghi lễ, giới thiệu Bác Sĩ Alain De Loche trước toàn thể quan khách. Tiếp theo là Bác Sĩ Trần văn Khang, chủ tịch Hội Y Sĩ Việt Nam tại đây đã lên trước máy vi âm, bằng Pháp ngữ, ca ngợi việc làm cao đẹp của Hội Y Sĩ Thế Giới. Hiện diện trong bữa tiệc này có rất đông quý vị Y, Nha, và Dược Sĩ, đại diện các đoàn thể, các vị đại diện tôn giáo và những vị ân nhân của thuyền nhân. Trong dịp này, đại diện các báo chí Việt Nam không bỏ lỡ cơ hội đã tiếp tục phỏng vấn thêm về những chi tiết trong công tác Vớt Người Biển Đông vừa qua, đặc biệt là những gì mà Ủy Ban và Hội Y Sĩ Thế Giới đang sửa soạn cho công tác sắp tới. Một cách cụ thể, một văn kiện viết bằng 3 ngôn ngữ, có chữ ký của hai vị chủ tịch của hai tổ chức, được ký vào ngày hôm nay, 27 tháng 10 năm 1985, để cùng nhau hợp tác tìm mọi cách cứu vớt thuyền nhân.

Từ văn kiện này, hai bên đã hoạch định những công tác như sau:

- Gửi các bác sĩ đến săn sóc các thuyền nhân tại các trại tị nạn. Đặc biệt gửi những bác sĩ tâm thần đến săn sóc những cô gái nạn nhân của hải tặc đã trở nên mất quân bằng về tâm trí.

- Cố gắng để có một con tàu hoạt động ngoài khơi bờ biển Việt Nam để cứu vớt hoặc trợ giúp những thuyền nhân trên đường đi tìm Tự Do.

- Trong các công tác trên, sẽ tìm mọi cách để giải thoát những cô gái bị hải tặc bắt đi và bán cho các ổ mãi dâm.

oOo

Được biết hôm trước, ngày 26 tháng 10, 1985, Giáo Sư Nguyễn hữu Xương, chủ tịch Ủy Ban đã hướng dẫn Bác Sĩ Alain De Loche, chủ tịch Hội Y Sĩ Thế Giới lên thành phố San José,

Bắc Cali để ra mắt cộng đồng chúng ta tại đây. Một cuộc tiếp đón thật long trọng và rất cảm động đã được diễn tại nơi được mệnh danh là Thủ Phủ của Tình Thương dành cho đồng bào vượt biển.

Chiến Dịch Vớt Người Biển Đông
Năm 1986

Sau kết quả đầy khích lệ do tàu Jean Charcot 1985 đem lại, Ủy Ban đã hợp tác với Hội Y Sĩ Thế Giới (Pháp), Ủy Ban Cap Anamur (Đức) để phát động Chiến Dịch Vớt Người Biển Đông năm 1986.

Dưới sự điều động trực tiếp của Ủy Ban Cap Anamur, do Tiến Sĩ Rupert Neudeck làm chủ tịch, con tàu Cap Anamur II phát xuất từ hải cảng Singapore đã có mặt ngoài Biển Đông hôm 5 tháng 3 năm 1986, bắt đầu công tác tìm vớt các ghe tị nạn. Sau hơn 5 tháng hoạt động, công tác trên đã chính thức chấm dứt hôm 7 tháng 8 năm 1986. Kết quả, đã có 14 chiếc ghe đã được cứu vớt với 888 thuyền nhân. 530 thuyền nhân đã được trao cho Phủ Cao Ủy Tị Nạn Liên Hiệp Quốc tại đảo Palawan, Phi Luật Tân, để tiến hành các thủ tục định cư tại các quốc gia đã cấp chiếu khán cho họ. 358 thuyền nhân còn lại đã được tàu Cap Anamur II chở thẳng về Đức. Một buổi lễ đón tiếp rất trọng thể đã được diễn ra tại hải cảng này hôm 5 tháng 9 năm 1986, chính quyền Đức đã chính thức tiếp nhận những thuyền nhân do tàu Cap Anamur II đem về, và đã vinh danh họ là những Chiến Sĩ của Tự Do.

Trong thời gian Chiến Dịch khai diễn, một phái đoàn liên hợp của cộng đồng Việt Nam hải ngoại đã có mặt trên tàu để thăm viếng ủy lạo đồng bào và cũng làm lễ cầu siêu cho các vong hồn người Việt đã bỏ mình trên biển cả vì lý tưởng Tự Do. Phái đoàn này có Linh Mục Bùi đức Tiến từ Úc Châu tới,

Ký Giả Dương Phục, đại diện Ủy Ban từ San Diego, và nhiếp ảnh viên Nguyễn cảnh Hiền, San José. Ngoài các hành trang cần thiết khác, một lá quốc kỳ Việt Nam Cộng Hòa đã được Giáo Sư Nguyễn hữu Xương long trọng trao cho phái đoàn, cùng với bài văn tế vong hồn đồng bào trên biển, do thi sĩ Bảo Vân soạn.

Chương Trình Cứu Vớt và Chương Trình Trợ Giúp

Hỏi: Thế nào là Chương Trình Cứu Vớt và Chương Trình Trợ Giúp.

Đáp: Chương Trình Cứu Vớt, được mang tên là Plan A, như các chuyến công tác đã qua, gồm: tìm kiếm ghe vượt biên, vớt thuyền nhân lên tàu, săn sóc họ, chuyển họ lên trại tị nạn và định cư cho họ. Muốn làm được các điều trên phải có hai yếu tố: tiền và chiếu khán.

Chương Trình Trợ Giúp được gọi là Plan B. Chương trình này chỉ có mục đích trợ giúp các thuyền nhân mà không vớt họ lên tàu, gồm có các việc sau đây: sẽ có một con tàu lớn ở giữa vùng biển được coi là giữa đường vượt biên. Khi phát giác ra một ghe vượt biên, sẽ có một tàu nhỏ chạy từ tàu lớn đến ghe này, để xem các thuyền nhân cần gì thì tàu nhỏ sẽ cung cấp như dầu, nhớt, thực phẩm, dụng cụ hải hành căn bản, và đặc biệt là hướng dẫn các ghe này theo lộ trình gần nhất để đi đến các trại tị nạn, hoặc gặp được các tàu buôn để yêu cầu các tàu buôn vớt thuyền nhân căn cứ trên luật hàng hải và chương trình RASCO. Nếu các tàu này vớt thì chúng ta ghi nhận, nếu không, ta cũng ghi nhận và sẽ thông báo trước dư luận quốc tế.

Hỏi: Nếu gặp một ghe sắp chìm thì có vớt họ lên không.

Đáp: Vì chúng tôi không có chiếu khán, nên sẽ cố gắng giảm thiểu việc vớt các thuyền nhân. Nhưng nếu các thuyền nhân ở vào trường hợp nguy kịch, thì vị thuyền trưởng trên tàu sẽ quyết định, sau khi có sự chấp thuận của quốc gia gốc của mình.

Những Mẩu Tin Quan Trọng

Một cuộc cứu vớt kinh hoàng

Tin từ con tàu Cap Anamur II đánh thẳng cho UBBNGNVB cho hay, hồi giữa đêm Chủ Nhựt, 18 tháng 5 năm 1986, tàu Cap Anamur II đã tìm được một chiếc ghe của đồng bào ta trên vùng biển phía Nam Cà Mau, trong một tình trạng hết sức bi thảm. Biển rất xấu, sóng gió cấp 8. Cả trời và biển đều đen thẩm và cuồng nộ. Khi phát giác ra chiếc ghe nói trên, hầu như mọi người trên ghe đều kiệt quệ, nằm dưới lòng ghe, mặc cho sóng gió lôi cuốn. Thủy thủ đoàn Cap Anamur II đã hết sức vất vả khi tiếp cứu chiếc ghe này. Chiếc ghe dài 9 mét, rộng 2 mét 4, trong số 52 người trên ghe, thì 30 người không thể dậy được. Do đó thủy thủ đoàn trên tàu đã phải mặc áo phao xuống xuồng nhỏ, bế từng người lên. Đa số những người này còn trong tình trạng hôn mê, nên chưa cho các chi tiết liên hệ đến chuyến vượt biển bi thảm của họ. Với 52 người may mắn này được cứu vớt, tổng số người hiện diện trên tàu Cap Anamur II là 202 người.

328 người được vớt đợt đầu, đã bắt đầu được đi định cư

Vẫn theo nguồn tin trên, trong số 328 thuyền nhân do tàu Cap Anamur II vớt được trong tháng 3 và giữa tháng 4 vừa qua, hiện đã có một số người đến Pháp và Đức để định cư.

358 Thuyền Nhân đã đến Đức và được đón tiếp nồng nhiệt như những "Chiến Sĩ của Tự Do"

(Tây Đức).- Hồi 12 giờ trưa ngày 5-9-1986, đúng như chương trình đã loan báo, tàu Cap Anamur II đã cặp bến Hamburg, Đức Quốc, chuyên chở theo 358 thuyền nhân vớt được từ Biển Đông. Trên bờ có khoảng 3,000 đồng bào ta đứng đợi, với các khẩu hiệu vinh danh những thuyền nhân như những "Chiến Sĩ của Tự Do." Đại diện cho Chính Phủ đến đón tiếp thuyền nhân có Ông Bộ Trưởng Xã Hội, Ông Thị Trưởng Thành Phố Hamburg và rất đông các giới chức địa phương. Về phía truyền thông có đại diện các báo chí địa phương, đài truyền hình số 2 của Pháp, phóng viên đài BBC, ... Trước sự hiện diện của các "Chiến Sĩ ra đi vì Tự Do" là 358 thuyền nhân, Ông Nguyễn trần Tâm đã đại diện cho Giáo Sư Nguyễn hữu Xương, chủ tịch Ủy Ban Báo Nguy Giúp Người Vượt Biển, trao tặng cho Ông Thuyền Trưởng tàu Cap Anamur II và Bà Bác Sĩ Trưởng tàu này tấm bảng lưu niệm. Bà Bác Sĩ Uda Shibata, khi nhận tấm lưu niệm đã xúc động tột độ. Bà đã đứng lặng đi đến một phút, nước mắt lưng tròng, và không nói được lời nào ngoài hai chữ "cám ơn."

Tất cả 358 thuyền nhân đều biểu lộ niềm sung sướng và cảm động khi được biết, tất cả số người này sẽ được định cư tại Đức. Tin này đã được đài phát thanh quốc tế và các tờ báo lớn loan tin với rất nhiều thuận lợi.

Những cuộc trùng phùng kỳ lạ

Trong cảnh đất nước tan hoang, gia đình tan nát, biết bao thảm cảnh đã diễn ra, với tất cả những tang thương, đau khổ không ai có thể lường được, không ai có thể dự đoán được. Ngược lại, trong bao nỗi bi thương ấy, cũng đã có rất nhiều cảnh trùng phùng kỳ diệu, và sau đây là các cuộc trùng phùng hi hữu ấy đã xảy đến cho những gia đình liên hệ đến các công tác cứu giúp thuyền nhân.

Vụ thứ nhất là cuộc đoàn tụ giữa bể khơi của gia đình anh Nguyễn hữu Huấn. Anh Huấn rời Việt Nam bằng thuyền. Sau bao đau khổ vì biển khơi, vì hải tặc, anh đã sống. Anh đã đối diện tất cả nỗi đắng cay, khốn khổ nhất của mình. Các người đi cùng anh trên ghe cũng đều là những nạn nhân khốn khổ. May thay, lần ấy anh Huấn ra đi có một mình, vợ con kẹt lại. Sau anh được tàu Cap Anamur II vớt, và định cư tại Đức. Vì thông cảm với nỗi đau thương của thuyền nhân, anh đã xung phong đi theo tàu vớt người vượt biển, chuyến thứ hai của tàu Cap Anamur II. Giữa biển khơi, chính anh Huấn đã ngày đêm theo dõi mọi góc biển, chân trời, hy vọng tìm ra các ghe vượt biển để cứu họ. Chính anh Huấn đã tận tay bồng bế, hướng dẫn những thuyền nhân từ cõi chết lên con tàu cứu sống. Anh mệt nhoài mà vẫn vui. Trong một chuyến công tác vớt được khá đông người, nên anh không thể nhớ hết. Cho đến khi điểm danh, làm hồ sơ trong lòng tàu, anh đọc tên từng người một, và chính lúc ấy anh mới hay là trong số những thuyền nhân vừa được vớt, có vợ và các con anh. Thôi thì nói thế nào cho hết nỗi mừng vui, tả thế nào cho hết nỗi xúc động ... Hiện gia đình anh Huấn định cư cả ở Đức, và trong chuyến công tác Vớt Người Biển Đông năm 1986 vừa qua, anh Huấn vẫn có mặt trên tàu Cap Anamur II. Quý vị nào muốn biết thêm chi tiết về hoàn cảnh của anh Huấn, có thể liên lạc qua Nguyệt San Độc Lập, Postfach 1362, 7024 Filderstadt 1 W. Germany, để nhờ nơi đây chuyển cho anh Huấn.

Vụ thứ hai thuộc gia đình của anh Vũ huynh Trưởng, ở San José, Hoa Kỳ. Anh Trưởng còn trẻ, rất hăng say hoạt động, và anh đã có mặt trong hầu hết công tác xã hội tại San José, tất nhiên trong các chiến dịch quyên góp cứu giúp thuyền nhân tại địa phương, anh Trưởng là một người đã đóng góp rất hăng hái. Hình ảnh một thanh niên vạm vỡ, đóng đinh, cắm cờ, treo biểu ngữ Ngày Đại Hội Quốc Tế Cứu Giúp Thuyền Nhân, 22/11/1986 vừa qua, là hình ảnh của chính anh Trưởng. Làm việc và tin vào Chúa.

Năm 1986 vừa qua, khi biết có tàu ra hoạt động tại vùng Biển Đông, anh Trưởng đã đánh điện về cho các em, chỉ vỏn vẹn có hai chữ "đi ngay." Đánh điện hú họa vậy thôi, chắc gì ở nhà sẵn sàng mà đi được. Mà có đi được thì biển cả mông mênh, gặp được tàu cứu đâu có dễ. Vậy mà khi con tàu Cap Anamur II ở cận điểm với Vũng Tàu nhất, đâu đó 50 hải lý. Nếu ghe chạy nhanh 10 hải lý 1 giờ, cũng phải mất từ 6 đến 7 tiếng. Thế mà lạ thay, trên chiếc ghe nhỏ, chở đầy ứ người, mới rời Vũng Tàu đến có 7 giờ là gặp ngay tàu Cap Anamur II và được vớt liền. Tất cả 5 em của anh Trưởng đều được vớt. Trên ghe còn đầy đồ ăn và nước uống, chưa ai mệt mỏi gì, chỉ mới hơi hơi say sóng. Khi nhận được thư của các em anh do Ủy Ban gửi cho hay,

Trưởng cứ tưởng mình mê ngủ, và "muốn điên luôn" vì "các đứa em tôi nói vắn tắt quá, không thấy có bố mẹ tôi."

Vụ thứ ba tại San Diego. Hôm anh Dương Phục từ tàu về, Ủy Ban có tổ chức một bữa tiệc nhỏ, để đón mừng "Người Về Từ Biển Đông." Tiệc kéo dài lâu quá lâu, tới lúc xem lại các đống thư do các thuyền nhân nhờ anh Phục mang về, gửi cho thân nhân, loại ra mới hay là có 2 cái gửi về San Diego. Mọi người xúm lại, lật sổ điện thoại dò tên: Đồng bá Hạnh, đường Winona, San Diego. Đã hơn 11 giờ đêm, nhắc điện thoại lên gọi ông Hạnh. Giọng ngái ngủ rất lừ đừ:

- Tôi, Hạnh đây. Ai gọi vậy?

- Ủy Ban Báo Nguy Giúp Người Vượt Biển chúng tôi có nhận được thư của bà Phượng ...

- Sao, Ông nói sao?

- Bà Phượng và các cháu đã được tàu Cap Anamur II vớt ...

- Trời ...

Sau đó ông Hạnh có gửi đến Ủy Ban một lá thư cám ơn và một chi phiếu. Lá thư sau đây:

San Diego, ngày 2 tháng 8 năm 1986

Giáo Sư Nguyễn hữu Xương

Chủ Tịch UBBNGNVB

6979 Lindo Vista Road

San Diego, CA 92111

Kính Ông,

Tôi tên Đồng bá Hạnh, hiện cư ngụ tại San Diego. Ngày 26/7/1986 tôi được nhà văn Phan lạc Tiếp gọi điện thoại báo tin cho biết là tàu Cap Anamur II, trong lúc thi hành nhiệm vụ nhân đạo vớt người Biển Đông, có vớt được một ghe trong đó có vợ và ba đứa con của tôi. Ngày hôm sau, ông Tiếp có mang đến thư vợ tôi gửi cho tôi, do Ký Giả Dương Phục mang về. Được thư, đọc được tuồng chữ của vợ tôi viết, tôi mới chắc chắn là vợ tôi đã thoát được nạn cộng sản và hiện đang ở trên tàu Cap Anamur.

Nghĩ đến sự đoàn tụ gia đình chắc chắn sẽ không bao lâu nữa, tôi rất lấy làm vui mừng và biết ơn những người đã nghĩ đến và thực hiện việc cứu vớt đồng bào vượt biển ở Biển Đông. Do đó tôi xin gửi đến Ông Chủ Tịch UBBNGNVB, nhân viên UBBNGNVB, Ký Giả Dương Phục, người đã theo tàu và mang thơ vợ tôi về đây, nhà văn Phan lạc Tiếp đã liên lạc và chuyển thư cho tôi, lòng cảm phục và biết ơn sâu xa của tôi.

Nhân tiện tôi xin kèm theo chi phiếu 200 dollars gửi cho UBBNGNVB, để đóng góp một phần nhỏ trong việc chi tiêu trong việc vớt người Biển Đông.

Trước khi dừng bút, tôi kính chúc Ông và quý quyến, toàn thể UBBNGNVB, Ông Dương Phục và gia đình, Ông Phan lạc Tiếp và gia đình, tất cả được nhiều sức khỏe để tiếp tục phục vụ đồng bào V.N.

Đồng bá Hạnh

XXX S. Thorn St., San Diego, CA 92105

oOo

Kính thưa Giáo Sư Chủ Tịch,

Chúng tôi, Ban Lãnh Đạo, xin thay mặt cho 201 người tị nạn Việt Nam được tàu Cap Anamur II cứu vớt, kính xin chân thành gửi đến Giáo Sư và Quý Ủy Ban lòng biết ơn sâu xa của chúng tôi đối với Quý Ủy Ban.

Chúng tôi cũng xin Quý Ủy Ban chuyển đến cho tất cả kiều bào hải ngoại lòng tri ân của 201 kiều bào tị nạn đã được sự đóng góp quý báu của Ủy Ban trong chương trình nhân đạo của chiếc tàu ân nhân Cap Anamur II này.

Khi viết thư này đến Quý Ủy Ban thì chúng tôi đang ở trên tàu Cap Anamur II đang đậu ở cảng Singapore và đang được tiếp xúc với Ông Dương Phục đại diện quý Ủy Ban chuyển giùm thư này. Ông Phục đến với chúng tôi với tất cả tình thương của Quý Ủy Ban và của toàn thể kiều bào ở hải ngoại các nước trên thế giới đã và đang đóng góp tích cực vào chương trình tàu Cap Anamur II.

Ở Việt Nam chúng tôi đã nghe tiếng tăm nhân đạo của chương trình này và hiện nay chúng tôi đã thật sự được chương trình này cứu vớt.

Một lần nữa, kính xin Ông Chủ Tịch, Quý Ủy Ban và toàn thể kiều bào ân nhân nhận nơi đây tấm lòng tri ân của chúng tôi.

Kính thư

(Chữ ký tên)

LÊ QUANG TRUNG

Chiến Dịch Vớt Người Biển Đông
Năm 1987

Chiến Dịch Vớt Người Biển Đông năm 1987 do sự hợp tác của 3 tổ chức: Ủy Ban Báo Nguy Giúp Người Vượt Biển, Hội Y Sĩ Thế Giới, và Ủy Ban Cap Anamur. Chiến dịch này chính thức khai diễn ngày 9 tháng 4 năm 1987 và chấm dứt ngày 6 tháng 6 năm 1987.

Kết quả đã có 906 thuyền nhân đã được cứu vớt. Trước khi khai diễn chiến dịch đã có các quốc gia sau đây cấp chiếu khán để tiếp nhận họ. Nhiều nhất vẫn là chính phủ Pháp 700 chiếu khán. Đức cấp 31 chiếu khán, và Switzerland cấp 25 chiếu khán. Tổng cộng là 756 chiếu khán. Do đó trong số 906 thuyền nhân vớt được đã thiếu 150 chiếu khán. 150 người này, vào phút chót, do sự dàn xếp với nhiều khó khăn của Hội Y Sĩ Thế Giới, chính phủ Pháp cũng vui lòng chấp nhận họ. Ngoài ra, chính phủ Pháp còn cấp thêm 189 chiếu khán cho những người vì nhiều lý do đã phải ở quá lâu trong các trại tị nạn. Như thế, trong chiến dịch Vớt Người Biển Đông năm 1987, chính phủ Pháp đã hào hiệp cấp 1037 chiếu khán (700+150+187).

Tàu Rose Schiaffino đã chở tất cả những người này tới hải cảng Normandie, Pháp. Tàu cặp bến Rouen hôm 22 tháng 7 năm

1987. Một cuộc đón tiếp rất qui mô và long trọng đã được diễn ra từ khi con tàu Schiaffino tiến vào hải phận nước Pháp, cho đến khi tàu cặp bến. Điều đáng chú ý là cùng tham dự chiến dịch này, chính phủ Pháp đã chính thức phái 3 chiến hạm tháp tùng con tàu Schiaffino để hộ tống và cùng tham gia công tác Vớt Người Biển Đông. Ba chiến hạm đó là Balny, Gracieuse và Moqueuse. Bởi thế, với những phương tiện hải hành điện tử, chính các chiến hạm này đã phát giác và cứu vớt rất nhiều thuyền nhân, trước khi trao những thuyền nhân này lại cho tàu Schiaffino.

Theo chương trình đã định, tàu Schiaffino sẽ đổ bộ thuyền nhân vào bờ biển Normandie vào ngày 6 tháng 6, trùng hợp với ngày mà năm 1944 quân đội Đồng Minh đã đổ bộ vào bờ biển này, mở đầu cho trận chiến cuối cùng giải phóng Âu Châu khỏi sự thống trị của Đức Quốc Xã. Những chiến sĩ Đồng Minh tham dự cuộc đổ bộ lịch sử này đã được cả thế giới nhớ đến, biết ơn và vinh danh là những chiến sĩ của Tự Do. Trong khi đó, trong can trường, nguy nan và ngập tràn thống khổ của hàng trăm ngàn người Việt Nam đã liều chết ra đi vì Tự Do sau khi Cộng Sản thôn tính toàn cõi việt Nam, đang bị thế giới quên lãng. Đất nước Việt Nam, dân tộc Việt Nam đã phải hứng chịu một cuộc chiến khốc liệt, lâu dài và vô cùng thảm khốc giữa Thế Giới Tự Do và Đế Quốc Cộng Sản. Những thuyền nhân Việt Nam là hệ quả của cuộc chiến này. Thuyền nhân Việt Nam phải được thế giới biết đến và cưu mang họ. Ngoài nghĩa cử nhân đạo, đó còn là một trách vụ, một hành xử công bằng của Thế Giới Tự Do đối với một dân tộc đã vì Tự Do mà phải hứng chịu bao nhiêu là tang thương, đau khổ. Con tàu Schiaffino chở Thuyền Nhân Việt Nam sẽ đổ bộ vào bờ biển lịch sử này trùng hợp với ngày đổ bộ của quân đội Đồng Minh cách đây trên bốn thập niên qua để thế giới Tự Do không thể quên cuộc chiến vì Tự Do, không thể ngoảnh mặt với những người vì Tự Do mà chiến đấu, vì Tự Do mà liều chết ra đi.

Nhưng tới những ngày cuối chiến dịch, một số khá đông thuyền nhân lại được cứu vớt, nên vì mạng sống của những thuyền nhân này mà ngày về bến của con tàu Schiaffino đã không đúng được như đã dự trù. Do đó, ngoại trừ ngày giờ không trùng với ngày lịch sử, nhưng với sự vận động sâu rộng của cả ba tổ chức, chính phủ Pháp, nhân dân Pháp đã dành cho những Thuyền Nhân này một cuộc chào đón rất qui mô và long trọng. Nhiều chính giới Pháp đã hiện diện trong buổi đón tiếp Thuyền Nhân tại hải cảng Rouen và đã vinh danh những Thuyền Nhân này là Những Chiến Sĩ của Tự Do. Hầu như không một tờ báo nào, một đài truyền hình nào của Pháp vắng mặt trong cuộc đón tiếp Thuyền Nhân này. Hình ảnh Thuyền Nhân Việt Nam hơn bao giờ hết đã tràn ngập trên mặt báo, trên các đài truyền hình của Pháp, của cả Âu Châu.

Chiến Dịch Vớt Người Biển Đông
Năm 1988

Lễ Xuất Phát

Trưa thứ sáu, 25 tháng 3 năm 1988, tại tiền sảnh của văn phòng Ủy Ban, một cuộc lễ phát xuất chiến dịch Vớt Người Biển Đông năm 1988 đã được diễn ra tuy đơn giản nhưng rất cảm động. Đây cũng là buổi tiễn đưa bà Vũ thanh Thủy trở lại Biển Đông để vớt đồng bào vượt biển. Hiện diện trong cuộc tiễn đưa này, ngoài các thành viên của Ủy Ban, quan khách, báo chí, còn có toàn thể gia đình bà Vũ thanh Thủy đến tiễn đưa. Đặc biệt là có bà Ene Riisna và đoàn quay phim của đài ABC đến để tham dự và lên đường cùng bà Thủy đi Vớt Người Biển Đông.

Sau những nghi lễ, Giáo Sư Nguyễn hữu Xương, chủ tịch Ủy Ban đã cuốn lá quốc kỳ VNCH, trao cho bà Thủy và nói: "Tôi long trọng trao lá quốc kỳ này cho chị. Xin hồn thiêng sông núi và anh linh tiền nhân phù hộ cho chị, cho con tàu Mary Kingstown để con tàu gặp được nhiều đồng bào ta...." Ôm lá quốc kỳ trên tay, bà Vũ thanh Thủy cùng phái đoàn quay phim ra xe, đến phi trường đi Singapore, xuống con tàu Mary

Kingstown, một con tàu chuyên chở trực thăng của Hải Quân Pháp. Tại đây rất đông ký giả, chuyên viên thu hình của Pháp, Đức, Nhật đều có mặt. Và khác với những chuyến công tác các năm qua, năm nay, Hội Y Sĩ Thế Giới yêu cầu Ủy Ban thông báo trước 2 tuần trên các đài phát thanh quốc tế BBC và VOA, về lịch trình hoạt động của con tàu nhân đạo này, bắt đầu có mặt trên Biển Đông vào đầu tháng 4 năm 1988.

Khi đoàn tàu có mặt trên vùng biển, ở ngoài khơi Việt Nam như mọi năm, ròng rã cả tuần lễ, hải hành từ Mũi Kê Gà xuống ngang Côn Sơn, cách bờ biển Việt Nam chừng 50 hải lý, như những chuyến công tác năm trước, đoàn tàu không gặp một ghe tị nạn nào cả, mà ngược lại thấy rất đông ghe thuyền cắm cờ Cộng Sản VN đỏ lòe trên biển. Các ký giả trên tàu rất chán nản, thất vọng, nhất là đoàn quay phim của đài ABC, đi theo bà Thủy để thực hiện một phim tài liệu về "Người Cựu Thuyền Nhân Trở Lại Biển Đông." Khi ấy hệ thống truyền tin trên tàu trục trặc, con tàu phải quay về Singapore để sửa chữa, đoàn quay phim ABC dự định sẽ hủy bỏ chuyến đi và sẽ rời tàu tại cảng Singapore trong vài ngày tới.

Ngay lúc thất vọng, chán nản nhất, thì rất gần con tàu Mary Kingstown, trong hải phận Mã Lai, có một chiếc ghe tị nạn trôi lững lờ. Trên ghe đầy ứ những người nằm bất động. Trên tàu mừng rỡ. Hệ thống âm thanh được sử dụng. Tiếng bà Vũ thanh Thủy vang lên: "Xin đồng bào ngồi yên. Đây là tàu đi vớt người vượt biển ..." Xuồng cao su được thả xuống. Biển tương đối êm. Cuộc vớt người bắt đầu. Bà Vũ thanh Thủy mặc áo phao, xuống xuồng cao su tiếp xúc trực tiếp với thuyền nhân. Thật không bút mực nào tả cho hết nỗi mừng vui, cảm động. Mà nỗi vui to lớn nhất có lẽ là những người trên tàu, là đoàn quay phim của đài ABC. Cảnh vớt người này đã được thu hình đầy đủ và là một đoạn phim có nhiều cảnh thật sống động. Tổng cộng trên ghe có 40 người ở trong tình trạng kiệt quệ, vô vọng chờ chết mà thôi. Máy ghe hư. Không còn thực phẩm. Tất cả đói lả, mềm như tàu lá úa.

Lá Cờ Tổ Quốc Tung Bay

Khi mọi người được vớt đã lên cả trên con tàu Mary Kingstown, con tàu chở người tị nạn, bà Thủy ngồi ở mũi tàu, trước hàng trăm thuyền nhân, lá quốc ký nền vàng ba sọc đỏ đã được tung ra, gió biển lồng lộng, mọi người ngỡ ngàng, xúc động. Sau những ngày nhục nhằn dưới sự đày đọa của người cộng sản, tìm đường biển ra đi, được vớt, đồng bào mừng rỡ, sững sờ nhìn lại lá cờ thân yêu cũ, nhiều người đã bật khóc. Đây có lẽ là đoạn phim ưng ý nhất, hay nhất không phải chỉ riêng cho đoàn quay phim ABC, mà còn là một khúc phim đầy ý nghĩa, mang nặng tinh thần đùm bọc thương yêu của người đi trước đối với người đi sau, Người Cựu Thuyền Nhân Đi Cứu Thuyền Nhân. Khúc phim này đã được trình chiếu trên khắp lãnh thổ Hoa Kỳ, trong chương trình *20/20* tạo thêm nhiều hứng khởi cho công tác Vớt Người Biển Đông.

Bay Ngay Về Pháp

Trong số 40 thuyền nhân trôi vô định mà đoàn tàu tình cờ phát hiện ra, đa số ở trong tình trạng cận kề cái chết, vì nhiều ngày họ không còn thực phẩm, không có nước uống. Các bác sĩ Pháp hiện diện trên tàu thấy họ cần được săn sóc cấp kỳ, phải đưa vào bịnh viện ngay, nhưng chính quyền Singapore cực lực phản đối. Họ viện cớ Singapore là một hải đảo, đất chật, người đông, không thể nhận thêm người, không chủ trương đón nhận người tị nạn, bất cứ vì lý do gì. Họ cũng không cho người tị nạn quá cảnh, dừng chân. Trước tình cảnh này, ông đại sứ Pháp tại Singapore đã được thông báo và đích thân ông dàn xếp với chính quốc. Do đó 25 thuyền nhân sức khỏe yếu kém nhất, đã được trực thăng của tàu bốc thẳng từ ngoài biển đến phi trường Singapore để bay ngay về Pháp. Những thuyền nhân còn lại được vớt lên tàu, được săn sóc chu đáo, rồi sẽ chở tới trại tị nạn tại Palawan, Phi, và tất nhiên sau đó sẽ cũng được cho đi định cư, đoàn tụ với thân nhân của họ tại Pháp.

Riêng bà Ene Riisna, Giám Đốc chương trình *20/20* thì ốm

nặng, vì quá thất vọng trong những ngày đầu, không gặp ghe tị nạn nào. Khi gặp được ghe tị nạn thì ngược lại, bà đã xúc động quá độ khi thấy người tị nạn thảm thương quá. Rồi những ngày trên tàu, sống hòa đồng với người tị nạn, bà đã mất sức và bị một số bịnh. Bà nói, "Có ra biển, có chứng kiến cảnh một sống, mười chết, kinh hoàng quá mới thấy thương người tị nạn. Họ đã bị thế giới bỏ quên."

Những Vị Y Sĩ Việt Nam Trên Tàu

Sau chuyến công tác này, bà Vũ thanh Thủy rời tàu trở lại Mỹ. Bác Sĩ Nguyễn ngọc Kỳ, người đã tham dự Chiến dịch Vớt Người Biển Đông năm 1987, đã tức tốc đóng cửa phòng mạch tại Santa Ana, bay đến Singapore để tiếp tục công tác vớt người cho năm 1988. Khi Bác Sĩ Kỳ đến Singapore, thì tất cả thủy thủ đoàn đã lên tàu hết rồi. Giữa đêm, trong hàng trăm tàu bè neo ở cảng Singapore, Bác Sĩ Kỳ phải kiếm ghe, lặn lội đi tìm con tàu Jeanne d'Arc neo đâu đó. Thấy tàu vào quá nửa đêm, ở chân cầu thang lên tàu, có mảnh giấy đề "Welcome Dr. Ky", với số buồng ghi ở dưới. Trong lặng lẽ, như một thủy thủ của tàu đi chơi về muộn, Bác Sĩ Kỳ tìm về phòng mình. Ngủ một giấc, sáng hôm sau gặp thuyền trưởng, gặp đồng bào, khám bệnh cho mọi người, phát sách báo và sinh hoạt với họ. Cũng trong dịp này, ông đã dùng tiền túi của mình để tặng cho những ai cần thiết. Trong tinh thần thân quý ấy, ông cùng mọi người theo tàu trực chỉ Palawan, Phi, để chuyển những thuyền nhân này vào trại tị nạn.

Đến ngày 24 tháng 4 năm 1988, Bác Sĩ Kỳ rời tàu. Bác Sĩ Trang Châu từ Canada đến thay thế. Khác với Bác Sĩ Kỳ, những phí tổn cho chuyến đi này do cộng đồng Việt Nam tại Canada đứng ra bảo trợ. Vốn là một bác sĩ của Sư Đoàn Dù, và cũng là người rời Sài Gòn trong cơn hấp hối, đêm 29 rạng ngày 30 tháng 4 năm 1975, trên con tàu HQ 502 cùng với người viết và trên 5,000 đồng bào di tản, với những cảnh huống cũng rất bi thương, khốn khó, nên ông đã có khá nhiều kinh nghiệm sinh hoạt với những đồng bào tị nạn. Suốt 2 tuần lễ, từ 24 tháng 4 đến ngày 8 tháng 5, không gặp một ghe tị nạn nào. Nhưng đến ngày

9 tháng 5 và sau đó thì khác hẳn. Ngày 9 vớt 1 ghe có 51 người, ngày 11 vớt 1 ghe có 70 người, và ngày 13 tháng 5 vớt 1 ghe có 81 người, nâng tổng số thuyền nhân trên tàu là 242 người.

Một Cuộc Trùng Phùng Hi Hữu

Một chuyện vui lạ lùng trong chuyến đi này là Bác Sĩ Trang Châu đã tình cờ gặp và vớt được một đồng nghiệp, một người bạn, Bác Sĩ Hạnh. Câu chuyện của Bác Sĩ Hạnh ghi trong nhật ký hải hành như sau "…Tôi đã xin được việc làm ở nhà thương Saint Paul. Một hôm công an vào còng tay tôi dẫn đi, tống vào nhà tù. Ở tù liên tục 11 năm, không xét hỏi. Họ thả tôi ra vào tháng Giêng năm 1987. Tôi biết ở chế độ này không sống được, phải đi thôi, bằng mọi giá. Ghe tôi rời thành Hồ vào ngày 4 tháng 6 năm 1987, đi qua Rừng Sát, ra biển, sau mấy ngày ghe hết dầu, gặp một ghe cá, chúng tôi xin tiếp tế, bằng cách đổi những gì chúng tôi có lấy dầu, rồi trực chỉ Mã Lai mà đi. Ghe trong tình trạng tuyệt vọng. Hết dầu, hết nước và thực phẩm cũng hoàn toàn cạn khô. Tuy không ai nói ra, nhưng chúng tôi tin rằng chúng tôi sẽ chết khô trong ít ngày nữa.Tới ngày mùng 9 tháng 4 thì gặp được con tàu Mary Kingstown và được vớt…"

Những Bùi Ngùi Nhìn Ra Đất Cũ

Tiếp theo Bác Sĩ Trang Châu, là Bác Sĩ Nguyễn thượng Vũ. Bác Sĩ Vũ lúc ấy đang là Giám Đốc một nhà thương tại San José, nhưng ông đã cố gắng dàn xếp để "ngàn năm một thuở" phải có mặt trong chiến dịch Vớt Người Biển Đông năm nay. Tất nhiên như những vị bác sĩ khác, ông đã tự đài thọ mọi chi phí cho chuyến đi lịch sử này. Khi về lại Mỹ, Bác Sĩ Vũ đã nói: "Khi vớt được đồng bào, chúng tôi ôm lấy nhau và cùng khóc. Khóc trong nỗi vui mừng không tả được. Nhất là đồng bào sau bao ngày khốn khổ, bây giờ đã được cứu sống, được cùng nhau đứng nghiêm hướng về lá quốc kỳ nền vàng, ba sọc đỏ để cùng nhau nghẹn ngào hát quốc ca. Chưa bao giờ trong đời tôi, tôi đã được khóc trong nỗi vui sướng thế …" Vẫn theo lời kể của Bác Sĩ Nguyễn thượng Vũ: "Theo luật hàng hải quốc tế, sau khi vớt được thuyền nhân lên tàu, thì chiếc ghe sẽ phải thủy táng để tránh làm trở ngại cho tàu bè trên biển. Nhưng trước khi phóng hỏa, thủy táng chiếc ghe, tôi đã đích thân xuống chiếc ghe này, đi từ đầu ghe tới cuối ghe, xem xét thật kỹ, biết đâu còn ai vì ốm đau, kiệt sức nằm kẹt đâu đó chăng. Không còn ai, ngoài những rác rưởi, quần áo bỏ lại. Nhưng tôi bỗng thấy trong cuối ghe có le lói 3 đốm lửa của 3 nén nhang cắm trên cái bát hương nhỏ. Tôi lại gần, 3 nén hương cắm vững vàng vào khối đất trong lòng bát hương. Tôi đứng lặng, xá 3 xá rồi cầm bát hương ấy về tàu …" Nói tới đó Bác Sĩ Vũ dơ bát hương cho mọi người thấy và nghẹn ngào nói: "Bát hương ấy đây. Trong lòng bát hương này là chút đất của quê hương yêu quý…"

Bây giờ thấm thoát mấy chục năm đã trôi qua, không biết Bác Sĩ Vũ để bát hương có nắm đất quê hương ấy ở đâu …

Một Vị Ân Nhân Không Dự Tưởng

Trên nguyên tắc, chiến dịch Vớt Người Biển Đông năm 1988, do Hội Y Sĩ Thế Giới (Médecins du Monde) của Pháp đứng ra tổ chức, và Ủy Ban Báo Nguy Giúp Người Vượt Biển ở Hoa Kỳ hỗ trợ. Hội Y Sĩ Thế Giới thuê con tàu Mary Kingstown của nhà tỷ phú Monaco làm con tàu đi cứu vớt thuyền nhân. Nhưng trong chuyến công tác này, chủ nhân của con tàu Mary Kingstown là ông André Gille, nhà tỷ phú xứ Monaco cũng có mặt trên tàu. Chính ông đã chứng kiến, đã rất xúc động khi thấy tận mắt những cảnh huống đầy bi thương và cũng không kém hào hùng của người vượt biển. Ông đã thấy từ đầu tới cuối cảnh Bác Sĩ Vũ mang bát hương từ dưới ghe lên tàu, và hơn ai hết ông đã được thấy Bác Sĩ Vũ nâng niu, trân trọng nắm đất quê hương trong lòng bát hương này. Phải chăng, bằng tất cả cảnh huống ấy khiến nhà tỷ phú André Gille, xứ Monaco đã nảy ra ý định dành cho hai tổ chức nhân đạo này sử dụng con tàu của ông miễn phí. Có nghĩa là ông đã phải chi ra một ngân khoản là 170 ngàn Mỹ kim, gồm chi phí dầu mỡ, lương cho thủy thủ đoàn, lương thực, tiền thuê bến… để con tàu này tham gia công tác Vớt Người Biển Đông cho năm 1988.

Và nhân chuyến ghé Mỹ, trong buổi hội ngộ cùng Ủy Ban tại San Diego, Giáo Sư Xương đã trân trọng ngỏ lời cảm tạ tấm lòng hào hiệp của ông André Gille. Nhà tỷ phú xứ Monaco đã nói: "Quý vị đừng cám ơn tôi. Chính tôi phải cám ơn quý vị vì quý vị đã cho tôi chia xẻ nghĩa cử này với Thuyền Nhân Việt Nam. Họ là những người anh hùng, những Chiến Sĩ của Tự Do."

Bác Sĩ Trang Châu và Bác Sĩ Nguyễn ngọc Kỳ
trên tàu đi Vớt Người Biển Đông

Niềm Tự Hào của Văn Hóa Pháp

Về phần chính phủ Pháp, dù không còn những quyền lợi trực tiếp với Việt Nam, nhưng chính phủ và nhân dân Pháp vẫn tự hào về nền văn minh lâu đời, mang nặng tinh thần nhân bản, trọng chữ tín và nghĩa bạn bè. Chính phủ Pháp đã ra lệnh cho Hải Quân Pháp biệt phái chiến hạm Jeanne d'Arc đi hộ tống. Đây là con tàu chuyên chở trực thăng, mỗi ngày có ít nhất 15 phi vụ bao vùng để tìm kiếm ghe tị nạn. Bên cạnh đó còn có soái hạm Boudet theo dõi tổng quát, Với dàn *radar* bao vùng, với thủy thủ đoàn 200 người luôn theo dõi mọi sinh hoạt của các con tàu trên trong vùng hoạt động tìm kiếm thuyền nhân. Ngoài thủy thủ đoàn cơ hữu, còn có rất đông các phóng viên báo chí, truyền hình của Pháp, Đức, Nhật, Hoa Kỳ hiện diện trên chiến hạm, và đáng kể nhất, như chúng ta đã biết là phái đoàn quay phim của đài ABC, Hoa Kỳ.

Như thế, có thể nói, trong các chuyến công tác Vớt Người Biển Đông từ năm 1985 đến nay, đây là chuyến công tác được thi hành thật là chu đáo, mang lại nhiều hình ảnh cụ thể về thảm nạn Thuyền Nhân trên diễn đàn quốc tế, nhất là tại Hoa Kỳ qua đài ABC chương trình *20/20*.

Một Chuyến Đi Đầy Nguy Hiểm (1989)

Theo lịch trình của chiến dịch Giúp Người Biển Đông 1989, Bác Sĩ Nguyễn thượng Vũ, giám đốc bệnh viện Agnew, sau hơn một tháng trên Biển Đông đã về đến San José tối Thứ Sáu 2/6/1989. Với tư cách đại diện cho Ủy Ban Báo Nguy Giúp Người Vượt Biển trên con tàu nhân đạo Mary Kingstown, Bác Sĩ Vũ đã cho biết như sau.

Sau chuyến công tác đầu tiên do Bác Sĩ Nguyễn ngọc Kỳ phụ trách, chiến dịch đã vớt được 112 thuyền nhân, và đã được chính phủ Pháp cấp chiếu khán. Con tàu Mary Kingstown đã trở lại Singapore vào ngày 9/5/1989, trễ hơn dự trù 10 ngày. Bác Sĩ Nguyễn thượng Vũ, đã lên tàu và trở lại Biển Đông, khởi hành từ Singapore hôm 10/5/1989. Vùng hoạt động vẫn là vùng biển Việt Nam, ngay cửa sông Mékong, ngoài hải phận quốc tế. Lúc này là thượng tuần tháng Tư âm lịch, biển không được yên lắm, có trăng non. Mọi sinh hoạt trên tàu rất bình thường. Đến khoảng 11 giờ đêm ngày 14 tháng 5 năm 1989, một ghe tị nạn đã được phát giác, nhưng biển khá động, nên chiếc ghe không thể cặp vào tàu Mary Kingstown được. Trên tàu phải thả ca-nô xuống để tiếp cứu người tị nạn. Cuộc tiếp cứu được coi là khó khăn, nên cho mãi đến gần sáng mới hoàn tất. Đây là chiếc ghe tị nạn nhỏ khởi hành từ Trà Vinh. Cho đến lúc ghe này được cứu, thì tình trạng của các thuyền nhân đã ở trong tình trạng nguy khốn. Máy ghe hoàn toàn hư hỏng. Ghe đã bị thả trôi từ 4 ngày qua. Trên ghe thực phẩm và nước đã hoàn toàn hết từ 4 ngày rồi. Nếu không được cứu, chắc chắn chỉ 2 ngày nữa, chiếc ghe sẽ bị chìm vì sóng biển.

Trước cảnh huống bi thảm đó, tất cả mọi người trên ghe đã được phép lên tàu, gồm 55 người. Người trẻ nhất là một em bé mới có 10 tháng, và người được coi là lớn tuổi nhất mới có 40. Đa số là dân miền quê. Họ ra đi và muốn được đoàn tụ với thân nhân ở nước ngoài, ở Hòa Lan, ở Mỹ. Trong số 55 người này, có 3 chị em nhỏ, không cha mẹ, nhưng có thân nhân ở Mỹ. Lý lịch như sau:

- Em Nguyễn văn Đồng, con trai, độ 12 tuổi.

- Em Nguyễn thái Bình, con gái, độ 9 tuổi.

- và Nguyễn ngọc Ngân, con trai, độ 7 tuổi.

Các em ngơ ngác, mệt nhọc, và cho hay, các em có chị hiện ở Mỹ, tên và địa chỉ như sau:

- Nguyễn hồng Diệp, 412 N. 5th St., San José, CA 92112.

55 thuyền nhân này đi về đâu

Sau mấy ngày trên tàu, với sự săn sóc và bổ dưỡng đầy đủ, sức khỏe của họ đã hồi phục. Nhưng không có chiếu khán dành cho họ, nên tàu Mary Kingstown phải trực chỉ đến Pulau Bidong. Và chiếc ghe của họ được kéo sau tàu, đã được trang bị bằng máy mới tinh, tháo từ chiếc ca-nô của tàu ra, ráp vào. Khi còn cách trại tị nạn độ 12 hải lý, tất cả 55 thuyền nhân nói trên đã được xuống ghe chạy vào bờ. Trên ghe, ngoài thực phẩm, quần áo, hải đồ, còn có 2 trái sáng. Khi chiếc ghe khởi hành, rời tàu, đã được căn dặn: "chúng tôi đậu ở đây, cho đến khi đồng bào vào tới bờ. Chúng tôi sẽ theo dõi qua *radar* và mắt thấy. Khi ghe chạy đến đất liền, nhớ bật trái sáng làm hiệu." Khi chiếc ghe ra đi, lúc ấy trời chưa sáng, ngày 17/5/1989. Độ 2 giờ sau, chiếc ghe tới bờ, và trái sáng màu đỏ có dù đã được vụt bắn lên lơ lửng. Trên tàu từ thuyền trưởng đến mọi nhân viên ai cũng vui cười, vì một công tác đã được hoàn tất tốt đẹp, như dự trù.

Trở lại vùng biển chết

Sau khi biết chắc chắn chiếc ghe với số 55 thuyền nhân đã vào bờ an toàn, tàu Mary Kingstown đã quay mũi trở lại Biển Đông, xả hết máy để biến khỏi chân trời trước khi trời sáng hẳn. Biển động bắt đầu. Trời xám ngắt, gió lồng lộn. Thuyền trưởng ra lệnh cho tất cả nhân viên cư ngụ trên nhà tạm trú phải xuống hầm tàu. Vì tàu lắc quá mạnh, "căn nhà tạm trú" được gắn trên boong tàu như muốn bay xuống nước. Tình trạng của tàu lúc này rất là nguy hiểm. Đồ đạc đổ, gãy. Mọi di chuyển rất khó khăn. Nước mưa bắt đầu chảy vào cửa, lộn với dầu lênh láng. Một nhân viên cơ hữu trên tàu bị ngã, gãy chân. Mặc đầu quá mệt nhọc, mửa ra mật xanh, mật vàng, Bác Sĩ Vũ cũng phải bò đi băng lại cái chân gãy cho nhân viên này. Tàu đổi hướng để làm dịu bớt sự cuồng nộ của sóng, chạy theo hải trình chữ chi, trực chỉ vùng biển Côn Sơn. Đến ngày 20/5/1989, một ghe tị nạn khác lại được phát giác, cách tàu độ 15 hải lý. Chiếc ghe lúc ẩn, lúc hiện theo nhịp sóng cuồng nộ, cao như những mái nhà. Mặc dù vậy, thuyền trưởng và Bác Sĩ Vũ đã nhất tâm trực chỉ đến chiếc ghe nói trên. Biển xấu quá. Bão nổi lên dữ dội. Nhiều lúc con tàu bị sóng phủ kín, ngã nghiêng. Mặc dù vậy, cứ đi. Độ 2 giờ sau, con tàu đã tới vị trí của chiếc ghe kia, nhưng mọi việc đã quá muộn. Chiếc ghe đã chìm trong lòng biển. Mặt biển lúc này chỉ còn lại những mảnh quần áo nổi trôi, cùng với mấy cái hủ rỗng không bập bềnh theo từng đợt sóng. Nhìn quanh biển vẫn vũ điên cuồng. Chạy quanh một vòng, Bác Sĩ Vũ nói: "Nước mưa ướt cả mặt. Tôi vuốt nước trên mặt, chỉ thấy một vị mặn chát của nước biển, buồn quá."

Gặp tàu tuần duyên cộng sản

Con tàu trực chỉ vùng biển Thái Lan. Biển vẫn rất xấu, trời

tối đen. Một đêm phát giác một ghe khác. Tàu tiến lại gần, Bác Sĩ Vũ nói: "Tôi thò đầu ra, dùng loa gọi: có phải ghe đồng bào vượt biển không?" Trên ghe im lặng, và vài giây sau từ mũi ghe một loạt liên thanh bắn về phía tàu mình. Đạn bay trên cao, không hề hấn gì. Rọi đèn mới biết được là tàu tuần của cộng sản Việt Nam.

Công tác mới

"Năm nay biển động quá, không như những năm trước", Bác Sĩ Vũ kể tiếp. Lúc ấy từ văn phòng đại diện của Ông André Gille gọi ra cho hay: Tàu Hòa Lan vớt được một ghe tị nạn, trên ghe có tất cả 87 người. Tàu Hòa Lan đã trao số người này cho nhà đương cuộc Singapore. Singapore không cho các thuyền nhân lên bờ, mà bắt họ ở trên một cái phà neo ở ngoài khơi hải phận quốc tế. Nhà đương cuộc Singapore đã liên lạc với Phủ Cao Ủy, và muốn nhờ tàu Mary Kingstown chở số người này tới trại tị nạn Palawan. Do đó, phần vì biển quá động, không kiếm được thêm ghe tị nạn, phần vì có công tác mới, tàu Mary Kingstown đã quay mũi trở lại Singapore. Tàu đi chậm với hy vọng tìm kiếm ghe tị nạn, nhưng từ văn phòng liên lạc gọi ra cho biết là tàu Mary Kingstown phải về gấp Singapore vì có việc cần.

Số phận của 87 thuyền nhân

Dưới áp lực của nhà đương cuộc Singapore, và hoàn cảnh trên phà đã làm cho các thuyền nhân nói trên hốt hoảng. Do đó 7 thuyền nhân đã nhảy xuống biển tự tử. Nhà đương cuộc Singapore cố giữ kín tin này, và cũng cô lập cái phà còn lại 80 người ở ngoài khơi Singapore. Khi tàu Mary Kingstown tới hải phận Singapore, các nhân viên của văn phòng nhập cảnh địa phương lên tàu để khám xét, và họ đã cho biết rõ các chi tiết như nói trên. Và họ đã rất mừng được trao 80 người còn lại cho tàu Mary Kingstown. 80 thuyền nhân nói trên đã được lên tàu Mary Kingstown. Người thay thế Bác Sĩ Nguyễn thượng Vũ là Bác Sĩ Đường thiện Đồng. Sau vài ngày lấy dầu, nước và thực phẩm, tàu Mary Kingstown đã rời Singapore vào ngày 6 tháng 6, và đã tới Palawan vào ngày 9 tháng 6 năm 1989.

Những khó khăn khi tàu vào bến Palawan

Khi tàu Mary Kingstown vào hải phận Palawan, nhà đương cuộc Phi đã bắt tàu neo ở ngoài bến và không cho một ai trong số thuyền nhân trên tàu lên bờ, viện cớ là họ không có chiếu khán. Được tin này, chủ nhân tàu Mary Kingstown là Ông André Gille, mặc dầu tuần qua bị giải phẫu, đã tức tốc rời bệnh viện, đi thẳng Genève, để can thiệp với Cao Ủy Tị Nạn Liên Hiệp Quốc. Tin giờ chót cho hay, 80 thuyền nhân nói trên đã được rời tàu lên đảo Palawan vào sáng Thứ Sáu 16/9/1989. Ngay sau khi đổ bộ đồng bào lên bến, tàu Mary Kingstown lúc 5 giờ 30 chiều ngày 16/6/1989, trực chỉ Biển Đông trong chiến dịch Giúp Người Biển Đông 1989. Hiện diện trên tàu vẫn là Bác Sĩ Y Khoa Đường thiện Đồng.

Để trang trải chi phí cho gần 100 đồng bào nói trên, Ủy Ban đã khẩn gửi một chi phiếu 10,000 Mỹ kim cho Ông André Gille. Như thế cho đến lúc này, cuối tháng 6/1989, số thuyền nhân đã được cứu vớt là 254 người, và Ủy Ban đã chi phí cho công tác này là 70,000 Mỹ kim, nếu tính đổ đồng , mỗi đầu người được vớt từ lòng biển chết, đưa đến nơi an toàn, phí tổn có 275 Mỹ kim.

Vài Hàng Về Bác Sĩ Đường Thiện Đồng

Bác Sĩ Đường thiện Đồng sinh năm 1939, sau khi rời trường trung học Jean-Jacques Rousseau, Sài Gòn, ông đã theo học Y Khoa, và làm chủ tịch Sinh Viên Y Khoa vào năm 1966. Ông tốt nghiệp vào năm 1969. Bás Sĩ Đồng đã tự nguyện gia nhập binh chủng Nhảy Dù, và đảm nhiệm chức vụ Y Sĩ Trưởng Tiểu Đoàn 3, rồi Y Sĩ Trưởng Lữ Đoàn 2 Nhảy Dù. Thời gian này, vị y sĩ trẻ tuổi, Đường thiện Đồng, đã cùng với các chiến sĩ can trường bậc nhất của Quân Lực Việt Nam Cộng Hòa, có mặt trong hầu hết các vùng lửa đạn kinh khiếp nhất của cuộc chiến Việt Nam. Sau thời gian "thử lửa" nói trên, Bác Sĩ Đồng đảm nhiệm các chức vụ tại trường Quân Y, Quốc Gia Nghĩa Tử. Và khi đất nước lọt vào tay cộng sản cả gia đình may mắn di tản được, Bác Sĩ Đồng cư ngụ tại Hoa Kỳ, và hoàn tất rất mau hậu đại học tại California vào năm 1975, và chỉ một năm sau ông đã hành nghề y khoa tại tỉnh Hubbard, Texas. Từ năm 1980 đến nay, ông là y sĩ điều trị tại Kaiser Permante Medical Group tại Irvine, California.

Trước nỗi bi thảm của bà con ta trên đường vượt thoát tìm Tự Do, Bác Sĩ Đồng đã được Bác Sĩ Nguyễn ngọc Kỳ và Bác Sĩ Nguyễn thượng Vũ thay mặt Ủy Ban mời tham dự công tác trên con tàu nhân đạo Mary Kingstown. Chắc chắn, như các bác sĩ bạn trong các chuyến trước đây, niềm ao ước của Bác Sĩ Đồng là muốn được trực tiếp cứu vớt và giúp đỡ các thuyền nhân trên mặt biển.

Hành trang của Bác Sĩ Đồng là những tài liệu của Ủy Ban, lá cờ Tổ Quốc và một tấm lòng. Mọi chi phí về chuyến đi của Bác Sĩ Đồng do Bác Sĩ tự ý bỏ ra. Ông nói: "Để chúng tôi có dịp đóng góp vào công tác chung."

DANH SÁCH 44 THUYỀN NHÂN
Được Tàu Mary Kingstown Vớt Hôm 24/10/1988

Boat Nº: _____ Date: _____

Nº	Nom	Age Sexe	Lieu Naissance	Profession	Domicile	Relations Familiales avec Personne du Boat	Relations Familiales à L'étranger
14	Nguyen hoang Dung	24 ♂	Can Tho	Couturier	Can Tho	Cousin	Idem
15	Tieu quoc Viet	22 ♂	Can Tho	Etudiant	"	"	Idem
16	Le van Diem	23 ♂	Tra Vinh	Couturier	Tra Vinh	"	"
17	Huynh thi My Hong	22 ♀	"	Couturière	"	"	"
18	Le thanh Tri	18 ♂	"	Soudier	"	"	4 Ave 21000 Di France
19	Lam thi Ngoc Diep	18 ♀	"	Couturière	"	Cousine	Nguyen van
20	Lam van Thanh	15 ♂	"	Ecolier	"	Cousin	19 Wandell Rd.
21	Le thi Lanh	18 ♀	"	Couturière	"	Cousine	Earlwood, NSW 2206
22	Lu thi Be Ba	28 ♀	"	Ménagère	"	Voisine	Tran van T
23	Tran qui An	5 ♂	"	Ecolier	"	(son fils)	4124 4th Sacto, CA 9, USA
24	Trinh van Linh	24 ♂	"	Couturier	"	Voisin	Vo oai H 46 Yarama Noble Park Australia

Boat Nº: 9   Date: 24/10/88 (12 h)

Nº Nom	Age Sexe	Lieu Naissance	Profession	Domicile	Relations Familiales avec Personne du Boat	Relations Familiales à L'étranger
Vũ đình Vương	58 ♂	Cambodge	Officier (Force...)	Saigon	Capitaine	Vu thi Van 600 ... Danemark
Le van Quang	38 ♂	Tra Vinh	Police (ancien régime)	Saigon	Proprietaire	Nguyen The H 1841 Lincoln Street. San Francisco USA
Mai thi Thanh	35 ♀	Saigon	Ménagère	"	Sa femme	
Le Hai	17 ♂	Saigon	Ecolier	"	Leurs enfants	
Le Hoang	15 ♂	"	"	"		
Le Cuong	13 ♂	"	"	"		
Le Phuong	9 ♀	"	"	"		
Le Ut	7 ♂	"	"	"		
Truong nghia Vu	32 ♂	Tra Vinh	Pêcheur	Tra Vinh	Ami avec proprietaire	Ngo ngoc-H... Canada
Nguyen van Giang	27 ♂	Tra Vinh	Agriculteur	Tra Vinh	Cousin	Nguyen van 19 Wandell Rd. Earlwood, NSW 2206
Le thi Luong	26 ♀	"	Agriculteur	"	Sa femme	
Nguyen van Trung	8 ♂	"	Ecolier	"	Ses enfants	
Nguyen van Tam	8 ♂	"	"	"		

Boat N°: _____ Date: _____

N°	Nom	Age Sexe	Lieu Naissance	Profession	Domicile	Relations Familiales avec Personne du Boat	Relations Familiales à L'étranger
5	Tran thi My Nga	26 ♀	My Tho	Ménagère	My Long	Voisine	Tran thi My 217 Ruby Pensacola 32505 USA
6	Huynh van Gat	27 ♂	Cuu Long	Pêcheur	"	Voisin	Vo van Hai 9821 Town Manassas, VA, USA
7	Huynh thi Hong Ngan	7 ♀	"		"	Leurs enfants	
8	Huynh thanh Vang	4 ♂	"		"		
9	Huynh thanh Hoang	2 ♀	"		"		
10	Duong thi Ngoc Diem	22 ♀	Saigon	Couturière	Tra Vinh	Voisine	Luu thi Ngo 95 Arbutus Canley Heigh 2166 NSW
11	Duong trung Long	12 ♂	Tra Vinh		"		
12	Thach minh Tri	26 ♂	"	Electricien	"	Voisin	Xuan thi Th 51 Penny Cook New Hamshire 03104 USA
13	Truong van Nua	25 ♂	"	Commerçant	"	Voisin	An Huynh 1429 Maco Aurora, USA
14	Huynh Be Sau	24 ♀	"	"	"	Sa femme	
15	Truong kim Nguyen	1 ♀	"			Sa fille	

Boat Nº: _____ Date: _____

Nº	Nom	Age Sexe	Lieu Naissance	Profession	Domicile	Relations Familiales avec Personne du Boat	Relations Familiales à L'étranger
	Nguyen nhu Y	27 ♀	Tra Vĩnh	Agricultrice	Tra Vĩnh	Voisine	Ø
	Pham van Hai	25 ♂	"		"	Voisin	Ø
	Pham van Hung	15 ♂	"	Agriculteur	"	Voisin	Ø
	Le minh Duc	20 ♂	"		"	Voisin	Ø
	Tran Long	38 ♂	Tra Vĩnh	Electricien	"	Voisin	Tran Tuyet San Francisco Tel: (415) 885-...
	Tran ty Nga	6 ♀	"		"	Sa fille	
	Duong minh Ha	26 ♀	"	Couturière	"	Voisine	Lam thi C.... 22/26 Carinyh.....
	Duong hong Nhung	3 ♀	"	Ø	"	Sa fille	Mascot, NSW 2020
	Bui thanh Hung	27 ♂	"	Pêcheur	"	Voisin	Nguyen van In Nguyen van Ta Australia

Danh Sách Những Người Tị Nạn Vừa Chuyển Tới Site 2

Ban Thad Camp
From: (BATHALUAN)

List of: 14 persons
D.O.A. at Ban Thad Camp: 29-11-1988

Full Name	Sex	D.O.B.	P.O.B.	Relationship	Occupation	Remark (D.O.A. Thailand)
Lam van Sang	M	1943	Tien Giang	H.O.F	Social Officer (ARVN)	2-11-1988
Lam thanh minh Chau	M	1976	Tien Giang	Son	Student	
Tran van An	M	1956	Tien Giang	H.O.F	Painter	2-11-1988
Le Thi Cam	F	1959	Tien Giang	Wife	Tailor	
Tran Ngoc Thuy Trang	F	1977	Tien Giang	Daughter	Student	
Tran Minh Triet	M	1982	Tien Giang	Son	Student	
Nguyen Thi Thuy Hanh	F	1968	Saigon	H.O.F	Business	2-11-1988
Nguyen Thi Dau	F	1971	Saigon	Y. Sister		
Pham Thi Kim Tuyen	F	1965	Saigon	H.O.F	Business	2-11-1988
Pham Thi To Anh	F	1982	Saigon			
Ngo Thi Minh Thanh	F	1956	Dong Nai	Alone	Tailor	2-11-1988
Ngo Thi Van	F	1954	Ha Noi	Alone	Tailor	2-11-1988
Nguyen Tuan	M	1970	Saigon	Alone	Worker	2-11-1988
Bui van Co	M	1950	Hau Giang	Alone	Farmer	2-11-1988

No.	Full Name	Sex	D.O.B.	P.O.B.	Relationship	Occupation	Remark
01	Thai My Linh	B6	F	1972	Saigon	VN gốc Hoa Sister	Uốn tóc	Ghe: 3 người Rời VN: 27/10/1988 Tới TL: 2/11/1988 Tới Ban Thad Camp: 1/1...
02	Ung Li En	"	F	1964	Saigon	VN gốc Hoa HOF	Làm đậu hủ	
03	Lim Ui Hoac	'	M	1983	Saigon	VN gốc Hoa Son		
01	Hoang thi Tam	B7	F	1949	Bắc VN (Thái Bình)	VN Alone	Làm móng tay	Rời VN: 12/10/1988 Tới TL: 30/10/1988 Tới Ban Thad Camp:
01	Đo thị Bạch Le	B8	F	1969	Saigon	VN Alone	Buôn bán	Ghe: 8 người Rời VN: Tới TL: 22/10/1988
02	Tran thi Thanh Trang	B10	F	1957	Gia Định	VN Alone	Buôn bán	
03	Tran phung Xuân	B5	M	1952	Cần Thơ	VN HOF	Cán Sự Điện Thoại	
04	Vo thi Cam Van	B5	F	1954	Rạch Giá	VN Wife	Thợ may	
05	Đinh cao Tung	B5	M	1967	Vũng Tàu	VN Alone	Bánh mì	
06	Ly Hoang Nam	B5	M	1957	Ba Xuyên	VN Alone	Thợ mộc	

						VN	Học sinh	
07	Kim Van	B5	M	1970	Saigon	Alone		
08	Nguyen trung Son	B5	M	1962		Alone	Nằm bệnh viện	
15	Lĩnh chí Phả	C1	M	1970	Saigon	Alone	Goldsmith	From: Kompong Som 4-1... To: Khlong Yai 6-11
	Thái bách Chân		M	1968	Saigon	Alone		
16	Dương Vĩ	B4	M	1972	Saigon	Alone		
17	Ngô thị Thu Cúc	B8	F	26-8-1972	Saigon	Alone	Tailor	From: Bak Lo 18-10 To: Khlong Yai 21-10-...
18	Hứa kiều Nga	C1	F	10-10-1962	Khánh Hòa	Alone		
19	Nhiêu quang Hải	B4	M	1953	Sa Đéc	Alone	Hạ sĩ	From: An G... 04-1 To: Khlong Yai 9-1 Group
20	Lê thị Hoa	B9	F	10-10-1961	Long An	Alone	Tailor	
21	Lê văn Hiếu	B5	M	20-12-1955	Gia Định	Alone	Hạ sĩ nhất	
22	Lâm lộc Tâm	B4	M	10-2-1966	Bến Tre	Alone	Repair bicycle	
23	Huỳnh long Vũ	B9	M	1975	Saigon	Alone		
24	Giang minh Hùng	B8	M	16-10-1961	Tuy Hòa	Alone		
25	Nguyễn văn Hồng	B4	M	1955	Long An	Alone	Hạ sĩ	

No.	Full Name		Sex	D.O.B.	P.O.B.	Relationship	Occupation	Remark
	... trung Việt	B5	M	6-3-1972	Long An	Alone		Group 12 persons continue
	Thu Hà	B5	F	28-12-1965	Sài Gòn	H.O.F.	Student	
	Kim Thoa	B5	F	22-10-1968	Sài Gòn	Sister		
	Mỹ	C1	F	1931	Bến Tre	H.O.F.		
	Lan	C1	F	1964	Bến Tre	Daughter		(bị bệnh thần kinh)
	Kiêm	C1	M	6-8-1948	Sóc Trăng	Alone	Hạ sĩ	Group 1 person To: Khong Yai 20-11-1988

212

BAN THAD CAMP

No.	Full Name		Sex	D.O.B.	P.O.B.	Relationship	Occupation	Remark
01	Nguyễn Dũng	B7	M	1956	Quảng Nam	H.O.F.	Business	Ghe: 17 người To VN
02	Nguyễn thị Mỹ Dung	B4	F	1959	Ban Mê Thuột	Wife	Tailor	
03	Nguyễn thị Thanh Diễm	B4	F	1984	Sài Gòn	Daughter		
04	Nguyễn minh Hùng	B4	M	1986	Sài Gòn	Son		
05	Hà thị Bích Thùy	B7	F	1959	Phan Thiết	O. Sister	Tailor	
06	Hà thị Hạnh	B7	F	1960	Sài Gòn	Y. Sister	Tailor	
07	Đỗ yên Sơn	B9	M	1956	Sài Gồ	Uncle	Business	
08	Đặng quốc Thoại	B9	M	1973	Sài Gồ	Nephew	Student	
09	Nguyễn đức Thành	B9	M	1960	Lâm Đồng	Alone	Electrician	
10	Đặng xuân Phú	B4	M	1952	Thái Bình	Alone	Worker Construction	
11	Hồ hùng Nguyên	B7	M	1967		Alone	Worker	
12	Nguyễn công Minh	B6	M	1962	Sài Gòn	H.O.F.	Tiện (Machinist)	
13	Nguyễn thị Thu Hồng	B6	F	1970	Sài Gòn	Y. sister	Student	
14	Nguyễn công Sơn	B6	M	1976	Sài Gòn	Y. brother	Student	
15	Nguyễn công Đạt	B6	M	1977	Sài Gòn	Y. brother	Student	

							Art	
16	Nguyễn quang Trường	B6	M	1968	Sài Gòn	Cousin		
17	Quách diệu Niên	B6	M	1962	Chợ Lớn	Alone	Cooker	
18	Nguyễn văn Tăng	B9	M	1931	Huế	H.O.F.	Army Trung Tá	Boat: 03 persons To: Kongb Thai D.O.P: Thai, 26/10
19	Nguyễn hoàng Mỹ	B9	M	1957	Huế	Son	Buss	
20	Nguyễn sơm Tùng	B9	M	1974	Sài Gòn	Son	Machine	
21	Võ minh Oai	C1	M	1964	Phong Dinh	H.O.F.	Student	D.O.P: Kocut To: Hà Tiên (năm bệnh viện)
22	Đặng thị Ngọc Hương	C1	F	1963	Vĩnh Long	Wife	Tailor	
23	Võ hoàng Mai	B4	M	1948	Bạc Liêu	Alone	Arm – Trung Úy	D.O.P: Khlong Yai nt
24	Trần trung Tâm	B4	M	1952	Long Xuyên	Alone	Arm – Chuẩn Úy	

NEW ARRIVAL FROM: KHLONG YAI

D.O.A. BAN THAD CAMP: 01-12-1988

No.	Full Name		Sex	D.O.B.	P.O.B.	Relationship	Occupation	Remark
01	Trần thị Ánh Hồng	B8	F	1963	Saigon	H.O.F.	Tailor	From: … To: … To: … Gro…
02	Khưu hồng Mến	"	M	1982	Saigon	Son		
03	Khưu soc Lay	"	F	1985	Saigon	Daughter		
04	Lê thị Thùy	B8	F	1968	Vĩnh Long	Alone		
05	Nguyễn thị Thanh Phương	B8	F	1965	An Giang	Alone		
06	Nguyễn thị Tuyết Nhung	B10	F	1973	An Giang	Alone	Business	
07	Vũ thị Nga	B10	F	8-6-1954	Hà Nội	H.O.F.	Hairdresser	From: … To: … To: … Gro…
08	Vũ quốc Vương	B10	M	21-11-1982	Saigon	Nephew		
09	La văn Phụng	B10	M	10-12-1952	Vĩnh Long	H.O.F.	Teacher	From:… To: Khlong Yai Gro…
10	Nguyễn thị Yến	"	F	1-1-1951	Vĩnh Long	Wife	Teacher	
11	La khánh Quân	"	M	1975	Vĩnh Long	Son		
12	La anh Quân	"	M	1976	Vĩnh Long	Son		
13	Huỳnh thị Bích Ngọc	C1	F	1-11-1944	Đồng Tháp	Alone	Nurse	
14	Ngô thị Thu Hà	B4	F	1959	Nam Vang	Alone		

26	Phạm trung Việt	B9	M	6-3-1972	Long An	Alone	Student	Gr
27	Lê thị Thu Hà	B5	F	28-12-1965	Saigon	H.O.F.		
28	Lê thị Kim Thoa	B5	F	22-10-1968	Saigon	Sister		
29	Ngô thị Mỹ	B1	F	1931	Bến Tre	H.O.F.		
30	Ngô Thu Lan	C1	F	1964	Bến Tre	Daughter		(bị lo...
31	Ngô chùi Kiểm	C1	M	6-8-1948	Sóc Trăng	Alone	Hạ sĩ	Gro...

216

Viện Đại Học Tôn Giáo Do Thái Trao Giải Joseph Cho Ủy Ban Với Ngân Khoản 10,000 Mỹ Kim

Văn Phòng Ủy Ban vừa nhận được thư của Viện Đại Học Tôn Giáo Do Thái (Hebrew Union College – Jewish Institute of Religion), do Ông Alfred Gottschalk ký, đề ngày 3 tháng 2 năm 1989, nói rằng: "Chúng tôi mạnh mẽ tin rằng Ủy Ban là một tổ chức vô cùng đặc biệt để được nhận lãnh giải này, bởi những công trình bảo vệ thuyền nhân, vận động để bảo vệ an toàn cho người tị nạn, trong khi không ngừng sưu tầm các tài liệu về thảm nạn của người tị nạn Đông Dương trên đường đi định cư. Bởi những lý do trên, Ủy Ban cho chúng tôi cái vinh dự bằng cách chấp nhận giải thưởng này, sẽ được tổ chức trọng thể tại Temple Emanu-El ở thành phố New York, vào ngày Chủ Nhật 28/5/1989."

Được biết Viện Đại Học Tôn Giáo Do Thái là một đại học danh tiếng hàng đầu của cộng đồng Do Thái, có nhiệm vụ đào tạo những vị giáo sĩ, các nhà giáo dục, các nhà xã hội, và các học giả về ngôn ngữ Do Thái.

Giải Joseph được thành lập bởi Ông Burton M. Joseph thuộc thành phố Minneapolis, một nhà doanh thương lẫy lừng, một lãnh tụ về nhân quyền và những hoạt động cộng đồng, cùng bà chị của Ông, Bà Betty Greenberg, để vinh danh và tưởng nhớ đến người em của họ, Roger, một người có tinh thần bác ái và lòng nhân đạo cao độ, nhưng đã từ trần rất trẻ. Giải này, lần đầu tiên, năm 1978, đã được trao cho Ông Victor Kugler, người đã che chở cho Cô Anne Frank và gia đình khi quân đội Đức Quốc Xã xâm chiếm Hòa Lan. Từ đó, các vị được vinh dự nhận lãnh giải gồm có Ông Rabbi Moses Cyrus Weiler, người đã suốt đời tranh đấu cho tự do và nhân quyền tại Nam Phi Châu; Ông Gerhart M. Riegner, người đã có công rất lớn trong việc khám phá ra những kế hoạch của Hitler trong "Giải Pháp

Cuối Cùng"; Bà Rosa Parks, lãnh tụ nhân quyền của Hoa Kỳ, ...
Giải này cũng đã cấp cho thành phố Le Chambon-sur-Lignon
của Pháp vì thành phố này đã cho người Do Thái và các tín hữu
Thiên Chúa Giáo tá túc, khi họ vượt thoát khỏi nanh vuốt của
quân Đức Quốc Xã hồi đệ nhị thế chiến; và Trung Tâm Luật
Pháp và Nghiên Cứu về Xã Hội của Buenos Aires …

Giải Joseph là một ngân khoản 10,000 (mười ngàn) Mỹ kim,
sẽ được trao cho Ủy Ban để sử dụng vào các công tác cứu vớt
thuyền nhân. Trong thư, Ông Alfred Gottschalk rất muốn được
đón tiếp Bà Vũ thanh Thủy, đại diện Ủy Ban để lãnh giải này.

Giáo Sư Xương Dành Thời Giờ Để Vận Động Dư Luận Thế Giới

Chủ Nhật, 12/2/1989, tờ Los Angeles Times, một tờ báo có
hàng triệu ấn bản, được coi là một trong các tờ báo có tên tuổi
nhất của Hoa Kỳ, đã đăng một bài phỏng vấn Giáo Sư Nguyễn
hữu Xương, do Ký Giả David Smollar viết, có những đoạn
chính như sau:

Giáo Sư Nguyễn hữu Xương, chủ tịch Ủy Ban Báo Nguy
Giúp Người Vượt Biển, từ một thập niên qua, đã bành trướng
sự hoạt động, đã tạo được sự chú ý của cộng đồng Việt Nam
từ Westminster, đến Paris và các nhà chính trị then chốt tại Âu
Châu. Ông đã khởi đầu những vận động qua các chiến dịch viết
thư, và đã tạo được sự chú ý khắp thế giới về thảm cảnh của
người tị nạn; và những chiến dịch quyên góp ngân khoản trong
cộng đồng người Đông Dương tại Hoa Kỳ, để bảo trợ cho các
công tác cứu vớt thuyền nhân tại Biển Đông từ năm 1985.

Trong khi đó, Ông đã không ngừng hoạt động trong vấn đề
giáo dục, qua ba lãnh vực, hóa học, vật lý học, và sinh vật học.
Trong công trình nghiên cứu của ông, ông là tác giả của hệ thống
quang tuyến điện tử, có khả năng chụp được các hình thể của
phân hóa tố (enzyme) qua các phản ứng hóa học, mà Viện Y Tế
Quốc Gia (National Institute of Health) đã vinh danh là tài nguyên
quốc gia về ngành phân tử sinh vật học (molecular biologist).

Với tư cách là giáo sư tiến sĩ của Đại Học không có một liên hệ gì đến các hoạt động chính trị, với tài khéo léo cư xử của ông, nên Giáo Sư Xương là người trong cộng đồng Việt Nam mà ai cũng muốn mời ông đứng đầu Ủy Ban này. Ông Rubén Rumbaut, giáo sư Xã Hội Học thuộc Đại Học UCSD đã nói như trên. Ông R. Rumbaut là người đang theo đuổi chương trình nghiên cứu có tầm vóc lớn rộng nhất Hoa Kỳ, về sự định cư người tị nạn.

Ông Robert P. DeVecchi, Giám Đốc Ủy Ban Quốc Tế Cứu Giúp Người Tị Nạn (International Rescue Committee), văn phòng đặt tại New York, nói rằng: "Ủy Ban đã phản ảnh đúng nỗi bi thảm của thuyền nhân."

Bằng một giọng nói đầy khiêm tốn của một người sinh ra tại Việt Nam, ông không muốn khoe khoang những việc mà ông đã làm. Ông nói, chúng tôi làm việc này, chỉ là nhiệm vụ của một người Việt Nam. Nếu quý vị là người Việt, quý vị được biết những câu chuyện hãi hùng về hải tặc, về hãm hiếp, chúng tôi nghĩ rằng quý vị cũng sẽ không thể ngồi yên.

Giáo Sư Xương là nhân vật kỳ cựu của Đại Học UCSD. Ông là một trong những giáo sư tiên khởi của trường này, sau khi trường được xây vào năm 1962. Giáo Sư Xương sinh ở miền Bắc Việt Nam, đã học ở Pháp và Berkeley. Sau khi tốt nghiệp, ông đã quyết định không trở lại Việt Nam, nơi mà gia đình ông đã di cư vào, sau cuộc chia cắt đất nước vào năm 1954. Chiến tranh mỗi lúc mỗi lan tràn, nên khó tiếp tục công cuộc nghiên cứu khoa học của ông tại Việt Nam.

Giáo Sư Xương đã đem được cha mẹ, anh chị em vào Mỹ sau khi Việt Nam rơi vào tay cộng sản, và là người đã giúp đỡ người tị nạn đầu tiên đến San Diego, qua Trung Tâm Định Cư của trại tị nạn Pendleton.

Nhưng sau khi đọc bản cáo trạng của các nhà văn, nhà báo Việt Nam, những người đã trải qua những gian khổ trên mặt biển. Ông quyết định phải làm thêm để giúp họ.

"Khi chúng tôi khởi đầu vào năm 1980, chúng tôi nghĩ rằng những cố gắng của chúng tôi sẽ chấm dứt trong một vài năm," Giáo Sư Xương nói vậy. Nhưng vấn đề thuyền nhân còn mãi đến ngày hôm nay, và tôi thấy việc làm của Ủy Ban chúng tôi chưa thể chấm dứt trong một tương lai gần. Khi chúng tôi bắt đầu, hằng năm có 100,000 người Việt bỏ nước ra đi, nay vẫn còn độ 30,000 người ra đi.

Giáo Sư Xương nói rằng, tình trạng có vẻ càng ngày càng thêm bi thảm, vì Hoa Kỳ và Úc Đại Lợi, là những quốc gia đã tiếp nhận một khối thuyền nhân to lớn, nay đang cắt giảm tỷ số người tị nạn.

Tuy nhiên Giáo Sư Xương nói rằng, các thành viên của Ủy Ban trong các cộng đồng người Việt trên khắp thế giới, có khả năng vận động các nhà lãnh đạo thế giới, qua những lá thư, những buổi điều trần trước Quốc Hội Mỹ cũng như trước các cơ quan của Liên Hiệp Quốc.

Hơn thế nữa, ông nói, Ủy Ban có khả năng quyên góp từ cộng đồng người Việt vào khoảng một triệu Mỹ kim trong mấy năm qua để bảo trợ cho các con tàu nhân đạo tại Biển Đông, trước mùa gió Bắc, để cứu vớt thuyền nhân, tránh cho họ cảnh đắm chìm, hoặc rơi vào sự nguy khốn bởi ngư phủ Thái.

Ủy Ban cũng đã được sự bảo trợ của hai tổ chức nhân đạo tại Âu Châu là Hội Y Sĩ Thế Giới và Ủy Ban Cap Anamur, Đức Quốc. Năm 1985, các con tàu nhân đạo đã vớt 520 người, 888 người năm 1986, 905 người năm 1987 và khoảng 500 người trong năm vừa qua.

"Đa số ngân khoản chúng tôi thu được từ những món tiền nhỏ và phần nhiều từ các cựu thuyền nhân. Chúng tôi nghĩ rằng, ai đã trải qua những kinh nghiệm đau thương ấy, chẳng thế nào quên được, dù rằng họ không phải là người giàu có. Chúng tôi đã thu được tiền, không phải chúng tôi là những người giỏi về việc này, mà vì nguyên nhân của sự việc quá khẩn thiết." Chúng tôi muốn tìm tới các nguồn tài chánh khác ngoài cộng đồng người Việt, nhưng chúng tôi không thể đài thọ chi phí to lớn mà các chuyên viên gây quỹ đòi hỏi.

Với sự ra đi của người Việt còn tiếp tục, Giáo Sư Xương không thấy thích thú gì trong việc trở lại Việt Nam để thăm viếng, và ông đã chỉ trích những ai đã trở lại Việt Nam để thăm thân nhân. Đối với các cựu chiến binh Mỹ và nhà giáo Mỹ, ông đã đặt những nghi vấn, nói rằng: "Tôi không muốn chỉ trích ai. Tôi chỉ cảm thấy rằng, bất cứ cuộc viếng thăm Việt Nam nào vào lúc này, được coi như là hỗ trợ cho nhà đương cuộc Việt Nam, một chính quyền đầy áp bức." Ông cũng cho hay, ông được một vài người tị nạn cho biết, nhà đương cuộc Việt Nam có biết những hoạt động của Ủy Ban, cũng như vai trò của ông tại Đại Học UCSD, và một vài khoa học gia Việt Nam đã dịch lại các bài báo nói về công trình khảo cứu của ông.

Giáo Sư Xương cũng cho hay rằng, ông không có một hậu ý chính trị nào, mà nhờ đó đã khiến cho Ủy Ban đạt được thành công, chuyển đạt được lời kêu gọi tới mọi từng lớp trong cộng đồng Việt Nam, qua các khuynh hướng chính trị. Nếu không có những bận tâm nào khác, ông muốn dành thì giờ để giảng dạy về văn hóa Việt Nam tại Đại Học UCSD, đặc biệt cho các sinh viên Mỹ gốc Việt mà đối với họ Việt Nam đang mờ nhòa trong trí nhớ.

Mùa thu vừa qua, một lớp học về văn hóa Việt Nam, có tính cách trắc nghiệm, Giáo Sư Xương đã mời được một số giáo sư Việt Nam từ các trường Đại Học danh tiếng trên khắp nước Mỹ đến giảng dạy, và đã có rất đông sinh viên đến học. Ông hy vọng năm tới, lớp học sẽ được phát triển rộng rãi hơn. "Tôi biết việc ấy đã được sinh viên rất ưa thích." Ông nói, "Rất đông những sinh viên Việt Nam cho đến khi lên đại học, mới nhận thức được rằng, họ cần biết thêm về đất nước nguyên thủy của họ. Là một người Việt Nam, sinh sống ở Mỹ, tôi muốn các sinh viên Việt Nam hiểu rằng, họ là những người thật đặc biệt, họ nên tự hào là có hai nền văn minh, và nên biết rằng rất nhiều điều trong nền văn hóa Việt Nam có thể hỗ trợ cho họ thành công trên đất Mỹ."

NEW ARRIVAL FROM: KHLONG YAI
D.O.A. BAN THAD CAMP: 01-12-1988

No.	Full Name	Sex	D.O.B.	P.O.B.	Relationship	Remark
01	Vo thi Kim Chi	F	1953	Sai Gon	Sister	4 A14
02	Vo thi Kim Tuyen	F	1958	Vinh Binh	Y. Sister	-
03	Vo duc Huy	M	1972	Sai Gon	Y Brother	-
04	Vo thanh Nha	M	1980	Sai Gon	Nephew	-
05	Phan quoc Hao	M	1967	Binh Long	Alone	-
06	Pham si Dang	M	1953	Bac Ninh	Father	
07	Pham hoang Yen Phuong	F	1976	Sai Gon	Daughter	-
08	Pham si dang Khoa	M	1981	Sai Gon	Son	-
09	Tran thi Trinh	F	1956	Thai Binh	Alone	4A12
10	Ho thi Bao Tram	F	1976	Da Nang	Alone	-
11	Duong thi My Phuong	F	1975	Hue	Alone	-
12	Le minh Duc	M	1966	Hue	Alone	-
13	Tieu quoc Trung	M	1963	Sai Gon	Alone	-
14	Pham duy Khanh	M	1967	Sai Gon	Alone	-
15	Nguyen ba Tong	M	1973	Sai Gon	Alone	-
16	Vu thi Nga	F	1948	Thai Binh	Mother	4 A13
17	Pham thi Tuong Linh	F	1976	Sai Gon	Daughter	-
18	Vu ngoc Dung	F	1959	Sai Gon	Mother	-
19	Pham vu Phuong Thao	F	1982	Sai Gon	Daughter	-
20	Ho pham thi Mai Anh	F	1973	Nha Trang	Sister	-
21	Ho pham Nhu Quynh	F	1978	Nha Trang	Y. Sister	-
22	Le thi Thanh Tam	F	1967	Sai Gon	Cousin	
23	Nguyen thanh Hai	M	1970	Sai Gon	Alone	-
24	Mai van Hung	M	1957	Sai Gon	Uncle No. 20	4A15
25	Phan tan Trung	M	1957	Sai Gon	Father No. 28	-
26	Phan thi My Van	F	1964	Sai Gon	Cousin	
27	Phan hieu Nghia	M	1967	Sai Gon	Cousin	-
28	Phan minh Thi	F	1984	Sai Gon	Daughter No. 25	-
29	Le van Phuc	M	1964	Sai Gon	Nephew No. 24	-
30	Hoang thi Ai Lien	F	1959	Sai Gon	Alone	
31	Le van Nuoi	M	1972	Sai Gon	Alone	
32	Tran quoc Viet	M	1953	Sai Gon	Husband	4A15
33	Phan thi Lai	F	1967	Sai Gon	Wife	-
34	Tran quoc Vuong	M	1985	Sai Gon	Son	-

GROUP 16 PERSONS FROM: TRALUAN
D.O.D.: 05-12-1988 FROM KOMPONG SOM
D.O.A. THAILAND 07-12-1988
D.O.A. BAN THAD CAMP JAN. 26, 1989

No.	Full Name	Sex	D.O.B.	P.O.B.	Relationship	Remark
01	Tran Nu	F	1968	Sai Gon	Cousin	4 B9
02	Nguyen thi Thanh Xuan	F	1964	Sai Gon	Cousin	-
03	Pham thi Thanh	F	1962	Sai Gon	Cousin	-
04	Nguyen thi Hang	F	1954	Ha Noi	Mother	-
05	Nguyen ngoc Bao Linh	F	1976	Sai Gon	Daughter	-
06	Nguyen van Hoang	M	1961	Sai Gon	Father	4 B10
07	Le thi Kim Xuyen	F	1963	Sai Gon	Wife	-
08	Nguyen le Minh	M	1967	Sai Gon	Son	-
09	Pham hong Thai	M	1951	Nam Dinh	Cousin	-
10	Tran thi Thu	F	1962	Binh Dinh	Y. Sister	-
11	Tran thi An	F	19..	Binh Dinh	Sister	-
12	Luu van Vuong	M	1955	Gia Dinh	Father	4 B11
13	Lam ngoc Phuong	M	1975	Gia Dinh	Son	-
14	Tran thanh Son	M	1968	Kien Hoa	Alone	-
15	Nguyen van Hung	M	1955	Binh Dinh	Alone	-
16	Nguyen tien Thanh	M	1955	Sai Gon	Alone	-

No.	Full Name	Sex	D.O.B.	P.O.B.	Relationship	Remark
35	Nguyen tuan Tu	M	1973	Sai Gon	Alone	4 A11
36	Chau Xuong	M	1942	Sai Gon	Uncle	-
37	Chau quoc Cuong	M	1972	Sai Gon	Nephew	-
38	Nguyen thi Ly	F	1966	Rach Gia	Alone	-
39	Dinh huu Hanh	M	1960	Hong Ngu	Alone	-
40	Le thanh Dinh	M	1942	Mong Cai	Father	4 B8
41	Le quang Minh	M	1974	Sai Gon	Son	-
42	To van Ninh	M	1935	Sai Gon	Father	-
43	To ngoc Long	M	1971	Can Tho	Son	-
44	Do Thai	M	1935	Da Nang	Alone	-
45	Nguyen van Toan	M	1945	Kien Hoa	Father	-
46	Nguyen van Quoc Thanh	M	1971	Sai Gon	Son	-
47	Do trong Hoa	M	1951	Binh Dinh	Alone	-
48	Ha minh Tri	M	1974	Sai Gon	Alone	

223

GROUP 6 PERSONS FROM: TRALUAN
D.O.D.: 19-12-1988 FROM KOMPONG SOM
D.O.A. 21-12-1988 - D.O.A. BAN THAD CAMP JAN. 06, 1989

No.	Full Name	Sex	D.O.B.	P.O.B.	Relationship	Remark
01	Bui thi Quy	F	27-9-1958	Sai Gon	Alone	4 B..
02	Bui thi ...	F	1944	Ha Nam Ninh	Alone	-
03	Phuong thi Kim Hue	F	29-11-1968	Sai Gon	Alone	-
04	Nguyen thi Phuong Uyen	F	1976	Thu Duc	Niece	-
05	Dang chi Thong	M	1977	Dong Nai	Nephew	-
06	Vuong Kiet	M	1957	Sai Gon	Alone	4 ..

GROUP 1 PERSON FROM: TRALUAN
D.O.D.: 4-12-1988 FROM RACH GIA - D.O.A. 6-12-1988

No.	Full Name	Sex	D.O.B.	P.O.B.	Relationship	Remark
01	Trieu Sau	M	1939	Gia Dinh	Alone	4 B11

NGƯỜI MỚI TỚI BAN THAD CAMP 13/1/1989
TỪ SOUNLOW SUAN PHLU

Số	Họ và Tên	Phái	Năm sinh	Nơi sinh		
01	Dương hiệp Nghĩa	M	1942	Rạch Giá	Chồng	4 C7
02	Lê thị Hồng Vân	F	1950	'	Vợ	
03	Dương thái Hồng Châu	F	1976	'	Con	
04	Dương thái Hồng Nhung	F	1983	'	Con	
05	Ngô huy Tân	M	1968	Sài Gòn	Độc thân	7 D7
06	Nguyễn hữu Quý	M	1969	An Giang	Anh	
07	Nguyễn thanh Danh	M	1962	"	Em	
08	Dư khắc Sum	M	1971	Bến Tre	Độc thân	1 B9
09	Lê thị Thành	F	1947	Rạch Giá	Mẹ	4 C8
10	Hà quốc Đạt	M	1980	Sóc Trăng	Con	
11	Võ thị Mai Phương	F	1960	Quảng Đức	Độc thân	
12	Nguyễn anh Minh	F	1961	Sài Gòn	'	
13	Huỳnh văn Toàn	M	1973	Biên Hòa	"	
14	Lê hồng Ân	M	1959	Huế	"	
15	Thạch Hương	M	1968	Hậu Giang	"	
16	Trần Hùng	M	1969	Sài Gòn	"	
17	Nguyễn văn Long	M	1933	Cửu Long	Chồng	4 D3
18	Võ thị Bé Ba	F	1953	"	Vợ	
19	Nguyễn kiếm Nghĩa	M	1973	"	Con	
20	Nguyễn thị Phương Thảo	F	1975	"	Con	
21	Lê văn Long (Quang)	M	1963	"	Độc thân	4 C7
22	Phạm văn Sang	M	1975	"	"	8 D4
23	Phạm năng Đức	M	1969	"	"	8 E4

Tổng Kết Chiến Dịch
Vớt Người Biển Đông Năm 1988

Những Điều Quan Trọng Trong Cuộc Họp Báo của Ủy Ban Tại San José

Chiều Thứ Bảy, 9 tháng 7 năm 1988, một buổi họp báo đặc biệt đã được Văn Phòng Đại Diện Ủy Ban Bắc Cali đứng ra tổ chức tại San José vào hồi 2 giờ 30 chiều, tại trụ sở của Liên Hội Người Việt San José. Mục đích của cuộc họp báo nhằm thông báo chính thức trước công luận về chiến dịch Vớt Người Biển Đông năm 1988 và hiện tình một số trại tị nạn vùng Đông Nam Á, và cũng là để chính thức mở đầu cho chiến dịch Tình Thương Dưới Ánh Mặt Trời 4 tại San José.

Sau phần giới thiệu đại diện các đoàn thể, các cơ quan truyền thông và báo chí, Ông Nguyễn hữu Lục, đại diện Ủy Ban tại Bắc Cali đã giới thiệu Giáo Sư Nguyễn hữu Xương, chủ tịch Ủy Ban, nhà văn Phan lạc Tiếp, Tổng Thư Ký và Bác Sĩ Nguyễn thượng Vũ trước cử tọa. Sau phần nghi lễ thường lệ, Giáo Sư Nguyễn hữu Xương đã gửi lời chào mừng và cảm tạ quan khách, và tuyên bố khai mạc buổi họp báo. Nhà văn Phan lạc Tiếp tiếp lời trình bày tổng quát về kết quả của chiến dịch Vớt Người Biển Đông năm 1988 như sau:

Tổng Kết Chiến Dịch Vớt Người Biển Đông Năm 1988

Tổ Chức: UBBNGNVB và Hội Y Sĩ Thế Giới (Ủy Ban Cap Anamur không tham dự vào công tác này).

Khai Diễn: Ngày 25 tháng 3 năm 1988 từ Singapore.

Chấm dứt: 6 tháng 7 năm 1988, khi 127 thuyền nhân được Pháp, Bỉ, và Áo cấp chiếu khán, rời tàu lên trại tị nạn Palawan.

Tên tàu: Mary Kingstown.

Thuyền Trưởng: Cap. F. Herbelin.

Hỗ trợ:

- Chiến hạm Jeanne d'Arc (900 nhân viên, một phi đội trực thăng bao vùng tìm kiếm các ghe tị nạn).

- Soái hạm Boudet, 200 nhân viên.

Vùng hoạt động: Hải phận quốc tế, dọc theo bờ biển Việt Nam từ Vũng Tàu đến Cà Mau và vịnh Thái Lan.

Phái đoàn từ Mỹ:

- Bà Vũ thanh Thủy, khởi hành từ San Diego cùng với phái đoàn của đài truyền hình ABC.

- Bác Sĩ Nguyễn ngọc Kỳ, khởi hành từ Santa Ana.

- Bác Sĩ Trang Châu, khởi hành từ Gia Nã Đại.

- Bác Sĩ Nguyễn thượng Vũ, khởi hành từ San José.

- Bác Sĩ Vũ lai Định (sẵn sàng lên đường từ Los Angeles).

Kết Quả

Trợ giúp và hướng dẫn: 2 ghe chở 43 người từ giữa đại dương vào trại tị nạn Pulau Bidong.

Cứu vớt: 494 thuyền nhân đã được cấp chiếu khán, một số đã đến Pháp định cư.

Chiếu khán cho thuyền nhân *longstayers*:

- Pháp cấp: 302 chiếu khán

* 202 cho Pulau Bidong

* 100 cho Hồng Kông

Bắt đầu từ tháng 8 năm 1988, những người này sẽ được lên đường đi định cư tại Pháp, Bỉ, và Áo.

Trong công tác năm 1988, tổng cộng có 839 đồng bào ta đã được cứu vớt, hỗ trợ và cho đi định cư tại các quốc gia đệ tam.

Chi phí: 1,000,000 Mỹ kim

Ủy Ban hứa đóng góp: 500,000 Mỹ kim

Đã đóng góp: 210,000 Mỹ kim (tính đến ngày 7/7/1988) như sau:

- Canada: 50,000 Mỹ kim gửi thẳng qua Médecins du Monde

- Âu Châu: 40,000 Mỹ kim gửi thẳng qua Médecins du Monde

- Úc và Mỹ: 120,000 Mỹ kim Ủy Ban gửi.

Cần thêm: 290,000 Mỹ kim

Để công tác năm 1988 thi hành tốt đẹp, chúng ta cần phải cố gắng đóng góp. Số phận của thuyền nhân ở trong tay chúng ta.

Sau đó Ông Phan lạc Tiếp đã long trọng giới thiệu Bác Sĩ Nguyễn thượng Vũ, đương kim giám đốc bệnh viện Agnew, người vừa về từ Biển Đông, tường trình về chuyến đi của ông. Trước khi Bác Sĩ Vũ ngỏ lời, một bó hồng đã được đặc biệt "gửi tặng Bà Bác Sĩ Nguyễn thượng Vũ, vì những hỗ trợ quý báu để Bác Sĩ Vũ có thể lên đường ra Biển Đông tham dự công cuộc cứu vớt đồng bào."

Bác Sĩ Nguyễn Thượng Vũ Trình Bày

Bằng một giọng nói đầy hấp dẫn và nhỏ nhẹ, Bác Sĩ đã lần lượt thuật lại chuyến đi của ông. Trong đó ông đã nhắc đến nhiều chuyện đáng coi là rất đặc biệt. Trong chuyến đi này, Bác Sĩ Vũ đã vớt được tất cả 127 thuyền nhân. Bác Sĩ Vũ đã gặp được Bác Sĩ Phùng bá Hạnh, một vị niên trưởng của gia đình Y Khoa. Trong số những thuyền nhân, có em nhỏ mới có 4 tháng, có 2 vị bác sĩ, một quân nhân Nhảy Dù, một anh cựu Biệt Động Quân, 4 anh em cựu Không Quân. Bác Sĩ Vũ nói: "Tôi rất cảm động khi gặp được đồng bào. Đồng bào ôm lấy tôi, và chúng tôi ôm lấy nhau, cả hai cùng khóc." Đặc biệt phải kể là: "Cảnh đồng bào ta nhìn lại lá quốc kỳ nền vàng ba sọc đỏ của Tổ Quốc. Chúng tôi đã hát vang bài quốc ca, vừa vui sướng vừa cảm động." Cũng có những cảnh mà theo Bác Sĩ Vũ coi là rất đáng ghi nhớ, như cảnh bà con ta khi đã lên tàu ngồi bắt chấy, bắt rận cho nhau. Cảnh đó rất lạ đối với chúng ta ở Mỹ, nhưng lại rất quen thuộc hồi còn xa xưa nơi quê nhà. Câu chuyện chợt đã làm cử tọa xúc động là cảnh ông xem lại ghe trước khi thủy táng. Bác Sĩ Vũ nói:

Bác Sĩ Phùng bá Hạnh, người được Bác Sĩ Nguyễn thượng Vũ vớt

"Theo luật hàng hải, sau khi đã vớt được đồng bào, cho họ lên tàu, chiếc ghe sẽ được thủy táng. Tôi đã đích thân xuống xem xét lại lần chót, xem có còn sót ai dưới ghe không, vì rất có thể lúc vội vã, người già yếu ngất đi, bị bỏ sót lại. Tôi đi xem xét cẩn thận từng góc. Bỗng từ một góc tối của chiếc ghe, tôi thấy le lói vài đóm than. Tôi lại gần coi. Đó là ba que hương còn le lói, cắm trên một bát hương, trên bàn thờ. Tôi xúc động lắm. Tôi đã đứng lặng trước bàn thờ rất lâu, rồi cầm bát hương lên, mang về tàu. Bát hương nhỏ, làm bằng sành, trong đó có ít đất. Đây là đất của quê nhà, của Tổ Quốc ... bát hương ấy đây." Bác Sĩ giơ bát hương lên, màu da lươn, nắm đất Tổ Quốc bên trong, trước sự vỗ tay cảm động rất lâu của cử tọa. Trước khi dứt lời, Bác Sĩ Vũ đã ngỏ lời cảm tạ quan khách hiện diện, cảm tạ đồng bào đã hỗ trợ cho Ủy Ban, để Bác Sĩ có cơ hội được chính thức tham gia. Bác Sĩ Vũ cũng nói, "Tôi cảm tạ anh Xương, anh Tiếp, và các anh trong Ủy Ban, đã cho tôi có cơ hội này. Đời tôi, quả đã phong phú lên rất nhiều sau chuyến đi này." Và sau chót,

Bác Sĩ Vũ nói: "Bố tôi đã mất, nếu còn, Cụ đã trên 90 tuổi. Xưa Cụ thường nhắc tôi cố làm điều lành. Ngoài cương vị một thầy thuốc, mới đây tôi đã làm được một điều lành. Tôi nghĩ Bố tôi sẽ vui lắm. Tôi xin cắm một nén hương tạ ơn Bố tôi."

Bác Sĩ Vũ đã chấm dứt phần trình bày của mình như thế, thật khéo và vô cùng cảm động. Cả căn phòng họp dù rất nóng nhưng mọi người đều chan hòa niềm xúc động lớn lao. Một danh sách, tuy chưa đầy đủ, các thuyền nhân vừa được cứu vớt, do Bác Sĩ Vũ mang về, đã được phân phối đến các vị đại diện cho các cơ quan truyền thông và báo chí.

GROUP 1 PERSON FROM: TRALUAN
D.O.D.: 4-12-1988 FROM RACH GIA - D.O.A. 6-12-1988

1	Nguyễn mạnh Quỳnh	24	Trần quan Nhân
2	Trần thị Mỹ Linh	25	Trần thị Mỹ Linh (nho)
3	Nguyễn hoàng Diệu	26	T. Úy Phạm thành Khanh
4	Ngô thị Bích Ngọc	27	Phạm lê Khiêm
5	Trần thị Bạch Tuyết	28	Lê kim Thư
6	Nguyễn thị Hồng Loan	29	Phạm quốc Anh
7	Lê thị tuyết Lang	30	Phạm vũ Diệu My
8	Võ văn Sao	31	Đinh minh Thức
9	Võ lý Trường Chinh	32	Nguyễn thị Hạnh
10	Võ lý Tài Phú	33	Trần công Chánh
11	Nguyễn trung Hiếu	34	Nguyễn thị Đạo
12	Nguyễn thị Hồng Mai	35	Hoàng thân Bảo Tố
13	Trần anh Kiệt	36	Trương thị Toàn
14	Tr. Úy Nguyễn văn Tích	37	Bùi minh Hùng
15	Nguyễn hoàng Hải	38	Đỗ quang Minh
16	Huỳnh thành Tài	39	Phạm thị Hiền
17	Nguyễn minh Thơ	40	Trần văn Sáng
18	Huỳnh T. Liên Hoa	41	Nguyễn thành Hùng
19	Tạ thị Bích Nguyệt	42	Trần thị Mỹ Linh
20	Bùi thị Hiền	43	Trần anh Huy
21	Trần trung Hải	44	Phí thanh Tiến
22	Lê đức Sủng	45	Trần thị Hạnh
23	Huỳnh cao Khôi	46	Trần tiến Thành

47	Hoàng Kiến	84	Lâm thị Hoàng Uyên
48	Dương thị Thanh	85	Lê tấn Hoài
49	Tăng bửu Hưng	86	Phạm quốc Thịnh
50	Mai bá Nguyên	87	Võ thị Rịu
51	Hồ đắc Vũ	88	Nguyễn quý Vinh (Ninh)
52	Giang minh Ngọc Dung	89	Vũ đức Minh
53	Hồ giang Ngọc Tuyết	90	Lê thị Lan
54	Giang Thúy	91	Trần quốc Tuấn
55	Tr. Úy Trương quang Tá	92	Nguyễn thị Thẩm
56	Lê quốc Dũng	93	Nguyễn văn Minh
57	Bùi ngọc Bích	94	Nguyễn văn Tiến
58	Hồ đăng Hiếu	95	Nguyễn ngọc Thảo
59	Đỗ thanh Tâm	96	Nguyễn thị Hoa
60	Ngô thị Nga	97	Nguyễn ngọc Huy
61	Nguyễn kim Hà	98	Bùi thị Thúy Kiều
62	Lương xuân Phát	99	Bùi thị Thùy Trang
63	Trần thị Thu Hà	100	Bùi hữu Phước
64	Đặng thị Lệ Liên	101	Tạ duy Hiển
65	Lương xuân Bảng	102	Nguyễn văn Hậu
66	Giáp trần Minh Đăng	103	Nguyễn thị Vui
67	Phạm ngọc Bích Sơn	104	Nguyên
68	Phan văn Hóa	105	Võ thị Uyên
69	Võ thành Dũng	106	Dương văn Chính
70	Bùi công Tính	107	Nguyễn thị Ngọc Anh
71	Trần văn Điền	108	Chung thị Hủ
72	E văn Hùng	109	Nguyễn thị Bảy
73	Lê trọng Nghĩa	110	Bùi thị Hồng Hạnh
74	Trần thị Kim Loan	111	Lưu đình Nghị
75	Nguyễn văn Lương	112	Lưu thị Vinh
76	Nguyễn văn Hồng	113	Cao trọng Thơ
77	Nguyễn thị Vui	114	Lương hiền Quang
78	Thái hữu Hải	115	Lâm thị Thanh Ngọc
79	Thái thị Vinh	116	Lương kim Loan
80	Nguyễn thị Nhiên	117	Phạm thanh Liêm
81	Nguyễn thị Loan	118	Trương vĩnh Lễ
82	Nguyễn ngọc Luân	119	Hứa thị Kim Chu
83	Lâm hoàng Hải Âu	120	Trương thị Uyên Phương

121	Đỗ thị Thùy Lang		158	Nguyễn thị Thúy
122	Trần Tố Lan		159	Nguyễn thị Nga
123	Phan thị Yến Ly		160	Bùi đắc Tỉnh
124	Nguyễn thị Mỹ Trang		161	Nguyễn thị Dung
125	Nguyễn thanh Lâm		162	Trần mạnh Hùng
126	Trần thị Tuyết Mai		163	Phạm thị Lan
127	Đỗ thị Thu Phương		164	Trần thị Anh
128	Trương văn Hiếu		165	Trần thị Tuyết
129	Nguyễn ngọc Sinh		166	Trần minh Sơn
130	Đỗ bá Đức		167	Trần minh Trung
131	Lê tấn Khang		168	Trần thị Hồng
132	Nguyễn viết Tuấn		169	Lâm hải Nguyên
133	Vương văn Hoạt		170	Phạm văn Đài
134	Nguyễn hữu Tâm		171	Phạm đức Long
135	Vũ thị Hường		172	Phạm thị Ngọc Anh
136	Trịnh Bích Hợp		173	Ngô văn Đức
137	Vũ quốc Cường		174	Ngô thị Như Trang
138	Trần ngọc Toàn		175	Nguyễn thị Tuyết Dung
139	Phan tấn Đức		176	Nguyễn minh Tiến
140	Lê nhật Tân		177	Nguyễn thiện Thành
141	Nguyễn tiến Hưng		178	Nguyễn thị Thu San
142	Lê nhật Tiến		179	Nguyễn thị Thu Ngọc
143	Đặng thị Lệ Thu		180	Dương tiểu Ngạn
144	Hoàng văn Thuận		181	Lê ngọc Huy
145	Huỳnh văn Lộc		182	Nguyễn văn Thủy
146	Đặng thành Tâm		183	Lương bá Luân
147	Trần thị Tuyết Anh		184	Lương bá Thanh
148	Phan hoàng Hùng		185	Trần văn Lê
149	Hà nữ Thu Tần		186	Nhiêu đức Hải
150	Hồ trí Châu		187	Phan Dũng
151	Lê kim Thư		188	Phan quang Đạt
152	Nguyễn hồng Thái		189	Nguyễn thị Mai
153	Phan minh Hưng		190	Nguyễn thanh Giang
154	Trần ngọc Điệp		191	Lê trọng Nghĩa
155	Nguyễn văn Thắng		192	Chu thế Hiền
156	Nguyễn đức Lưu		193	Đoàn thị Hoa
157	Nguyễn ngọc Huy		194	Đoàn thị Tú Anh

195 Lâm hải Nguyên
196 Nguyễn thị Mộng Thủy
197 Trịnh long Xương
198 Chu đăng Huỳnh
199 Nguyễn văn Ngọc
200 Tống văn Khanh
201 Nguyễn mạnh Phước
202 Nguyễn ngọc Ẩn
203 (bỏ trống)
204 Nguyễn xuân Kỳ KQVN
205 Nguyễn thanh Minh Pilot/ KQVN
206 Trần văn Được QLVNCH
207 Nguyễn thị Ngọc Dung
208 Viễn lê Anh
Viễn thế Luyên
209 Lê thành Tánh
210 Nguyễn thị Mỹ Phương
211 Nguyễn phú Hải
212 Nguyễn thị Mỹ Linh
213 Nguyễn văn Bảy
214 Nguyễn văn Toàn
215 Lý minh Thuận
216 Lý minh Điền
217 Lý minh Phong
218 Nguyễn thị Tuyết Nhung
219 Lê duy Linh
220 Lê thúy Hằng
221 Nguyễn khắc Trung
222 Phan trọng Nhân
223 Hồ hoàng Giang
224 Vũ thị Vân
225 Lê triệu Quý
226 Trần thị Thanh Tâm (4 tuổi)
227 Lê phương Quang
228 Nguyễn phan Lê Kiều
229 Nguyễn đức Giang

230 Trần thị Vân
231 Thi Lý Nam Phương (em bé)
232 Huỳnh thành Tài
233 Nguyễn duy Hiếu (em bé)
234 Nguyễn ngọc Bảo
235 Bùi ngọc Tùng
236 Trần nhật Thắng
237 Huỳnh minh Tiên
238 Huỳnh gia Yến
239 Huỳnh lê Đoan Phương
240 Phan thị Thảo Lý
241 Nguyễn thị Thanh Liên
242 Trương Sở Huệ
243 Trần đình Thảo
244 Trần đình Thạch
245 Vũ thanh Phong
246 Vũ tấn Trường
247 Nguyễn tiến Đạt
248 Hoàng kim Sơn
249 Hoàng lưu Ngọc Diệp
250 Nguyễn thị Bích Liên
251 Nguyễn thị Kim Chi
252 Nguyễn thanh Tú
253 Đặng thanh Hải
254 Nguyễn hoàng Tuyến
255 Trần thị Nguyệt
256 Trần quốc Toản (Doctor)
257 Trần thanh Bình
258 Phan huy Vũ
259 Trịnh văn Khiêm
260 Nguyễn long Hương
261 Chu lai quang Tâm
262 Nguyễn văn Toàn
263 Trần nhật Bình
264 Nguyễn thị An
265 Phạm hùng Cường
266 Phạm đình Duy Nghi

267 Cao hưng Châu
268 Trần công Phương
269 Trương dĩ Hứa
270 Vũ lương Đúng
271 Nguyễn phát Thành
272 Nguyễn trọng Bách
273 Trịnh văn Thinh
274 Phùng thị Thanh Loan
275 Lương thị Đông
276 Hồ ngọc Dương
277 Nguyễn thị Bê
278 Nguyễn bá Nhân
279 Mai viết Cường
280 Nguyễn xuân Sơn
281 Phạm khuyến Học
282 Nguyễn thị Hồng
283 Nguyễn thị Lơn
284 Nguyễn thị Thúy Ba
285 Vũ thùy Hương
286 Lưu thị Ngà
287 Nguyễn hữu Nguyễn
288 Nguyễn thị Xuân Hường
289 Trần thị Ly
290 Vũ thị Tâm
291 Vũ minh Thái
292 Nguyễn Bích Nga
293 Lê Cư
294 Trần thiên Thanh
295 Trần nhựt Bình
296 Lý sa Rếch

297 Chế Mô
298 Bùi khắc Trường
299 Bùi thị Uyên Vi
300 Bùi khắc Thi
301 Bùi thị Anh Thư
302 Dương quốc Tuấn
303 Lý trung Tuyến
304 Lý năm Chân
305 Trần thị Ngọc Hồ
306 Đỗ ngọc Hân
307 Lê thị kim Hằng
308 Trần ngọc Diệp
309 Trần thị Ngọc Dung
310 Nguyễn thị Tuyết
311 Trương Ngọc
312 Chung huệ Nga
313 (bỏ trống)
314 Chung kim Huê
315 Chung văn Dũng
316 Nguyễn cẩm Thúy
317 Nguyễn hoàn Tinh
318 Phan thúc Linh
319 Lục minh Huấn
320 Nguyễn viết Thanh
321 Nguyễn viết Tuấn
322 Nguyễn văn Nam (Hoa tiêu)
323 Đỗ thị Thúy Lang
324 Huỳnh công Thắng
325 Trần thị Ngọc Quyên
326 Trần thị Thùy Trang

Tết Tưng Bừng tại Ban Thad Camp

Nhằm đem lại chút hơi ấm cho đồng bào tại các trại tị nạn vào dịp Tết vừa qua, Ủy Ban đã chuyển tới trại Site 2, Ban Thad Camp, một ngân khoản là 2,000 Mỹ kim để tổ chức Tết cho toàn trại.

Không khí Tết đã được chuẩn bị rất lâu trước Tết qua các cuộc tranh tài bóng bàn, bóng chuyền, túc cầu và vũ cầu. Các buổi văn nghệ "tự biên, tự diễn" của đồng bào cũng đã nô nức tập dượt. Trong khi đó tại trường học, chùa và nhà thờ cũng được trang trí lại. Một sân khấu rộng lớn cũng đã được dựng lên. Và ngày vui đã đến, qua 2 đêm trình diễn vào các ngày 22 và 23 tháng 1 năm 1989. Chương trình được coi là rất phong phú, ngoài ban đại hợp ca, với các thiếu nữ áo dài thật đẹp, còn có ảo thuật, nhạc, v.v... Đặc biệt, trên sân khấu, ngoài bức tranh thật lớn, vẽ cảnh hoa mai của năm mới, còn có một hàng chữ thật lớn "Cung Chúc Tân Xuân Kỷ Tỵ, Chân Thành Cảm Tạ Ủy Ban Cứu Nguy Người Vượt Biển." Từ trên sân khấu nhìn xuống, người ta nhận thấy, ngoài Ban Đại Diện trại, còn có đại diện nhà đương cuộc Thái Lan và Cao Ủy Tị Nạn Liên Hiệp Quốc. Lớp lớp đồng bào ngồi thưởng lãm, coi như bất tận, say sưa theo dõi các "nghệ sĩ" trình diễn.

Trong dịp này, các phần thưởng cho các đội tuyển thể thao cũng được long trọng trao cho các người trúng giải. Đó là những sinh hoạt chung, tại các khu, các nhà, đồng bào cũng lo trang hoàng "nhà cửa," gói bánh chưng, làm mứt dừa. Tất cả tạo cho trại Site 2 một bộ mặt rất thân thương và đầm ấm.

Chi phí cho các cuộc vui nói trên, do ngân khoản 2,000 Mỹ kim của Ủy Ban từ San Diego gửi đến. Qua báo cáo chính thức của cựu Luật Sư Nguyễn hữu Giao, trại trưởng trại Site 2, cho biết, 2,000 Mỹ kim tương đương với 50,000 Baht. Trại đã sử dụng như sau: lì xì cho các gia đình thiếu thốn, không có thân nhân ở nước ngoài hỗ trợ, gồm 800 người, mỗi người 30 Baht, mất 24,000 Baht. Chi phí cho 2 buổi văn nghệ: 7,000 Baht. Giải thưởng thể thao, 2,600 Baht. Mua đồ cho ảo thuật, 1,600 Baht. Giải thưởng cho các trò chơi (như thả vịt, nhảy vòng, ...), 5,000 Baht. Tiền chợ đãi quan khách, 2,300 Baht. Phim ảnh, 800 Baht, và các chi phí linh tinh khác. Tổng cộng là 47,560 Baht. Còn lại 2,440 Baht (tương đương với 100 Mỹ kim) sẽ được Ban Đại Diện dùng vào việc công ích khác.

Tưởng cũng nên nhắc lại, vào tháng 3 năm 1988, Giáo Sư Nguyễn hữu Xương, với tư cách chủ tịch Ủy Ban, đã đến thăm trại này. Ông đã được đại diện LHQ, tòa Đại Sứ Hoa Kỳ tại Thái, và nhà đương cuộc Thái hướng dẫn thăm trại. Tại đây, ông đã nhìn thấy những sinh hoạt của đồng bào ta, đã ủy lạo và ghi nhận những yêu cầu của trại, nên khi ra về đã để lại trại một ngân khoản là 75,000 Baht, do Linh Mục Jean Houlmann quản thủ. Ban Điều Hành trại, khi có nhu cầu sẽ nhóm họp, đưa lên vị linh mục để được thanh toán chi phí. Ban Đại Diện trại, không muốn và cũng không được gìn giữ một đồng bạc nào. Nhờ vào ngân khoản nói trên, trại đã dần dần được cải thiện. Những cơ sở công cộng như trường học, chùa, sân chơi đã được tu bổ hoặc đổi mới. Một số sách thông dụng như tự điển, sách học, trị giá trên 3,000 Mỹ kim, cũng đã và đang dần dần được gởi tới trại nói trên.

Cuối thư, Luật Sư Giao cho biết, cho đến lúc này, một số đồng bào vừa được chuyển đến thêm là 1,197 người. Danh sách những người này đã lần lượt được phổ biến. Rất nhiều trường hợp đồng bào ta đi tìm tự do, trôi dạt vào các đảo hoang, các làng mạc hẻo lánh, nhà đương cuộc Thái đã thu nhặt lại và chuyển về đây.

Trại Tị Nạn Hồng Kông và 1,000 Chiếu Khán Ân Huệ Của Pháp

Hồng Kông, nơi được coi là điểm nóng của cộng đồng ta về sự ứ đọng của người tị nạn, do đó Ủy Ban đã hết sức lưu tâm. Đầu tháng 12 năm 1988, Kỹ Sư Nguyễn đình Thắng và hiền nội, thành viên của Ủy Ban tại Hoa Thịnh Đốn, đã đến thăm viếng trại tị nạn Hồng Kông, với chi phí tự túc. Ủy Ban đã gửi cho Kỹ Sư Thắng một ngân khoản là 2,500 Mỹ kim để mua các dụng cụ giáo khoa và sách vở cho đồng bào ta tại đây. Một số tự điển thông dụng, trị giá 1,000 Mỹ kim cũng đã được chuyển tới.

Kỹ Sư Thắng sau khi về đã gửi tới Ủy Ban nhiều nhận xét và đề nghị hữu ích. Đặc biệt, Kỹ Sư Thắng với sự hỗ trợ của hiền nội và bằng hữu, đã thu được nhiều hình ảnh vào *video* về cảnh huống của đồng bào ta tại Hồng Kông. Các tài liệu ấy đang được Kỹ Sư Thắng đúc kết thành một cuốn phim, mang tựa đề *Captives of Freedom*, nhắm trình bày cho dư luận thế giới về nỗi thống khổ của bà con ta tại Hồng Kông. Song, vấn đề chánh là làm cách nào giải tỏa cho đồng bào ta tại đây. Ủy Ban đã ráo riết vận động, và đã được Hội Y Sĩ Thế Giới loan báo qua điện tín hôm 22/2/1989 và 4/3/1989 vừa qua là 1,000 chiếu khán đã được chính phủ Pháp cấp cho những người ở quá lâu (longstayers) tại Hồng Kông, Pulau Bidong và Palawan.

Tàu Mary Kingstown Chở 40 Thuyền Nhân Đến Trại Tị Nạn Palawan

Tin từ nhà tỷ phú André Gille, chủ nhân con tàu Mary Kingstown vừa cho hay, tàu Mary Kingstown hiện đang chở 40 thuyền nhân trực chỉ trại tị nạn Palawan, Phi Luật Tân. 40 thuyền nhân này mới được tàu buôn Na Uy vớt trên vùng biển gần Singapore, nhưng nhà đương cuộc Singapore không cho phép các thuyền nhân này lên bờ. Do đó tàu buôn của Na Uy đã liên lạc với văn phòng Cao Ủy Tị Nạn tại địa phương, nên 40 người này đã được Cao Ủy Tị Nạn nhận và nhờ tàu Mary Kingstown chở họ đi Palawan. Tưởng cần nên biết thêm rằng tàu Mary Kingstown của nhà tỷ phú André Gille, con tàu đã trực tiếp tham dự công tác vớt người Biển Đông năm vừa qua, đã vớt được tất cả 494 người. Sau khi công tác vớt người Biển Đông 1988 chấm dứt, con tàu đã trở về công tác chuyên chở thường lệ, và đã gặp và vớt thêm được 44 thuyền nhân nữa. Hôm nay con tàu Mary Kingstown đang sửa soạn để tham dự vào công tác Vớt Thuyền Nhân năm 1989 sẽ được khai diễn trong một thời gian gần. Chương trình về công tác cứu vớt này sẽ được chính thức thông báo khi hoàn cảnh cho phép.

Con Tàu Nhân Đạo Jeanne D'arc Ghé Cựu Kim Sơn

Chiến hạm Jeanne d'Arc, một chiến hạm khổng lồ chuyên chở trực thăng của Hải Quân Pháp vừa ghé Cựu Kim Sơn vào sáng Thứ Ba, 28/2/1989, trên đường đi công tác trong vùng Thái Bình Dương. Tại đây, hôm Thứ Bảy, 4/3/1989, một phái đoàn gồm có quý vị đại diện cho Liên Hội Người Việt Bắc Cali và Văn Phòng Ủy Ban Báo Nguy Giúp Người Vượt Biển Bắc Cali, xuống thăm chiến hạm vào hồi 11 giờ. Trong phái đoàn này, người ta nhận thấy có Ông Vũ văn Lộc (nhà văn Giao Chỉ), Ông Lại đức Hùng, Tổng Thư Ký Liên Hội và rất đông các vị bô lão, Ông Phú toàn Cương, đại diện gia đình Phật tử địa phương. Phái đoàn Liên Hội đã trao tặng vị Đại Tá Hạm Trưởng chiến hạm này một tấm bảng lưu niệm, và các vị bô lão đã tặng hoa đến vị Hạm Trưởng. Trong khi đó phái đoàn của Ủy Ban gồm có Bác Sĩ Nguyễn thượng Vũ, Giáo Sư Lê hữu Phú; Ông Nguyễn hữu Lục, đại diện lưu động của Ủy Ban tại Bắc Cali, đã trao tặng thủy thủ đoàn những chiếc áo T-shirt có in huy hiệu của Ủy Ban. Tham dự cuộc gặp gỡ nói trên còn có rất đông đại diện của báo chí và truyền hình địa phương.

Phái đoàn đã được Hải Quân Trung Tá De Decker hướng dẫn đi thăm chiến hạm và thuyết trình về hoạt động của tàu này. Chiến hạm Jeanne d'Arc hiện có 850 nhân viên cơ hữu, và 150 sinh viên sĩ quan Hải Quân trong chương trình thực tập và thăm viếng các quốc gia tại Thái Bình Dương. Phái đoàn cũng đã được hướng dẫn xem phi đoàn trực thăng Alouette, mà trong năm qua, các trực thăng này đã bay lên bao vùng tìm kiếm những thuyền nhân trên Biển Đông.

Sở dĩ chiến hạm được đón tiếp niềm nở như trên vì chiến hạm này đã trực tiếp tham dự chiến dịch Vớt Người Biển Đông 1988 vừa qua. Hình ảnh sinh hoạt của con tàu này, với hàng ngàn thủy thủ đoàn, hàng chục trực thăng lên xuống, tham dự công tác cứu vớt thuyền nhân, đã được đài BBC trực tiếp thu hình, và đã được chiếu trên khắp lãnh thổ Hoa Kỳ trong chương trình *20/20.* Trong dịp ấy, Bà Vũ thanh Thủy, người phụ nữ của thế kỷ 21, đã được coi như hình ảnh đáng ghi nhận nhất của báo chí và truyền thông trong năm. Lá cờ Tổ Quốc, nền vàng ba sọc đỏ, trong dịp này cũng đã tung bay trên Biển Đông, trước nỗi vui mừng của các thuyền nhân được cứu vớt, và sau đó đã xuất hiện trên khắp các màn ảnh truyền hình của lục địa Hoa Kỳ, và những quốc gia khác nữa.

Nhà Thơ Trương Anh Thụy Ghé Cali

Bà Trương anh Thụy, một nhà thơ nổi tiếng của Miền Đông Hoa Kỳ, vị đại diện chính thức của Ủy Ban tại thủ phủ Hoa Thịnh Đốn và phụ cận, trong chuyến công tác tại Nam Cali đã dành một ngày đến San Diego để thăm viếng và bàn luận một số vấn đề với Giáo Sư Nguyễn hữu Xương và Ban Điều Hành.

Các vấn đề "làm sao giải tỏa sự ứ đọng của đồng bào ta tại các trại tị nạn," việc sử dụng các chiếu khán của chính phủ Pháp cấp cho các *longstayers,* con tàu Mary Kingstown khi nào sẽ có mặt ngoài Biển Đông, ... đã được trao đổi kỹ lưỡng. Bà Thụy ghi nhận tất cả các điều trên và coi như "đã đủ quà để trao về cho bằng hữu tại thủ đô Hoa Kỳ."

Trong hơn một năm qua, Văn Phòng Đại Diện của Ủy Ban tại Hoa Thịnh Đốn đã có những sinh hoạt rất đặc thù: điều trần tại Quốc Hội, triển lãm ảnh về công tác vớt người Biển Đông tại thủ đô Hoa Thịnh Đốn, và những cuộc họp báo, biểu tình tạo hậu thuẫn thuận lợi cho công tác nhân đạo của Ủy Ban đã đề ra.

Nước Pháp Đã Cấp 112 Chiếu Khán
Cho Thuyền Nhân Do Tàu Mary Kingstown Vớt Được

San Diego (UBBNGNVB),- Như các tin đã loan, nằm trong chiến dịch Giúp Người Biển Đông 1989, tàu Mary Kingstown trên hải trình hoạt động, đã vớt được 2 ghe tị nạn hôm 12 và 13 tháng 4 vừa qua. Cả hai chiếc ghe đã chìm nên các thuyền nhân đã được đưa thẳng về trại tị nạn Palawan, Phi Luật Tân, với hy vọng sẽ được Phủ Cao Ủy Tị Nạn nhận cho vào trại tị nạn. Tàu Mary Kingstown đã đến vịnh Palawan vào ngày 19 tháng 4, và nhà đương cuộc Phi đã bắt tàu phải neo ở ngoài vịnh, và không một ai trong số 112 thuyền nhân trên tàu được phép vào bờ, vì chưa có chiếu khán nào dành cho họ cả.

Được tin này, Giáo Sư Nguyễn hữu Xương và nhà mạnh thường quân, chủ nhân con tàu Mary Kingstown là Ông André Gille đã hết sức vận động, nhưng suốt hai tuần lễ, chưa có một quốc gia nào nhận sẽ cung cấp chiếu khán cho 112 thuyền nhân nói trên. Cho đến trưa Thứ Ba, 25 tháng 4 năm 1989, do sự vận động của Bác Sĩ Bernard Kouchner, Thứ Trưởng Đặc Trách Về Nhân Quyền của chính phủ Pháp, sáng lập viên của Hội Y Sĩ Thế Giới, chính phủ Pháp đã thuận cấp 112 chiếu khán cho các thuyền nhân này.

Tin trên còn cho biết, tàu Mary Kingstown đã được phép cặp cầu Palawan vào sáng nay, 26/4/1989, để 112 thuyền nhân nói trên được phép rời tàu vào trại tị nạn.

Tham dự trực tiếp công tác cứu vớt đồng bào là Bác Sĩ Nguyễn ngọc Kỳ, đại diện Ủy Ban, khởi hành từ Orange County. Bác Sĩ Kỳ sẽ trở lại Hoa Kỳ vào ngày Thứ Bảy 29/4/1989. Những chi tiết về cuộc tiếp cứu đồng bào sẽ được phổ biến sau đó. Một phái đoàn báo chí và truyền hình do Ký Giả Dương Phục hướng dẫn đã tức tốc rời Hoa Kỳ vào tuần trước đến Palawan để thăm và ủy lạo đồng bào. Danh sách các thuyền nhân và hình ảnh của đồng bào được cứu vớt nói trên đính kèm. Cùng đi với Ký Giả Dương Phục còn có Ông Nguyễn đình Thắng và Ông Nguyễn thanh Hồng. Hành trang của phái đoàn có một chi phiếu 20,000 Mỹ kim, sách báo, băng nhạc, và lá cờ Tổ Quốc nền vàng ba sọc đỏ.

Tàu Mary Kingstown sẽ trở lại Singapore vào ngày 29 tháng 4 tới đây, để tiếp tục công tác như thường lệ. Bác Sĩ Nguyễn thượng Vũ, giám đốc bệnh viện Agnew, San José, đã lên đường tối Thứ Tư 26/4/1989, để thay thế Bác Sĩ Nguyễn ngọc Kỳ. Như thế đây là lần thứ ba, Bác Sĩ Kỳ đã trở lại Biển Đông cứu vớt đồng bào, và Bác Sĩ Vũ là lần thứ hai. Sau Bác Sĩ Vũ, trong công tác năm nay, nếu mọi diễn tiến xảy ra như dự trù, thì vị bác sĩ thứ ba ra biển thay Bác Sĩ Vũ sẽ là một bác sĩ gốc binh chủng Nhảy Dù. Hành trang của Bác Sĩ Vũ là một chi phiếu 30,000 Mỹ kim và rất nhiều sách báo, *T-shirt* có hình huy hiệu của Ủy Ban.

Phái Đoàn Báo Chí Đã Về Đến Mỹ

Phái đoàn báo chí do Ký Giả Dương Phục hướng dẫn gồm Ông Nguyễn đình Thắng và Ông Nguyễn thanh Hồng sau hơn một tuần lễ có mặt tại Palawan để đón tiếp đồng bào, tất cả đã về đến Mỹ hôm 26/4/1989. Danh sách 112 thuyền nhân (không phải 113 như báo cáo trước đây) đã được đem về. Trong số trên 400 lá thư gửi cho thân nhân và bằng hữu nhờ Ủy Ban chuyển, chúng tôi nhận thấy có 25 người có thân nhân ở Mỹ, trong đó ở California có 11 người, ở Pháp có 5 người, Canada có 3 người, ở Úc 1 người. Giáo Sư Nguyễn hữu Xương, chủ tịch Ủy Ban, đã gửi thư chúc mừng và báo tin vui này tới các vị có thân nhân vừa được tàu Mary Kingstown cứu vớt.

Cuốn Phim Tài Liệu Tuyệt Vời

Ký giả Dương Phục cho biết, "trong 1 tuần sinh hoạt với đồng bào, chúng tôi đã thu được rất nhiều hình ảnh vô cùng sống động. Chúng tôi đã tổ chức được cuộc chào quốc kỳ nghiêm chỉnh trên tàu. Chúng tôi đã có buổi lễ tạ ơn Chúa và Phật cho tất cả đồng bào tham dự. Chúng tôi đã phỏng vấn được nhiều trường hợp rất sống động và đầy cảnh bi thương. Chúng tôi đã có những thước phim rất quý do Bác Sĩ Kỳ thu được giữa biển khơi trong cảnh cứu vớt đồng bào. Chúng tôi cũng đã được thấy sự xúc động đầy nước mắt của Bác Sĩ Kỳ khi kể lại những giải pháp khó khăn trên biển. Chúng tôi cũng có những thước phim phỏng vấn các nhân vật có thẩm quyền tại Palawan như các vị đại diện Cao Ủy, Đại Tá Trại Trưởng. Nhưng vui nhất có lẽ là cảnh phân phối sách báo, quần áo, thuốc men của Ủy Ban và bằng hữu gửi đến. Chúng tôi đã có những cảnh đầy nước mắt, nhưng cũng có rất nhiều nụ cười. Cảnh ăn cơm có đầy rau muống là một thí dụ cụ thể. Các thước phim này đang được anh Nguyễn thanh Hồng và Nguyễn đình Thắng ráp nối, và sẽ hoàn tất trong một vài ngày tới."

DANH SÁCH THUYỀN NHÂN VỚT NGÀY 9/4/1989

Ra từ cửa Rạch Gốc gần Hòn Khoai từ ngày 9/4/1989 lúc 3:00 pm

Bùi thị Lê	F	1952	HCM		Công chức
Bùi anh Tuấn	M	1957	HCM	Em	...
Ngô thị Ngọc Kim	F	1947	Đức Hòa, Long An	...	Công chức
Võ thị Tuyết Mai	F	1970		Con gái	Học sinh
Võ thị Kim Thoa	F	1973		Con gái	Học sinh
Võ thị Mỹ Linh	F	1974		"	"
Lâm văn Hên	M	1931	An Xuyên, Cà Mau		Thượng sĩ
Lâm minh Sơn	M	1965	Cà Mau	Con	Trốn nghĩa vụ
Lê thanh Quan	M	1957	Cà Mau	Em vợ	Công nhân
Vũ ngọc Ảnh	F	1958	Cà Mau	Em vợ	Làm mướn
Lê thanh Vũ	M	1979	Cà Mau	Con	
Nguyễn t. Bích Hằng	F	1970	Cà Mau	Cháu vợ	Học sinh
Lê kim Hoa	F	1952	HCM		Nt
Đinh lê vy Kha	F	1978	HCM	Con	HS
Đinh bá Khôi	M	1980	HCM	Con	HS
Trần mỹ Thanh	F	1964	HCM		Thợ may
Trần mỹ Băng	F	1972	HCM	Em ruột	Hc
Khưu thị Trang	F	1967	Cà Mau		Buôn bán
Nguyễn lâm Nga	F	1966	HCM		Buôn bán
Nguyễn huỳnh Kiệt	M	1971	HCM		Trốn nghĩa vụ
Trần tân Hoàng	M	1971	Cà Mau		Học sinh
Lê thị Thu Vân	F	1970	Cà Mau		Buôn bán
Lê hoàng Em	M	1972	Cà mau	Em	Trốn nghĩa vụ
Trần văn Hồng	M	1965	Cà Mau		Thợ hồ
Lưu thanh Phi Long	M	1969	"	Bạn	Thợ may
Đỗ duy Khương	M	1973	"	Bạn	"
Dương hi Ngoan	M	1967	"	"	"
Vương thị Tuyết Trâm	F	1959	Sóc Trăng		Buôn bán
Châu thị Sáu	F	1918	Sài Gòn		
Trịnh Nguyên Ngọc Quan	M	1970	"	Cháu	Học sinh
Lâm kim Dúng	F	1967	Cà Mau		Buôn bán
Đỗ Hùng	M	1965	"	Chồng	Buôn bán
Hồ thanh Hương	F	1957	Sài Gòn		Buôn bán
Lê văn Dũng	M	1961	"	Bạn	Trốn nghĩa vụ

Hồ quốc Cường	M	1973	Sài Gòn	Em	Học sinh
Huỳnh thị Lang	F	1964	Sài Gòn		Buôn bán
Trương thị Ngọc Huệ	F	1983	"	Con	
Tôn Nữ Mỹ Hương	F	1968	Cà Mau	Bạn	Buôn bán
Trần Toan	M	1959	"	Chồng	Thợ may
... Hiền	F	1985	"	Con	
Lê viết Hả	M	1951	Sài Gòn		Giáo viên
Lê thuy Diễm Linh	F	1976	"	Con	Học sinh
Lê thị Khánh Vân	F	1978	"	"	Học sinh
Lê thị Lệ Trinh	F	1970	Cà Mau		Học sinh
Mã thành Liêm	M	1970	Cà Mau	Anh họ	Học sinh
Nguyễn thị Thùy Linh	F	1968	Sài Gòn		Ở nhà
Nguyễn tăng Hòa	M	1966	Sài Gòn	Chồng	May
Ngô thị Ngọc Lan	F	1957	Sài Gòn		Buôn bán
Lâm duy Chí Linh	M	1970	Sài Gòn		Học sinh
Lý Bạch Yến	F	1948	Sài Gòn		May
Nguyễn thị Bạch Phương	F	1965	Sài Gòn	Con gái	May
Huỳnh văn Huấn	M	1960	Sài Gòn	Con rể	Thợ máy
Huỳnh thanh Sang	M	2 months	Sài Gòn	Con (3)	
Nguyễn thị Bích Thảo	F	1971	Cửu Long	Cháu	May
Lưu sa Kiêm	M	1952	Hậu Giang		Thợ may
Lưu siu Ơn	F	1954	"	Em	Thợ may
Nguyễn thị Diễm Thúy	F	1965	Hậu Giang		Thợ may
Nguyễn hoàng ...	M	1967	Sài Gòn		Học sinh
Lai thị Yến Nhi	F	1960	Hậu Giang		Buôn bán
Nguyễn hồ Chi Lan	F	1969	Sài Gòn		Học sinh
Nguyễn hoàng Vũ	M	1969	Sài Gòn	Anh	Học sinh
Nguyễn hồng Cấp	M	1955	Sài Gòn		Không quân
Trịnh trung Hiếu	M	1969	Cà Mau		
Trần trí Tín	M	1959	Sài Gòn		Buôn bán
Dương văn Cứ	M	1959	Cà Mau		Buôn bán
Nguyễn thị Mai Trinh	F	1963	Cà Mau	Em vợ	Thợ may
Lê hoàng Hai	M	1965	Cà Mau		Tài công
Lý văn Sự	M	1938	Sài Gòn		Chế độ cũ ...
Lý minh Bảo Quỳnh	M	1976		Con	Học sinh
Trần kim Châu	F	1972	Cà Mau		Học sinh

36 F
36 M
6 children under 12
1 baby 2 months

242

Thuyền thứ hai vớt lúc 8:45 AM ngày 13/4/1989
tại tọa độ 104⁰5E, 6⁰24N

Dương văn Lộc	M	1949	Sóc Trăng		...
Dương hoàng Vũ	M	1978		Con	Học sinh
Nguyễn văn Minh	M	1970	Mỹ Xuyên		Học sinh
Nguyễn thu Thủy	F	1968	"	Cháu	Học sinh
Nguyễn thị Mộng Tuyền	F	1976	Long Phú	Cháu	Học sinh
Nguyễn văn Y	M	1951	Cần Thơ		Quân nhân
Nguyễn thị Thâm	F	1958	"	Vợ	H W
Nguyễn quốc Thy	M	1985	"	Con	
Nguyễn văn Bá	M	1950		Anh	Quân nhân
Nguyễn thanh Liêm	M	1944		Anh	Quân nhân
Nguyễn hữu Nhân	M	1974		Cháu	Học sinh
Lê ngọc Binh	M	1939	Cần Thơ		Đại uý
Lê kinh Quốc	M	1967	"		Học sinh
Nguyễn trọng Quốc	M	1970	Sóc Trăng		Học sinh
Ca ngọc Ẩn	F	1960	Sóc Trăng		Business
Trương nam Hung	M	1974	Sài Gòn		Học sinh
Nguyễn ngọc Trân	M	1969	Hậu Giang		Học sinh
Nguyễn kim Ngân	F	1964	"	Sister	...
Nguyễn văn Thâm	M	1968	Hậu Giang		Cày ruộng
Nguyễn văn Dũng	M	1960		Em	Labor
Nguyễn thị Thu Loan	F	1974	Hậu Giang	Em	"
Lê văn Rê	M	1957	Hậu Giang		Cày ruộng
Lê thanh Tâm	M	1980		Con	
Bùi thị Quê	F	1960	Hậu Giang		Housewife
Trương tấn Khanh	M	1980		Con	
Nguyễn thị Thơi	F	1967	Hậu Giang		Buôn bán
Nguyễn văn Gương	M	1955	Hậu Giang		Cựu cảnh sát
Nguyễn ánh Nguyệt	F	1969	Hậu Giang		Buôn bán
Bùi văn Giảng	M	1967	"	Alone	Làm ruộng
Trần minh Triều	M	1969	Hậu Giang	Alone	Làm ruộng
Lương thiện Huệ	M	1962	Hậu Giang	Alone	Sửa đồng hồ
Bùi quang Khánh	M	1973	Hậu Giang	Alone	Làm rẫy
Nguyễn ... Phương	M	1977	Hậu Giang	Alone	...
Lý thị Út	F	1966	"	"	Tailor
Huỳnh cẩm Hà	F	1971			
Võ thị Phương Tuyền	F	1971	"		Nông
Nguyễn thị Thu Thủy	F	1970	"	"	Buôn bán
Trần Thum	M	1955	Hậu Giang	Alone	Quân đội
Lý đàm Long	M	1957	"	"	BĐQ, KCQ
Võ thị Hoàng Oanh					

M: 26   F: 14   4 under 12

243

113 Thuyền Nhân Được Tàu Mary Kingstown Cứu Sống

Bắt đầu từ 3/4/1989, con tàu Mary Kingstown sẽ có mặt trên Biển Đông, mở đầu chiến dịch Giúp Người Biển Đông 1989. Trong chương trình công tác thường lệ, tàu Mary Kingstown có nhiều cơ hội hiện diện trên các hải trình của người tị nạn, và sẵn sàng tiếp cứu các thuyền nhân, giúp đỡ họ, hướng dẫn họ đến bến bờ an toàn. Để tăng cường việc săn sóc sức khỏe cho đồng bào, trên tàu Mary Kingstown lần lượt sẽ có một vị y sĩ Việt Nam hiện diện. Bác Sĩ Nguyễn ngọc Kỳ đã vừa rời Orange County ngày 31/3/1989 để trở lại Biển Đông. Mọi chi phí cho công tác hỗ trợ thuyền nhân nói trên, Ủy Ban sẽ bồi hoàn lại cho chủ nhân con tàu Mary Kingstown là Ông André Gille xứ Monaco, vì Ông André Gille đã tự nguyện đài thọ các chi phí điều hành của con tàu này. Ủy Ban cũng mong mỏi các tàu bè khác qua lại trong vùng Biển Đông có những nghĩa cử nhân đạo như tàu Mary Kingstown; và Ủy Ban cũng sẽ cố gắng bồi hoàn các chi phí trong khả năng cho các tàu bè nào trợ giúp các thuyền nhân Việt Nam trên đường đi tìm Tự Do.

Vào ngày 12/4/1989, tàu Mary Kingstown gặp một ghe tị nạn, trên ghe có 74 người, thuyền nhân nhỏ nhất là một em bé mới có bốn tháng. Tình trạng sức khỏe của các thuyền nhân được coi là tồi tệ, nhưng chiếc ghe còn tốt. Theo chương trình dự liệu, các thuyền nhân đã được phép rời ghe lên tàu để được săn sóc, ăn uống để lấy lại sức khỏe. Nhưng đến sáng hôm 13/4/1989, tàu Mary Kingstown lại gặp một ghe tị nạn khác, trên ghe có 39 người. Biển bắt đầu động, và chiếc ghe này đang chìm. Do đó tất cả 39 người này được cấp tốc vớt lên tàu. Vừa vớt xong thì biển trời vần vũ, nên chiếc ghe của 74 thuyền nhân kéo theo tàu cũng bị sóng đánh chìm luôn. Trước tình trạng này, tàu Mary Kingstown phải quay mũi về Palawan để trao những thuyền nhân này vào trại tị nạn. Ông André Gille, chủ nhân con tàu Mary Kingstown, và Giáo Sư Nguyễn hữu Xương (đang ở Pháp) đã được thông báo khẩn cấp. Việc xin chiếu khán cho các thuyền nhân đang được xúc tiến, Nhưng cho đến ngày hôm nay, Thứ Sáu 14/4/1989, Bác Sĩ Nguyễn ngọc Kỳ đã gọi về cho biết, trên tàu hiện có 113 thuyền nhân, đó là con số chính xác nhất. Tình trạng của các thuyền nhân được coi là khả quan. Tàu Mary Kingstown đang trực chỉ Palawan, và đã cặp bến vào ngày 19/4/1989. Danh tánh các thuyền nhân chưa được công bố.

Trước tin này, một phái đoàn từ Hoa Kỳ gồm Ký Giả Dương Phục, Kỹ Sư Nguyễn đình Thắng, và Ông Nguyễn thanh Hồng đã lên đường để đón tiếp, ghi nhận những cảnh huống của đồng bào.

Chưa Có Chiếu Khán Cho Các Thuyền Nhân

Giáo Sư Nguyễn hữu Xương đã từ Âu Châu trở về San Diego hôm Chủ Nhật 16/4/1989 cho hay: chúng ta chưa xin được chiếu khán nào cho các thuyền nhân vừa vớt được. Thế giới như muốn ngoảnh mặt hoàn toàn với những thống khổ của bà con ta. Do đó, 113 thuyền nhân này rất có thể sẽ là hình ảnh rất bi thảm cho sự ra đi vì Tự Do xảy ra liên tục từ 14 năm qua.

Hành Trang Của Ký Giả Dương Phục

Ngoài một chi phiếu 20,000 Mỹ kim đã được Ký Giả Dương Phục mang theo để nhờ Bác Sĩ Nguyễn ngọc Kỳ trao cho ông André Gille, chủ nhân con tàu Mary Kingstown, để trang trải những chi phí mà con tàu này đã ứng ra để tiếp cứu các thuyền nhân hiện hữu, hành trang của Ký Giả Dương Phục còn có lá cờ Tổ Quốc, nền vàng ba sọc đỏ, để đồng bào làm lễ chào quốc kỳ, và ký tên lưu niệm trong đó. Nhà thuốc Trang Kiên đã vội vã gửi theo một thùng thuốc gồm dầu cù là, dầu gió và các thứ thuốc thông dụng khác. Hà Thúc Sinh, sau khi qua khỏi cơn bệnh ngặt nghèo, khi được tin này, cũng đã gửi theo các cuốn sách *Chị Em*, và các bản nhạc và *Thơ Viết Giữa Đường*. Tập thơ *Cù Nèo* của Nam Man cũng có trong thùng sách nói trên.

Tin Mừng Cho Gia Đình Anh Nguyễn Văn Thưởng

Trong chuyến viếng thăm nhà thương Khao I Dang vào tháng 3 năm 1988, Giáo Sư Xương đã gặp Bà Phạm thị Tịch, người bị thương nằm ở đây. Chiếc ghe của bà ấy đã bị bắn, đa số chết chìm dưới biển. Ba lần như thế, bà ấy bị thương, dạt vào một hòn đảo, rồi được tàu của Cao Ủy Tị Nạn tới cứu, đem về nhà thương. Nằm tại nhà thương Khao I Dang, con chết, gia đình thất lạc, vì chồng bà ấy đi trước, lúc đó không có tin tức. Khi loan tin này, bản tin đã được nhiều báo loan tải và lọt vào trại tị nạn, nơi chồng bà Tịch là Ông Nguyễn văn Thưởng biết tin là vợ mình còn sống. Ông Thưởng là cựu quân nhân, nhưng đã mất hết giấy tờ, chỉ còn nhớ là ông thân sinh trước đây làm thợ mộc cho hãng Pacific Engineering. Từ đó Ông Thưởng đã nhờ Giáo Sư Xương liên lạc với hãng nói trên. May mà hãng này còn giữ lý lịch của ông thân sinh ra Ông Thưởng, và họ đã cấp một giấy chứng nhận thân sinh ra Ông Thưởng là cựu công nhân của hãng. Từ tờ giấy này, gia đình Ông Thưởng đã được phái đoàn Hoa Kỳ phỏng vấn, và nay thì gia đình ông đã được đoàn tụ. Và cuối cùng, gia đình Ông Thưởng đã được chấp nhận vào Mỹ, hiện đang ở Phi Luật Tân và đã gửi thư cho Giáo Sư Xương như sau:

"... khi nhận được giấy, con đã trình lên phái đoàn, kết quả con đã được phái đoàn nhận và đã đi Phi. Kết quả con đã đạt được là do công ơn Thầy, con không bao giờ quên, và luôn cầu xin Thượng Đế ban phước cho Thầy trong cuộc sống được nhiều may mắn ... Con sang Phi ngày 11/1/1989 ... nhưng chưa biết chừng nào đi Mỹ."

Chi Tiết Về Cảnh Hải Tặc Xả Súng và Thiêu Sống 130 Thuyền Nhân Trên Biển

San Diego (UBBNGNVB).- Tin từ Bà Jean Mary Pakouri, đại diện Cao Ủy tại Kuala Lumpur cho Bác Sĩ Nguyễn thượng Vũ hay về chi tiết hải tặc xả súng và nổi lửa thiêu sống thuyền nhân như sau. Dân Mã Lai đã vớt được 7 thuyền tị nạn, gồm tất cả 38 người trong đó có một thanh niên tên Phạm Ngọc Minh Hùng, sinh năm 1966. Anh Hùng là người duy nhất sống sót trong số 130 người cùng đi với anh trên một ghe tị nạn. Ghe này dài 20 mét, có 130 người (không phải 120 như báo chí đã loan), gồm 110 người lớn và 20 trẻ em. Ghe rời Long Xuyên vào ngày 14 tháng 4 năm 1989, ra biển được 2 ngày thì bị hải tặc tấn công. Khởi đầu chúng giết hoa tiêu và thợ máy, hãm hiếp đàn bà, con gái. Một em gái mới 12 tuổi cũng không thoát khỏi ô nhục do chúng gây ra. Sau khi đã thỏa mãn thú tính và vơ vét hết mọi vật dụng của bà con ta, tụi hải tặc đã nổi lửa đốt ghe, nên mọi người vội vã nhảy xuống biển, nhưng bọn hải tặc vẫn không tha, chúng dùng gậy đập hoặc dùng súng bắn các thuyền nhân đang loi ngoi trên mặt nước. Anh Hùng nhờ biết bơi, nên vội vã bơi ra xa chiếc ghe khốn khổ này. Lúc ấy là ban đêm, nhưng tàu hải tặc vẫn quanh quẩn tại nơi xảy ra cảnh tàn sát để tiếp tục giết chết các thuyền nhân loi ngoi trên biển. Anh Hùng đã thấy những người sống sót ôm vào các xác chết để bơi, trong đó có những đàn bà và trẻ nhỏ. Khi trời sáng, những người sống sót chỉ còn có anh và một em nhỏ khác 12 tuổi. Cả hai ôm vào các xác chết để mặc cho sóng biển đưa đẩy, nhưng rồi em nhỏ 12 tuổi buông trôi lúc nào anh không biết. Khoảng 9 giờ sáng hôm sau, tàu hải tặc lại trở lại quanh quẩn nơi các xác chết. Hùng phải nấp dưới bụng một xác chết để tránh con mắt theo dõi của hải tặc khi chúng lại gần. Sau gần 30 giờ trôi nổi, nhờ các xác chết mà sống, anh Hùng đã được dân chài Mã Lai vớt, cùng với 37 người khác thuộc các ghe khác. Riêng ghe của anh, 130 người, chỉ còn một mình anh sống sót. Tất cả 38 người này đã được đưa vào Trengganu, và từ lúc này Cao Ủy Tị Nạn LHQ mới được biết. Qua các tin tức thu nhận được từ các thuyền nhân sống sót nói trên, kể lại cho văn phòng Cao Ủy Tị Nạn LHQ tại đây biết, thảm cảnh tàn sát thuyền nhân nói trên đang được diễn ra tàn bạo hơn bao giờ hết.

Trước tin khủng khiếp này, Văn Phòng Ủy Ban Báo Nguy Giúp Người Vượt Biển đã thông báo khẩn cấp tới nhiều nơi, và cộng đồng ta đã tỏ ra vô cùng phẫn nộ, nên đã có những phản ứng mạnh mẽ.

Những Dòng Chữ của Đồng Bào Vừa Được Cứu Sống

Trong chiến dịch Giúp Người Biển Đông năm 1989, tàu Mary Kingstown đã vớt được 112 thuyền nhân. Đại diện của Ủy Ban là Bác Sĩ Nguyễn ngọc Kỳ, người đã trực tiếp cứu vớt những đồng bào này. Giữa những giờ phút nguy nan nhất, cực khổ nhất - gần cái sống và cái chết, biết là mình vừa được cứu sống nhưng còn đầy bơ vơ và sợ hãi của đồng bào, Bác Sĩ Kỳ đã có mặt. Ông đã hiện diện như một người thân, một người bạn, nhưng đối với đồng bào ta, Ông đã được nhìn như một vị đại ân nhân, một người thân, một người ruột thịt. Do đó, Bác Sĩ Kỳ đã được bà con ta dành cho biết bao nhiêu là yêu mến. Những lời sau đây của đồng bào gửi đến Bác Sĩ Kỳ, gửi đến Ủy Ban và các vị ân nhân xa gần, cộng đồng của đồng bào ta tại hải ngoại, đã chứng tỏ rằng, tuy nhỏ bé nhưng chúng ta đã nắm chặt tay nhau mang lại sự sống cho một số người. Để đồng bào, để các vị ân nhân từ khắp nơi đang theo dõi, đang ủng hộ việc làm của Ủy Ban chúng tôi, cùng chia xẻ nỗi vui mừng của 112 người được cứu vớt, chúng tôi cho đăng nguyên văn một số thư từ mà chúng tôi vừa nhận được.

Palawan, Philippines, Mary Kingstown

Kính gửi Tiến Sĩ Nguyễn hữu Xương,

Kính thưa Tiến Sĩ Chủ Tịch Ủy Ban Báo Nguy Giúp Người Vượt Biển. Lời đầu thư tôi xin thay mặt 112 thuyền nhân tị nạn, kính gửi đến Tiến Sĩ lời chúc tốt lành nhất. Xin Thượng Đế luôn phù trợ Ngài và quý quyến.

Kính thưa Tiến Sĩ,

Hiện giờ là 5 giờ 02' giờ Phi Luật Tân, từ bến bờ Thái Bình Dương xa xôi tôi xin gửi đến Ngài lòng chân thành tri ân sâu xa, khi mà những xúc cảm bàng hoàng và sung sướng vẫn còn tiềm tàng trong con tim, khối óc của tôi.

Điều bất hạnh nào sẽ xảy đến chúng tôi gồm 112 đồng bào Việt Nam trên đường tị nạn cộng sản, nếu như không được may mắn cứu vớt bởi con tàu Mary Kingstown.

Là hoa tiêu trên chiếc thuyền 40 người xuất phát từ Sóc Trăng, Việt Nam, sau gần 3 ngày đêm chống chọi với sóng gió hãi hùng. Hơn ai hết tôi hiểu rõ khả năng chịu đựng và độ bền của con thuyền và thủy thủ đoàn, những người có trách nhiệm đưa 40 sinh mạng đến bến bờ bình an.

Với kích thước thật khiêm tốn, dài 11 m, rộng 1 m 6, được trang bị 2 động cơ cũ kỹ và yếu ớt, gồm 1 Yanmar F10 và 1 Kohler 12. Trong khi đó chúng tôi phải cầm cự với sóng gió từ cấp 3 đến cấp 5 và mưa gió thì hầu như không ngớt. Trong khi đó thì 1 máy Kohler bị hư. Mưa và sóng đến độ không thể nấu dù chỉ 1 nồi cơm, trong khi chúng tôi có mang theo nhiều gạo. Đói, lạnh, mệt lả người, chúng tôi cảm thấy bất lực và vô vọng trước cơn thịnh nộ của trùng dương man dã ... Chúng tôi đã cầu nguyện và chờ chết.

Tôi không thể nào quên giờ phút trọng đại của buổi sáng ngày 13/4/1989 ấy. Con tàu Mary Kingstown, các cộng sự viên, nhân viên và thủy thủ đoàn trên con tàu Mary Kingstown đã xuất hiện đúng lúc như vị cứu tinh, như sứ giả của tình thương, như vị thần nhân ái. Chúng tôi được cứu sống. Chúng tôi được tái sinh.

Tôi, một thuyền nhân trong số 112 thuyền nhân của hai nhóm 40 và 72 người được tàu Mary vớt, trẻ em nhỏ nhất 2 tháng tuổi, người lớn nhất 71 tuổi gồm cả nam nữ, tất cả đều cùng chung một nguyện vọng Tự Do hay là Chết.

Năm nay tôi 32 tuổi, cựu quân nhân QLVNCH, thuộc binh chủng Biệt Động Quân. Sau ngày bạo quyền Việt Cộng (VC) cưỡng chiếm Miền Nam bằng bạo lực, tôi đã lần lượt tham gia các tổ chức kháng chiến quốc nội, để chống lại bè lũ tay sai VC và bọn trùm cộng sản Nga Sô. Là người Việt Nam có tinh thần quốc gia dân tộc, tôi tình nguyện vào binh chủng Biệt Động Quân từ năm 15 tuổi. Tôi đã chiến đấu đến ngày cuối cùng của nền Đệ Nhị Cộng Hòa, và đã đứng trong hàng ngũ dân tộc để chống kẻ thù chung,

Như hàng triệu người Việt Nam khác, không chấp nhận cộng sản, Ba Mẹ tôi đã đưa đàn con đi tìm ánh sáng tự do. Nhưng nỗi bất hạnh thảm khốc đã phủ trùm trên gia đình chúng tôi. Cha mẹ và 5 em tôi gồm 1 trai và 4 gái đã cùng mồ chôn tập thể "Đại Dương." Hai đứa em sống sót bị bắt dù tuổi chúng chỉ 13. Sau đó chúng lại ra đi và được thế giới tự do đón nhận. Tất cả những điều ấy tôi chỉ được biết sau hơn một năm. Trong lúc đang bị giam cầm và đối xử tàn nhẫn trong một trại giam cộng sản. Tôi đau khổ tưởng chừng như điên dại. Tôi nhận diện được kẻ thù của tôi, của gia đình tôi và cả dân tộc tôi. Suốt 14 năm sống dưới chế độ vô thần, tôi bị xô đẩy từ các trại giam Việt Nam đến các trại giam Kampuchea vì lý do duy nhất, hoạt động phản cách mạng.

Xen kẽ thời gian 8 mùa Xuân trong lao lý, là những ngày tôi sống lang thang bơ vơ vì dân tộc. Là người Việt Nam nhưng trên quê hương tôi, tôi không có được một mái lều tranh. Tôi không dám nêu tên thật của tôi. Mọi quyền tự do không được tôn trọng, dân quyền cũng như nhân quyền ...

Tôi cảm thấy mỏi mòn trước những áp bức bất công, những cực hình cho cả thể xác lẫn tinh thần. Ra đi tôi mang mặc cảm phạm tội với dân tộc, với Tổ Quốc, nhưng tôi hy vọng sẽ tiếp tục làm được một cái gì đó để chuộc lại lỗi lầm.

Kính thưa Tiến Sĩ,

Bằng tất cả chân tình, tôi thành kính thay mặt 112 đồng bào tị nạn Việt Nam, xin gửi đến Tiến Sĩ, các thành viên Ủy Ban Báo Nguy Giúp Người Vượt Biển, Bác Sĩ Nguyễn ngọc Kỳ, Bác Sĩ Nguyễn ngọc Hùng, các anh Dương Phục, Nguyễn đình Thắng, Nguyễn thanh Hồng, Ông André Gille, thủy thủ đoàn, và các nhân viên trên tàu Mary Kingstown và quý ân nhân, lời cám ơn chân thành.

Nguyện vọng chúng tôi khẩn thiết mong Tiến Sĩ hãy cùng các thành viên trong Ủy Ban BNGNVB vẫn duy trì và tiếp tục những công tác nhân đạo, theo mục đích của Hội, ngõ hầu giúp đồng bào chúng ta trên đường tị nạn, cũng như can thiệp với các chính phủ tại các quốc gia có người tị nạn hầu cải thiện đời sống của người tị nạn ở các quốc gia đó, cũng như để các đồng bào tị nạn Việt Nam được nhanh chóng định cư ở các đệ tam quốc gia.

Và tôi tin rằng các hoạt động của Hội do Tiến Sĩ chủ xướng sẽ góp phần không nhỏ trong sự nghiệp đấu tranh giải phóng Việt Nam quê hương chúng ta.

Thay mặt 112 thuyền nhân, một lần nữa tôi xin kính chúc Tiến Sĩ luôn an mạnh và được nhiều may mắn.

Thay mặt 112 thuyền nhân Việt Nam

Lý đàm Long

Lưu Niệm

Kính gửi Bác Sĩ Nguyễn ngọc Kỳ,

Kể từ ngày được tàu Mary Kingstown vớt ngày 12-4-1989, lúc 14H30 đến nay 23-4-1989, Bác Sĩ đã để lại trong mỗi người vượt biển chúng tôi bao hình ảnh xúc cảm.

Tiếng loa kêu gọi hỏi thăm, hướng dẫn chúng tôi khi chúng tôi bắt đầu lên tàu. Lời căn dặn của BS trong thời gian sống trên tàu cũng như những sự giúp đỡ của BS về vật chất và tinh thần đã nói lên nghĩa cử đầy tình nhân ái, đầy tình đồng hương và dân tộc. Đó là niềm an ủi lớn, là vinh dự đối với mỗi người tị nạn kể từ bé nhất 2 tháng rưỡi tuổi cho đến già nhất 71 tuổi.

Thời gian qua đi, nhưng những lo lắng của BS dành cho chúng tôi, những sự chăm sóc chân tình cho 112 người chúng tôi đã tổng hợp tạo một chuỗi hình ảnh đẹp lưu lại trong mỗi người.

Nhã ý tặng mỗi người vượt biển năm dollars và ít bộ quần áo của riêng mình cho người tị nạn làm chúng tôi bùi ngùi xúc động.

Mỹ cử đó đã khai phóng ra ngoài không gian và thời gian, nó đã kết tinh thành viên ngọc hiếm quý. Qua trao chuốt, viên ngọc hiếm quý sẽ óng ánh sáng dưới mặt trời buổi ban mai.

Đó là BS KỲ NGỌC NGUYỄN

Xin BS chuyển giúp lời cầu chúc sau:

Cầu xin Chúa và Mẹ Maria ban phước lành cho BS và gia quyến và kính chúc BS luôn vui mạnh để hoàn thành công tác từ thiện.

Cầu xin Ơn Trên ban phước lành cho Ông André Gille và gia quyến. Cầu chúc sức khỏe, tình nhân loại tăng trưởng.

Cầu chúc phước lành cho các hội từ thiện, cho Ủy Ban Báo Nguy Người Vượt Biển. Đa tạ.

Viết trên tàu Mary Kingstown ngoài khơi đảo Palawan, Philippines, dưới ánh nắng ban mai.

Chủ Nhật, 23-4-1989

Lý văn Sự và con Lý Minh Bảo Quỳnh (ký tên)

Đêm 19 tháng 4 năm 1989

Những – dòng lưu niệm viết vào đây
Ngày – tôi thoát kiếp đọa đày khổ đau
Nhớ – người Bác Sĩ hôm nào
Mãi – lo việc thiện chẳng nao trong lòng
Công – người sánh tợ Biển Đông
Ơn – người như thể con sông chảy dài
Những – gì kỷ niệm nhớ hoài
Vị – vừa ngọt dịu chẳng phai sắc hồng
Đại – ân đại đức vô song
Ân – người cứu tử khỏi dòng hiểm nguy
Nhân – người HUỆ nguyện khắc ghi
Đã – vào xương tủy khắc ghi tên "KỲ"
Cứu – người lên chiếc "MARY"
Tôi – xin nhớ mãi những vì ân nhân
Thoát – chết giờ sống trăm phần
Chết – rồi sống lại nhờ ân của người.

Kỷ niệm đêm buồn ở Palawan, 13-4-1989

Nhớ Bác Sĩ "Kỳ"

Khi về đất Pháp sẽ nhớ hoài
Kỷ niệm hôm nào khó phôi phai

Paris rộng lớn tôi vẫn nhớ
Ân nhân có một chẳng có hai
Lưu mãi nơi đây kỷ niệm này
Để khi ngả mắt hướng về đây
Thì xin hãy nhớ về kỷ niệm
Sống mãi nơi đây với tháng ngày

Mười Ngàn Mỹ Kim Trao Tặng Cho
Ủy Ban Báo Nguy Giúp Người Vượt Biển

New York (UBBNGNVB).- Giải thưởng quốc tế Roger E. Joseph năm 1989 đã được Viện Đại Học Do Thái tại Hoa Kỳ trao tặng Ủy Ban Báo Nguy Giúp Người Vượt Biển trong một buổi lễ trọng thể tại ngôi Giáo Đường Do Thái lớn nhất thế giới, Emanu-El, sáng Chủ Nhựt 28-5-1989 vừa qua tại Nữu Ước.

Trước một cử tọa gần 4,000 người gồm các giáo sĩ, giới lãnh đạo cộng đồng, các nhà ngoại giao và kỹ nghệ gia tăm tiếng của cộng đồng Do Thái tại Hoa Kỳ, Viện Trưởng Alfred Gottschalk đã long trọng tuyên dương các nỗ lực cứu giúp người tị nạn của Ủy Ban Báo Nguy Giúp Người Vượt Biển cùng trao giải cho người đại diện Ủy Ban là Bà Vũ thanh Thủy. Giải Roger E. Joseph gồm một bảng tuyên dương và một chi phiếu 10,000 Mỹ kim để góp phần vào quỹ điều hành của Ủy Ban.

Giải Roger E. Joseph là một giải thưởng quốc tế được trao tặng hàng năm cho cá nhân hoặc tổ chức nào được chọn là xuất sắc trong lãnh vực "cổ động nhân quyền và truyền bá những giá trị tinh thần và nhân bản của con người." Giải thưởng này được đặt ra cách đây 11 năm bởi The Joseph Foundation do sự tài trợ của dòng họ nhà triệu phú Joseph tại Minneapolis, Minnesota. Giải đầu tiên vào năm 1978 đã được tặng cho Ông Victor Kruger, vị ân nhân người Đức đã bảo bọc che dấu cho thiếu nữ Anne Frank và gia đình trốn tránh sự tàn sát của Hitler và mật vụ Nazi trong Đệ Nhị Thế Chiến.

Trong số những người nhận giải Joseph trước đây có Bà Rosa Parks, nữ lãnh tụ da đen được coi là mẹ đẻ của phong trào đòi quyền công dân cho người da đen tại Hoa Kỳ (trước cả Mục Sư Martin Luther King, Jr.), và năm ngoái giải Joseph đã vào tay Hội "Các Bà Mẹ Bảo Vệ Nhân Quyền" tại Argentina.

Đặc biệt đây là lần đầu tiên trong vòng 11 năm, Viện Đại Học Do Thái đã bãi bỏ truyền thống cổ truyền buộc người nhận giải phải mặc áo thụng đen để dự buổi lễ trọng thể đồng thời cũng là lễ tốt nghiệp của các giáo sĩ Do Thái. Khi nhìn thấy đại diện Ủy Ban Báo Nguy Giúp Người Vượt Biển, Bà Vũ thanh Thủy, tiến lên Đại Sảnh của Giáo Đường trong quốc phục Việt Nam kèm với giải quốc kỳ vàng ba sọc đỏ, ông Viện Trưởng đã quyết định không choàng chiếc áo thụng đen ra ngoài quốc phục và quốc kỳ Việt Nam. Quyết định này của ông đã được sự chấp thuận của toàn thể Hội Đồng Quản Trị.

Trong bài diễn văn nhận giải, nhân danh Ủy Ban Báo Nguy Giúp Người Vượt Biển, Bà Vũ thanh Thủy đã liên kết câu chuyện của thiếu nữ Anne Frank và những cuộc vượt thoát bi thảm của dân tộc Do Thái đến số phận điêu linh của người tị nạn Việt Nam. Bà cũng trình bày nguyên nhân khiến hàng triệu người Việt Nam phải bỏ nước ra đi và lý do cũng như mục tiêu hoạt động của Ủy Ban BNGNVB. Câu chuyện về chuyến tàu 130 thuyền nhân bị hải tặc Thái Lan thảm sát tháng trước đây, được Bà Thủy kể lại chi tiết làm bằng chứng cho những thảm họa mà người tị nạn Việt Nam đang trải qua, đã gây xúc động cho cả hội trường và khiến rất nhiều người chảy nước mắt. Bà Thủy dịp này cũng nói đến những nỗ lực của Ủy Ban BNGNVB nhằm vận động giải tỏa trại tị nạn qua chương trình định cư tại Canada song song với chiến dịch vớt người trên biển. Bà gợi người Do Thái nhớ đến con tàu St. Louis của dân tị nạn Do Thái năm 1939 đã bị các nước tự do, trong đó cả Hoa Kỳ, từ chối không cho cặp bến khiến hầu hết 937 thuyền nhân Do Thái phải trở về Âu Châu và chết thảm trong các lò hơi ngạt của Đức Quốc Xã. Bà Thủy đưa ra lời kêu cứu của 70,000 người tị nạn hiện kẹt trong các trại khắp vùng Đông Nam Á trước viễn ảnh bị trao trả về Việt Nam qua cuộc Hội Nghị tại Genève ngày

13 tháng 6 tới đây và kêu gọi cộng đồng Do Thái tiếp tay ngăn chặn trường hợp bi thảm của tàu St. Louis tái diễn cho thuyền nhân Việt Nam.

Bài diễn văn của đại diện Ủy Ban BNGNVB đã gây xúc động mãnh liệt đến nỗi cả cộng đồng Do Thái, lần đầu tiên đã phá bỏ truyền thống giữ im lặng tuyệt đối trong Giáo Đường, mà đồng loạt đứng lên vỗ tay thật lâu.

Sau khi buổi lễ chấm dứt, trên đường rời Đại Sảnh của Giáo Đường, bà Thủy đã được hàng trăm người Do Thái, nhiều người mặt nhạt nhòa nước mắt, chận lại bắt tay bày tỏ lòng xúc động và chia xẻ nỗi hoạn nạn của các thuyền nhân Việt Nam.

Các giáo sĩ Do Thái đến dự lễ từ khắp nơi trên nước Mỹ và cả từ Tel-Avis, Israel, đã hẹn dịp này trở về giáo xứ họ sẽ quảng bá tình trạng bi thảm của người tị nạn Việt Nam để kêu gọi cộng đồng Do Thái tích cực trợ giúp.

Trong số quan khách tham dự buổi lễ có cựu Đại Sứ Hoa Kỳ tại Liên Hiệp Quốc là Ông Sol M. Linowitz, hiện đang đảm nhận vai trò Đặc Sứ của chính phủ Hoa Kỳ tại vùng Đông Nam Á và Châu Mỹ La Tinh, đã đến tiếp xúc với Bà Thủy và hứa sẽ giúp phổ biến những yêu cầu của Ủy Ban BNGNVB đến chính phủ Hoa Kỳ.

Một trong những nhân vật cùng được tuyên dương và nhận bằng Tiến Sĩ danh dự với Đại Sứ Linowitz dịp này là Tiến Sĩ David Patterson đến từ Anh Quốc, cũng bày tỏ lòng xúc động của ông và hứa sẽ cố gắng chuyển lời đến chính phủ Anh Quốc trước kỳ Hội Nghị Genève vào tháng Sáu.

Sau phần tiếp xúc với báo chí Nữu Ước, đại diện Ủy Ban BNGNVB đã dự một buổi tiệc do Viện Đại Học Do Thái và gia đình nhà triệu phú Joseph khoản đãi. Dịp này, Bà Thủy đã đại diện Giáo Sư Nguyễn hữu Xương và các thành viên của Ủy Ban ngỏ lời cảm tạ cộng đồng Do Thái và trao tặng Viện Đại Học và dòng họ Joseph hai tấm bảng lưu niệm của Ủy Ban để cảm tạ nghĩa cử của hai tổ chức này. Ông Viện Trưởng Gottschalk và đại diện dòng họ Joseph đã tỏ ra hết sức ngạc nhiên và xúc động trước món quà bất ngờ của Ủy Ban và cho biết đây là lần đầu tiên sau 11 năm phát giải, Ban Tổ Chức mới nhận được sự ghi nhận cụ thể. Hai tấm bảng lưu niệm của Ủy Ban được quyết định treo tại Hội Trường của Viện Đại Học và tại văn phòng chính của The Joseph Foundation ở Minneapolis.

Trước đó, trong suốt 4 ngày ngụ tại Nữu Ước theo lời mời của Viện Đại Học Do Thái, đại diện Ủy Ban BNGNVB đã tiếp xúc với nhiều nhân vật trong giới lãnh đạo cộng đồng Do Thái và trả lời các cuộc phỏng vấn của giới truyền thông tại Nữu Ước về các vấn đề liên quan đến người tị nạn và các nỗ lực hoạt động của Ủy Ban.

Biểu Tình Tuần Hành
Cho Đồng Bào Tị Nạn tại New York

San Diego (UBBNGNVB).- Như chương trình dự liệu, cuộc biểu tình tuần hành cho Đồng Bào Tị Nạn đã được diễn ra tại New York hôm Thứ Bảy 20 tháng 5, 1989, do các tổ chức sinh viên phát động. Có khoảng hơn 500 đại diện sinh viên Việt Nam của các đại học lớn tại địa phương và phụ cận về tham dự, từ Columbia, Harvard, Ceny, Polytechnic, Baruch College, New York, MIT, Wentworth Institute of Technology, Boston, Brown và Yale.

Trong khí thế hăng say, giữa rừng quốc kỳ VNCH, đoàn biểu tình đã được 5 xe cảnh sát hộ tống và hướng dẫn, đi ngập qua các phố lớn, bắt đầu vào hồi 11 giờ 30 từ địa điểm tập hợp, hướng về trụ sở Liên Hiệp Quốc. Dẫn đầu đoàn biểu tình người ta thấy có Ông Eric Schwarez, đại diện cho Dân Biểu Stephen J. Solarz, Bà Vũ thanh Thủy, đại diện Ủy Ban Báo Nguy Giúp Người Vượt Biển, và đại diện các sinh viên thuộc các trường đại học trong vùng. Khi tới trụ sở Liên Hiệp Quốc, nữ sinh viên Bạch Mai đã đưa bản thỉnh nguyện thư lên vị đại diện của Văn Phòng Liên Hiệp Quốc. Bản thỉnh nguyện thư cực lực phản đối chính sách thanh lọc đối với 7,000 thuyền nhân đang bị lưu đày

tại các trại tị nạn trong vùng Đông Nam Á, kèm theo một hồ
sơ khổng lồ, trên 10,000 chữ ký của những người ủng hộ lập
trường của bản thỉnh nguyện thư nói trên. Trong bài diễn văn
đọc trước cử tọa trước khi diễn hành, Bà Vũ thanh Thủy đã
tường trình công tác của Ủy Ban Báo Nguy Giúp Người Vượt
Biển đã làm và nhấn mạnh đến các công tác đang thực hiện.
Sự hiện diện của con tàu Mary Kingstown trên Biển Đông và
công tác hỗ trợ cộng đồng người Việt tại Canada để giải tỏa sự
ứ đọng người tị nạn là hai điểm chánh, đã thu hút được sự chú
ý và sự cổ võ nồng nhiệt của toàn thể mọi người, thể hiện qua
những tràng pháo tay dài tưởng như không dứt.

Ông Eric Schwarez, đại diện Dân Biểu Stephen J. Solarz,
cũng cực lực phản đối sự ngược đãi người tị nạn trên biển cũng
như tại các trại tị nạn. Một lễ cầu siêu cho vong linh những
đồng bào bỏ mình trên đường đi tìm Tự Do, do một vị thượng
tọa và một vị đại đức đã cùng hành lễ, cũng được tổ chức ngay
sau đó.

Don't Take Freedom Away From Us

Điều được chú ý nhất, phải nói đến sự xuất hiện của ca sĩ
dân nhạc bậc nhất của Hoa Kỳ, Ông Peter Yarrow, một thành
viên của ban tam ca Peter, Paul, và Mary. Ca sĩ Peter Yarrow
đã soạn một nhạc bản bất hủ, đặc biệt dành cho các người tị
nạn Việt Nam, mang tựa đề *"Don't Take Freedom Away From
Us."* Tiếng hát vang dội tràn ngập, phủ đầy lên các khuôn mặt
chan hòa xúc động xót thương, mà đa số là các sinh viên còn rất
trẻ Việt, Mỹ, đã làm cho cuộc biểu tình trở nên linh thiêng và
tràn đầy thu hút, khiến các người bộ hành Mỹ mỗi lúc mỗi vây
quanh và cũng để thông cảm với các sinh viên Việt Nam. Trên
đường họ được phát lá cờ Tổ Quốc, cờ vàng ba sọc đỏ, tạo cho
cuộc biểu tình một sắc thái rất dũng mãnh và rất Việt Nam. Mọi
người đã hô vang các khẩu hiệu:

- *Save Boat People*

- *No Repatriation*

- *Hãy Cứu Vớt Thuyền Nhân*

- *Không trả người tị nạn về lại Việt Nam*

Cuộc biểu tình mỗi lúc mỗi thêm đông. Sau khi đưa thỉnh nguyện thư cho Văn Phòng LHQ, nhóm biểu tình đã tụ tập tại công viên Union Square. Tại đây, các tài liệu, các thỉnh nguyện thư, đã được phân phối rộng rãi. Cuộc biểu tình diễn hành đã giải tán vào lúc 3 giờ chiều tại đây. Và theo tin tức từ ban tổ chức, anh chị em sinh viên từ các trường về đây tham dự, sẽ đưa hình thái hoạt động sôi động và đầy xót thương này tổ chức lại tại những thành phố khác nữa, mà thành phố Boston sẽ là điểm diễn hành trong tuần tới. Nhiều người Việt Mỹ đã có nhận xét: đây là lần đầu tiên người ta thấy một cuộc biểu tình sôi động, đầy ý nghĩa như thế, do đa số là người trẻ tham dự nhưng đã diễn ra rất trật tự.

Hội Thảo Về Tình Trạng Bi Thương của Người Tị Nạn Trong Vùng Đông Nam Á

San Diego (UBBNGNVB).- Nằm trong tinh thần vận động, để tìm cách giải tỏa cho 7,000 đồng bào ta đang bị kẹt tại các trại tị nạn trong vùng Đông Nam Á, Văn Phòng Ủy Ban tại thủ đô Hoa thịnh Đốn đã tổ chức một cuộc hội thảo tại phòng hội của Thư Viện danh tiếng Arlington vào hồi 2 giờ 30 chiều Chủ Nhựt 21/5/1989. Trước một số cử tọa chọn lọc, gồm các vị đại diện các đoàn thể, các vị nhân sĩ và các vị đại diện báo chí, các vấn đề sau đây đã được trình bày. Ký Giả Dương Phục, đại diện Ủy Ban, đã tường trình lên cử tọa về không khí đấu tranh đầy phấn khởi của cuộc biểu tình tại New York hôm qua, 20/5/1989. Bà Trương anh Thụy, đại diện Ủy Ban tại Hoa Thịnh Đốn đã long trọng giới thiệu Bà Vũ thanh Thủy với cử tọa, và cho biết: "Vào tuần tới, Bà Thủy sẽ đại diện Ủy Ban lãnh giải Roger E. Joseph của cộng đồng Do Thái. Đó là một giải thưởng rất hiếm quý với một ngân khoản là 10,000 Mỹ kim." Một số hoạt động của Ủy Ban cũng đã được trình bày, sự hiện diện của con tàu Mary Kingstown đang có mặt trên Biển Đông và việc Ủy Ban hỗ trợ cộng đồng người Việt tại Canada, để giải tỏa sự ứ đọng của người tị nạn trong vùng Đông Nam Á. Giáo Sư Lê xuân Khoa, giám đốc Trung Tâm Tác Vụ Đông Dương cũng có mặt trong buổi họp hội thảo này. Ông cho hay, ông sẽ có mặt tại Genève vào dịp Hội Nghị Quốc Tế về người tị nạn vào tháng 6 tới đây với tư cách Giám Đốc của cơ quan Tác Vụ Đông Dương. Người điều hợp chương trình hội thảo này là Giáo Sư Đào thị Hợi.

Biểu Tình Tuyệt Thực Tại Genève

San Diego (UBBNGNVB).- Với khí thế đấu tranh sôi sục của người Việt trên khắp thế giới, cộng đồng ta đang có những sửa soạn rất ngoạn mục và đầy ý nghĩa trước trụ sở LHQ tại Genève vào dịp Hội Nghị về Người Tị Nạn vào trung tuần tháng 6 tới đây. Tin từ các nơi gọi về Văn Phòng Ủy Ban cho hay sẽ có ít nhất là sáu, bảy trăm người Việt Nam từ các quốc gia trên thế giới đổ về Genève vào dịp này. Pháp độ 200 người, Đức 200 người, các quốc gia khác tại Bắc Âu độ 300 người. Riêng tại Mỹ và Gia Nã Đại, với sự hỗ trợ của Ủy Ban, ca sĩ Việt Dũng và nhạc sĩ Huỳnh công Ánh sẽ có mặt tại Genève vào dịp này để cùng với đồng bào, với các ca sĩ khác tổ chức các hình thức sinh hoạt đấu tranh trước cửa phòng họp Hội Nghị Genève vào các ngày 13 và 14 tháng 6 tới đây. Một số người đã ghi tên tuyệt thực. Các cụ già, các anh chị em sinh viên sẽ cùng nhau họp mặt trong các đêm không ngủ. Đặc biệt là lễ thả 130 ngọn nến trên mặt hồ Leman sẽ được thực hiện, để tưởng nhớ đến 130 thuyền nhân bị hải tặc hạ sát và thiêu sống mới đây trên Biển Đông.

Những buổi cầu siêu, cầu nguyện cho những đồng bào tức tưởi chết trên đường đi tìm Tự Do sẽ do các linh mục và các vị thượng tọa chủ trì. Những chiếc khăn trắng sẽ được cuốn trên đầu những người tham dự. Những tấm hình đầy xúc động cỡ *poster* của đồng bào ta trên đường đi tìm Tự Do, tại các trại tị nạn, đã được văn phòng Ủy Ban gửi qua Thụy Sĩ để triển lãm vào dịp này. Những bản thỉnh nguyện thư bằng tiếng Việt, tiếng Anh, cực lực phản đối sự ngược đãi người tị nạn, cực lực phản đối sự cưỡng bách hồi hương, được gửi tới Âu Châu.

Tin giờ chót, do Giáo Sư Phạm xuân Cảnh từ Genève gọi về cho biết, cho đến cuối tuần qua, 22/5/1989, về phía cộng đồng người Việt, đã có sự hỗ trợ tích cực của Hội Phật Giáo, Phật Giáo Hòa Hảo, Cao Đài, Thiên Chúa Giáo. Một hoạt cảnh với mô hình con tàu vượt biển đang được kiến trúc. Trong khi đó Hoàng Thân Soupha Phouma, đại diện cho cộng đồng Lào Tự Do và một vị đại diện cho Hoàng Thân Sihanouk, đại diện cho chính phủ Cam-Bốt Tự Do cũng sẽ trực tiếp tham dự những sinh hoạt vận động nói trên. Vẫn theo Giáo Sư Phạm xuân Cảnh cho biết, các tổ chức quốc tế sau đây cũng đã hỗ trợ và tích cực tham gia: Hội Ân Xá Quốc Tế, Hội Ân Xá Quốc Tế Chống Bạo Hành (L'association Contre La Torture). Đặc biệt Bà Genevière Aubry, chủ tịch khối Tự Do của Quốc Hội Thụy Sĩ, đương kim chủ tịch Liên Minh Thế Giới Chống Cộng, chủ bút tờ báo lớn *L'Atout*, sẽ tích cực ủng hộ việc làm của cộng đồng chúng ta. Bà G. Aubry sẽ lên tiếng trong Hội Nghị Quốc Tế vào ngày 13 và 14 tháng 6 tới đây, với lập trường tuyệt đối chống ngược đãi người tị nạn tại các trại tị nạn. Từ giờ cho đến ngày nói trên, chắc chắn chúng ta sẽ có những hỗ trợ rộng lớn hơn, để tiếng nói của Tự Do, của chính nghĩa, của người Việt Nam được lưu ý. Và Giáo Sư Phạm xuân Cảnh, người điều hợp công tác nói trên, là chủ tịch Tổng Hội Người Việt Quốc Gia tại Thụy Sĩ sẽ đưa thỉnh nguyện thư trao cho đại diện LHQ tại Hội Nghị Quốc Tế nói trên.

Những Tấm Lòng Son Sắt Vẫn Còn Nguyên

Dạ Tiệc Tại San Diego

San Diego (UBBNGNVB).- Tối Thứ Sáu, 27/10/1989, Ủy Ban Báo Nguy Giúp Người Vượt Biển, đã tổ chức một dạ tiệc tại nhà hàng Rose Garden, trong trung tâm thương mại Việt Nam, góc đường University và đường 54, để chính thức tường trình trước công luận về chiến dịch Giúp Người Biển Đông 1989 vừa qua, và đặc biệt để bày tỏ lòng biết ơn trước các vị ân nhân đã trực tiếp hoặc gián tiếp hỗ trợ cho chiến dịch này. Có khoảng 300 quan khách và thân hữu đã đến dự. Người được chú ý nhất trong bữa tiệc này là nhà tỷ phú André Gille xứ Monaco, người liên tiếp trong 2 năm qua, 1988 và 1989, đã dành con tàu Mary Kingstown để thi hành chiến dịch này. Giáo Sư Nguyễn hữu Xương, chủ tịch Ủy Ban, đã tường trình chi tiết về công tác nói trên, và giới thiệu nhà tỷ phú André Gille trước cử tọa. Trước tràng pháo tay tưởng chừng như không thể dứt, Ông André Gille nói: "Trước hết tôi phải cám ơn UBBNGNVB về số tiền mà Ủy Ban gửi cho tôi. Số tiền ấy lên đến 90,000 Mỹ kim, giúp tôi thanh toán hầu hết mọi chi phí cho chuyến công tác vào các tháng 4, 5 và 6 năm nay. Tôi cũng biết rằng cộng đồng Việt Nam tại San José đã đóng góp một phần lớn như các năm trước."

Trước khi dứt lời, ông André Gille đã khẳng định: "Bốn ngày sau đây, tôi sẽ lên đường thăm các trại tị nạn tại Thái Lan. Tôi không biết có làm được gì không, nhưng tôi biết chắc chắn là, dù trực tiếp hay gián tiếp, tôi không giúp đỡ nhà cầm quyền Việt Nam đương thời. Tuy nhiên, tôi thực sự quan tâm đến một kế hoạch do các gia đình người Pháp bảo trợ, nhắm mục đích nhận nuôi các trẻ em không thân nhân đi theo, hiện đang ở tại các trại tị nạn. Tôi cũng quan tâm đến một kế hoạch khác đưa người tị nạn vào Canada. Tôi dự định sẽ đi Canada vào cuối tháng 11 này để xem tôi có thể giúp ích gì cho kế hoạch này không."

Ngay khi ông dứt lời, Giáo Sư Nguyễn cao Hách, với tư cách là Thụ Ủy Đại Biểu của Hiệp Hội Người Việt tại San Diego đã trao tặng ông một tấm huy hiệu của Ủy Ban, nói rõ về những đóng góp quý báu và cụ thể mà nhà tỷ phú André Gille đã dành cho người tị nạn. Sau đó, Dược Sĩ Trang Kiên, chủ tịch Hiệp Hội Người Việt San Diego, đã trao cho Ông André Gille một chi phiếu 30,000 Mỹ kim của Ủy Ban, nâng tổng số đóng góp của cộng đồng người Việt cho công tác Giúp Người Biển Đông lên đến 90,000 Mỹ kim.

Bằng một giọng nói rất hùng hồn và chan chứa xúc động. Dược Sĩ Trang Kiên đã nói: "Thưa Ông, Ông là một người rất đặc biệt. Ông đã có những hành động chẳng những cộng đồng người Việt ca ngợi, mà cả thế giới đều ngưỡng mộ ..."

Sau đó, Bác Sĩ Đường thiện Đồng, Bác Sĩ Nguyễn ngọc Kỳ, những người đã ra biển cứu vớt đồng bào, đã được mời lên sân khấu để đặc biệt nhận lãnh những tấm huy hiệu của Ủy Ban. Bên cạnh đó, phu nhân của Bác Sĩ Đồng và thân mẫu của Bác Sĩ Kỳ cũng được mời lên sân khấu để nhận lãnh những bó hoa tươi thắm nói lên "sự biết ơn sâu đậm của Ủy Ban." Vì nếu không có những khuyến khích, đóng góp bền bỉ của các vị nữ lưu này, thì chắc chắn chúng ta không thể có những vị bác sĩ có những nghĩa cử cao quý như thế.

Nhưng đặc biệt, người được sự chú ý nữa là cô Nguyễn thị Ngọc Điệp, kẻ đã 8 lần liều chết ra đi. Có lần thuyền cô bị vỡ tan, 200 người trên ghe chết hết, chỉ còn có 3 người sống sót. Cô đã trải qua bao nỗi kinh hoàng khi bám vào một xác chết mà nổi trôi trên mặt bể đầy sóng gió ... Sau đó, chính cô đã được Bác Sĩ Kỳ vớt. Một cô gái hiền lành, e lệ, từ dưới hậu trường tiến lên, đứng giữa những ân nhân đã cứu vớt cô. Cô đã xúc động thật nhiều. Và Bác Sĩ Kỳ cũng đã xúc động không kém. Theo sau là Ông Phạm ngọc Huy và hiền nội, là anh rể và chị ruột của cô Điệp, cũng được chính Bác Sĩ Kỳ vớt, và hiện cư ngụ tại San Diego. (Xin đọc *Cuộc Hành Trình Khủng Khiếp Đi Tìm Tự Do*).

Giáo Sư Nguyễn hữu Xương, chủ tịch Ủy Ban đã lên khán đài bắt tay cảm tạ các vị ân nhân, và chúc mừng cho những người được cứu vớt từ lòng biển chết đến được bến bờ Tự Do. Ngoài ra, trong số những vị lên sân khấu để trao tặng bảng lưu niệm và chúc mừng các vị khách quý, người ta nhận thấy Giáo Sư Tô Đồng, Giáo Sư Lê phục Thủy, Thượng Tọa Thích phước Thuận, ...

Sau đó Dân Biểu Hạ Viện Hoa Kỳ, ông Jim Bates, đã lên trước khán đài bày tỏ lòng ngưỡng mộ trước những nỗ lực mà Ủy Ban đã đạt được. Nhưng đặc biệt hơn hết, là lá thư của Dân Biểu Duncan Hunter, đơn vị San Diego, dù rất bận không về kịp, đã cử vị đại diện đến dự với lá thư nói rõ về nỗ lực của ông và các vị đồng viện, trước nỗi kinh hoàng của người Việt tị nạn đang bị đe dọa trả về Việt Nam. Phần chính của lá thư nói rằng: "Đa tạ quý vị đã ưu ái mời chúng tôi. Chúng tôi rất tiếc không thể đến dự với quý vị tối nay được. Ủy Ban Báo Nguy Giúp Người Vượt Biển đã làm rất nhiều cho những người đã phải gian nan đi tìm Tự Do. Quý vị đã làm hết sức để thảm nạn của thuyền nhân không bị thế giới quên lãng.

Tại Quốc Hội Hoa Kỳ, tôi cũng đang tích cực cho mục đích của quý vị. Hôm 12 tháng 10 vừa qua, tôi đã loan báo việc thành lập một tổ chức đặc nhiệm mang tên là Project Freedom. Tổ chức này nhắm mục đích để các dân biểu thuộc đảng Cộng Hòa tại Hạ Viện Hoa Kỳ giúp đỡ và vinh danh những người ra đi lánh nạn cộng sản tìm Tự Do."

Ngoài những hỗ trợ nói trên tại diễn đàn Quốc Hội Hoa Kỳ, Dân Biểu Hunter đã gửi tới tặng Ủy Ban phóng ảnh bức tranh rất có giá trị của danh họa Olaf Wieghorst, để bán đấu giá. (Đặc biệt bức tranh này, bản chính đã được bán với giá 450,000 Mỹ kim). Bức tranh này đã được Ủy Ban tặng Ông Bà Lê quang Bính, chủ tịch All City Estate, người đã bảo trợ phần lớn chi phí bữa tiệc này.

Một số các vị quan khách Hoa Kỳ đại diện cho chính quyền tại địa phương, trong số các vị đến dự, đã lần lượt lên bày tỏ lời ngưỡng mộ trước "những thành quả to lớn và cụ thể mà Ủy Ban đã đạt được."

Trong dịp này, cuốn phim tài liệu "Tự Do hay Chết" do ký giả Dương Phục, anh Nguyễn thanh Hồng và Nguyễn đình Thắng thực hiện, cũng đã được trình chiếu. Anh Thắng và hiền nội, và anh Hồng đã từng đến Hong Kong, Palawan, để cứu giúp đồng bào. Hôm nay các anh chị có mặt để đại diện cho Văn Phòng Ủy Ban tại Thủ Đô Hoa Thịnh Đốn, để nhận lãnh tấm bảng huy hiệu "về những đóng góp to lớn mà quý vị đã và đang dành cho công tác cứu giúp đồng bào trên đường đi tìm Tự Do." Riêng anh Dương Phục đã không có mặt, vì hiện nay, anh đang trên đường công tác tại Hong Kong. Kỹ sư Tống Nhiệm, đại diện Ủy Ban tại Orange County và anh chị em đại diện cho Tổng Hội Sinh Viên Việt Nam California cũng có mặt. Kỹ sư Tống Nhiệm cũng đã được trao tặng một huy hiệu của Ủy Ban, để bày tỏ "lòng ngưỡng mộ trước những hỗ trợ bền bỉ và đầy hiệu quả mà Kỹ Sư Tống Nhiệm đã liên tục dành cho từ 10 năm qua."

Bữa tiệc đã chấm dứt vào lúc 10 giờ đêm nhưng có rất nhiều người còn nán lại để tìm gặp Bác Sĩ Kỳ, Bác Sĩ Đồng và nhứt là để "nhìn tận mắt cô gái can trường đã liều chết đi tìm Tự Do, cô Nguyễn thị Ngọc Điệp."

San José: Đại Nhạc Hội Cứu Vớt Thuyền Nhân

Trình diễn văn nghệ tại San José luôn luôn có những hình thức vĩ đại, và đem lại những kết quả ngoạn mục không nơi nào địch nổi. Đại nhạc hội này đã được chính thức bắt đầu lúc 1 giờ trưa Thứ Bảy 28/10/1989, tại một trung tâm thương mại mới nhất của San José, Lyon Plaza. Hơn 100 ca sĩ liên tục trình diễn trước 10,000 khán giả với nhiều tiết mục vô cùng hấp dẫn. Nhưng sự hấp dẫn nhứt vẫn là các con số ghi trong sổ vàng. Khởi đầu là 14,000 Mỹ kim, mà chiến dịch Tình Thương Dưới Ánh Mặt Trời V đã thu được. Mỗi lúc số tiền ấy càng cao: 13,000, 18,000, ... Mọi người nghĩ là có thể lên đến 20,000 Mỹ kim. Nhưng không, mặc dù trời gió lạnh, các ca sĩ phải mặc áo choàng để hát, nhưng các đồng tiền mà đồng bào ủng hộ mỗi lúc mỗi cao. Cho đến 5 giờ chiều, khi phái đoàn các vị ân nhân đến thì việc gây quỹ phải tạm dừng lại, số tiền đã lên gần đến 25,000 Mỹ kim.

Phái đoàn ân nhân của thuyền nhân đến, gồm có nhà tỷ phú André Gille, Giáo Sư Nguyễn hữu Xương, Bác Sĩ Nguyễn ngọc Kỳ, Bác Sĩ Nguyễn thượng Vũ, ... Đồng bào đã đứng cả lên và dành cho phái đoàn những tràng pháo tay thật dài. Phái đoàn đã được mời lên sân khấu với các vòng hoa ân nghĩa trên cổ. Nhà tỷ phú André Gille tái xác nhận những điều mà ông đã nói tại bữa tiệc tại San Diego. Giáo Sư Nguyễn hữu Xương cũng tường trình lại những điều đã đọc. Nhưng với cô Nguyễn thị Ngọc Điệp, khi được giới thiệu, cả rừng người đã vỗ tay không ngớt. Một bó hoa tươi, dành cho "người chiến sĩ của Tự Do" đã được trao cho cô. Và chính cô, đã trao một bó hoa tươi thắm cho Bác Sĩ Nguyễn ngọc Kỳ, người đã nắm tay kéo cô lên từ cõi chết. Cô Điệp đã khóc, và khóe mắt Bác Sĩ Kỳ cũng đầy nước mắt. Cả rừng người trước mặt như đông đặc lại trước nỗi xúc động này. Do đó, khi phái đoàn từ sân khấu xuống, đến ngồi các hàng ghế, các ống kính, các máy thu hình đã theo sát cô gái bé bỏng và can trường này. Ai cũng muốn bỏ tiền vào thùng lạc quyên do Cô Điệp mang lại. Ai cũng muốn nắm lấy bàn tay cô như để xem đôi bàn tay nhỏ bé tội tình này, đã ôm cái xác người trôi nổi trên biển khơi ... Tất nhiên nhà tỷ phú André Gille cũng đã được đồng bào nhiệt liệt ca ngợi. Và ngoài những đóng góp to lớn mà suốt hai năm qua, 1988, 1989, ông đã bỏ ra nửa triệu Mỹ kim cho công tác cứu vớt thuyền nhân; mà hôm nay, như một nhà từ thiện, ông lại bỏ 500 Mỹ kim nữa vào thùng của Cô Điệp trước sự chứng kiến của cả một rừng người Việt đang hoan hô ông.

Ông André Gille, vừa vui cười, vừa chan hòa nước mắt, ông đã nói với các người xung quanh: "thương quá, thương quá." Trước nghĩa cử to lớn của một cá nhân đã đóng góp cho người tị nạn, ông đã được trao tặng một mẫu chiếc ghe tị nạn, trông như thật, dài độ 1m50 và ngang độ 60 cm, có máy, có thể chạy được. Đó là một công trình của hai nhà điêu khắc tài tử, Phạm Châu và Phạm Hiền, đã âm thầm thực hiện trong nhiều tháng qua, và đã đem triển lãm tại cuộc trình diễn nói trên. Khi thấy Ông André Gille trước mặt, hai vị nghệ sĩ này đã đồng ý tặng Ông André Gille, như một món quà "của người tị nạn biết ơn Ông." Nhà tỷ phú André Gille đã xem xét chiếc ghe rất lâu, và ông đã nói: "Xin đa tạ hai vị. Đa tạ quý vị. Tôi rất hân hạnh nhận lãnh món quà vô giá này, và tôi sẽ biếu lại cho Ông Hoàng Rainier của xứ Monaco chúng tôi. Tôi sẽ nói cho Ông Hoàng biết về thảm cảnh của người tị nạn. Và mẫu chiếc ghe này sẽ được để ở một nơi trịnh trọng nhất trong tòa lâu đài của Ông Hoàng Monaco."

Sau khi cuộc lạc quyên chấm dứt, gió thổi mạnh, lạnh quá. Các ca sĩ vẫn đứng hát. Và điều mà mọi người chờ đợi đã đến, rất ngạc nhiên: cuộc lạc quyên chấm dứt chiến dịch Tình Thương Dưới Ánh Mặt Trời V, với số thu 28,000 Mỹ kim.

28,000 Mỹ kim đã được ban tổ chức trân trọng trao cho Giáo Sư Nguyễn hữu Xương. Trong số này, với sự đồng ý của toàn thể cử tọa, ban tổ chức đã trích ra 2,000 Mỹ kim, để trao cho Hội Hồng Thập Tự Hoa Kỳ, để cứu giúp các nạn nhân trong trận động đất tại địa phương. Một nghĩa cử tuy nhỏ bé, nhưng đầy nhân tính, và rất Việt Nam: của tuy tơ tóc, nghĩa to ngàn trùng.

Cuộc trình diễn văn nghệ qui mô nói trên đã phải chấm dứt lúc 7 giờ tối, trước dự trù 2 giờ vì thời tiết lạnh quá. Và theo một số người cho hay, theo truyền thống của thung lũng Hoa Vàng, con số 28,000 có vẻ lẻ quá. Rất có thể trong các ngày tới, con số sẽ tăng lên 30,000 với các hy vọng không phải là khó khăn. Vì năm 1987, nội chỉ một lần trong 3 giờ, tại Fair Ground, đồng bào đã đóng góp lên đến 90,000. Và chỉ một tuần sau, có những người không chịu được con số lẻ này, nên chấm dứt chiến dịch là 100,000 Mỹ kim. Chính nhờ số tiền này mà 888 đồng bào đã được cứu vớt năm 1987, trong đó có cô Nguyễn thị Ngọc Điệp. Cô Điệp khi ra về, đã gặp lại một số đông bạn bè của cô đã được cứu vớt trong các chiến dịch Vớt Người Biển Đông, và hiện cư ngụ tại San José và vùng phụ cận.

Một Khích Lệ Chung

Buổi dạ tiệc 27/10/1989, đã có những bất ngờ làm ban tổ chức bối rối. Một số vị trong Hội Đồng thành phố San Diego và Dân Biểu Hạ Viện Hoa Kỳ đã đem tặng cho một thành viên của Ủy Ban những bằng tưởng lệ. Xét rằng đó là một khích lệ chung cho tất cả những ai đã đóng góp tạo nên thành quả của Ủy Ban, và thể theo ý kiến của một số thân hữu, chúng tôi chọn một vài bằng tưởng lệ nói trên đính kèm trong Phần III TÁC GIẢ VÀ HÌNH ẢNH.

Cuộc Hành Trình Khủng Khiếp Đi Tìm Tự Do

Những câu chuyện bi thảm, hãi hùng của thuyền nhân, liên tục từ hơn 14 năm qua, đã hầu như trở thành nhàm chán đối với dư luận. Nhưng đối với riêng tôi, một người đã có nhiều năm linh đinh trên mặt biển, và nhất là từ 10 năm qua đã tự mình có những gắn bó với số phận của thuyền nhân, những câu chuyện bi thảm của thuyền nhân đã làm cho tôi băn khoăn, thao thức và nhiều đêm không ngủ. Biết bao nhiêu chuyện thương tâm đã đến và đã qua. Nhưng với câu chuyện của cô gái sau đây, tôi đã không thể nào quên được.

Cách đây 2 năm, hôm Thứ Bảy, 9/5/1987, trong buổi gặp gỡ

báo chí sau chuyến công tác tại Biển Đông trở về, tại nhà hàng Phở Ngon, Bác Sĩ Nguyễn ngọc Kỳ, trong phần kết thúc câu chuyện, đã đưa ra một tấm hình, trong đó có Bác Sĩ Kỳ, 1 cô gái và 2 em nhỏ. Khi tấm hình vừa được trưng ra, thì có một người đàn ông đẩy cửa hối hả bước vào. Ông này mặc đồng phục của hãng ông làm việc, nên trên túi có thêu tên "Sang." Mọi người nhìn ông, và ông đứng lặng một chút, chỉ vào bức hình ... "hai đứa nhỏ ấy là con tôi." Ông Sang là người có hai con nhỏ được tàu vớt trong chiến dịch Vớt Người Biển Đông 1987, và chính Bác Sĩ Kỳ đã vớt hai em nhỏ này. Cuộc họp báo tự nhiên đến đó bỗng ngưng, và mọi người vỗ tay mừng cho sự may mắn của Ông Sang, cũng như cho các gia đình khác có thân nhân được vớt.

Rời nhà hàng Phở Ngon, chúng tôi kéo nhau về nhà Giáo Sư Phạm cao Dương họp mặt. Trong lúc ngồi uống nước với nhau, Bác Sĩ Kỳ nói: "cái cô gái đứng cạnh tôi, tên Ngọc Điệp, mới ghê. Câu chuyện của cô ta thật lạ ..."

Câu chuyện ấy Bác Sĩ Kỳ đã lần lượt kể lại, và quả thật là lạ. Câu chuyện ấy đã ám ảnh tôi hoài. Tôi đã định viết lại, nhưng cứ lần lữa mãi, cho đến hôm nay, cũng vẫn Bás Sĩ Kỳ cho biết ... "Cái cô tên Điệp được vớt năm 1987 đó, nhớ chứ anh, cô ấy vừa đến thăm tôi ..." Câu chuyện của cô gái ấy hiện về, và làm cho tôi không thể chần chừ được nữa. Tôi đã tiếp xúc với Cô Điệp. Cuộc tiếp xúc xin được ghi lại sau đây:

Qua giọng nói hiền hòa, êm nhẹ, Cô Điệp kể: "Dạ vâng, cháu đi tất cả 8 lần. Bảy lần thất bại, trong đó đa số các lần là bị lừa, bị bể. Họ lấy tiền rồi lờ, lúc đi không gọi. Có lần họ đưa đi, rồi thả trong rừng, chờ suốt đêm, sáng bị công an bắt ... Ôi lôi thôi lắm. Nhưng lần cháu đi năm 1985 thì sợ quá. Vâng, hiện giờ cháu đã quên, không còn nhớ ngày tháng rõ ràng nữa, đâu vào tháng 10 năm 1985. Ghe rời Vũng Tàu vào quá nửa đêm, tàu đông lắm, đâu gần 200 người lận. Lúc ấy cháu mới 23 tuổi, cháu đi có một mình, gia đình không có ai đi theo. Ghe rời khỏi cửa biển đâu được 2 giờ thì từ dưới lòng ghe có người kêu lên, "vô nước nhiều quá." Cả tàu xôn xao, lộn xộn. Người thì lo tát nước, người thì lo chữa ghe. Lúc ấy mọi người xô cả lên trên boong chính, làm ghe chòng chành quá sức. Biển thì tối đen, lạnh lắm. Sau chủ ghe quyết định quay mũi ghe trở lại Vũng Tàu. Ghe vừa quay mũi thì một làn sóng lớn ùa tới, ụp lên và ghe bị chìm. Cháu nhờ có biết bơi chút ít, nên phóng đại ra biển. Bơi miết, lạnh lắm. Quanh cháu chỉ có những làn sóng lớn xô đẩy, ụp xuống từng đợt. Cháu đã quá mệt mỏi rồi. Cháu chắc là Chúa đã an bài, cháu đã sẵn sàng dọn mình để về nước Chúa. Cháu không bơi nữa, và buông xuôi ... thật ra thì lúc đó cháu chẳng có nghĩ gì được đâu, gần như là mê rồi. Trong lúc giở sống, giở chết, bỗng cháu thấy có một vật gì đó từ lòng biển nổi lên, và cháu bám vào, và cháu thiếp đi, mặc cho sóng biển xô đẩy. Cứ như thế cho đến sáng, lúc mặt trời đã lên, biển đã êm trở lại. Nắng rát cả lưng, làm cháu tỉnh lại, và cháu mới biết rằng cái phao mà cháu đang ôm là một xác người. Cháu, cháu sợ quá mà không dám buông ra. Bốn bề vẫn bát ngát chỉ là biển. Cháu run lên vì sợ. Cháu định buông cái xác mấy lần mà không dám. Trời càng nắng, cháu càng sợ hơn, vì cứ mỗi lúc làn sóng đưa tới, lại đổ ụp lên cháu và cái xác kia. Cháu nhìn quanh mãi, và thấy từ xa có một chấm đen. Cháu định thần, và biết là có một đám người bám vào một cái gì đó như là bè gỗ. Đợi nhìn cho kỹ và chắc chắn, cháu buông cái xác để bơi lại cái bè kia. Cháu vừa bơi được vài sải, quay lại thì cái xác ban nãy đã chìm đâu mất. Cháu hốt hoảng quá, cố bơi lại cái bè. Tới nơi, cháu thấy có mấy người bám vào một mảnh gỗ, có lẽ là một phần cái ghe vỡ ra. Cháu bơi tới nơi, cháu nghĩ là các người đang bám vào mảnh gỗ sẽ nhường cho cháu một chỗ để bám vào. Nhưng không, một người đàn ông trong bọn họ đã nắm lấy tóc của cháu mà dìm xuống biển cho ngộp. May mà cháu vùng vẫy được, cháu còn có sức, nên sau đó cũng bám vào được mảnh gỗ kia. Từ đó cháu mệt lả và không biết, không nhớ gì nữa. Cháu đã trôi nổi như thế bao lâu, thật cháu không biết. Cho đến khi có các ghe đánh cá quốc doanh của Việt Cộng ra, họ vớt tụi cháu lên ghe, rồi giao cho công an nhốt. Cái lạ là lúc ấy người sống sót chỉ còn có 3 người, kể cả cháu, và một người đàn bà có bầu rất lớn. Cháu bước đi trên cát xiêu vẹo, tả tơi và được tống vào nhà giam tại Vũng Tàu. Ít lâu sau, họ thả ra, và cháu mò về nhà. Cả nhà thất kinh, vì đã được tin là cả ghe đã chết. Từ đó cháu như người mất hồn. Cháu nhớ lại cái xác mà cháu bám vào là cái xác người đàn ông. Cháu không còn nhớ được mặt anh ta, nhưng hình như anh ta là một người đi cùng ghe với cháu thì phải. Tại sao cái xác ấy nổi lên đúng lúc cháu buông xuôi. Tại sao cái xác ấy chìm ngay khi cháu vừa buông tay ... cháu cứ bị ám ảnh hoài. "Cái phao" ấy đã cứu cháu ... cháu đã thề là không đi nữa. Nhưng cố ở lại mà không được. Vì bố cháu là cựu quân nhân, cháu không được đi học, và cũng không có chỗ nào có việc cho cháu làm. Cháu có một con mắt bị hư, ở Việt Nam không thể chữa được, dầu chỉ thay thế mắt giả. Do đó cháu lại nghĩ đến việc ra đi. Lần này cháu đi cùng gia đình chị cháu. Và cháu đã được tàu vớt, và chính Bác Sĩ Kỳ đã vớt ghe của cháu ..."

Chi tiết chiếc ghe may mắn này, đã được anh Phạm ngọc Huy, chồng của Bà Nguyễn thị Kim Thanh, chị của Cô Điệp kể lại như sau: "... Dạ thì phải đó chú. Trước thì cháu đang theo học nhà dòng để trở thành tu sĩ. Sau khi tụi họ vào, nhà dòng bị làm khó. Lớp tu sĩ của tụi cháu bị giải tán. Do đó cháu đã tổ chức các chuyến ra đi và đều thất bại. Tụi họ treo giải thưởng, hễ cứ bắt được cháu thì được thưởng 5 lạng vàng. Do đó cháu đâu có dám về nhà. Cháu phải lăn lộn xuống lục tỉnh và ở đó và gặp nhà cháu. Chúng cháu kết hôn mà đâu có dám làm giá thú. Cứ sống như thế và tìm đường ra đi. Lần này tụi cháu tổ chức, với ghe nhỏ, tất cả 40 người, gồm 14 đàn ông, 13 đàn bà, còn lại là 11 trẻ con. Dì Điệp cháu chỉ được báo khi mọi việc đã xong. Ghe tụi cháu cũng khởi hành từ Vũng Tàu hôm 10/4/1987. Lúc ghe rời bến đậu cũng quá nửa đêm. Biển lúc đó khá êm, sau có giông lớn, sợ lắm, rồi lại êm. Lúc ấy, tình cờ cháu nghe đài BBC loan, có tàu Rose Schiaffino đi vớt người tị nạn cùng ngày 10/4/1987. Nghe thì biết vậy chứ cháu không có tin tưởng gì. Qua một ngày nữa, lại gặp bão, sóng đánh tràn ghe, tưởng chết chìm hết. Dì Điệp cháu bị một lần ghe vỡ sợ quá, mặt xám ngắt. Trên ghe đã nhiều người cầu nguyện, đọc kinh ... Cho tới ngày 12 tháng 4, 1987, vào khoảng 2 giờ chiều, thì từ từ ghe cháu thấy một vệt trắng, trông như núi. Nhìn hoài hóa ra con tàu. Rồi từ tàu họ chớp đèn. Cháu nhờ có đi Hướng Đạo nên cũng dùng đèn chớp lại S.O.S. Thế là đèn từ trên tàu chớp lia lịa, và tàu lớn phóng lại. Trên ghe chúng cháu hoảng quá, vì nghĩ là tàu Liên Sô. Chúng cháu định chạy, nhưng tàu lớn đã xăm xăm phóng tới. Gần quá rồi, chạy đi đâu được nữa. Rồi từ trên tàu có tiếng nói qua máy: "Đây là tàu đi vớt người vượt biển ... đi vớt ..." Lúc ấy vì gió thổi mạnh, lại vì mừng quá đâu có nghe được gì rõ đâu. Cho đến khi tàu Rose Schiaffino tấp lại gần, trên tàu có chữ "Pháp", và chú Kỳ, Bác Sĩ Nguyễn ngọc Kỳ nói qua máy ... "Bà con bình tĩnh. Bà con sẽ được vớt. Hãy ngồi yên, đừng hốt hoảng ... ai ở đâu ngồi đó, kẻo ghe lật ..." Trời ơi, tụi cháu nói thế nào cho hết nỗi vui mừng. Nhiều người khóc nức nở. Nhiều người xúc động làm dấu tạ ơn Chúa, ơn Trời Phật. Nhìn lại vợ cháu và Dì Điệp cháu, chỉ thấy nước mắt nhòe nhoẹt, mà miệng thì cười. Hai đứa con của cháu ngơ ngác chẳng hiểu gì hết, nhưng cũng cười. *Ca-nô* cao su từ trên tàu thả xuống, và chú Kỳ là người bước xuống ghe cháu đầu tiên. Chú Kỳ cười mà nước mắt chú Kỳ cũng đầy mặt. Mấy người nắm tay chú Kỳ chặt quá như không muốn thả ra. Chú Kỳ nói: "Bà con cứ yên tâm, tất cả sẽ được đưa lên tàu ..." Dạ, chúng cháu gồm 40 người được đưa lên tàu. Bước trên *boong* tàu, sao mà thấy vững chân quá. Nhìn lại cái ghe bên cạnh tàu sao mà khiếp quá. Cái ghe như cái lá tre, chòng chành. Lúc đốt ghe để thủy táng, chúng cháu nhìn theo mãi và lại khóc. Cháu cũng chẳng biết tại sao mình khóc nữa. Ở trên tàu tụi cháu được tắm rửa, cho ăn cháo, uống sữa và phát quần áo mới. Ai đang ốm thì được chú Kỳ khám bệnh và cho thuốc. Hôm sau, khi mọi người đã tỉnh táo, chú Kỳ tổ chức lễ chào cờ trên tàu. Trời ơi, sau nhiều năm mới nhìn lại lá quốc kỳ VNCH, chúng cháu cảm động quá. Những anh em thanh niên mặt đanh lại, hát quốc ca mà nước mắt chan hòa. Chúng cháu cũng làm lễ tạ ơn Chúa, tạ ơn Trời Phật. Những anh em trẻ, xin

Cô Điệp được Bác Sĩ Kỳ vớt

cắt tóc để cúng dường Đức Quán Thế Âm, vì khi sợ quá chỉ biết có đọc kinh. Ờ, hôm được tàu vớt là ngày 12/4/1987. Đến ngày 28 thì tàu Rose Schiaffino cặp bến Palawan. Tại đây chúng cháu được đón tiếp qui mô quá. Cả ngàn đồng bào trên trại ra bến tàu đón tụi cháu. Lại chụp hình. Và cũng tại đây, tụi cháu được biết, chúng cháu đã được chính phủ Pháp cấp chiếu khán. Còn ai có thân nhân tại Hoa Kỳ thì làm thủ tục đoàn tụ. Cháu nhờ có chú em ở Texas, mới được qua Mỹ. Gia đình cháu bây giờ là 5 người, vì ngoài 2 cháu Trung và Thúy Vy ra, cháu có thêm một cháu gái nữa là cháu Đạo ... Còn Dì Điệp cháu thì được cậu em bảo trợ. Ngoài ra, trong số 40 người trong chuyến này, do Bác Sĩ Kỳ vớt, có các anh Thắng, anh Lân đã định cư tại Santa Ana. Anh Minh (còm) mà bức hình chụp như người ốm đấy, cũng ở Mỹ rồi. Tụi cháu có đến thăm chú Kỳ mấy lần ... Bây giờ còn mới mẻ quá, tụi cháu chưa có khả năng gì, chỉ xin cám ơn tất cả..."

Phan lạc Tiếp

272

Hải Tặc Thái Giết 130 Tị Nạn Đã Bị Bắt

Thời Luận.- Bangkok. Anh Phạm Ngọc Minh Hùng, người duy nhất sống sót trong số 130 thuyền nhân bị hải tặc tấn công, đã được cảnh sát Thái Lan đưa ra để nhận diện một số ngư phủ Thái đã tham dự vụ cướp phá giết người này.

Anh Phạm Ngọc Minh Hùng đã được đưa từ trại tị nạn Mã Lai tới quận Songkhla, miền Nam Thái. Ngày 27 tháng 6, cảnh sát tuần duyên phối hợp cùng Biện Lý cuộc tòa án Thái Lan đã đưa anh Hùng gặp một số ngư dân Thái.

Anh Hùng, 23 tuổi, đã nhanh chóng chỉ mặt 4 người trong số hơn 10 người do cảnh sát Thái đưa tới. Bốn người này là Charac Rurith, 40 tuổi, Chalee Krueawal, 20 tuổi, Don Warium, 29 tuổi, và Surasak Nokkaew, 29 tuổi.

Theo anh Phạm Ngọc Minh Hùng thì bọn cướp tấn công chiếc ghe của anh tổng cộng 7 tên. Chúng đi trên hai chiếc tàu đánh cá, tay cầm súng trường, búa, dao. Chúng bắt đầu tấn công chiếc ghe của anh vào khoảng 10 giờ sáng ngày 16 tháng 4, 1989. Trước hết, để gây uy hiếp, hải tặc đã bắn súng vào ghe, giết chết tài công, đánh đập thuyền nhân để khảo của. Chúng cưỡng hiếp đàn bà, con gái xong thì nổi lửa đốt ghe. Nhiều thuyền nhân bị hải tặc ném xuống biển. Với ý định giết hết mọi người để phi tang, bọn hải tặc sau đó đã phóng tàu chạy qua chạy lại để dìm chết các thuyền nhân đang lóp ngóp bơi trên mặt biển.

Nhờ sự may mắn đặc biệt, anh Phạm Ngọc Minh Hùng đã thoát chết. Ngày hôm sau, anh được một chiếc ghe tị nạn khác đi ngang qua vớt lên, đưa vào Mã Lai.

Trung Tá Cảnh Sát Prakob Benjapong, phó ty cảnh sát Songkhla cho biết khi tin tức về vụ thảm sát đó được báo chí loan tải, cảnh sát Thái đã cho mở cuộc điều tra. Ông đã sang Mã Lai lấy lời khai của anh Hùng để dò tìm manh mối. Sau khi tìm ra được bọn tình nghi, cảnh sát Thái đã xin án lệnh Biện Lý cuộc để bắt giữ bọn này. Trung Tá Prakob đoan chắc bọn hải tặc này sẽ bị trừng trị đích đáng vì đã giết tới 130 người sau khi cướp của và hãm hiếp.

Giai Đoạn Cuối Cùng Của Người Tị Nạn

Trại tị nạn tại Hồng Kông

Từ 30 tháng 4 năm 1975, cho đến cuối năm 1990, làn sóng người Việt bỏ nước ra đi lúc nhiều lúc ít, nhưng không hề chấm dứt, vượt ngoài dự trù và khả năng đón tiếp tại các trại tị nạn trong các quốc gia lân cận, nhất là vượt ra ngoài khả năng định cư của các quốc gia đệ tam. Đặc biệt là Hồng Kông, vấn đề trở nên khẩp thiết nhất, gây nên sự lưu tâm hàng đầu trên báo chí quốc tế, cũng như trong cộng đồng người Việt chúng ta trên khắp thế giới. Một cách cụ thể như nhận định của Giáo Sư Lê xuân Khoa, Giám Đốc Trung Tâm Tác Vụ Đông Dương (IRAC): "Trong thảm họa của người tị nạn, chúng ta có hai công tác lớn như sau: vận động và cứu trợ."

Việc cứu trợ, hiện Ủy Ban đã và đang làm, và đã đạt được nhiều kết quả to lớn, có tầm ảnh hưởng sâu rộng trên dư luận quốc tế.

Về vận động, thì IRAC đã và đang làm gồm có các công tác sau:

- Vận động để người tị nạn được tiếp tục tiếp nhận vào các quốc gia đệ tam.

- Hỗ trợ đời sống của người tị nạn tại các trại tạm cư trong vùng Đông Nam Á, để giảm thiểu những khốn khổ, hà hiếp mà họ phải gánh chịu.

- Trợ giúp cho các trại tị nạn về các vấn đề giáo dục, y tế và tinh thần ...

Trong hơn 12 năm qua, từ khi có làn sóng người tị nạn, chúng ta có hai cơn khủng hoảng, được coi như cao điểm:

- Năm 1979 làn sóng người ồ ạt ra đi, gần 300 ngàn người một năm, đưa tới kết quả là Tổng Thống Carter đã quyết định nhận 168 ngàn người tị nạn trong một năm.

- 1986 – 1987: số người ứ đọng tại các trại tị nạn không được các quốc gia đệ tam tiếp nhận. Vì các quốc gia này căn cứ vào thành phần người tị nạn qua các cuộc phỏng vấn, cho rằng từ 70 đến 80% người tị nạn không đủ tiêu chuẩn để được nhận là người tị nạn chính trị, vì họ không có liên hệ đến chính quyền Miền Nam cũng như với Hoa Kỳ trước đây. Nói cách khác, họ là những người tị nạn kinh tế. Vì thế các quốc gia tạm dung như Thái Lan, Singapore, Mã Lai Á, Hồng Kông đều có những biện pháp cứng rắn để làm nản lòng những người tị nạn từ trong nước ra đi, bằng những cách như dự trù trả người tị nạn về nguyên quán, giam giữ họ trong trại cấm ... Căn cứ vào cuộc viếng thăm Đông Nam Á vào đầu năm vừa qua, đặc biệt tại Hồng Kông, chúng ta có những thí dụ cụ thể:

- Mật độ dân ở Hồng Kông là 52,000 người/km².

- Mật độ dân ở Hoa Kỳ chỉ có 22 người/km².

Do đó Hồng Kông đã có những biện pháp rất cứng rắn đối với bất cứ ai xâm nhập bất hợp pháp vào Hồng Kông. Tất cả những người từ Hoa lục xâm nhập vào Hồng Kông đã bị tống xuất về đất liền. Còn người Việt tị nạn, Hồng Kông đặc biệt đã chờ đợi những phản ứng của các quốc gia đệ tam, nhất là Hoa Kỳ. Riêng với cộng đồng người Việt tại Mỹ, nêu vấn đề này

trước dư luận, trước các tổ chức quốc tế, thì đó là điều mong
mỏi của Hồng Kông, Thái Lan, Singapore... cũng có thái độ như
thế. Trước hoàn cảnh này, các quốc gia tạm dung đã nghĩ đến
việc trả người tị nạn Đông Dương về nguyên quán. Thái Lan đã
thử đưa một số người Hmong trả về biên giới Thái Lào. Những
người Hmong bị bắn chết ngay khi vừa bước qua biên giới Lào.
Do đó biện pháp này Thái Lan đã phải khựng lại và dư luận thế
giới đang theo dõi.

Một hội ghị quốc tế đã họp ở Canada về vấn đề này và đưa
ra 3 nguyên tắc để thi hành chương trình gọi là Hồi Hương Tự
Nguyện, gồm:

- Người tị nạn tự nguyện hồi hương.

- Quốc gia gốc bằng lòng nhận họ.

- Và có những cam kết chắc chắn là những người hồi hương
không bị trả thù.

Đại diện Liên Hiệp Quốc đã qua Hà Nội, và đã gặp Phạm
Hùng, Nguyễn cơ Thạch để tham khảo về vấn đề này, nhưng
không thấy đưa đến kết quả nào. Hiện có khoảng 150,000 tị nạn
Đông Dương tại các trại tị nạn trong vùng Đông Nam Á, trong
đó có 40,000 người Việt Nam. Một số người đã được phỏng vấn,
nhưng đã bị chối từ. Đa số những người còn lại ở đó quá lâu, từ
3 đến 5 năm và chưa được phỏng vấn lần nào.

Trước tình trạng nói trên, cộng đồng người Việt trên thế
giới, đặc biệt tại Mỹ, và riêng chúng ta đây, chúng ta phải làm
gì để giúp họ, như:

- "Đóng góp cách nào để làm nhẹ gánh nặng cho các quốc
gia đệ tam.

- Bảo trợ tư nhân, qua các tổ chức chính trị, hội đoàn ... để
làm nhẹ gánh nặng cho các quốc gia tiếp nhận." (Trích lời phát
biểu của Giáo Sư Lê xuân Khoa, Giám Đốc Trung Tâm Tác Vụ
Đông Dương, trong buổi họp đặc biệt với Ủy Ban, ngày 27
tháng 9 năm 1987).

Đáp Ứng Cấp Thời Của Ủy Ban

Trước tình trạng ứ đọng người tị nạn tại Đông Nam Á, đặc biệt là tại Hồng Kông, Giáo Sư Nguyễn hữu Xương, chủ tịch Ủy Ban, đã liên lạc ngay với Bác Sĩ Bernard Kouchner, chủ tịch sáng lập ra Hội Y Sĩ Thế Giới (Médecins du Monde), để vận động với chính phủ Pháp cấp chiếu khán đặc biệt, hòng giải tỏa sự ứ đọng này ... Kết quả thật bất ngờ, chính phủ Pháp thuận cấp 1,500 chiếu khán cho những người ở lâu tại các trại tị nạn, 1,000 cho các trại tị nạn Hồng Kông, và 500 cho những người ở quá lâu tại các trại tại Phi Luật Tân. Để sửa soạn cho những người sẽ được định cư tại Pháp, Ủy Ban đã thuận cấp một ngân khoản cho Hội Y Sĩ Không Biên Giới (Médecins Sans Frontières) để mở lớp Pháp ngữ tại Hồng Kông và Palawan, Bác Sĩ Bernard Kouchner, chủ tịch sáng lập ra Hội Y Sĩ Thế Giới (Médecins du Monde), thăm viếng các trại tị nạn hầu nắm vững hoàn cảnh của người tị nạn tại đây. Ông đã dự buổi lễ khai giảng lớp Pháp ngữ tại Hồng Kông. Sau này trong buổi hàn huyên với Giáo Sư Nguyễn hữu Xương tại San Diego, Bác Sĩ Bernard Kouchner cho hay: "Với 1,000 chiếu khán sẵn sàng cho những người ứ đọng quá lâu tại đây, tôi hy vọng sẽ có vài ba ngàn người ghi tên theo học lớp Pháp ngữ, nhưng thực tế chỉ có không tới 20 người. Những người này đều đã thông thạo Pháp văn cả rồi. Trong lúc trò chuyện, tôi được biết, hầu như ai trong trại tị nạn cũng chỉ muốn đi Mỹ, cả ở Phi cũng vậy. Ý muốn đi Mỹ không phải chỉ có những đồng bào ta ở Hồng Kông, mà ngay cả những người được các con tàu nhân đạo vớt giữa biển cũng thế. Một câu chuyện khác do Bác Sĩ Nguyễn ngọc Kỳ kể lại. Một ghe tị nạn trong hoàn cảnh thật hiểm nghèo, sau khi được vớt lên tàu, mọi người đã được nghỉ ngơi, ăn uống cho lại sức, Bác Sĩ Kỳ cùng vị thuyền trưởng sinh hoạt với đồng bào và cho biết đồng bào đã được các nước ở Âu Châu như Pháp, Đức cấp chiếu khán cho định cư. Ai muốn đi nước nào xin hãy ghi vào đơn cấp phát sau đây. Mọi người ngồi im. Sau có những cánh tay dơ lên: "Gia đình tôi xin đi Mỹ." Dù đã được cho hay là trong công tác

Vớt Người Biển Đông do Ủy Ban hợp tác với các tổ chức nhân đạo khác, chính phủ Mỹ không cấp cho một chiếu khán nào, nên không có ai trong những người được vớt được vào Mỹ cả. Dù biết vậy, nhưng một số những đồng bào này khi được đưa vào trại tạm cư ở Palawan, đã không trình diện phái đoàn của các quốc gia Âu Châu gọi đi định cư. Họ đã cố tình lẫn trốn và ở lì trong trại tị nạn. Cho đến khi trại tị nạn đóng cửa, trong số những người được gửi về lại Việt Nam, có tên những người này. Lúc ấy họ liên lạc với Ủy Ban ở Hoa Thịnh Đốn, muốn được đi Âu Châu theo số chiếu khán trong chương trình nhân đạo Vớt Người Biển Đông trước đây, thì mọi sự đã quá muộn. Số chiếu khán dành cho họ, nhưng họ đã lẫn trốn, không trình diện, nên đã được dùng cho người khác ở lâu trong trại tị nạn, hết rồi.

Đó là một chỉ dấu mở đầu cho việc ngưng đem tàu ra khơi cứu vớt người vượt biển những năm sau này. Và đó cũng là khởi điểm cho Hội Y Sĩ Thế Giới có những sinh hoạt nhân đạo khác ngay tại Việt Nam. Và đó cũng là điều khiến mọi người trong Ủy Ban phải nhìn vào thực tế để hoạch định những công tác trong những ngày kế tiếp. Thực tế này trong thời điểm đó, đầu thập niên 90, cách đây trên dưới 20 năm, là điều không dễ nói ra. Tất nhiên sau 1,500 chiếu khán này, lòng quảng đại của chính phủ và nhân dân Pháp đã tự nhiên khép lại.

Tìm Một Giải Pháp Khả Thi

Cũng cần phải nói lại rằng, Ủy Ban được hình thành do thời cuộc đưa đẩy, phát xuất từ tình bằng hữu mà ra. Không có ai chỉ thị cho những người trong Ủy Ban phải làm công việc này. Cũng không có một ngân khoản tiền khởi nào chi ra để Ủy Ban hoạt động. Tất cả đều do sự tình cờ nối tiếp mà nên. Nhưng cho đến cuối năm 1990, dù ai khó tính đến đâu cũng không thể phủ nhận được những kết quả tuy khiêm tốn, nhưng thật là cụ thể do những vận động của Ủy Ban mang lại. Hàng ngàn thuyền nhân đã được cứu vớt. Những cuộc trùng phùng tràn ngập xúc động đã diễn ra, với những hình ảnh tràn ngập trên báo chí, và các đài truyền hình từ Mỹ, tới Âu Châu, Úc Châu. Do đó mọi người trong Ủy Ban dù rất hân hoan nhưng cũng không dấu được những mỏi mệt. Giữa khi ấy thì Giáo Sư Lê xuân Khoa, Giám Đốc Trung Tâm Tác Vụ Đông Dương (IRAC) liên lạc, muốn Ủy Ban với uy tín và khả năng của mình, đứng ra hỗ trợ vật chất cũng như tinh thần cho IRAC tổ chức một hội nghị để tìm một giải pháp khả thi hầu giải tỏa sự khủng hoảng tị nạn Đông Nam Á. Sau khi nghe thuyết trình, mọi người trong Ủy Ban đã đồng ý nhiệt liệt hỗ trợ cho ý kiến của GS Khoa. Kết quả là 30,000 Mỹ kim đã được dễ dàng thông qua, như một ngân khoản mở đầu để IRAC tổ chức một hội nghị lấy tên là Hội Nghị Quốc Tế về Khủng Hoảng Tị Nạn Đông Nam Á, diễn ra ở Hoa Thịnh Đốn vào tháng 6 năm 1988. Trong hội nghị này có rất đông đại diện của cộng đồng người Việt khắp nơi về dự, với sự hiện diện của những tổ chức, những nhân vật có ảnh hưởng đến người tị nạn. Hội nghị đã trực tiếp mổ xẻ vấn đề, tìm ra những đề nghị khả thi, hầu tránh những quyết định khó khăn, thiệt hại cho người tị nạn. Hội nghị đã xảy ra 1 năm trước khi Hội Nghị Cấp Ngoại Trưởng của các nước liên hệ họp tại Genève, vào tháng 6 năm 1989.

Trong tinh thần còn nước còn tát, khi Hội Nghị Cấp Ngoại Trưởng nhóm họp tại Genève, Ủy Ban đã chặt chẽ phối hợp với những tổ chức và bằng hữu tại Âu Châu để cùng nhau gây tiếng vang, kêu cứu cho người tị nạn. Đặc biệt Ủy Ban đã liên lạc với Giáo Sư Phạm xuân Cảnh, cư ngụ tại Genève, đứng ra tổ chức những cuộc triển lãm và biểu tình bên ngoài phòng hội nghị. Hàng trăm bức hình về thảm nạn của thuyền nhân, khổ lớn, đã được gửi đi từ San Diego, Hoa Kỳ, cùng những thỉnh nguyện thư của cộng đồng ta khắp nơi trên thế giới, đã được GS Cảnh dùng làm tài liệu để chuyển tới những người có uy tín tham dự hội nghị. Đồng thời một số anh chị em nồng cốt trong Phong Trào Hưng Ca, do Ủy Ban bảo trợ, cũng có mặt cùng bè bạn ở địa phương, ở khắp Âu Châu tụ về trong cuộc *meeting* bên ngoài hội nghị. Họ đã cất cao những bài hát chất ngất lòng yêu nước, cũng như nghĩa đồng bào, vang dội bầu trời Genève. Họ cũng miệt mài ngày đêm phân phát những tài liệu, những hình ảnh, những lời thỉnh nguyện của thuyền nhân bằng tiếng Anh, tiếng Pháp cho báo chí, cũng như cho những ai dừng chân theo dõi những sinh hoạt đấu tranh của họ. Có lẽ chưa bao giờ nơi hải ngoại lại có những hình ảnh vừa hào hùng, vừa đau xót như thế giữa người đi trước kêu cứu cho người đi sau. Kết quả không như chúng ta mong đợi. Hội nghị cao cấp này đưa đến Kế Hoạch Hành Động Toàn Diện, để dứt khoát giải tỏa sự ứ đọng cũng như chấm dứt làn sóng người Đông Dương bỏ nước ra đi trong 15 năm qua, trong đó có việc hoàn trả những người tị nạn về nguyên quán. Kết quả ấy loan ra, trong âm thầm, chúng ta thấy như cả bầu trời từ Đông sang Tây, từ Mỹ tới Úc cùng nhau òa khóc. Dù đã tiên liệu, nhưng trước quyết định này của hội nghị, thảm cảnh của đồng bào ta tại các trại tị nạn ở vào giai đoạn cuối cùng đã tràn đầy những nỗi bi thương, gây sự chấn động mạnh mẽ trong cộng đồng chúng ta khắp mặt địa cầu.

Mối lo âu và dự đoán của chúng ta đã thực sự bùng nổ.

Tờ *Hồng Kông*, số ra ngày 19 tháng 5 năm 1990, nói rằng: "Đa số các đại diện các quốc gia tham dự hội nghị Genève, đồng ý rằng các người không được coi là tị nạn, sẽ phải trở về nguyên quán." Đại diện Hoa Kỳ là ông Allan Jury nói rằng: "Quyết định cuối cùng sẽ tùy thuộc vào giới chức cao cấp nhất, tức Tổng Thống và Ngoại Trưởng Hoa Kỳ." Một tuần sau, nhật báo *New York Times*, tờ báo lớn của Hoa Kỳ, hôm 1 tháng 6 năm 1990, đã loan lại tin này. Đó là những biến cố gây bàng hoàng trong dư luận, nhưng không phải là những điều nằm ngoài sự tiên liệu của những ai hằng quan tâm và theo dõi tình trạng của người tị nạn. Trước hoàn cảnh này, Giáo Sư Nguyễn hữu Xương, chủ tịch Ủy Ban Báo Nguy Giúp Người Vượt Biển, đã khẩn cấp đánh điện gửi tới Tổng Thống Hoa Kỳ và các giới chức từng liên quan đến người tị nạn, bản dịch như sau:

Kính gửi Tổng Thống Hoa Kỳ,

Theo bài báo của tờ New York Times hôm 1 tháng 6 năm 1990, chính phủ Anh và 6 quốc gia trong vùng Đông Nam Á, đang sửa soạn cưỡng bách hồi hương người tị nạn Việt Nam. Trước nguy cơ này, chúng tôi trân trọng kính xin Tổng Thống:

1) Dùng ảnh hưởng của Tổng Thống để ngưng việc cưỡng bách hồi hương người tị nạn Việt Nam.

2) Hợp tác chặt chẽ với 6 quốc gia trong vùng Đông Nam Á để thành lập một trại tạm dung cho người tị nạn, trong khi chờ đợi Liên Hiệp Quốc có một giải pháp cho người tị nạn.

3) Nhận thêm người tị nạn vào Hoa Kỳ.

Phản Ứng của Cộng Đồng Người Việt Khắp Nơi

Dù biết rằng khó có thể đảo ngược vấn đề, nhưng máu chảy ruột mềm, một cuộc vận động rộng lớn và cùng khắp trong các cộng đồng chúng ta đã được đồng bộ thi hành.

* Tại Hoa Thịnh Đốn. Tin từ đại diện Văn Phòng Ủy Ban tại đây cho hay, một cuộc vận động khẩn cấp và rộng lớn với các vị dân cử, để thành lập một phái đoàn yêu cầu Tổng Thống Hoa Kỳ lên tiếng can thiệp cho việc này. Các vị sau đây đã có tên trong phái đoàn: Dân biểu Frank Wolf, Dân biểu Robert Dornan, Dân biểu Duncan Hunter, Dân biểu David Dreier, bà Dân biểu Nancy Pelosi, ... Văn Phòng Phó Tổng Thống Mỹ cũng đã được tiếp xúc để nhờ lên tiếng. Đặc biệt hôm Chủ Nhựt, 10 tháng 6 năm 1990, tại bữa tiệc gây quỹ để bảo trợ chương trình đưa người tị nạn vào Canada, được tổ chức tại nhà hàng Saigon, vấn đề khẩn thiết này cũng đã được nêu lên. Bà Trương anh Thụy, đại diện Ủy Ban tại Hoa Thịnh Đốn, cho biết: "Nghe tin trên, bà con gọi tới đông quá, nhiều người muốn tham dự bữa ăn, nhưng tiếc là nhà hàng nhỏ quá, không đủ chỗ." Bữa tiệc đã diễn ra với rất nhiều phấn khởi. Có 359 quan khách Việt, Mỹ tham dự. Đặc biệt có nhiều nhân vật thuộc Hội Đồng An Ninh Quốc Gia Hoa Kỳ và các vị dân cử, đại diện Cao Ủy Tị Nạn LHQ, cũng như các cơ quan bạn. Trong dịp này, ông Eric Schwarez, đại diện cho Dân biểu Stephen J. Solarz, đã tuyên bố:

"Dân biểu S. Solarz hoàn toàn ủng hộ cho nỗ lực của cộng đồng người Việt chống cưỡng bách hồi hương người Việt tị nạn." Trong bữa tiệc, căn cứ trên bức điện tín của GS Nguyễn hữu Xương, chủ tịch Ủy Ban, gửi TổngThống Hoa Kỳ đã được rất đông người hiện diện ký tên. Một cách cụ thể của bữa tiệc là: số tiền bán vé là 8,945 Mỹ kim, tiền ủng hộ là 1,410 Mỹ kim. Bà Trương anh Thụy, đại diện Ủy Ban, đã trao chi phiếu số 1886 với ngân khoản là 10,000 Mỹ kim cho Giáo Sư Lê duy Cẩn, để tài trợ cho chương trình bảo trợ người tị nạn Việt Nam vào Canada. Ngân phiếu này do Ủy Ban từ San Diego gửi tới. Cũng cần biết rằng, lúc này Canada là quốc gia duy nhất ở Bắc Mỹ còn rộng mở đón nhận người tị nạn Đông Dương, nhất là người tị nạn Việt Nam.

* Tại Texas. Ông Trương trọng Trác, báo *Ngày Nay*, khi được thông báo tin này đã cho hay: "Chúng tôi sẽ khẩn cấp loan tin này vào số báo phát hành vào tuần này." Ông Trác còn cho biết: "Anh em chúng tôi sẽ nhờ Thượng Nghị Sĩ Nguyễn văn Ngãi, và ông bà Bác Sĩ Nguyễn văn Thơ liên lạc với những vị dân cử ở đây để nhờ lên tiếng. Đặc biệt ông Ngãi là người có nhiều liên hệ mật thiết với Đảng Cộng Hòa và với gia đình Tổng Thống Bush. Chắc chắn chúng tôi sẽ lợi dụng tối đa sự liên hệ này." Ông Trác còn cho hay: "Chúng tôi cũng sẽ nhờ Kiến Trúc Sư Nguyễn văn Trân, thuộc Ủy Ban Đặc Biệt của Bà Thị Trưởng Houston, để cùng vận động với những giới chức địa phương. Và *Ngày Nay* sẽ phản ảnh đầy đủ tin tức này, để mọi nơi cùng biết và cùng nhau hoạt động."

* Tại Montreal, Canada. Bác Sĩ Nguyễn văn Cường cho hay, chúng tôi sẽ tiếp tay cùng quý vị, để cố gắng theo dõi hầu tìm giải pháp cụ thể cho người tị nạn.

* Tại Thụy Sĩ, Giáo Sư Phạm xuân Cảnh cho hay: "Chúng tôi sẽ chuyển những điện tín của cộng đồng Việt Nam tới Cao Ủy Tị Nạn LHQ, và chúng tôi cũng sẽ làm hết sức để tiếng kêu của chúng ta được các giới chức cao cấp nhất của LHQ lắng nghe."

* Tại Pháp. Bác Sĩ Trương tấn Trung, khi được thông báo về nguy cơ người tị nạn có thể bị trả về Việt Nam, đã nói: "Chúng tôi ủng hộ mạnh mẽ công cuộc vận động trên khắp thế giới." Ông cũng cho hay: "Ủy Ban Quốc Tế Trần văn Bá hôm 12 tháng 5 năm 1990 tại Pháp đã đưa ra một giải pháp 4 điểm, yêu cầu LHQ buộc nhà nước cộng sản Việt Nam phải nhường một phần đất Cà Mau và Phú Quốc làm nhượng địa dưới sự quản trị của LHQ."

* Tại San José. Các vị sau đây được liên lạc, cho hay như sau. Bác Sĩ Nguyễn tôn Hoàn, Chủ Tịch Chiến Dịch Tình Thương Dưới Ánh Mặt Trời 6 cho biết: "Ngoài việc gây quỹ cho chương trình cứu vớt thuyền nhân, chúng tôi sẽ hợp tác với các tổ chức bạn để khẩn cấp lên tiếng để cứu vớt đồng bào." Ông Vũ văn Lộc, Ủy Viên Ngoại Vụ của Liên Hội Người Việt Bắc Cali, cho hay: "Vấn đề quá nguy cấp. Chúng tôi sẽ hết sức tìm mọi cách để lên tiếng về vấn đề này." Thượng Tọa Thích Giác Lượng cũng cho biết: "Thầy xin hết lòng. Phải cố cứu lấy bà con mình." Ông Nguyễn hữu Lục, đại diện Ủy Ban tại Bắc Cali lại cho biết: "Chúng tôi sẽ cùng các anh em khác hành động và sẽ chuyển các tài liệu liên hệ đến các đoàn thể để tìm giải pháp chung." Và báo *Thằng Mõ* lại tràn ngập những hình ảnh và bài vở về thảm cảnh của thuyền nhân, về những người ở lâu trong các trại tị nạn đang ngày đêm lo lắng bị trả về Việt Nam.

* Tại San Diego. Dược Sĩ Trang Kiên, Chủ Tịch Hiệp Hội Người Việt tại đây cho hay: "Chúng ta phải hành động, phải làm một cái gì để lên tiếng cứu vớt đồng bào ta." Hiệp Hội cũng đã đóng góp tài chánh để in Bản Thỉnh Nguyện Thư trên báo Mỹ, và sẽ gửi điện tín đến những vị nguyên thủ các quốc gia liên hệ, trong đó có Tổng Thống Hoa Kỳ để xin can thiệp.

* Tại Sydney. Tài liệu cũng đã được gửi đi theo yêu cầu của anh chị em ở Sydney cũng như ở một vài thành phố khác. Tờ *Chiêu Dương* của anh Nhất Giang là đầu cầu, là cái loa mang tiếng nói của Ủy Ban trên toàn thể lãnh thổ Úc Châu. Những nhân vật tích cực hoạt động ở đây là Bác Sĩ Lương bảo Hoa lúc

khởi đầu, sau đó là Bác Sĩ Nguyễn mạnh Tiến ở Sydney, ông bà Bác Sĩ Trần thanh Nhơn ở Melbourne.

* Tại Santa Ana, Nam Cali, Kỹ Sư Tống Nhiệm, đại diện chính thức của Ủy Ban và một số thân hữu cũng đã được thông báo, một sự kết hợp đang được thi hành. Cựu Thiếu Tướng Trần văn Nhựt cho hay: "Chúng tôi cũng có theo dõi vụ này và đang tích cực vận động. Chúng tôi sẽ đón tiếp ông Lionel Rosenblatt, tân chủ tịch Refugees International, từ Hoa Thịnh Đốn đến vào ngày Thứ Ba 12 tháng 6 năm 1990 để chính thức thông báo về thảm nạn của người tị nạn." Tất nhiên báo *Người Việt* của anh Đỗ ngọc Yến đã được gõ cửa và thông báo chi tiết để hâm nóng không khí nơi thủ đô của người Việt tị nạn.

* Tại Oklahoma, Bác Sĩ Huỳnh văn Chỉnh cho hay, ngày 16 tháng 6 năm 1990, một buổi văn nghệ gây quỹ để giúp đồng bào tị nạn do Ban Điều Hợp Cộng Đồng tại địa phương đứng ra tổ chức. Trong dịp này, vấn đề người tị nạn đang bị đe dọa trả về Việt Nam sẽ được đem ra trình bày. Bác Sĩ Chỉnh cũng là ca sĩ nổi tiếng, sẽ cùng các ca sĩ trong chương trình, hát giúp vui trong bữa tiệc gây quỹ.

Trên đây chỉ là những phản ứng tức thời mang tính thời sự của cộng đồng ta có mặt trên mặt địa cầu trong giờ phút nguy nan cuối cùng của người tị nạn mà chúng tôi ghi lại để nhớ về một thời người đi trước đã hết lòng với người đi sau như thế nào.

Những Lần Về Biển Đông
Nguyễn ngọc Kỳ

LTS.- Trước năm 1975, Bác Sĩ Nguyễn ngọc Kỳ là một Trung Tá Y Sĩ. Sau 1975, Bác Sĩ Kỳ có phòng mạch tại ngay Santa Ana, được coi là thủ phủ của người Việt tại Hoa Kỳ, miền nắng ấm quanh năm, ai cũng muốn đến sinh sống tại đây, ngay cả người bản xứ. Như thế, nói theo thời thượng ở đây, giữa thủ đô của người tị nạn, là một vị bác sĩ y khoa, vừa cao sang, vừa hái ra tiền. Một ước mơ hầu như của tất cả những ai đang sinh sống tại Hoa Kỳ.

Vậy mà khi công tác Vớt Người Biển Đông được phát động, Bác Sĩ Nguyễn ngọc Kỳ đã tích cực tham gia. Ông đã đóng cửa phòng mạch tức thì khi được thông báo để theo tàu ra biển. Mọi phí tổn di chuyển, ăn ở ông đều tự nguyện đài thọ, ông còn mang theo thuốc men, sách báo, tem thư và những vật dụng mà ông nghĩ rằng là người di tản ai cũng cần có, đó là những đồng tiền túi để chi dụng trong những ngày đầu trong trại tị nạn. Đây là những tính toán rất chi ly, rất tế nhị và thật là quảng đại. Ít ai có khả năng và rộng lòng như thế. Càng tế nhị khi biết rằng ông đã âm thầm kín đáo trao tặng mà không cho ai hay, ngay cả Giáo Sư Nguyễn hữu Xương, chủ tịch Ủy Ban và cá nhân chúng tôi, người chi tiết hóa các sự việc trong công tác Vớt Người Biển Đông cũng không được biết, không ngờ trong hành trang đem theo ra biển, Bác Sĩ Kỳ đã tế nhị và bao dung như thế. Chúng tôi chỉ tình cờ đọc một trong các lá thư của một thuyền nhân gửi cho thân nhân tại Mỹ mà biết như thế mà thôi.

Và trong hành trang của người đi Vớt Người Biển Đông có mục "cố gắng ghi lại những biến cố đặc thù làm tài liệu ...", nhưng đa số người ra biển đều quên. Quên vì quá bận rộn, quá xúc động lẫn mừng vui. Nhưng với Bác Sĩ Kỳ thì không. Ông chẳng những không quên mà còn nhớ rất chi ly. Nhớ những sự kiện cụ thể đã xảy ra đã đành, nhưng ông còn nhớ cả những ưu tư, những lo toan khắc khoải của người được vớt và cả người đi vớt người. Có những giọt lệ nghẹn ngào nhỏ ra trong đêm đen giữa biển khơi cuồng nộ, khi ông nắm được bàn tay lạnh giá, héo hon của thuyền nhân, của đồng bào mình. Đúng là chúng ta đã vượt mọi khó khăn để tìm gặp, kéo nhau lên từ cõi chết. Ôi những giọt lệ tình nghĩa "lá rách đùm lá tả tơi." Nói ra không thể nào hết. Xin quý vị hãy bình tâm theo dõi bài viết của Bác Sĩ Nguyễn ngọc Kỳ dưới đây để biết thêm, để cùng lặng lẽ chia xẻ với ông những ưu tư, tế nhị trong mọi cảnh huống của "Người Đi Vớt Người."

PLT

oOo

So với công cuộc quang phục đất nước thì vấn đề người tị nạn là thứ yếu. Nhưng đối với khả năng nhỏ bé của tôi, một người y sĩ, tôi đã có dịp về Biển Đông vớt người vượt biển, ở đó tôi đã tận tay giúp đỡ được một số đồng bào ruột thịt mà một số những người này đã kịp thoát khỏi bàn tay của Tử Thần trong đường tơ kẽ tóc để đến được bến bờ tự do, thì cho đến nay và mai sau, tôi vẫn nghĩ đó là những vinh dự lớn lao cho đời tôi.

Ngược lại dòng thời gian về một buổi tối năm 1978, lúc ấy khoảng 8 giờ tối, ngày 8 tháng 11, các đài truyền hình Âu Châu loan truyền một bản tin: "Đói khát và bệnh dịch đang đe dọa chúng tôi. Xin hãy cứu chúng tôi." Đó là nội dung tấm biểu ngữ viết bằng tiếng Anh, căng bên sườn phía sau chiếc tàu sắt Hải Hồng chở 2,564 người tị nạn đói khát, mệt lả, chen chúc trên boong, dưới các hầm, và con tàu lại đang lâm nguy trong bão tố. Họ là những thuyền nhân Việt Nam đang bị các nước Đông Nam Á và Hồng Kông từ khước lời van xin một nơi trú ngụ. Chính những tin tức này đã khiến dư luận Âu Châu xúc động. Một số nhà hảo tâm Pháp đã nhanh chóng kết hợp nhau trong tinh thần nhân đạo để tiến tới việc thành lập một ủy ban có danh xưng là "Một con tàu cho Việt Nam."

Tiếp theo, vào tháng 2 năm 1979, Ủy Ban "Một con tàu cho Việt Nam" cũng đã được hình thành tại Tây Đức.

Vào cuối tháng 3 năm 1979, ngay tại bờ biển Mã Lai, 104 thuyền nhân Việt Nam đã bị chết đuối sau khi Hải Quân Mã Lai đẩy thuyền của họ ra biển, không những không cho họ cặp bến mà còn hăm dọa sẽ bắn nếu những người tị nạn còn ý định đặt chân lên đất nước họ. Chính biến cố tàn nhẫn này đã gây chấn động dư luận thế giới. Khắp nơi, những người yêu chuộng tự do đã bày tỏ những mối thương cảm và hỗ trợ quyền sống, quyền tị nạn của thuyền nhân Việt Nam. Trước sự đòi hỏi phải cứu vớt người tị nạn của quần chúng, chính phủ các nước đã phải tiến tới việc triệu tập một hội nghị quốc tế về tị nạn Đông Dương tại Genève ngày 20 tháng 7 năm 1979.

Trong thời gian chuẩn bị hội nghị, không khí cứu giúp người vượt biển đã vô cùng phấn khởi cho những nhà hảo tâm Pháp và Tây Đức. Nhờ sự phối hợp này nên chiến dịch "Một con tàu cho Việt Nam" đã sớm hoàn thành. Ngày 17 tháng 4 năm 1979, lúc 17 giờ 45, chiếc tàu Đảo Ánh Sáng "Ile de Lumière"" rời bến Singapore tiến vô biển Nam Hải đánh dấu cho cuộc khởi đầu công cuộc "Vớt Người Biển Đông" kéo dài cho mãi tới ngày nay.

Chiến dịch Ile de Lumière năm 1979 đã vớt được 500 thuyền nhân. Con tàu này cũng đã bỏ neo tại đảo Pulau Bidong, một đảo hoang miền Đông Bắc Mã Lai, nơi đang chứa gần 40 ngàn thuyền nhân. Các y sĩ trên tàu đã phối hợp với các y sĩ tị nạn trên đảo, cung cấp thuốc men, chăm sóc sức khỏe cho thuyền nhân một thời gian.

Từ năm 1979 đến năm 1981, những con tàu nhân đạo của quốc tế đã vớt được tổng cộng 6,075 thuyền nhân. Riêng năm 1981, chiếc tàu Akuna hợp tác với Tổ Chức Quốc Tế Chống Hải Tặc đã vớt được 100 người. Chiếc tàu này cũng đã thu thập nhiều bằng cớ nạn hải tặc đang sát hại thuyền nhân tại Biển Đông. Với những hình ảnh chụp được, với những nhân chứng có mặt tại chỗ, dư luận thế giới một lần nữa lại cảm thương cho số phận người Việt vì tự do phải bỏ nước ra đi nên phải đương đầu với sự đe dọa của thiên nhiên, với sự đe dọa của đồng loại.

Công cuộc vớt người Biển Đông vẫn được tiếp tục. Năm 1982, chiến dịch Ile de Lumière II với con tàu MS Goele có chiến hạm Balny hộ tống đã vớt được 1,208 thuyền nhân. Năm 1985, con tàu Jean Charcot vớt được 520 thuyền nhân. Từ năm nay, từ phía cộng đồng người Việt tị nạn ở hải ngoại bắt đầu tiếp tay với những nhà hảo tâm quốc tế để cứu giúp người tị nạn. Một ủy ban của người Việt mà trụ sở đặt tại San Diego lấy tên là " Ủy Ban Báo Nguy Giúp Người Vượt Biển." Năm 1986, chiến dịch Cap Anamur II đã vớt được 888 thuyền nhân, trong số này có 358 người được chở thẳng về Tây Đức định cư và được tuyên dương là những chiến sĩ của tự do.

Kể từ năm 1986, giới y sĩ Việt Nam đã có mặt thường xuyên trên Biển Đông mỗi khi quốc tế mở chiến dịch cứu người vượt biển.

Năm 1987, chiếc tàu Rose Schiaffino đã vớt được 906 người trong đó 228 thuyền nhân đã được đưa thẳng về Pháp, cặp hải cảng Rouen thuộc bờ biển Normandie và được tuyên dương là những chiến sĩ của tự do.

Cho đến năm 1987, những chiến dịch cứu người vượt biển vẫn được mang tên là Rescue Mission. Trước khi tàu khởi hành, con tàu thường đã vận động và xin được một số chiếu khán nhập cảnh của một số nước ở Âu Châu, do đó, khi theo tàu về Biển Đông, khi chúng tôi vớt được những thuyền nhân đang lạc lõng lâm nguy trên biển cả, những người này sau đó đã được đưa tới các đảo tạm trú bình an để chờ đi định cư, hoặc được tàu chở thẳng đi định cư như trường hợp tại Tây Đức và Pháp. Nhưng, từ năm 1988, tình trạng này đã không còn nữa. Những thuyền nhân Việt Nam từ năm 1988 không còn được thế giới vinh danh là những chiến sĩ của tự do. Quốc tế đã bị ảnh hưởng của sự tuyên truyền của Việt Cộng, lại cộng thêm yếu tố tình thương kéo dài hơn thập niên đã mỏi mệt, dư luận đã gọi thuyền nhân là lớp "di dân kinh tế."

Rồi với những lý do ở tầm mức rộng lớn hơn mang tính chất địa lý chính trị, Hồng Kông đã mở đầu cung cách đối xử khắc nghiệt với người tị nạn. Đảo quốc này đã áp dụng chính sách "Thanh Lọc" người tị nạn kể từ 1 tháng 6 năm 1988, phân ra tị nạn chính trị và tị nạn kinh tế. Từ đó Hồng Kông đã điều đình riêng với Hà Nội để giao trả người tị nạn. Riêng với công cuộc vớt người Biển Đông, khi chuẩn bị đi đưa một con tàu ra khơi, những người chủ trương đã không thể xin trước được một số chiếu khán dự trữ trước chiến dịch.

Vì thế, kể từ tháng 4 năm 1989, công cuộc cứu giúp thuyền nhân không còn mang tên "Cứu Người Vượt Biển" nữa mà đổi tên thành "Giúp Người Vượt Biển."

Khi theo tàu về Biển Đông, chúng tôi tìm kiếm những chiếc thuyền vượt biển, trợ giúp họ tránh bớt những hiểm nguy như bảo vệ họ khỏi bị hải tặc chận bắt, đưa họ từ ngoài hải phận tới bờ biển Mã Lai Á, rồi lại thả họ xuống thuyền của họ để họ tự lái vô đảo Bidong. Năm 1988, chiếc tàu Mary Kingstown đã vớt được 494 người và đã trợ giúp được 3 thuyền vượt biên tới Mã Lai.

Năm 1989, con tàu Mary Kingstown về Biển Đông lần thứ hai. Tôi đã có mặt trên con tàu này, tới hải cảng Singapore ngày 3 tháng 4. Và, như đã nói, khi mở đầu cho chiến dịch giúp người Biển Đông năm 1989, chúng tôi không xin được một chiếu khán nào. Tôi là một trong ba bác sĩ Việt Nam định cư tại Hoa Kỳ thay phiên nhau có mặt thường xuyên trên tàu. Con tàu đã rời bến trong lặng lẽ. Con tàu cũng không treo cờ hiệu để phòng sự phản đối của các quốc gia tạm dung Đông Nam Á. Sau hai ngày một đêm chạy theo trục Singapore – Việt Nam, hình bóng đảo Côn Sơn đã dần dần hiện ra ở cuối chân trời, màu sắc quê hương dù chỉ là một vệt xậm đen thôi, nhưng cũng khiến lòng tôi xúc động mạnh. Tôi nhìn chăm chú hòn đảo, tôi tưởng tượng ra trăm ngàn nét thương yêu của quê hương, nơi mà tôi đã sinh ra và lớn lên. Rồi từ trong tiềm thức sâu thẳm, như vang vang tiếng sáo diều, như vang vang lời thơ của một nhà thơ khí tiết nhưng sinh bất phùng thời:

- *Trời Nam ngàn dặm thẳm,*
Non nước một màu sương...

Tình cảm hoài cố hương khiến tôi chạnh thấy lòng nặng trĩu. Một anh bạn phóng viên Pháp chợt hỏi tôi: "Sao anh không về thăm đất nước?" Tôi trả lời tôi sẽ về Việt Nam, nhưng tôi sẽ không bao giờ về Việt Nam như một du khách hay như một kẻ bàng quan.

Vùng hoạt động của chúng tôi thay đổi mỗi ngày tùy theo hướng gió, trung bình cách bờ biển Việt Nam khoảng 50 hải lý về phía Nam và Đông Nam mũi Cà Mau. Sau một tuần làm

289

việc, ngày 12 tháng 4 chúng tôi đã gặp một chiếc thuyền tị nạn. Trên thuyền chở 72 người, trong đó thuyền nhân nhỏ tuổi nhất mới chào đời được hai tháng, và thuyền nhân nhiều tuổi nhất là một cụ già 71. Chiếc thuyền nhỏ, chở quá nặng nên bánh lái đã bị gẫy. Sóng biển từng cơn đã dâng cao hơn mạn thuyền, khiến không ai không hồi họp vì nếu còn kéo dài, chắc chắn chiếc thuyền nghiêng ngửa ì ạch kia sẽ phải chìm, và em bé mới hai tháng kia sẽ phải làm mồi cho cá. Thuyền trưởng tàu Mary Kingtown cho lệnh tiến lại sát thuyền tị nạn. Chúng tôi đã quyết định phải cấp tốc mang 72 người đó lên tàu của chúng tôi, rồi buộc chiếc thuyền của họ, kéo theo sau.

Tàu chúng tôi chuyển hướng chạy về phía đảo Pulau Bidong. Theo dự trù của thuyền trưởng và chúng tôi thì chúng tôi sẽ tới vùng đảo Bidong lúc 2 giờ sáng. Lúc đó chúng tôi sẽ thả 72 người này xuống lại chiếc thuyền mong manh của họ để họ tự lái tấp vào đảo xin tị nạn. Chúng tôi không thể làm gì khác hơn là ở ngoài khơi, cầu nguyện cho họ được lên bờ bình an.

Để thực hiện dự tính đó, con tàu Mary Kingstown đã âm thầm tiến vào hải phận Mã Lai. Đứng trên boong tàu, tôi có cảm giác chúng tôi như là một đoàn quân đang sửa soạn đổ bộ vào một bờ biển để để chiến đấu, vì thế tôi không khỏi băn khoăn đến số phận của 72 thuyền nhân đang tạm lánh nạn trên tàu. Nhiều người trong số này đã nói cho tôi nghe những gian nan mà họ phải chịu đựng, những hiểm nguy mà họ phải vượt qua. Họ tưởng khi được tàu vớt là đã thoát nạn, là đã tới bến bờ tự do. Nên khi nghe tôi cắt nghĩa, họ biết rằng cái vui sướng của họ chỉ là tạm bợ, họ sẽ phải xuống ghe của họ, họ sẽ phải tự lái vô đảo với nhiều bất trắc, nhiều khuôn mặt đã đanh lại vì buồn. Một người đàn ông đã thì thầm với tôi: "Chú Kỳ, sao lúc vượt biển gặp tàu tuần duyên của cộng sản, chúng cháu không sợ, thà liều chết nhảy xuống biển, nhưng bây giờ đã được tàu vớt rồi, tưởng được cứu sống rồi nghe lại phải xuống ghe để bơi một mình vô đảo, cháu thấy sợ quá!."

Bà cụ 71 tuổi nói với tôi trong ánh mắt băn khoăn: "Cậu Kỳ

à, ghe nhỏ mà đông người quá, sợ chìm mất. Cậu có thể chia làm hai toán được không?" Tôi không biết trả lời cụ ra sao, vì phải nói như thế nào để cụ, một người mới thoát khỏi Việt Nam có vài ngày, hiểu được các sinh hoạt phức tạp của cộng đồng thế giới. Không cách chi mà cụ có thể hiểu được rằng ngay cả chúng tôi, với con tàu này, chỉ đang hoạt động lén để tránh sự phản đối của một số quốc gia trong vùng. Nỗi đau xót của tôi lại tăng thêm khi chứng kiến tất cả thuyền nhân ngồi im, nhẫn nhục chịu đựng, nghe chúng tôi giải thích. Họ im lặng chấp nhận số phận của họ. Họ im lặng chuẩn bị để chờ xuống lại chiếc ghe của họ. Không phải họ không sợ. Vì thế, tôi chờ đợi một đôi câu phản đối, một giọng nói gắt gỏng bực bội, nhưng không có. Từ sự cam chịu của 72 người trước mặt, tôi nghĩ đến cái kiếp con người dưới chế độ cộng sản độc tài chuyên chế. Chế độ đã uốn nắn con người sống là cúi đầu chấp nhận tất cả.

Mãi sau đó, chú tài công không biết nghĩ sao, tới bên tôi hỏi: "Chú không đưa chúng cháu về Việt Nam chứ?" Tôi mỉm cười, siết chặt tay người bạn mới gặp. Tội nghiệp anh này đã mang tâm sự của kẻ mất búa trong câu chuyện của *Cổ Học Tinh Hoa*. Những chuỗi ngày tù đày của anh, những bất chắc ngày này sang ngày khác, những hồi hộp lo âu mỗi giờ mỗi phút dưới chế độ cộng sản đã khiến anh không còn biết tin ở ai.

Câu hỏi vừa rồi của anh khiến tôi nghĩ anh đã nghi ngờ ngay cả sự hiện hữu của anh. Lúc nào anh cũng chong mắt chờ đợi cái gọi là giờ thứ hai mươi lăm đó.

Buổi tối hôm đó, tôi tổ chức một buổi lễ cầu nguyện cho những người Thiên Chúa Giáo và lễ cầu siêu cho những người Phật Giáo. Đêm hôm đó cũng là một đêm dài vô tận đối với tôi khi tôi sống với 72 người, nhìn từng bộ mặt lạnh ngắt nhưng lại bão bùng lo lắng nhất, đang chờ đợi giờ trở lại chiếc ghe mỏng manh kéo lếch thếch đằng sau tàu Mary Kingstown. Tôi không còn được những cảm giác như những năm trước, cái cảm giác vui mừng tột độ khiến tôi không thể ngăn được nước mắt trào ra khi nhìn thấy những đồng bào của tôi vừa được cứu sống, vừa được đón lên tàu. Bỏ lại dưới chân xác chiếc ghe sắp vỡ nát với sóng biển lồng lộn. Một nỗi buồn mênh mông tủi hận dâng ngập lòng tôi. Nhìn 72 người ngồi co ro kia sắp sửa trở lại chiếc ghe của họ, tôi nghĩ nếu họ gặp một rủi ro nào mà không được lên bờ bình an, không biết tôi sẽ nghĩ gì, làm gì. Tôi chợt nhớ lại, câu chuyện một chiến hạm Albuquerque của Hoa Kỳ khi gặp chiếc ghe tị nạn mà không cứu vớt, đã khiến sau đó nhiều người bỏ mạng, số còn lại đã phải ăn thịt lẫn nhau để sống ... Trong đêm tối mênh mông của biển cả, tôi đã dạo bước trên *boong* tàu, ngoái mắt nhìn về phía sau rồi xem chiếc ghe đang được lăng nhăng kéo theo. Tự nhiên tôi ao ước sợi dây buộc chiếc ghe kia đứt bung ra để chiếc ghe chìm xuống lòng biển và như thế 72 người này khỏi phải trải qua một thử thách mới. Và, Trời đã ứng lời cầu xin của tôi. Khoảng 3 giờ đêm, biển bỗng nhiên động mạnh. Đến 4 giờ sáng, lúc đó tôi vẫn không ngủ nổi, một anh thủy thủ chạy vào phòng tôi, báo tin chiếc ghe kéo phía sau đã bị sóng đập tan và đang chìm. Tôi chạy ra coi, quả thực nhấp nhô giữa những cơn sóng đổ cuồn cuộn, chiếc ghe giờ chỉ còn là một khối đen ngụp lặn bồng bềnh.

Một nỗi vui mừng tràn ngập hồn tôi. Tay chân tôi run lên không vì lạnh mà vì sung sướng. Tôi định chạy như bay vào báo tin cho 72 thuyền nhân biết tin họ sẽ không còn dịp trở về chiếc ghe của họ nữa. Nhưng ... tôi đã dừng chân lại. Cái vui của tôi sao mà ngắn ngủi. Thực ra đây quả là cái vui với 72 người vừa được vớt, có em bé mới sống được hai tháng, nhưng đó lại là cái rủi cho nhiều thuyền nhân khác đang bươn chải thoát hiểm trên biển. Hầu hết những chiếc ghe chở người tị nạn rời Việt Nam đều rất yếu. Chẳng may họ gặp những trận bão như đang xảy ra lúc này, chắc chắn những chiếc ghe đó sẽ chìm, và những đồng bào của tôi đi tìm tự do sẽ chết. Nay, với 72 người vớt được trên tàu, chiếc Mary Kingstown sẽ phải ngưng công tác đi tìm kiếm giúp ghe tị nạn trên Biển Đông để đưa những người này lên đảo Palawan, Phi Luật Tân. Nhưng, chúng tôi lại không có một chiếu khán nào cho 72 người đó ...

Chúng tôi rời vùng hoạt động ngày 15 tháng 4. Một ngày

sau đó, ngày 16 tháng 4, ngay tại vùng chúng tôi vừa đi khỏi, một thảm cảnh hãi hùng nhất trong lịch sử thuyền nhân đã xảy ra. Một chiếc ghe nhỏ chở 130 đồng bào tôi đi tìm tự do đã bị hải tặc xả súng sát hại. Chiếc ghe bị đốt. Chỉ còn một người duy nhất sống sót là anh Phạm Ngọc Minh Hùng, 22 tuổi. Anh Hùng đã may mắn được một chiếc ghe tị nạn khác tình cờ đi ngang qua, vớt được và đưa vào đảo.

Trở lại với 72 người trên tàu Mary Kingstown, khi tôi báo tin cho họ chiếc ghe của họ đã vỡ bể, như thế họ sẽ được chúng tôi chở thẳng tới một trại tị nạn nào đó, tất cả mọi người reo lên sung sướng. Tôi chung vui với họ, và hơn lúc nào hết, tôi thấm thía hiểu thế nào là chữ đồng bào ruột thịt, vì tôi và 72 người trên tàu, đã nhìn nhau như một gia đình, đã cùng nhau nhìn về một tương lai chung.

Biển vẫn động mạnh. Gió vần vũ dâng sóng lên cao ghê rợn. Tiếng sóng quật vào thân tàu, tiếng gió hú ồng ộc tạo nên những âm thanh oan khiên quái đản như tiếng khóc than của những thuyền nhân, những đồng bào của tôi đã vùi thây chôn bao mộng ước một đời dưới lòng biển cả. Vào khoảng 8 giờ rưỡi sáng 13 tháng 4, tình cờ tôi phát hiện hướng bên trái tàu của tôi một chiếc ghe nhỏ đang trôi giạt bồng bềnh trong bão tố. Tôi vội quan sát kỹ. Sau khi biết chắc chắn không phải là ghe đánh cá hay tàu tuần duyên của cộng sản, chúng tôi tiến lại gần để thực hiện cuộc tiếp cứu. Chiếc ghe nhỏ chỉ chở có 40 người gồm cả đàn bà và trẻ em, nhưng lại là một cuộc cứu cấp khó khăn và nguy hiểm nhất mà tôi từng gặp. Vì biển sóng dữ quá. Con tàu Mary Kingstown và chiếc ghe tị nạn không thể đứng một chỗ để đưa người xuống phao cấp cứu và dòng họ lên boong. Chỉ có một mình tôi và một anh thủy thủ trên chiếc xuồng cấp cứu. Vì quá hấp tấp trước sự nguy khốn của các thuyền nhân, chúng tôi không kịp đeo phao cấp cứu. Chiếc xuồng nhấp nhô, *mưa đầy tóc, gió đầy vai*, tiếng la hét kinh sợ của các em nhỏ, tiếng sóng đổ ào ào, mặt biển tiếp với mây xám úp chụp lấy chúng tôi, giữa cái vĩ đại của thiên nhiên, tôi đã thấy cái ranh giới của sự sống và sự chết thật vô cùng mong manh.

Tôi đã khóc. Tôi vừa ôm chặt cánh tay của những em bé đưa xuống xuồng, em bé khóc, tôi khóc. Tôi khóc nức nở. Tôi thấy mưa trong lòng tôi. Tôi thấy những ảo ảnh nhạt nhòa của những ánh mắt đồng bào tôi hoảng sợ, tóc bệt từng nạm phủ che ngang mặt, tranh sống với tử thần từ đường tơ kẽ tóc.

Tôi biết tôi đã khóc vì tủi hận. Tôi thương đất nước tôi, tôi thương dân tộc tôi, tôi thương cho những người vì đâu phải liều chết thế này để ra đi. Tôi khóc cũng vì thương chính thân tôi, vì đâu mà giờ này tôi phải đang ngụp lặn giữa Biển Đông, vì đâu mà tôi thành kẻ vong quốc "bốn bể lưu lạc tha phương" nơi quê người đất khách. Và, cũng có thể tôi đã khóc vì sung sướng. Một người từ chiếc ghe được đưa xuống xuồng, chuyển lên tàu Mary Kingstown là một mạng người được cứu sống. Như thế, tôi đã làm được một việc có ý nghĩa nhất cho đời tôi để không chỉ sống với những ngày như cây cỏ ...

Tôi vẫn tiếp tục công việc tiếp cứu trong mưa bão. Phải mất gần ba tiếng đồng hồ mới mang được 40 người đó lên chốn bình an tạm bợ. Anh thủy thủ và tôi còn lên chiếc ghe tị nạn lục soát một lần chót. Cuối cùng chúng tôi đục thủng bên mạn ghe cho nước chìm vô, đưa chiếc ghe xuống ngủ yên dưới lòng biển cả. Khi sắp bước chân xuống xuồng trở lại tàu Mary Kingstown, tôi chợt nhìn thấy trong ghe có một cây đèn dầu hỏa còn leo lét cháy. Tôi như bị ngọn lửa thu hút. Ngọn lửa đó là sức sống và niềm tin của 40 người vượt biển, là niềm tin và sức sống của đồng bào tôi trên quê hương tôi. Tôi đã bất chấp gian nguy, chạy tới lấy cây đèn mang về như một kỷ vật yêu dấu. Cây đèn thô sơ đó giờ đây được cất giữ trong nhà tôi, với ánh lửa. Tôi mong rằng ngọn lửa này sẽ thắp sáng trong lòng tôi, sẽ hâm nóng trong tim tôi một nhiệt tình đối với tổ quốc tôi, hai chữ Việt Nam.

Trở về tàu, nhiều người vừa được cấp cứu đã nằm lả ngổn ngang. 11 người bị ói mửa vì đã ba ngày nay, ghe của họ chết máy, bị trôi theo sóng, không ăn uống gì. Một người trong số này ói ra máu, cần tôi điều trị gấp.

Con tàu Mary Kingstown tiếp tục hướng Đông để tới Palawan. Công cuộc vận động xin chiếu khán cũng bắt đầu hối hả. Pháp từ chối. Đức từ chối. Cao Ủy Tị Nạn Liên Hiệp Quốc từ chối. Mỗi khi nhận được tin một quốc gia từ chối, chúng tôi không ngạc nhiên, vì điều đó đã biết trước. Biết trước sẽ khó tìm được tấm lòng bao dung, nhưng chúng tôi vẫn cứ xin, vẫn thử thời vận, vẫn còn nước còn tát. Mãi khi con tàu tới gần bờ biển Phi Luật Tân thì mối lo âu đã khiến chúng tôi bối rối. Một ý kiến đề nghị nếu không xin được chiếu khán, chúng tôi sẽ chở 112 thuyền nhân này về Âu Châu, vận động thêm một lần khơi động lương tâm thế giới để tạo dư luận thuận lợi cho thuyền nhân. Một ý kiến khác muốn con tàu Mary Kingstown này sẽ đi thẳng tới cảng San Francisco hoặc Los Angeles, rồi vòng về Marseille đúng vào dịp lễ Quốc Khánh nước Pháp ngày 14 tháng 7 nếu như tới lúc đó 112 thuyền nhân này vẫn chưa tìm được nơi tá túc. Chúng tôi nhớ đến chiếc thuyền tị nạn Do Thái St. Louis, năm 1939 đã bị các nước từ chối không cho cặp bến khiến hầu hết 937 thuyền nhân phải quay trở về Âu Châu để nhận chịu số phận chết thảm trong các lò hơi ngạt của Đức Quốc Xã. Tôi tự hỏi tới nay đã có bao nhiêu trăm ngàn thuyền nhân Việt Nam đã bị các tàu buôn quốc tế từ chối cứu vớt, đã bị an ninh các nước trong vùng kéo đuổi ra biển, để rồi bị vùi thây nơi đáy biển Thái Bình này?

Ngày 19 tháng 4, 1989, chúng tôi tới đảo Palawan. Chính quyền Phi Luật Tân cấm chúng tôi không được vô hải phận dù rằng số lượng nước ngọt trên tàu đã gần hết. Sau một ngày, Phi thay đổi quyết định. Họ cho chúng tôi vô gần bờ để cho chúng tôi nước uống, nhưng con tàu bị phong tỏa, không một ai được lên hay xuống. Chúng tôi lại mở cuộc thương thuyết với Phi. Kết quả, tôi được phép dùng chiếc xuồng nhỏ lên bờ để mua thêm thuốc men, thực phẩm tươi cho thuyền nhân. Những ngày sau, Phi cho vài nhóm phóng viên báo chí lên tàu. Họ thu hình, phỏng vấn các thuyền nhân, hứa sẽ giúp thuyền nhân tìm được một chỗ đứng trên mặt đất. Nhờ vậy mà sinh hoạt trên tàu bớt căng thẳng. 112 thuyền nhân nhóm trong tim ngọn lửa hy vọng. Ngọn lửa hy vọng đó cũng cháy lan sang tim tôi một chút sáng như ánh sáng của cây đèn bão mà tôi lấy được trên chiếc ghe vượt biển mấy ngày trước.

Ngày 24 tháng 4, 1989, tôi được báo tin chính phủ Pháp đã chấp thuận cho 112 chiếu khán. Tôi vui mừng chạy ra nói cho 112 thuyền nhân biết. Chúng tôi chúc mừng nhau về sự may mắn bất ngờ đó. Người thì cảm tạ Chúa. Người thì cảm tạ Phật. Người thì cho rằng bản thân mình có số may mắn, ra đi trót lọt lưới công an biên phòng Việt Cộng, rồi được tàu Mary Kingstown vớt, rồi được Pháp cho định cư, thay vì phải nằm tại đảo tị nạn chờ không biết đến bao giờ.

Nhưng niềm vui đó chỉ được có hai ngày. Ngày 26 tháng 4, đại diện Cao Ủy Tị Nạn Liên Hiệp Quốc lên tàu. Ông ta giải thích rằng tuy có lời hứa nhập cảnh của Pháp nhưng tất cả 112 thuyền nhân vẫn phải qua thủ tục thanh lọc. Chỉ những người đủ tiêu chuẩn là người tị nạn đích thực mới được đi định cư, còn những người khác có thể sẽ bị gửi trả về Việt Nam.

Hầu hết các thuyền nhân đều ủ dột như những bông hoa ngắt lìa khỏi cành. Tôi nhìn họ mà ngao ngán cho thân phận con người. Chỉ nội có trong hai tuần lễ thôi mà những người này, có em bé mới chỉ hai tháng, có cụ già 71 tuổi gần đất xa trời, đã phải trải qua biết bao nhiêu biến cố hãi hùng. Buồn và vui dồn dập dày vò những đồng bào tôi. Những buồn những vui không do họ quyết định. Cũng như những sống những chết cũng không do họ quyết định. Và cả chúng tôi cũng thế. Chúng tôi giờ đã làm những việc luẩn quẩn vô nghĩa. Từ vận động để có một con tàu, đến việc thu xếp nhân sự, kéo nhau về Biển Đông, chạy vòng vòng trên biển kiếm ghe tị nạn, vớt họ lên, chở họ tới đảo tị nạn và cuối cùng người tị nạn đó lại có thể bị gởi trả về Việt Nam. Chúng tôi nghĩ rằng trong hoàn cảnh đó, công việc chúng tôi nỗ lực làm đã hoàn toàn không cần thiết nữa.

Mọi người chúng tôi thảo luận rồi quyết định rằng chiến dịch cứu người vượt biển khởi đầu từ năm 1979 sẽ chấm dứt kể từ ngày 7 tháng 7 năm 1989, ngày mà con tàu Mary Kingstown trở về tới cảng Singapore.

Từ nay về sau, cho đến khi Việt Nam quang phục, khi trời cuối xuân, tôi sẽ có những phút giây ngồi tưởng nhớ những ngày tháng cũ. Vì hàng năm, khi tháng ba tới là mùa biển lặng, chúng tôi đã từng gọi đó là mùa của thuyền nhân. Từ nước Mỹ, chúng tôi nao nức sửa soạn hành trang trở về Biển Đông. Và từ trên mặt sóng Biển Đông, chúng tôi gặp những đồng bào ruột thịt vừa thoát khỏi địa ngục để sống lại. Và, cũng từ Biển Đông với những con sóng nhẹ lắc lư như đang nằm trong võng buổi trưa hè, tôi lười biếng một cách thích thú thưởng thức từng cơn gió của quê hương thổi tới ngọt ngào mát rượi. Qua viễn vọng kính, tôi nhìn về quê hương, nơi xa xôi đó chỉ là vệt màu đen xậm, nhưng trong tiềm thức tôi đã vang dậy những tiếng ru của mẹ, tiếng gà gáy, tiếng trẻ em hát trong sân trường mẫu giáo, tiếng ngâm những đoạn thơ chính khí của cụ đồ già ...

Nhật nhật tương tư sầu vong quốc
Vọng cố hương hề thiên nhất phương

Tôi sẽ ngồi trong khung cửa, kỷ niệm những năm về Biển Đông còn bên tôi là ngọn đèn bão thô sơ nhưng thân thiết. Nhưng lòng tôi vẫn là từng cơn sóng nổi. Vì tôi biết, nếu tổ quốc Việt Nam chưa giải phóng, người Việt Nam sẽ tiếp tục ra đi tìm tự do. Thuyền nhân sẽ đơn độc trên Biển Đông với cạm bẫy của thiên nhiên và của chính con người. Hành trình đi tìm tự do của dân tộc ta, như thế vẫn còn đầy máu và nước mắt.

Có những chàng trai qua Biển Đông
Vành môi cắn chặt mắt tuôn ròng
Hẹn mai trở lại, thề trở lại
Cho gió tan hờn, cho nước trong ...

Nguyễn ngọc Kỳ

BẢN CHIẾT TÍNH CHI THU
từ năm 1980 đến 1989
của
ỦY BAN BÁO NGUY GIÚP NGƯỜI VƯỢT BIỂN

TIẾT MỤC	80/81	81/82	82/83	83/84	84/85	85/86	86/87	1987	1988	1989	TOTAL
THU											
-Đồng bào đóng góp	1,499	0	12,315	15,290	*33,373	205,334	**138,598	252,942	309,848	176,639	1,146,338
-Tiền lời ngân hàng	0	0	102	136	553	2,472	2,870	2,130	4,214	3,425	15,902
CHI											
-Chi phí cho các chiến dịch vớt người vượt biển, giúp đỡ các trại tỵ nạn và hội thảo	0	0	7,861	13,268	17,050	99,151	158,244	107,256	218,360	135,268	756,458
-Gây quỹ và tranh đấu cho thuyền nhân	600	899	3,664	3,630	5,151	34,932	37,574	39,047	61,479	68,718	255,694
-Lương và Thuế cho nhân viên	0	0	0	0	0	0	6,206	5,311	21,404	26,424	59,345
-Chi phí văn phòng	0	0	0	491	3,382	6,075	13,815	6,895	12,456	12,503	55,617

TỒN SẢN VÀO NGÀY 31/12/1989

-Hiện kim ....: $31,217
-Giá trị dụng cụ hiện tại ....: 4,279
-Tiền nợ ....: 370
                          ──────────
                          $35,126

GHI CHÚ: 1) Các năm 80/81, 81/82, 82/83, 83/84, 84/85, 85/86, 86/87, tài khóa của Ủy Ban nằm trong Hội Ái Hữu Việt Nam tính từ 1/7 đến 30/6 năm sau.
2) Ngân khoản $255,694 bao gồm tất cả chi phí tại San Diego cung như tại các nơi khác trong 10 năm, để tạo ra số tiền $1,146,338.

*Bao gồm số tiền $3,570 do Hội Ái Hữu Việt Nam tại San Diego quyên góp được để tổ chức lớp cán sự điện tử cho người tỵ nạn.
**Không bao gồm số tiền $78,239 tài trợ bởi PIC-RETC để đào tạo cán sự điện tử cho người tỵ nạn.

-5-

298

TỔNG KẾT CÁC NGÂN KHOẢN TÀI TRỢ
1980 - 1989

	TÊN ĐƠN VỊ NHẬN	SỐ TIỀN	
1982/1983	-DUONG SONG NEWSPAPER	1,000	
	REV. NAMWONG THAILAND	5,861	
	RESCUE OPERATIONS (AKUNA)	1,000	7,861
1983/1984	-REV.NAMWONG THAILAND(	8,135	
	RESCUE OPERATIONS (AKUNA)	3,490	
	MEDECINS DU MONDE	1,017	
	DUONG SONG NEWSPAPER	626	13,268
1984/1985	-MEDECINS DU MONDE(RESCUE MISSION)	15,000	
	REFUGEE CAMPS IN SIKIEW	1,000	
	DUONG SONG NEWSPAPER	500	
	COALITION FOR THE PROTECTION OF		
	BOAT PEOPLE	350	
	WELESLEY METHODIST CHURCH	200	17,050
1985/1986	-MEDECINS DU MONDE(RESCUE MISSION)	76,310	
	KOMITEE CAP ANAMUR(RESCUE MISSION)	20,000	
	REFUGEE CAMPS IN THAILAND	2,621	
	SAN JOSE PAGODA	200	
	UNITED WAY	20	99,151
1986/1987	-MEDECINS DU MONDE(RESCUE MISSION)	153,244	
	INDOCHINESE RESOURCE ACTION CENTER	5,000 (1)	158,244
1987	-MEDECINS DU MONDE(RESCUE MISSION)	96,756	
	INDOCHINESE RESOURCE ACTION CENTER	5,500 (2)	
	REV. PIERRE CEYRAC THAILAND	5,000	107,256
1988	-MEDECINS DU MONDE(RESCUE MISSION)	180,000	
	INDOCHINESE RESOURCE ACTION CENTER	25,000 (2)	
	ECOLE SANS FRONTIERES	5,000 (3)	
	U.S. COMMITTEE FOR REFUGEES	1,000	
	VIETNAMESE FEDERATION SAN DIEGO	5,000 (4)	
	IMMA SAN DIEGO	100	
	REFUGEE CAMPS IN SOUTH EAST ASIA	2,260	218,360
1989	-REFUGEE SPONSORSHIP COORDINATION		
	COUNCIL CANADA	20,000	
	INDOCHINESE RESOURCE ACTION CENTER	200	
	PROJECT NGOC CALIFORNIA	3,000 (5)	
	RED CROSS	2,000 (6)	
	REFUGEE CAMPS IN SOUTH EAST ASIA	15,218	
	RESCUE MISSION (A. GILLE)	90,000	
	REFUGEE CAMPS IN PALAWAN (REV.CHI)	2,350	
	UNHCR	2,000	
	WALKHATON FOR BOAT PEOPLE S.DIEGO	500	135,268
			756,458

SAN DIEGO, 01-06-1990

(1)-Cấp cho Giáo Sư Lê Xuân Khoa, Giám Đốc Trung Tâm Tác Vụ Đông Dương
    để giúp đỡ các trại tỵ nạn Đông Nam Á.
(2)-Cấp cho Trung Tâm Tác Vụ Đông Dương để tổ chức hội nghị quốc tế
    bênh vực cho người tỵ nạn.
(3)-Tổ chức dạy Pháp và Anh ngữ cho đồng bào tỵ nạn tại trại tỵ nạn Palawan.
(4)-Một nửa ngân khoản của giải thưởng Người Phụ Nữ Thế Kỷ 21 được trao
    cho Hiệp Hội Người Việt San Diego thể theo yêu cầu của người nhận giải,
    Ký Giả Vũ Thanh Thủy.
(5)-Tài trợ cho Project Ngọc để tổ chức Hội Nghị tại Westminster ngày
    7/5/89 để bênh vực Quyền Người Tỵ Nạn tại Hội Nghị Quốc Tế Geneva.
(6)-Giúp các nạn nhân trận động đất tại San Francisco.Ngân khoản này do
    cộng đồng người Việt tại Bắc Cali tặng, chuyển cho Uỷ Ban để nhờ
    Uỷ Ban trao lại cho Hội Hồng Thập Tự.

BOAT PEOPLE S.O.S COMMITTEE
8970 LINDA VISTA ROAD
San Diego. CA 92111. USA.

-6-

Chương II
ĐỊNH CƯ CHO THUYỀN NHÂN

Năm 1988 vấn đề tị nạn lâm vào bế tắc đưa đến Hội nghị Quốc tế để giải quyết khủng hoảng tị nạn. Với tình trạng đóng cửa các trại tị nạn, cưỡng bách hồi hương, và các nước phương Tây không còn muốn nhận người tị nạn, UBBNGNVB không còn lý do để tiếp tục Vớt Người Biển Đông.

Để đáp ứng tình hình mới, Ủy Ban nhanh chóng chuyển hướng hoạt động, quyết định thành lập một chi nhánh tại Washington, DC, là cửa ngõ của quyền lực, để chi nhánh này có thể vận động Quốc Hội, Bộ Ngoại Giao, các tòa Đại Sứ liên hệ... một cách nhanh chóng và hữu hiệu. Đó là lý do Ủy Ban Báo Nguy Cứu Người Vượt Biển- Chi Nhánh Hoa Thịnh Đốn ra đời.

Công việc vận động đã được ghi lại qua phóng sự bằng ảnh của bà Trương Anh Thụy, một trong những người đứng đầu Ủy Ban Cứu Người Vượt Biển. Phóng sự hình ảnh này tóm lược những vận động từ lúc ban sơ của Ủy Ban Báo Nguy Giúp Người Vượt Biển San Diego- Chi nhánh HTĐ đến giai đoạn trở thành Ủy Ban Cứu Người Vượt Biển (Boat people S.O.S.) sau này.

Ủy Ban Báo Nguy Giúp Người Vượt Biển Chi Nhánh Hoa Thịnh Đốn (UBBNGNVB-HTĐ)

Một Số Hình Ảnh Ghi Lại Các Hoạt Động

Buổi nói chuyện và chiếu phim Vớt Người Biển Đông của nhà văn Phan Lạc Tiếp (Tổng Thư Ký UBBNGNVB-Trung Ương-San Diego) tại HTĐ.

Từ trái: Nhà văn Phan Lạc Tiếp và cựu Trung tướng Linh Quang Viên.

Từ trái: Luật sư Trần Thanh Hiệp, học giả Hoàng Văn Chí, họa gia Trương Cam Khải.

UB BÁO NGUY GIÚP NGƯỜI VƯỢT BIỂN - *Chi Nhánh Hoa Thịnh Đốn*
--Tổ chức biểu tình chống cưỡng bách hồi hương thuyền nhân Việt Nam được
sự hưởng ứng nồng nhiệt của rất nhiều Hội Đoàn và các đồng hương.

UBBNGNVB-HTĐ hợp tác với nhiều Hội Đoàn trong vùng tổ chức biểu tình
trước Tòa Bạch Ốc đòi thêm "quota" cho thuyền nhân vào Mỹ.

Đòi thêm "quota" cho thuyền nhân Việt Nam, UBBNGNVB - Chi nhánh HTĐ đã phối hợp với nhiều Hội Đoàn trong vùng tổ chức biểu tình trước Tòa Bạch Ốc. Từ trái: GS Đặng Đình Khiết; một nhân viên cao cấp đại diện Tòa Bạch Ốc; GS Nguyễn Tự Cường; nhà báo Ngô Vương Toại; GS Nguyễn Ngọc Bích (Nghị Hội Người Việt Toàn Quốc tại Hoa Kỳ); bà Trương Anh Thụy (Chủ tịch chi nhánh DC của UBBNGNVB-San Diego-California).

"BA CÂY CHỤM LẠI...!" Từ trái: BS. Trần Quốc Dũng, GS. Lê Xuân Khoa (Trung Tâm Tác Vụ Đông Dương), TS Nguyễn Đình Thắng (Tổng thư ký chi nhánh DC của UBBNGNVB-San Diego-California)

*Từ trái: SV. Đinh Quang Anh Tuấn (UBBNGNVB-HTĐ), một thân hữu,
nhà báo Ngô Vương Toại, SV. Nguyễn Đình Thắng (UBBGGNVB-HTĐ)*

*Ngày mùng 1 TẾT thời tiết ở Hoa Thịnh Đốn còn giá lạnh nhưng những người
đến trước không quên đồng bào còn đang kẹt lại ở các trại tị nạn. SV. Nguyễn
Khoa Diệu Hiền, cuôi bên phải, đại diện UBBNGNVB-Chi nhánh HTĐ*

Các khuôn mặt ưu tư trong ngày biểu tình chống cưỡng bách hồi hương!
Từ trái: Bà Trương Anh Thụy, BS. Trần Quốc Dũng, GS. Đặng Đình Khiết,
GS. Nguyễn Ngọc Bích, cựu đại sứ Bùi Diễm, GS. Nguyễn Tự Cường

Phái đoàn Việt Nam gồm BS Trần Quốc Dũng, GS Nguyễn Ngọc Bích (Nghị
Hội Toàn Quốc Người Việt tại Hoa Kỳ, bà Trương Anh Thụy (UB Báo Nguy
Giúp Người Vượt Biển-Chi nhánh HTĐ), cựu ĐS Bùi Diễm, GS Lê Xuân Khoa
(TT Tác Vụ Đông Dương), GS Nguyễn Tự Cường (UB Helsinki) họp với hai
nhân viên cao cấp tại Bộ Ngoại Giao

Tháng 8, năm 1988 - Trước toà Đại Sứ Anh tại Washington, DC. UB được sự tham gia đông đảo của giới trẻ biểu tình phản đối Hồng Kông sửa soạn đóng cửa các trại tị nạn tại nơi này. (Hình của BPSOS)

"Walkathon" – Đi bộ quanh Lake Barcroft – Virginia, gây quỹ trong dịp chống lệnh cưỡng bách hồi hương thuyền nhân Việt Nam

UB BÁO NGUY GIÚP NGƯỜI VƯỢT BIỂN – Vô cùng cảm tạ Ban Tổ Chức: Ông Lê Văn, chuyên viên kỳ cựu của đài VOA, ông Dương Ngọc Hoán, xướng ngôn viên thâm niên của đài VOA, cùng Ban Hợp Ca Thăng Long, Ban Tam Ca Tiếng Tơ Đồng, Danh ca Lệ Thu, Đệ nhất tài danh VN: Nghiêm Phú Phi, Đan Thọ và hai nhạc sĩ xuất sắc Kim Lộc, Đức Trường

Ủy Bao Báo Nguy Giúp Người Vượt Biển của HTĐ đã thu được 3.528 mỹ kim trong bữa cơm gây quỹ đầu tiên ra mắt Ban Chấp Hành

Ủy Ban Báo Nguy Giúp Người Vượt Biển vùng Hoa Thịnh Đốn mới được thành lập cách đây không lâu và ra mắt lần đầu tiên bằng một bữa cơm gây quỹ tại nhà hàng Harvest Moon vào đêm 16/1/88 vừa qua. Đã có hơn 300 người hưởng ứng đến tham dự buổi này và chỉ cần một bữa cơm đầu tiên ấy, sau khi thanh toán các chi phí nhà hàng, thiệp mời, âm thanh...Ủy Ban đã thâu được một số tiền lên đến 3.528 mỹ kim để gửi về cho Ủy Ban BNGNVB Trung Ương tại San Diego để trợ giúp các chiến dịch trợ giúp đồng

Thành phần Ủy Ban Báo Nguy Giúp Người Vượt Biển Hoa Thịnh Đốn gồm có :
Chủ tịch: Bà Trương Anh Thụy
Phó CT/Ngoại vụ: Nguyen Ngọc Bich
Phó CT/Nội vụ: Trương Hồng Sơn
Tổng Thư Ký: Hồ Bứu
Thủ Quỹ : Thanh Mahoney

bào tị nạn trong dịp đón Xuân Mậu Thìn năm nay.

Các vị Thượng Tọa, Đại Đức hiện diện trong bữa cơm gây quỹ cứu người ty nạn

Quan khách đang chăm chú theo dõi phần nói chuyện của nữ ký giả Vũ Thanh Thủy

Ông Nguyễn Ngọc Bích và bà Trương Anh Thụy đang trò chuyện với Bà Vũ Thanh Thủy (người ngồi giữa)

Hình trái: Bà Hoàng Văn Chí, tiên phong trong việc phát động
gây quỹ cứu người vượt biển. Hình phải: ông Shepard Lowman

Bài nói chuyện của Nữ Ký giả
VŨ THANH THỦY
tại Lễ Ra Mắt Ủy Ban Báo Nguy
Giúp Người Vượt Biển-Hoa Thịnh
Đốn, ngày 16-1-1988.

Bà Trương Anh Thuy, chủ tịch của
UBBNGNVB/Hoa Thịnh Đốn đang nói -
chuyện với quan khách tham dự bữa cơm
gây quỹ vào ngày 16/1/88 vừa qua.

314

*Ủy Ban Báo Nguy Giúp Người Vượt Biển cũng yểm trợ Ủy Ban Phối Hợp
Bảo Trợ Người Việt Tị Nạn Canada bằng hiện kim và cung cấp danh sách của
một số thuyền nhân cho UBPH để đưa người tụ nạn vào định cư tại Canada.*

Trung Tâm Người Việt Canada
Vietnamese Canadian Centre - Centre vietnamien du Canada
Charitable Org. Reg. No. 0772350-59-10

ỦY BAN PHỐI HỢP BẢO TRỢ NGƯỜI VIỆT TỊ NẠN CANADA
Vietnamese Refugee Sponsorship Coordinating Council of Canada
Le Conseil de coordination de parrainage des refugiés vietnamiens au Canada
P.O. Box 2744, Station "D", Ottawa, Ont. Canada K1P 5W8
Tel. (613) 230-8282

SỐ:
NOV-91-2

Ngày 9-1-1991

Kính gửi:
Giáo Sư Nguyễn Hữu Xương
Chủ Tịch Uỷ Ban Báo Nguy Giúp Người Vượt Biển
6970 Linda Vista Road, Suite 102
San Diego
CA 92111, U.S.A.

Thưa Anh:

Tôi có nhận được thư Anh đề ngày 29-11-1990 và vấn đề
đề nghị Bác Sĩ Bernard Kouchner vào chức vụ Cao Uỷ
Trưởng Phủ Cao Uỷ Tị Nạn Liên Hiệp Quốc. Rất tiếc,
khi tôi nhận được thư này thì ông Tổng Thư Ký Liên Hiệp
Quốc đã loan báo về việc bổ nhiệm chức vụ này. Dù sao
tôi cũng xin cảm ơn Anh đã cho chúng tôi có dịp cộng
tác với quý Uỷ Ban trong nghĩa cử đáng quý này.

Vào tháng trước, chúng tôi có được chị Trương Anh Thuy
chuyển sang số tiền 10.000 đô-la (mười ngàn mỹ kim)
do quý Uỷ Ban gửi trợ giúp chương trình bảo trợ đồng
bào tị nạn của chúng tôi. Xin cảm ơn Anh, Anh Phan Lạc Tiếp
và quý Uỷ Ban rất nhiều. Nhờ sự tận tình giúp đỡ của các
Anh, chị Anh Thuy, Anh Nguyễn Đình Thắng ở Virginia và
các Anh Chị Em trong Uỷ Ban Báo Nguy Giúp Người Vượt Biển
tại Hoa Kỳ, Uỷ Ban Phối Hợp Bảo Trợ Người Việt Tị Nạn
Canada đã đạt được nhiều kết quả khả quan trong 2 năm
vừa qua. Trong số các đồng bào tị nạn do quý Uỷ Ban
giới thiệu, gia đình Anh Nguyễn Công Minh đã được chính
phủ Canada chấp nhận và chúng tôi đã gửi tiền sang
tổ chức IOM (International Organization for Migration)
ở New York để mua vé máy bay cho Anh Em anh Minh vì
chính phủ Canada không còn cho mượn tiền máy bay như trước
nữa. Chúng tôi hy vọng gia đình Anh Minh sẽ sang tới Ottawa
trong vòng 1 tháng nữa. Chúng tôi cũng vừa làm thủ tục
bảo trợ 2 gia đình gồm 7 đồng bào tị nạn ở Hồng Kông do
các anh chị em trong Project Ngọc giới thiệu. Rất tiếc
những người khác do quý Anh giới thiệu đều đã được các
quốc gia khác thâu nhận nên chúng tôi không bảo trợ được
như đã hứa.

..2/

315

- 2 -

Một lần nữa, xin Anh nhận nổi đây lòng tri ân sâu xa
của chúng tôi về tất cả mọi sự khuyến khích và hỗ trợ
quý báu mà quý Ủy Ban đã dành cho chúng tôi trong thời
gian vừa qua. Nếu công việc của chúng tôi có đạt được
kết quả, một phần lớn là nhờ ở sự cộng tác chặt chẽ nầy.

Kính chúc Anh, Anh Tiếp và quý quyến một năm mới an khang,
thịnh vượng.

Kính thư,

[chữ ký]

Lê Duy Cẩn
Chủ Tịch
Ủy Ban Phối Hợp Bảo Trợ
Người Việt Tị Nạn Canada.

Đkg. Chị Trương Anh Thụy &
     Ban Chấp Hành Liên Hội Người Việt Canada
     - để tường.

*Trong một bữa cơm gây quỹ tại Hoa Thịnh Đốn, Bà Trương Anh Thụy đại
diện UB Báo Nguy Giúp Người Vượt Biển (San Diego) trao tặng hiện kim
cho tiến sĩ Lê Duy Cẩn, chủ tịch Ủy Ban Phối Hợp Bảo Trợ Người Việt
Tị Nạn Canada để góp phần vào việc bảo trợ thuyền nhân vào Canada.*

BOAT PEOPLE S.O.S. COMMITTEE
5061 MAYNARD ST. PH. 619-571-3957
SAN DIEGO, CA 92122

1721

16-66
1220

September 21, 1989

PAY TO THE ORDER OF VIETNAMESE REFUGEE SPONSORSHIP COORDINATING
COUNCIL OF CANADA
$ 20,000.00

TWENTY THOUSAND——————————— DOLLARS

Bank of America
North La Jolla Branch 1102
P.O. Box 2018
La Jolla, CA 92038

FOR Contribution

Xương Nguyễn Hữu

"001721" :122000661: 1023 02745"

BOAT PEOPLE S.O.S. COMMITTEE
5061 MAYNARD ST. PH. 619-571-3957
SAN DIEGO, CA 92122

1938

16-66
1220

SEPTEMBER 21, 1990

PAY TO THE ORDER OF VIETNAMESE REFUGEE SPONSORSHIP COORDINATING
COUNCIL OF CANADA
$ 10,000.00

THE SUM 10000 DOLS 00 CTS ——————————— DOLLARS

Bank of America
North La Jolla Branch 1102
P.O. Box 2018
La Jolla, CA 92038

FOR Fina. contribution

Xương Nguyễn Hữu

"001938" :122000661: 1023 02745"

Giáo sư Nguyễn Hữu Xương trao bằng tưởng lệ cho bà Trương Anh Thụy.

Giáo sư Nguyễn Hữu Xương trao bằng
tưởng lệ cho bà Trương Anh Thụy

Hình trái: trong kỳ Đại Hội "Chiến Dịch Tình Thương Dưới Ánh Mặt Trời 6" tại San Jose ngày 22 tháng 9 năm 1990, GS Nguyễn hữu Xương chủ tịch UB. Báo Nguy Giúp Người Vượt Biển đọc diễn văn giã từ và tuyên bố Ủy Ban sẽ ngưng hoạt động kể từ ngày 1 tháng 10, 1990

Hình phải: Bà Trương Anh Thụy, chủ tịch chi nhánh của Ủy Ban tại Thủ Đô HTĐ đọc diễn văn tuyên bố chi nhánh HTĐ quyết định tiếp nối công việc và lý tưởng mà Ủy Ban Trung Ương đã đi dưới một cơ cấu tổ chức mới và một danh xưng mới. Bên trái là nhà văn Phan Lạc Tiếp, tổng thư ký UB Báo Nguy Giúp Người Vượt Biển.

Ủy Ban Báo Nguy Giúp Người Vượt Biển Ngưng Hoạt Động - Ủy Ban Cứu Người Vượt Biển Ra Đời

Bài phỏng vấn trên Diễn Đàn Tự Do của cố ký giả Ngô Vương Toại: Phỏng Vấn bà Trương Anh Thụy về tổ chức mới được thành lập tại HTĐ - "ỦY BAN CỨU NGƯỜI VƯỢT BIỂN" (Boat People S.O.S.)

Mới đây, cùng lúc với tin Ủy Ban Báo Nguy Giúp Người Vượt Biển (San Diego) ngưng hoạt động thì có tin một Ủy Ban tương tự được khai sinh ở Hoa Thịnh Đốn với cái tên là "Ủy Ban Cứu Người Vượt Biển". Để làm sáng tỏ vấn đề, chúng tôi đã đến phỏng vấn bà Trương Anh Thụy, chủ tịch của Ủy ban mới thành lập.

do **Tiểu Ba** thực hiện

HỎI: Xin chị cho biết lý do tại sao Ủy Ban Báo Nguy Giúp Người Vượt Biển (Ủy Ban San Diego) ngưng hoạt động?

ĐÁP: Ủy Ban San Diego có chữ "Báo Nguy" trong tên là vì khởi thủy Ủy Ban chỉ nhắm làm công việc "báo nguy' tức gióng tiếng chuông đánh động lương tâm thế giới về những thảm trạng xảy ra cho đồng bào tự nạn. Chẳng bao lâu, khi số người ra đi ồ ạt, tiếng chuông kia xem ra không còn đủ ý nghĩa, Ủy Ban phải đẩy mạnh hoạt động để gởi con tầu ra khơi cứu vớt đồng bào. Nhưng rồi sự vớt người từ năm ngoái đã phải gián đoạn vì các quốc gia tự do đã không chịu cấp thêm chiếu khán cho Ủy Ban nữa. Ở đây tôi cũng xin được nhắc lại là thuyền nhân do Ủy Ban cứu vớt đều có chiếu khán sẵn sàng để được đưa đi định cư tại một quốc gia tự do.

HỎI: Có những vấn đề khó khăn nào trong nội bộ tổ chức không khắc phục nổi chăng?

ĐÁP: Theo chỗ tôi biết thì không có. Mặc dầu gần đây có một vài bài báo và một vài cá nhân có nêu ra thắc mắc, song những thắc mắc đó là do người ngoài nêu ra, chớ nội bộ thì tôi không thấy có vấn đề gì cả.

HỎI: Tại sao công việc cứu người vượt biển đang có kết quả lại không tiếp tục theo lối cũ?

ĐÁP: Như đã trả lời ở trên, công việc vớt người vượt biển không còn thực hiện được nữa, nên Ủy Ban San Diego đã quyết định chấm dứt giai đoạn đó. Giờ đây công việc đặt

trọng tâm vào hướng khác để tranh đấu cho
đồng bào tị nạn về mặt chính sách ở Quốc
Hội, tại bộ Ngoại Giao Hoa Kỳ và với các cơ
quan quốc tế. Những công việc này chỉ có
văn phòng đại diện của Uỷ Ban tại HTĐ là
có phương tiện làm công việc này một cách
nhanh chóng hữu hiệu mà thôi.

HỎI: Chị được giao phó công việc tương tự
với cái tên mới, tại sao cần lấy tên mới?

ĐÁP: Tuy Uỷ Ban San Diego tuyên bố
ngừng hoạt động bắt đầu kể từ ngày 1 tháng
10 năm 1990, nhưng vẫn còn giữ giấy phép
cho đến 30 tháng 12 năm 1990 để hoàn tất
một số giấy tờ sổ sách. Như vậy, muốn được
chính thức hoạt động ngay, chúng tôi phải có
giấy phép riêng, và đương nhiên phải lấy tên
mới. Ngoài ra, đây cũng là nhã ý của Uỷ Ban
San Diego, không muốn chúng tôi phải chịu
trách nhiệm về vấn đề sổ sách của Uỷ Ban
bên đó.

HỎI: Sự chuyển giao này đã được sửa soạn
từ bao giờ?

ĐÁP: Ít nhất là từ giữa năm 1989, khi Trung
Ương quyết định không đưa con tàu ra khơi
nữa, và khi công việc làm của chi nhánh Hoa
Thịnh Đốn càng ngày càng nhiều, có tính
cách thường xuyên và phức tạp. Có lần đã
bàn đến việc thiết lập một văn phòng ở vùng
này để có thể liên lạc với các nơi vào giờ làm
việc. Nhưng rồi xét thấy quá tốn kém nếu
phải đài thọ cho hai cơ sở, nên phải bỏ ý định
đó.

HỎI: Tổ chức mới sẽ làm được gì để giúp
đồng bào tị nạn trong tương lai?

ĐÁP: Chúng tôi đã làm và sẽ vẫn tiếp tục
làm một số công việc như: (1) Điều trần về
thảm trạng của đồng bào tị nạn, và vận động

320

tại Quốc Hội cũng như bộ Ngoại Giao Hoa Kỳ. (2) Tham gia tổ chức các cuộc tranh đấu cho người tị nạn trong mọi hình thức. (3) Yểm trợ chương trình "Bảo Trợ Tư Nhân" tại Canada. (4) Tìm cơ quan bảo trợ các trẻ em không thân nhân trên khắp các nước tự do. (5) Ra Bản Tin Tiếng Anh. Trong giai đoạn tới, chúng tôi sẽ làm thêm việc yểm trợ chương trình "Vớt Người Trên Biển" (Rescue At Sea) của Liên Hiệp Quốc, và ra tờ Bản Tin Tiếng Việt.

HỎI: Chương trình "Vớt Người Trên Biển" là chương trình gì?

ĐÁP: Đó là chương trình đặc biệt của Liên Hiệp Quốc khởi đầu từ chuyện ông thuyền trưởng Hoa Kỳ Balian của con tầu Dubuque đã từ chối không vớt một thuyền tị nạn Việt Nam vào năm 1988 dẫn đến cái chết thảm khốc của nhiều người, kể cả việc ăn thịt người. Chương trình này khuyến khích các thương thuyền Quốc tế vớt người tị nạn. Liên Hiệp Quốc sẽ bồi hoàn phí tổn như săn sóc người tị nạn trên tầu và chi phí ghé bến để người tị nạn lên bờ v.v... Ngay sau khi ngừng việc gửi con tầu ra khơi, Ủy Ban San Diego đã lập tức yểm trợ chương trình vớt người của Liên Hiệp Quốc. Đây là một chương trình vô cùng nhân đạo và sự tốn kém lại rất ít ỏi (đổ đồng như trong năm 1989 là 100 MK một mạng người). Chúng tôi nhận thấy nếu để chương trình này bị gián đoạn, thì đồng bào vượt biển sẽ có nhiều nguy cơ gặp hải tặc, chết vì đói khát, hay là bị Mã Lai đẩy thuyền ra khơi v.v...

HỎI: Các chương trình trên đây đã có kết quả cụ thể nào chưa?

ĐÁP: Dạ có. (1) Do sự đóng góp của cộng đồng, chúng tôi đã chuyển được cho chương trình "Bảo Trợ Tư Nhân" tại Canada $30.000

321

MK, hiện nay còn một ngân khoản 10.000 MK nữa sẽ được chuyển sang Canada một ngày rất gần đây (trong tổng số 40 ngàn MK dành cho Canada, 30 ngàn do Ủy Ban San Diego đóng góp, chỗ còn lại do kết quả của chiến dịch gây quĩ cho chương trình trên tại HTĐ. (2) Bản tin BOAT PEOPLE SOS. bằng tiếng Anh đã "sống" tới số 5 và đã được gửi đi khắp các cơ quan liên quan đến vấn đề tị nạn tại Hoa Kỳ và khắp thế giới. (3) Do sự tiếp tay của chúng tôi, đã có 34 trẻ em không thân nhân được hội Y Sĩ Việt Nam tại Pháp lập hồ sơ cho các em vào định cư tại Pháp. (4) Chúng tôi đã vận động được với dân biểu Solarz cho 3 trường hợp (gồm 5 người) là nạn nhân của sự thanh lọc bất công, đã được nhận vào định cư tại Hoa kỳ. (5) Liên lạc thường xuyên bằng "fax" với các trại tị nạn Đông Nam Á, thông báo những tin khẩn cấp ảnh hưởng trực tiếp tới số phận đồng bào tị nạn v.v... Còn kết quả của các cuộc vận động, điều trần, nếu có thì cũng do toàn thể các hội đoàn trong cộng đồng hợp lực, trong đó phải kể cả sự đóng góp không nhỏ của giới báo chí, chớ không phải chỉ do riêng chúng tôi.

HỎI: Hiện thời Ủy Ban mới có nhiều người cộng tác không?

ĐÁP: Thưa có. Không những có mà phần lớn công việc điều hành đều do giới sinh viên và các chuyên viên trẻ đảm nhiệm.

HỎI: Ủy Ban mới tại HTĐ có được thừa hưởng gia tài gì của Ủy Ban San Diego không?

ĐÁP: Chúng tôi được Ủy Ban San Diego cho biết là từ nay tới cuối năm, Ủy Ban chúng tôi sẽ được tài trợ một ngân khoản là mười ngàn MK để dùng vào việc chi phí văn phòng trong thời gian đầu.

HỎI: Chị có kêu gọi cộng đồng mình điều gì không?

ĐÁP: Vâng. Trong tình trạng khẩn trương hiện nay nơi các trại tỵ nạn, Ủy Ban Cứu Người Vượt Biển nhận thấy cần phải đẩy mạnh mọi nỗ lực để cứu đồng bào của chúng ta. Một nhóm người, một hội đoàn không thể nào hoàn tất được nhiệm vụ to lớn trên mà phải do sự tiếp tay rộng rãi của các hội đoàn và các giới trong cộng đồng. Trong tinh thần "máu chảy ruột mềm", chúng tôi tha thiết kêu gọi sự đóng góp của cộng đồng để chúng ta có thể cùng đem lại cơ may tới cho đồng bào. Ở đây chúng tôi cũng xin được thông báo, văn phòng của Ủy Ban Cứu Người Vượt Biển đã được thiết lập (rất khiêm tốn) và sẽ có thể bắt đầu hoạt động một cách đều hòa một ngày gần đây. Bước khởi đầu không tránh được những khó khăn, nhất là về phương diện tài chánh. Sự đóng góp của quí vị cho việc chi phí văn phòng cũng vô cùng cần thiết và quí báu đối với chúng tôi.

Địa chỉ văn phòng:

BOAT PEOPLE S.O.S.

1101 North Highland St. -- Suite 404

Arlington, VA 22201

Các thành viên của Ủy Ban Báo Nguy Giúp Người Vượt Biển-Chi nhánh HTĐ gồm các ông Nguyễn Ngọc Bích, Trương Hồng Sơn, Hồ Bửu, các bà Hiệp Lowman, Trương Anh Thụy, và các sinh viên, chuyên viên trẻ từ thập niên 80-90 như các chị Lưu Ánh Hằng, Lyn Lollichon, Nguyễn Khoa Diệu Hiền, Tôn Nữ Hoàng Anh, Phạm Ngọc Phượng, Nguyễn Thanh Thủy, Châu Barr, Thanh Mahoney và các anh Đinh Quang Anh Tuấn, Nguyễn Đình Thắng, Phạm Đức Cường, Lê Trí Hùng… là những thành phần nòng cốt của UBBNGNVB- Chi nhánh HTĐ đồng thời cũng là cột trụ trong việc thành lập Ủy Ban Cứu Người Vượt Biển (Boat People S.O.S.) - Virginia, sau này.

Các tài liệu như hình ảnh, bài báo, bài phỏng vấn… trong bài tường thuật trên đây chỉ là một số nhỏ còn giữ được, phần lớn đã thất lạc qua năm tháng, ngoài ra vào thời điểm đó Ủy Ban cũng không nghĩ đến việc chụp ảnh để lưu giữ cho nên phần lớn các hình dùng trong bài này là do được người chụp tặng riêng cho người trong ảnh. Xin vô cùng cảm tạ các nhiếp ảnh gia và cũng xin tạ lỗi đã không có địa chỉ để mà liên lạc xin phép.

Rất mong các anh chị cộng tác với Ủy Ban thời đó nếu có hình ảnh hay còn nhớ thêm được các dữ kiện, chi tiết nào khác thì xin chia xẻ để chúng tôi có thể bổ khuyết cho bộ tài liệu này được hoàn hảo hơn.

Phương danh các anh chị cộng tác với UB nếu còn thiếu ai thì xin được thông cảm và lượng thứ, và xin lên tiếng bổ khuyết cho.

Xin đa tạ!

Trương Anh Thụy

Chương III

NHỮNG TẤM LÒNG TRẮC ẨN

Cô Thụy

Bà Trương anh Thụy là một người không xa lạ trong sinh hoạt văn học và xã hội. Và riêng với tôi, nếu phải tìm một danh xưng cho bà, thì bà là một thi sĩ. Tác phẩm đầu tiên mà bà trình làng năm 1984 là cuốn thơ *Của Mưa Gửi Nắng*. Chỉ nguyên tên sách đã gợi cho người đọc liên tưởng tới những nét thơ mộng của thiên nhiên, gắn liền với những nỗi niềm nhung nhớ. Mấy năm sau, 1989, bà lại cho xuất bản cuốn trường thi *Trường Ca Lời Mẹ Ru*, kèm theo bản dịch tiếng Anh của dịch giả Nguyễn ngọc Bích và 30 bức vẽ của họa sĩ Võ Đình. Qua thi phẩm này độc giả càng thấy rõ hơn khả năng và lòng say mê thi ca của bà nồng nhiệt như thế nào. Bà và bằng hữu của bà đã trân quý những vần thơ ấy biết bao nhiêu. Đích thực bà là một thi sĩ.

Bà yêu thiên nhiên, thương xót những cảnh huống bất hạnh và bà đã dấn thân trong những công tác xã hội. Bà trân quý những người có lòng. Bà là nhịp cầu cụ thể trong công tác cứu vớt, bênh vực cho thuyền nhân, từ đó bà chuyển giao cho giới trẻ. Nhờ sự chuyển giao này, những hoạt động bênh vực cho thuyền nhân mỗi ngày mỗi thêm hữu hiệu và lâu dài trong lòng xã hội Hoa Kỳ. Khởi đầu chỉ là một chi nhánh của Ủy Ban Báo Nguy Giúp Người Vượt Biển (Boat People S.O.S. Committee) ở San Diego, nay là một tổ chức rộng lớn, Trung Tâm Dịch Vụ

S.O.S., với nhiều văn phòng trải rộng trên nhiều tiểu bang, từ Đông sang Tây của lục địa Hoa Kỳ, bao trùm bao nhiêu là công tác cấp thiết, không phải chỉ dành riêng cho thuyền nhân, mà hầu như cho tất cả những nhu cầu khác của những người mới đến định cư tại Hoa Kỳ. Nơi đây còn là chỗ quy tụ, là điểm hẹn của những người trẻ trí thức Việt Nam, những kẻ có lòng. Bà Trương anh Thụy là nhân tố, là người khởi đầu ở vùng thủ đô Hoa Kỳ. Bà làm việc nghĩa mà như làm việc nhà, thân tình, vui vẻ. Vì thế những người trẻ hoạt động xung quanh bà thường kêu bà là "Cô Thụy." Có lúc cá nhân người viết cùng họa sĩ Võ Đình cũng đã được dự những bữa cơm vui trong căn nhà đầm ấm của "Cô Thụy" giữa những tiếng cười đùa hồn nhiên không dứt của những người rất trẻ, trong khi cụ thân mẫu của bà, nữ sĩ Kim Y Phạm lệ Oanh bận rộn ở trong bếp với món chả giò thơm lừng. Chính trong hoàn cảnh này, như bà nói, đã là cơ duyên để bà gần gũi với những người trẻ xung quanh bà, cũng như những người trẻ đến từ Sài Gòn, đến từ Hà Nội. Và từ môi trường này đã khiến bà có hứng khởi viết nên cuốn *Chuyển Mùa*.

Giữa lúc mọi người bận rộn với lễ Tạ Ơn, thì bà Trương anh Thụy cho trình làng cuốn trường thiên tiểu thuyết *Chuyển Mùa*. Cầm cuốn sách trên tay mà lòng tôi sững sờ. Đây là một công trình to lớn. Tâm hồn thi sĩ nơi bà đã khác, đã thăng hoa, đã *Chuyển Mùa*, đã thay đổi và kết quả là đây. Một cuốn sách nặng ký. Đúng thế, rất nặng hiểu theo ý nghĩa mộc mạc của nó. Cuốn sách dày 812 trang. Giữa những ngày dài trong mùa Tạ Ơn, tôi đã bị cuốn sách này lôi cuốn. Trong gần một ngàn trang sách đó đã có trên 60 nhân vật có tên tuổi được nói đến, bên cạnh trùng điệp những người khác được trải dài trong lãnh thổ mênh mông Hoa Kỳ, tới Việt Nam, Nga Sô, Đông Âu và những nơi nào khác theo bước chân đi tìm tự do của người Việt trên quả địa cầu này. Những nhân vật ấy đa số là những người trẻ trong xã hội di tản chúng ta và cả những người trẻ lớn lên trong lòng xã hội cộng sản ở Việt Nam được cho đi du học ở nước ngoài, đặc biệt ở Hoa Kỳ. Nói chung, họ là thế hệ được nuôi dưỡng và lớn lên khi cuộc chiến tranh súng đạn ở Việt Nam đã hết. Họ là hậu duệ của lớp người đã trực tiếp đối đầu nhau trong cuộc tương tàn khốc liệt vừa qua.

Trong môi trường mới, những người trẻ ấy họ đã gặp nhau. Dù muốn tránh mặt cũng không thể được. Họ đã tương tác và ảnh hưởng với nhau. Họ đã nghi kỵ nhau ra sao, đã chú ý đến nhau như thế nào. Và ở tuổi thanh xuân, họ đã yêu, ghét ra sao ... Tất cả đã được lồng trong những sinh hoạt thời sự ở nơi hải ngoại rồi lan đến Việt Nam, theo bước chân của người Việt, kẻ-ra-đi, người-trở-về, gắn liền với cuộc sống. Do đó ta thấy có những việc cụ thể như cuộc gây quỹ giúp người vượt biển ở những năm đầu thập niên 80. Những ngày đầu tiên các tờ báo, những đài phát thanh trong cộng đồng ta được thành lập, những hội đoàn ra đời với những nhân vật tốt, xấu hiện ra trước công luận. Có những người đứng ra gánh vác những công tác nặng nề, cốt làm cho được việc rồi lặng lẽ rút lui. Nhưng cũng không ít những người chỉ muốn nhảy ra cho có danh xưng, để in danh thiếp. Cũng vì thế, trong cái giá của Tự Do, không thiếu những điều cười ra nước mắt. Trong đó có cả cuộc biểu tình qua nhiều tuần lễ với hàng chục ngàn người để phản đối Trần Trường, người đã dám trưng bày cờ cộng sản Việt Nam và ảnh Hồ chí Minh ở Little Saigon. Cô sinh viên từ Việt Nam qua Mỹ du học, đã được chứng kiến ngày lễ nhậm chức của vị tổng thống Hoa Kỳ với tất cả sự vinh quang và long trọng. Nhưng cô cũng còn chứng kiến những lời chỉ trích thậm từ của dư luận trước những sai trái của người lãnh đạo cao nhất của quốc gia to lớn và hùng mạnh này. Cô không hiểu nổi sao lại như thế. Tại sao báo chí ở đây dám làm như thế. Nhưng đó là Dân Chủ. Bất cứ cá nhân nào, ở địa vị nào cũng phải tuân thủ pháp luật. Và theo dòng thời gian, ta còn bắt gặp nhiều biến cố khác nhau như ngày 11 tháng 9 năm 2001, hai ngôi nhà chọc trời ở New York bị không tặc cướp máy bay đâm vào, sụp đổ. Toàn dân Mỹ bừng sôi. Cuộc chiến Iraq mở ra. Quân Mỹ tiến vào như thế núi lở, ngói tan. Cứ như thế, hầu như không thiếu biến cố đặc thù nào đã xảy ra trên đất Mỹ, xảy ra trong cộng đồng người Việt chúng ta trên khắp thế giới đã bị bỏ quên. Bởi vậy, chỉ riêng những sự kiện được nói đến trong 812 trang sách đã là một cuốn kỷ yếu thật phong phú cho bất cứ ai muốn tìm hiểu sự hình thành của cộng đồng người Việt trên đường đi tìm Tự Do, đặc biệt tại Hoa Kỳ trong ba thập niên qua, chưa nói gì đến những điều ý nhị mà tác giả gửi gắm trong những hàng chữ. Cuốn *Chuyển Mùa* quả đã là một cuốn sách không nhỏ, không phải ai cũng có thì giờ và lòng kiên nhẫn để viết như thế.

Nhưng cuốn sách đâu phải chỉ là cuốn kỷ yếu, mà theo tôi, đây còn là một cuốn sử liệu trình bày một cuộc chiến mới, cuộc chiến không súng đạn giữa những người cộng sản trong nước với những người, mà theo người cộng sản nói, là những kẻ bất xứng, những kẻ từ bỏ tổ quốc ra đi theo chân kẻ thù. Vũ khí của người Việt hải ngoại bây giờ là trí tuệ và nhân phẩm. Trí tuệ để thăng tiến, để hành động. Và nhân phẩm để khôi phục, để triển khai tư cách của những người phải bỏ nước ra đi, nhưng vẫn hơn ai hết, là những người vô cùng yêu nước. Chỉ trên dưới hai mươi năm, từ một gia sản là hai bàn tay không, cộng thêm với những tang thương, khốn khổ trên đường đi tìm Tự Do, những người "cặn bã của xã hội", bị cộng sản xua đuổi, đã mau chóng làm lại được cuộc sống, ngang hàng với những người bản xứ. Con cái họ luôn là những thước đo của sự thành công và lần lượt đảm nhiệm những chức vụ quan trọng trong những cơ quan mọi ngành, mọi cấp. Còn với cộng đồng Việt Nam, cụ thể hàng năm hàng tỷ Mỹ kim đã được người Việt ở nước ngoài gửi về giúp đỡ thân nhân. Hàng trăm phái đoàn chuyên viên, những bác sĩ chuyên ngành về quê hương cũ giúp đỡ, huấn luyện cho những người ở nhà. Mỗi mùa nước lũ, việc quyên góp rộng rãi được công khai cổ động trên các hệ thống báo chí, truyền thông. Những điều ấy có thật, cụ thể và bền vững, không ai có thể phủ nhận. Chính những người cộng sản Việt Nam cũng phải công nhận và nêu cao sự đóng góp này.

Sự thành công to lớn và mau chóng của cộng đồng người Việt xảy ra không phải chỉ ở Mỹ, mà như một cơn hồng thủy, sự thành công ấy xảy ra ở bất cứ nơi nào có người Việt đến định cư. Cùng nẩy sinh với sự thành công này là sự xót thương, mẫn cảm của kẻ ra đi với những đồng bào khốn khổ ở quê nhà. Lúc đầu là năm ba thước vải, một vài hộp thuốc. Sau là những ngân khoản to lớn gửi về giúp người ở nhà thay đổi nếp sống. Điều ấy chứng tỏ giữa người Việt với nhau, máu chảy ruột mềm, người ở trong nước cũng như người nơi hải ngoại, chẳng những không có gì xa cách mà còn tràn ngập những yêu thương, gắn bó. Cái làm cho đất nước chìm đắm trong lạc hậu, đói khổ, tàn mạt đến nỗi có hàng trăm ngàn thanh niên phải bỏ gia đình đi làm nhân công rẻ mạt cho các quốc gia lân bang, là tập đoàn cộng sản cai trị. Và nhục nhã thay, còn có hàng trăm ngàn cô gái Việt Nam ngây thơ, phải tự bán mình làm nô lệ tình dục, với bao nỗi đắng cay trên đất Tàu. Trong suốt chiều dài của lịch sử dân tộc mấy ngàn năm, chưa bao giờ có cảnh khốn cùng, tàn mạt nhục nhã như thế. Nói chi đến những tệ đoan, những việc vô đạo đức đang tràn ngập khắp nước, từ thành thị đến thôn quê, biết đến khi nào mới chấn hưng lại được.

Lỗi ấy từ đâu?

Từ tập đoàn cộng sản ngu muội, tàn độc, và tham lam cai trị.

Tập đoàn cai trị phải được thay thế càng nhanh càng tốt.

Xã hội ấy cần phải thay đổi, Dân tộc ấy cần được giúp đỡ, hồi sinh.

Tương lai của đất nước này tất nhiên phải nằm trong tay những người trẻ, những người có tinh thần phóng khoáng, những người có kiến thức để am hiểu và hội nhập với cộng đồng nhân loại. Một số những người trẻ ấy từ trong nước đi du học ở nước ngoài, bên cạnh những kiến thức chuyên môn, những người đó còn thu nhận tinh thần Tự Do, Dân Chủ nữa. Chính những người ra đi để trở về này sẽ là những nhân tố sắc bén trong việc canh tân xứ sở. Trong ý nghĩ đó, tác giả, bà

Trương anh Thụy thấy vai trò của cộng đồng hải ngoại rất quan trọng trong việc mở rộng vòng tay giúp đỡ những du học sinh này. Từ vòng tay rộng mở sẽ dẫn đến những cảm thông. Từ cảm thông sẽ là con đường trao chuyền những điều hay, lẽ phải của Tự Do và Dân Chủ. Phải chăng, theo tác giả, những kiến thức và lòng hào hiệp ấy đang là những giọt cường toan, lặng lẽ làm sụp đổ chế độ tàn độc tại quê nhà. Phải chăng đó là điều hy vọng, điều mà tác giả, bằng chính kinh nghiệm cá nhân mình, dàn trải trong gần một ngàn trang sách. Hay nói rộng ra, chính lòng nhân ái và hào hiệp của cộng đồng người Việt chúng ta nơi hải ngoại, đang là những vũ khí êm đềm nhưng sắc bén để hoán chuyển vận mệnh của quê hương. Bằng tình thương liên tục trong ba thập niên qua, những người Việt hải ngoại đang tung những mảng lưới nhân từ để loại trừ những sâu mọt, những ký sinh trùng, những vi khuẩn độc hại, đang làm ung thối quê hương. Trong cuộc chiến tranh súng đạn trước đây, vì nhiều lý do bất khả, quân, dân Miền Nam đã phải đau đớn giã từ vũ khí với đầy những oan trái, ngạo ngược lạ kỳ. Bây giờ trong mặt trận của lòng thương yêu này, chúng ta thấy cộng sản Việt Nam đang mỗi ngày mỗi thêm co rút, hốt hoảng thu nhặt một cách bất cố liêm sĩ để sẵn sàng trốn chạy, thoát thân. Hơn bao giờ hết, chúng ta đang thể hiện lời nói của cha ông: Lấy nhân nghĩa để thắng hung tàn...

Hy vọng ấy có quá xa vời không?

Xin hãy theo dõi một đoạn đối thoại sau đây giữa cô Nga, con một cán bộ cao cấp, đi du học từ Mỹ về, ngồi nói chuyện với ông bố như sau:

- Bố ạ! Cụ Trần Độ là người thế nào hả bố?

- Cụ là một vị tướng đức độ, trí thức. Là một đảng viên kỳ cựu và khả kính nhất.

- Thế tại sao những điều cụ nêu ra rất hợp tình, hợp lý, Đảng không nghe, mà ngược lại, lại khai trừ cụ ra khỏi Đảng?

- Đảng có nghe đấy chứ! Nhưng để thực hiện những đề

nghị của cụ đưa ra, còn cần thời gian, không thể một sớm một chiều mà giải quyết được.

- Bố nói gì lạ thế? Đảng nghe mà Đảng lại khai trừ cụ. Thế là thế nào, con không hiểu (trang 653).

Tới trang sau, cuối phần nói chuyện của cô Nga với ông bố, cô Nga nói:

- Bố ạ! Đối với con, Đảng chỉ là phương tiện. Việc xây dựng đất nước, mang dân chủ, tự do cho toàn dân là cứu cánh. Từ thời khởi đầu của Đảng cho mãi đến tận bây giờ và mãi mãi về sau, Đảng phải chấp nhận nó như một qui luật tự nhiên. Khi làm xong nhiệm vụ nào rồi, thì Đảng nên ngưng đi, để người khác, nhóm khác làm công việc kế tiếp (...) Còn bố nói "cởi trói." Ai "trói" dân để bây giờ Đảng phải gia ân "cởi"? Bố nói "đổi mới", mà có thấy đổi mới cái gì đâu. Đây chỉ là "phục hồi những gì Đảng đã phá hoại." Đảng đốt sách, đốt nhạc của chế độ Miền Nam thì bây giờ lại lục tục in lại những sách ấy. "Nhạc vàng" thì nhà nước cấm đoán, bỏ tù những người nghe hay tàng trữ ... Nhưng bố biết, ngày nay nhạc vàng tràn ngập khắp nước. Đảng phá vỡ quan niệm lấy gia đình làm gốc, bây giờ ai cũng lo vơ vét, bồi đắp cho gia đình mình. Đảng chủ trương "Trí, phú, địa, hào, đào tận gốc, trốc tận rễ", nay bố thử nhìn cán bộ, đảng viên xem họ đang làm gì... (trang 655 và 656).

Phải chăng đoạn đối thoại trên đây tượng trưng cho tiếng nói của lương tâm, của những người trẻ, của Tự Do và Dân Chủ phản lại ý kiến thủ cựu, ù lỳ cố chấp của những người cộng sản ở quê nhà. Tiếng nói của người trẻ ấy phát xuất từ những học hỏi, giao tiếp từ Hoa Kỳ như cô Nga. Đặc biệt từ mối liên hệ giữa cô và Tường, con một vị cựu sĩ quan QLVNCH. Anh là giáo sư phụ giảng ở đại học Georgetown, làm báo Vượt, người yêu của Nga và cũng là người bạn rất tâm đắc của Minh Châu đang du học ở Nga. Phải chăng từ những hiểu biết, thông cảm này của những người trẻ trong cũng như ngoài nước đang là những hy vọng, ít nhất từ nơi tác giả, để mở đầu cho những tương giao trong-ngoài hầu hàn gắn và xây dựng lại đất nước sau hơn nửa thế kỷ chìm đắm trong tàn phá, lọc lừa và đố ky. Công việc ấy, như ta thấy là của những người đang đi tới, những thế hệ lớn lên và trưởng thành sau cuộc chiến tranh súng đạn. Hành trang của họ nhẹ nhàng, tâm hồn họ trong sáng, không vướng mắc những tang thương, chết chóc, hận thù. Những điều đau thương trong quá khứ, phải chăng chỉ để nhắc họ rằng: chiến tranh không mang lại được no ấm và phú cường cho dân tộc. Bây giờ qua thời tin học, quả đất như thu nhỏ lại, chỉ có tình thương, sự mẫn cảm và chia xẻ mới mang lại hạnh phúc cho dân tộc chúng ta, góp phần làm nên sự yên vui chung của xã hội loài người. Phải chăng với hy vọng ấy, những người như tác giả, thấy đã đến lúc *Chuyển Mùa*, trao trách nhiệm cho thế hệ con em chúng ta. Trong tinh thần ấy, suốt trên 800 trang sách, tác giả đã rất tinh tế, nhẹ nhàng ẩn mình làm bừng sáng những công việc của những người trẻ, những người hàng ngày tiếp cận với những kiến thức mới mẻ và tinh thần Tự Do, Dân Chủ, những kẻ đang hăm hở đi tới.

Một cách cụ thể, những nhân vật trong cuốn sách là những ai? Tất cả có 63 người, nhưng thực ra chỉ có 61 người vì có người ở hoàn cảnh đặc biệt có hai tên. Và sau đây là một số người tiêu biểu, Đan Thanh, người tình của Nguyên Việt, làm cho báo Vượt, sau bỏ báo Vượt sang làm cho VNTEX. Hải Đăng, chủ nhiệm nguyệt san Trẻ ở Việt Nam, người theo đuổi cô Nga, lưu học sinh từ Hà Nội, học tại đại học Georgetown, sau về làm việc tại Việt Nam. Thảo, lưu học sinh từ Hà Nội, cũng học ở Georgetown, ở trọ nhà bà Chris, đến Mỹ khi Nga đã về nước. Vinh, một Việt kiều, đàn giỏi, hát hay, em trai của Tường, người yêu của Trâm, kỹ sư điện, computer và tin học, con trai của ông bà Cát. Ông Cát, nguyên là Đại Tá QLVNCH, cựu thuyền nhân, là bố của Tường, Mai, Vinh, Lan, Cúc, Hiền. Trúc, tượng trưng cho những người chống Cộng quyết liệt, cũng là tiêu biểu cho những gia đình người Việt, trước mọi khó khăn, nhưng luôn coi việc nuôi dạy con cái là ưu tiên số một. Và đúng như mong muốn của ông bà Cát, các con ông đều rất thành công, đạt những học vị cao nhất trong nền học vấn của Hoa Kỳ. Ông Trình, thân phụ của Trâm, Đại Tá Việt Cộng hồi hưu, đặt hết tin tưởng vào đảng. Trâm, là con gái ông bà Trình. Trâm, làm việc trong văn phòng của Vinh, sau là người yêu của Vinh. Hương, tức bà Trình, mẹ của Trâm, và là bạn cũ cùng học trường nữ trung học Trưng Vương với bà Thu, tức bà Cát. Khi bà Cát từ hải ngoại về thăm con trai là Vinh đang làm việc ở Việt Nam, bà đầy băn khoăn lo lắng, chỉ sợ Vinh lại bị "con nhỏ Việt Cộng nào đó dụ dỗ." Nhưng khi nhìn thấy Trâm lần đầu tiên tại quán Ngon, do Vinh mời đến để giới thiệu với bà, bà Cát đã tấm tắc khen, và cho đó là một mẫu người vừa đẹp vừa ngoan và nhất là rất Hà Nội. Rồi khi bà Cát gặp bà Trình, nhận ra nhau, những cách biệt nghi kỵ trước đây tan đi hết. Trong đối thoại giữa hai người là "mày, tao" và tíu tít hỏi thăm bè bạn ngày cũ. Vì thế bà Cát rất ưng ý và vui mừng là Vinh, con bà đã có cô bạn gái là Trâm. Ông Trình, trước hoàn cảnh ấy cũng chỉ âm ừ, vui vẻ trò chuyện với bà Cát. Ông chỉ mong con gái ông lọt được vào mắt bà Cát, để ông có người con rể quý là Vinh. Vì Vinh, ngoài tư cách và khả năng của một kỹ sư từ hải ngoại về hoạt động ở Việt Nam, Vinh còn là người được ông Trình yêu thích qua những bản nhạc vàng mà Vinh đàn hát rất tài hoa khi Vinh đến thăm nhà ông. Ngoài ra, Vinh còn là người có từ tâm rất lớn, đã cùng Trâm đem Xía, một đứa trẻ không nhà về nhà nuôi dạy. Bên cạnh những nhân vật thế tục ấy, chúng ta còn thấy có cả những người ở trong chùa như bà Diệu Phương. Và trong nhà trọ cùng với Nga, còn có cả Sarah, sinh viên Mỹ. Trong khi các sinh viên Việt Nam chăm chú vào việc học, hoặc băn khoăn đến hoàn cảnh của quê nhà, thì Sarah, cô gái Mỹ hay băn khoăn, bàn bạc đến sex.

Chỉ có một số nhân vật kể trên đã khiến người đọc chúng ta bối rối, nhưng suốt chiều dài của 812 trang sách, những nhân vật ấy vừa học hành, sinh hoạt, vừa giữ vững vị trí của mình, vừa tìm hiểu, mưu cầu một phương thức để thay thế thực trạng quê nhà. Họ xuất xứ khác nhau, hoàn cảnh khác nhau, như hai con đường song song không có điểm hẹn, nhưng họ mong mỏi, hẹn nhau ở những *Trạm Nghỉ Chân*, để lấy lại sức, định lại hướng đi, như người lái xe trên xa lộ. Họ mong hai con đường tuy song song nhưng đừng xa nhau quá. Hai con đường cùng đi về một hướng là mưu cầu Tự Do, Dân Chủ cho Việt Nam. Họ có làm được như thế không? Những ưu tư về đất nước, những liên hệ tình cảm của họ ra sao. Đó là những mạng nhện chồng chéo, những sinh hoạt của những người trẻ Việt Nam ở nhiều nơi trên mặt địa cầu và ở ngay trên đất nước quê nhà. Vẽ ra những cảnh huống gói ghém được những dữ kiện thời sự một cách khéo léo, hấp dẫn, lôi cuốn, đầy tính thuyết phục không phải chỉ là một công lao, mà còn là một tài năng. Và quan trọng hơn hết là cả một tấm lòng thương xót với quê hương của tác giả bao trùm lên những dòng chữ. Có lẽ vì tấm lòng bà trong sáng quá, hoàn cảnh của gia đình bà toàn vẹn quá, nên trong truyện của bà những nhân vật đa số đều rất đáng yêu và tràn đầy lý tưởng. Điều ấy so với thực tế có xa cách lắm không? Đặc biệt, như chúng ta đều biết, những người lớn lên trong xã hội cộng sản, muốn tồn tại, thành công, phải biết nói dối. Nói dối theo thời gian họ hành xử hai mặt như một bản năng. Thay đổi bản năng không phải là việc dễ dàng, mau chóng. Đó là điều, dù chúng tôi rất ao ước như tác giả mong mỏi, nhưng chúng tôi nghĩ rằng, chúng tôi có lý do và kinh nghiệm để lạc quan trong dè dặt.

Ở dòng cuối tác giả viết "Hết truyện nhưng không bao giờ hết chuyện." Tập sách ngừng lại ở đây, nhưng những chuyện của đời sống thì miên viễn vẫn còn trôi chảy. Sự mong mỏi có sự thay đổi ở quê nhà thì vẫn tràn ngập những vấn đề cần rất nhiều kiên nhẫn. Với chiều hướng ấy, tôi nghĩ, có lẽ hàng ngàn trang sách khác vẫn chờ đợi nơi bàn viết của bà. Gập cuốn sách lại, tôi cho rằng, dù khó tính cách nào, ai cũng phải nhận đây là một công trình không dễ thực hiện. Ý nghĩ ấy, hôm Thứ Bảy, 4 tháng 12, 2004, trong buổi lễ ra mắt cuốn sách *Chuyển Mùa* tại Little Saigon Radio, có người cũng nêu lên. Bà Trương anh Thụy đã đáp đại ý: "Chúng tôi chỉ có một cháu, cũng ngoan, cháu đã học xong, đi làm, nói tiếng Việt lưu loát (hiện có mặt tại đây), và nhà tôi thì giúp tôi đủ thứ, và khuyến khích tôi cố gắng hoàn thành cuốn sách này ..." Là một người bạn khá lâu với gia đình Tiến Sĩ Nguyễn huy Long-Trương anh Thụy, có lẽ tôi phải thêm rằng, các điều trên chị Thụy nói đúng nhưng không đủ. Đủ ra thì phải thêm rằng: Bà Trương anh Thụy là con gái họa gia Tá Chi Trương cam Khải. Cụ Trương, ngoài thú vui vẽ tranh thủy mạc, cụ còn là một người uyên bác. Chính cụ là một trong những giảng viên lớp Dân Huấn Vụ (Dạy Cho Dân Khôn) do cụ Trần văn Quế làm Giám Đốc, cùng với những vị thức giả khác như Nguyễn đăng Thục, Nguyễn tường Phượng... làm giảng viên nòng cốt khai giảng năm 1949 tại Hà Nội, mở đầu cho công cuộc tìm hiểu sự khác biệt giữa cộng sản và quốc gia và tại sao chúng ta phải chống cộng sản. (Một thân nhân của người viết tham dự lớp học này. Học chưa xong, nhân một hôm từ Hà Nội về quê chơi, đương sự bị Việt Cộng bắt đi. Anh vùng chạy, bị Việt Cộng dùng dao hàng phở chém 72 nhát nhưng không chết). Thân mẫu của bà là nữ sĩ Kim Y Phạm lệ Oanh, vị nữ lưu uyên thông Hán học, tác giả nhiều dịch phẩm qua chữ quốc ngữ. Như thế hơn ai hết bà Trương anh Thụy là người đã được hình thành và lớn lên trong một môi trường tràn đầy đạo lý và văn học. Và những ngày lặn lội trong công tác xã hội trước đây, trong lặng lẽ, tôi đã gặp, đã biết được rất nhiều những tấm lòng vàng như thế. Chính những bông hoa quý ấy đã làm nên những nét đẹp cho cộng đồng chúng ta.

Phan lạc Tiếp
San Diego ngày 8 tháng 12 năm 2004

Giáo Sư Nguyễn hữu Xương và Ông André Gille
đứng bên quốc kỳ của xứ Monaco

Ông André Gille Và Lòng Phi Sở Hữu

Phỏng vấn và biên soạn:
Phan lạc Tiếp và Phan chí Kiều

Các Chiến Dịch Vớt Người Biển Đông, với sự hợp tác và đóng góp của cộng đồng người Việt tại hải ngoại, qua Ủy Ban Báo Nguy Giúp Người Vượt Biển, đã được dư luận biết đến: năm 1985, với con tàu Jean Charcot; năm 1986, với con tàu Cap Anamur II, năm 1987, với con tàu Rose Schiaffino, hai năm 1988 và 1989, là con tàu Mary Kingstown. Sự đóng góp của các tổ chức quốc tế như Médecins du Monde (Pháp), và Cap Anamur (Đức) đã được coi như những vết son rất được cộng đồng người Việt ca ngợi và biết ơn. Nhưng dù thế nào, đó cũng là những tổ chức với rất nhiều nhân sự, tài chánh dồi dào. Riêng trong hai năm 1988 và 1989, một mình nhà hảo tâm đứng ra gánh vác, đó là Ông André Gille xứ Monaco.

Nguyên nhân nào đã khiến Ông André Gille đã có hành động cao cả như thế. Trước hết là vấn đề thuyền nhân quá bi thảm và kéo dài quá lâu không ai có thể biết đích xác bao nhiêu người đã vượt biển ra đi, nhưng đã có hàng triệu người đã đến được bến bờ Tự Do, và ít nhất, theo ước đoán, đã có nửa triệu người vùi thân trong biển vì bão tố, đói khát và tệ nạn hải tặc. Những câu chuyện bi thảm của thuyền nhân, những cảnh huống hãi hùng của họ đã không ngừng xuất hiện trên báo chí và truyền hình, liên tục từ 15 năm qua. Đến một lúc nào đó, Ông không thể ngồi yên được, và rất tình cờ, ông đã đến thăm Hội Y Sĩ Thế Giới để tìm hiểu về những hoạt động cứu vớt thuyền nhân. Ông không cho biết cuộc viếng thăm này xảy ra khi nào, nhưng từ cuộc gặp gỡ này đã làm cho Ông tìm ra được phương cách cứu vớt thuyền nhân không kém hữu hiệu, mà phí tổn ít đi nhiều. Ông cho biết:

"Những cuộc đàm đạo với các vị lãnh đạo của tổ chức nói trên minh định cho tôi một điều, tuy việc làm của họ quả là hữu ích nhưng

339

rất tốn kém. Tôi xác định có thể đạt được mục tiêu trên với phí tổn 8
hay 10 lần ít hơn (hoặc với số tiền đó có thể mang lại kết quả 8 hay 10
lần nhiều hơn).

Nếu những dữ kiện trên thuộc về tiền bạc đã làm cho Ông
lạc quan thì các yếu tố sau đây thuộc về lãnh vực kinh doanh,
đã khiến Ông mạnh mẽ đứng ra thực hiện công tác. Đó là một
tình cờ khác. Ông đã gặp được Ông Hirgoroum, một chuyên
viên hàng hải. Ông này đã chỉ dẫn tỉ mỉ cho Ông André Gille về
nghiệp vụ hàng hải, từ đó Ông đã quyết tâm mua con tàu Mary
Kingstown của Đan Mạch, để mở đầu các dịch vụ chuyên chở
nhưng mục đích là để đi vớt các thuyền nhân trên Biển Đông.

Một yếu tố khác, thuộc lãnh vực kỹ thuật, đó là Ông đã tìm
được một vị thuyền trưởng lý tưởng mà Ông coi là một may
mắn lớn. Vị thuyền trưởng này là Ông Francis Herbelin, người
có rất nhiều kinh nghiệm về vùng biển Nam Hải, cũng như đã
từng đích thân tham gia các công tác cứu vớt thuyền nhân trước
đây. Chính vị thuyền trưởng này đã kết hôn với một nữ thuyền
nhân, cô Bạch Tuyết, mà ông đã vớt được trước đó. Hai người
hiện đã có một con gái, cháu Caroline. Do đó, ngoài những hiểu
biết quý báu về địa dư và kỹ thuật, ông F. Herbelin còn có cả
một tấm lòng thương xót cụ thể đối với thuyền nhân.

Ngoài ra, qua cuộc gặp gỡ với Ông André Gille, Ông đã cho
biết rằng, *"Trong Đệ Nhị Thế Chiến tại nơi Ông cư ngụ, có nhiều triệu*
chứng cộng sản sẽ nắm chính quyền. Do đó, để tránh hậu họa, Ông đã
mua sẵn một con tàu đánh cá, vừa làm kế sinh nhai, vừa làm phương
tiện di tản nếu cộng sản thắng thế tại đây. Ông nói: Nếu Hoa Kỳ không
can thiệp vào Thế Chiến Thứ Hai, nước Pháp chắc chắn đã bị cộng sản
cai trị và tôi có lẽ đã là người thuyền nhân đầu tiên của thế giới."

Bên cạnh những tình cờ nói trên, một sự tình cờ khác, có thể
gọi là "tình tự dân tộc", đã khiến ông không chỉ tài trợ cho công
tác vớt thuyền nhân năm 1988, mà ông đã hăng hái đứng ra tài
trợ và thi hành công tác cứu vớt thuyền nhân năm 1989. *"Dù*
có được tổ chức nào giúp đỡ hay không, tôi cũng nhất quyết đem tàu

ra biển năm 1989." Sự bất ngờ ấy là lá quốc kỳ của xứ Monaco đã được long trọng cắm trên khán đài trong cuộc tiếp tân hôm 16/9/1988. Đứng trước lá cờ của tổ quốc Ông, Ông đã nói:

"Xin các bạn đừng cám ơn tôi. Các bạn đã cho tôi nhiều hơn tôi cho các bạn. Các bạn đã cho tôi cơ hội này, một cơ hội thật đẹp để tiếp xúc với những người Việt tuyệt vời: can đảm, bất khuất, và biết cách bày tỏ lòng biết ơn một cách tế nhị."

Khi tiệc gần tàn, ông đã yêu cầu chụp lại một tấm hình khác, ông đứng trước lá quốc kỳ của xứ Monaco. Và ông đã yêu cầu, khi gửi cho Ông hình này, nhớ gửi cho Ông Hoàng xứ Monaco một bản.

Tất cả những yếu tố nói trên là nguyên nhân đưa tới sự có mặt của con tàu Mary Kingstown năm 1989. Ông đã nhiều lần gọi điện thoại cho Bác Sĩ Nguyễn ngọc Kỳ và Bác Sĩ Nguyễn thượng Vũ, nói: *"Tôi đã nhất quyết rồi. Tôi cần các vị giúp tôi."* Với lòng quả quyết nói trên, ông còn vẽ ra một kế hoạch thật là táo bạo. Với sự hứa hẹn của Bác Sĩ Bernard Kouchner, Bộ Trưởng Đặc Trách Nhân Quyền Pháp Quốc, người sáng lập ra Hội Y Sĩ Thế Giới, là sẽ cấp một số chiếu khán khi tàu Mary Kingstown vớt được thuyền nhân. Thêm vào đó, năm 1989, cả thế giới đều biết nước Pháp đang tưng bừng hãnh diện kỷ niệm 200 năm ngày cách mạng cho Nhân Quyền. Ông André Gille dự trù vớt thật nhiều thuyền nhân, tối đa tàu có thể chở được độ 400 người. Ông sẽ chở các thuyền nhân này tới các hải cảng danh tiếng của thế giới Tự Do, trong đó có San Francisco, như một bằng chứng, một lời kêu gọi sự thức tỉnh của lương tâm nhân loại đối với thuyền nhân.

Với kế hoạch ấy, một chuỗi công tác liên hệ đã được sửa soạn. Văn phòng Đại Diện Ủy Ban tại Bắc Cali đã có một chương trình tiếp đón tàu Mary Kingstown với rất nhiều tiết mục tạo sự chú ý đặc biệt trước công luận. Và Bác Sĩ Đinh Tuấn, dù đang bận trình thêm luận án tiến sĩ tại Anh, sẽ là người theo tàu từ Biển Đông về Pháp, trên mọi hải trình vòng quanh thế giới, ít nhất là 60 ngày, và tàu sẽ cặp bến Marseille, Pháp Quốc vào ngày 14 tháng 7 năm 1989, đúng ngày quốc khánh của Pháp. Với cao độ của tinh thần Nhân Quyền và Tự Do, nước Pháp khó mà từ chối tiếp nhận những thuyền nhân vì Tự Do mà ra đi.

Nhưng kế hoạch ấy không thi hành được toàn vẹn. Tàu Mary Kingstown mới ra khơi được 10 ngày, đã vớt được 112 thuyền nhân ở trong tình trạng nguy khốn phải chở họ về Palawan. Được tin này, Ông André Gille và Giáo Sư Nguyễn hữu Xương lúc ấy đang giảng dạy tại Pháp, đã liên lạc với Bác Sĩ Bernard Kouchner để yêu cầu cấp chiếu khán, và đã được chấp thuận hôm 25/4/1989. 112 thuyền nhân này đã rời tàu lên trại tị nạn Palawan ngay ngày hôm sau.

oOo

Ngoài thời gian mà chiến dịch chính thức khai diễn, con tàu Mary Kingstown trở lại với hoạt động thường nhật của nó là chuyên chở hàng hóa. Ông André Gille cho hay, vào mùa mưa, khi làn sóng người tị nạn giảm xuống, tàu Mary Kingstown hải hành trên Biển Đông, nhưng thường thay đổi hải trình, đi vào vùng biển mà các ghe tị nạn thường xuất hiện, với hy vọng vớt được các thuyền nhân. Năm 1988, vớt được 1 ghe, gồm 43 người. Năm 1989, vớt được 2 ghe, gồm 44 người. Vì không có sẵn chiếu khán nên tàu Mary Kingstown, sau khi vớt họ lên tàu, săn sóc, tiếp tế và kéo ghe tới gần hải phận có các trại tị nạn, đã để các thuyền nhân này xuống lại ghe của họ, tiến vào các trại tị nạn. Các công tác ấy đã đạt được kết quả tốt, nhưng cũng vì thế, kết quả tài chánh cho con tàu mang lại rất là yếu kém, nhất là thời gian 3 tháng Ông F. Herbelin nghỉ thường niên, dưới sự điều khiển của các thuyền trưởng khác, với nhiều sai lầm, đã làm cho sự lỗ lả càng lên cao.

Càng biết thêm về cá nhân Ông André Gille, càng cảm thấy được đức tính cao quý của Ông, đó là tần tiện, khiêm tốn và vị tha. Năm 1988, ông được Ủy Ban mời đến San Diego như một vị thượng khách, để ra mắt cử tọa trong bữa tiệc tối hôm

342

16/9/1988, nhưng tới sáng ngày này, ông gọi điện thoại cho Giáo Sư Xương từ phi trường New York rằng, *"Có thể tôi sẽ tới trễ, khoảng 7 giờ tối."* Được hỏi lý do, ông đã cho hay, *"tôi không thể làm khác được, vì tôi đi máy bay loại charter, cho rẻ tiền, nên phải đợi."* *"Tôi rất ngại xài tiền trong việc di chuyển. Tiền đó có thể dùng vào việc khác tốt hơn.*[1]*"* Và đó cũng là lý do của ông đã không đích thân đến thăm hỏi các thuyền nhân khi tàu cặp bến. Ông nói: *"Sự hiện diện của tôi vô ích*[2]*"* Tuy nhiên Ông được cho hay... *"các vị bác sĩ, y tá trên tàu Mary Kingstown đều cho tôi biết, họ rất ngạc nhiên trước sự can đảm, dũng cảm, tinh thần tổ chức, tương thân, tương trợ và lòng biết ơn của các thuyền nhân."*

Được hỏi Ông có cách nào giúp đỡ những người tị nạn ở các trại tị nạn không. Ông nói: *"Tôi không nghĩ rằng, theo tầm mức của tôi, sự giúp đỡ vật chất, chia xẻ cho hàng chục ngàn người, có thể cải thiện được số phận của họ. Nhưng trên cấp bực quốc gia, với một ít can đảm, suy tư và sáng kiến, có thể giải quyết được vấn đề."*

Ông tiếp: *"Nước Pháp có nhiều lãnh thổ, gần như không người ở, Guyane và Nouvelle Calédonie, có thể tiếp nhận người tị nạn. Tài trợ quốc tế dành cho người tị nạn chuyển qua hoặc bồi hoàn lại cho Pháp. Từ đó người tị nạn có thời gian để dự tính tương lai, hoặc lập nghiệp ngay tại chỗ, hoặc di chuyển đến một quốc gia khác chấp nhận họ."*

Trước sự lãnh đạm của thế giới Tự Do với người tị nạn lúc này, được hỏi Ông nghĩ sao, ông André Gille đã phát biểu: *"Sự lãnh đạm hiện hữu là đặc tính của loài người. Vừa khi chấm dứt tuyên truyền cổ động thương tâm, thì chỉ vài tuần sau sự thương tâm của đại chúng ta đã chuyển qua một đề tài khác."*

Trước những đóng góp lớn lao và đầy ý nghĩa mà Ông đã dành cho người tị nạn Việt Nam, hầu như cả thế giới được biết và ngưỡng mộ. Được hỏi "Bà nhà và các con cái của Ông có biết và hỗ trợ ông trong việc này không, nếu có thì cảm nghĩ của họ

1. *J'hésitais à engager des frais de voyage que je pouvais mieux employer ailleurs.*

2. *Ma présence étant inutile.*

ra sao," ông A. Gille cho hay: *"Vợ tôi đương nhiên là biết và ủng hộ việc làm của tôi. Mấy đứa con và cháu tôi thì chúng không biết gì hết, vì tôi cũng không nói cho chúng biết, nhưng đứa nào biết thì đều đồng ý."*

Được hỏi về kinh nghiệm kinh doanh đã đưa đến thành quả hôm nay, Ông André Gille đã trả lời thật là khiêm tốn. Ông nói: *"Tôi chẳng có bằng cứ cụ thể về thành công vật chất của tôi, toàn là chuyện khiêm nhường và tầm thường. Quý vị sẽ coi đó là tầm thường hơn nữa, nếu biết được tài sản khiêm nhường của tôi. Tôi đã thực hiện công tác của tôi với kết quả tương đối quan trọng, đó là tôi đã sử dụng từ 80 đến 85 phần trăm lợi tức của tôi vào công tác từ thiện. Tôi có thể gửi tới quý vị một sự kiện độc nhất như một thí dụ đó là lòng phi-sở-hữu, không ham muốn của cải, vật chất. Lúc đầu thì cũng thật khó mà nuôi dưỡng tánh "không ham muốn" này, sau rồi cũng thành thói quen, và coi đó là tính tự nhiên. Vì thế những đóng góp của tôi không đòi hỏi hy sinh mà đã không có hy sinh thì hành động đó không có giá trị. Và vì vô giá trị, nên tôi "ẩn danh." Tôi nghĩ rằng, các tín hữu Phật Giáo và Thiên Chúa Giáo đều thông cảm với tôi[3]"*

Được biết ông André Gille sinh ngày 12 tháng 11 năm 1912 tại Paris, Pháp Quốc. Ông phải rời trường học từ năm 15 tuổi và bắt đầu mưu sinh bằng các nghề khiêm tốn nhất như bán báo, phụ nhà hàng, v.v... Sau đó Ông đi học lại về ngành kiến trúc và đứng ra xây cất nhiều khu phố tại Paris.

Trong Đệ Nhị Thế Chiến, ông phải bỏ nghề kiến trúc để xoay qua lãnh vực than củi. Sau Đệ Nhị Thế Chiến, ông làm nghề sản xuất đồ dùng bằng nhựa và trở nên giàu có. Các con ông đã trưởng thành và hiển đạt. Cả Ông và Bà Gille đều có ý muốn làm một chút gì có ích cho nhân loại nên trước nỗi thống khổ của thuyền nhân, Ông Bà đã quyết định mua con tàu Mary Kingstown của

---

3. *Le seul example que je puisse vous donner c'est celui d'un désintérêt progressif, d'abord voulu puis naturel, des biens matériels qui fait que ce que je donne ne me coute rien, ne nécessite aucun sacrifice et se trouve, de ce fait, sans mérite, et de cette absence de mérite découle l'anonymat. Les Boudhistes ainsi que les Chrétiens me comprendront parfaitement.*

Đan Mạch để đi tiếp cứu thuyền nhân trên Biển Đông. Trong hai năm 1988 và 1989, mặc dù Ông từ chối không tiết lộ, nhưng theo các dữ kiện cụ thể có được, Ông Bà đã bỏ ra trên nửa triệu Mỹ kim cho công việc này. Năm 1988, tàu Mary Kingstown vớt được 494 thuyền nhân, năm 1989 vớt được 295 thuyền nhân.

Dù hết sức khiêm tốn, ông đã được cộng đồng Việt Nam tại Mỹ dành cho rất nhiều cảm tình nồng hậu. Hàng chục ngàn người đã đón Ông tại San José, với những tràng pháo tay tưởng như không thể dứt được khi ông xuất hiện. Nhưng với Ông, Ông nói: *"Cảm tưởng của tôi, khi những tiếp xúc trực tiếp với cộng đồng Việt Nam tại Mỹ có thể là thiên vị. Tôi có tạo được vài liên lạc bằng hữu mật thiết với vài người mà tôi hâm mộ, và tôi không thể xét đoán một cách vô tư những người mà tôi mến mộ. Tôi nhận nhiều biểu lộ tri ân rất là cảm động, và tôi có cảm tưởng sự biểu lộ đó có phần quá đáng với việc làm khiêm nhường của tôi.*[4]*"*

Trong tất cả những kỷ vật mà Ông nhận được từ cộng đồng Việt Nam, có một món quà thật bất ngờ không ai biết trước. Đó là mẫu một chiếc ghe tị nạn, như thật, dài 1m50, ngang 60 cm, có máy chạy được, do công trình của hai nhà điêu khắc tài tử, Phạm Châu và Phạm Hiền thực hiện, đem triển lãm trong Đại Nhạc Hội Cứu Vớt Thuyền Nhân hôm 28/10/1989 tại Lyon Plaza, San José. Khi thấy Ông André Gille xuất hiện và được biết về tấm lòng vị tha to lớn của Ông, hai anh Hiền và Châu đã nhờ ban tổ chức trao tặng tác phẩm này tới Ông André Gille. Ngay khi nhận, ông đã nói "tôi sẽ biếu lại Ông Hoàng Rainier của xứ tôi", mà ông không muốn giữ làm của riêng. Nhưng nay thì kỷ vật này, theo lời đề nghị của Ông, sẽ được chuyển tới

---

4. *Mes impressions résultant de mes entretiens directs avec la communauté Vietnamiens ne peuvent que être de très partialles. En effet, j'y ai créé des liens de profonde amitié avec quelques personnes que j'admire et l'on ne peut juger impartiallement ceux que l'on aime et admire. Les manifestations de reconnaissance qui m'ont été adressées étaient profondément émouvantes et m'ont semblé absolument.*

Viện Bảo Tàng Ngư Nghiệp (Musée de Pêche) của nước Pháp. Với bản tính khiêm tốn, làm nhiều hơn nói, chúng ta chưa biết Ông sẽ làm gì thêm trước nỗi thống khổ của người Việt đi tìm Tự Do. Nhưng chỉ bấy nhiêu thôi, ông André Gille, một cá nhân nhỏ bé, đã làm được một công tác to lớn. Ông rất xứng đáng để được cộng đồng người Việt biết đến và nhớ ơn.

Tài liệu tham khảo:

- Phỏng vấn Ông André Gille ngày 15/2/1990.
- Thư của ông André Gille ngày 15/2/1990.
- Diễn văn của ông André Gille ngày 16/9/1988.
- Và các Bản Tin của Ủy Ban số 62, 63.

André Gille's Progression To Disinterestedness And The Boat People

Interview and compilation:
Phan lạc Tiếp and Phan Chí Kiều

The public already knows about the various "boat people" rescue missions, and that these missions have involved cooperation and support from members of the overseas Vietnamese community, including the Boat People S.O.S. Committee. The rescue ships Jean Charcot, Cap Anamur II and Rose Schiaffino were dispatched in 1985, 1986 and 1987 respectively. The Mary Kingstown sailed in both 1988 and 1989. Organizations from around the world, including Médecins du Monde (France) and Cap Anamur (Germany) have contributed to these campaigns. Their support is reckoned as a stroke of very good luck by an equally grateful and commending Vietnamese community. But these organizations are well staffed and financed. In 1988 and 1989, a single greathearted individual stepped forward to shoulder responsibility for aiding refugees out at sea. He is André Gille, of Monaco.

Gille did his splendid deed for many reasons. Foremost are the tragic nature and long duration of the boat people crisis. Nobody can know exactly how many refugees have attempted the voyage across the South China Sea to freedom, but a million have reached her shores so far and estimates run that at least one-half a million have perished due to storms, starvation, dehydration or piracy. Grievous stories about the boat people have appeared continually in print and on television over the last 15 years, wherein André Gille eventually found it no longer possible to silently contemplate the situation. One day, completely by chance, he found himself attending an International Physicians Conference that was convened to promote understanding of boat people rescue activities. Gille did not mention when this conference was held, but noted that from the time of it on he felt compelled to come up with some more efficient, less costly means of aiding the boat people. He says:

"Conversations with leaders of the different refugee rescue organizations made one thing clear to me: Although the fruits of their labor were certainly valuable, their work was not cost-effective. I determined that it was possible to achieve the same outcomes while spending 8 to 10 times less, or to achieve outcomes 8 to 10 times greater with the original amount of money."

The above financial calculations gave Gille some optimism about helping boat people, but it was a couple of navigational factors that convinced him to vigorously undertake his mission. First, with chance again having its say, Gille happened to meet a navigation expert name Higoroum, who provided a thorough overview of the navigation profession. This led Gille to buy the Mary Kingstown of Denmark, in part to open a transport business. But his primary objective was to use the craft to rescue refugees in the South China Sea.

Second, Gille was able to find the ideal skipper - an extremely lucky find in his view. This skipper is Francis Herbelin, a man who had vast prior experience in the South China Sea. With the aid of a close companion having profound experience of her own in those waters, Herebelin had already participated in boat people rescue operations. Herbelin's helper is his wife Bach Tuyet, a former boat person who was rescued by Herbelin. The two have a daughter named Caroline. Thus besides possessing the experiential, geographical and technical knowledge that his task demands, Francis Herbelin's heart is solidly for the boat people.

André Gille also had this to say during our meeting with him: *"During World War II, many signs pointed to the communists coming to power in my homeland, I prepared to buy a fishing boat that would serve both as a means of subsistence and escape should the communists triumph and bring misfortune. Had the United States not entered the war, France surely would have come under communist rule, and I might have become the world's first boat person."*

Apart from helping explain why André Gille embarked on his refugee rescue mission, chance also contributed to his decision to not confine the mission to the year 1988, as he had originally planned. While speaking at a Boat People S.O.S. Committee reception program that was held on September 16, 1988 in San Diego, California, Gille's passion for people was kindled by the presence of the flag of Monaco, which stood proudly beside the speaker's podium. Moved by how the Committee managed to have the colors of his tiny, distant homeland on hand, Gille announced: *"Whether or not organizations choose to help, I have decided to have my ship out at sea again in 1989 ... Please, friends, don't thank me. You have given more to me than I did to you. You have given me this wonderful opportunity to come into contact with some Vietnamese people without peer: courageous, unyielding individuals who will also go to great lengths to express their gratitude."*

As the reception neared its end, Gille asked that an additional photo be taken, one of him standing in front of the Monacan banner. He also asked that copies of the picture be mailed to himself and to Prince Rainier of Monaco.

Many times prior to the relaunching of the Mary Kingstown in 1989, Gille called Doctors Nguyễn Ngọc Kỳ and Nguyễn Thượng Vũ of the Boat People S.O.S. Committee to say: *"My mind's made up, but I will need your help."* Gille unveiled a bold plan. He had obtained a promise from Dr. Bernard Kouchner, France' Special Envoy for Human Rights and founder of the World Physician's Council, that his country would furnish visas for refugees brought aboard the Mary Kingstown. Dr. Kouchner's vow reflected that in 1989, France should be abustle with prideful celebration of the 200th anniversary of her revolution. The nation would be proclaiming herself a champion of freedom, human rights and other democratic values favorable to refugee admissions before a world audience. With France's situation in mind, Gille would offer his human courage to the famous harbors of the free world, including San Francisco. Here would be living proof of the need for a revival of compassion toward boat people. And since the Mary Kingstown can accomodate some 400 refugees, Gille had a sizeable cargo in mind indeed.

A series of related tasks was mapped out to augment Gille's plan. The Northern Californian branch of the Boat People S.O.S. Committee held a reception program for the Mary Kingstown featuring a number of presentations that rallied public opinion behind the refugees. In addition, Dr. Đinh Tuấn agreed to be aboard the Mary Kingstown during her voyage from the South China Sea back to France, although he was in the middle of submitting his doctoral dissertation to Great Britain. The Mary Kingstown would conclude her minimum 60 day journey from one side of the globe to the other by docking in Marseille on July 14, 1989 - the exact date of the French bicentennial. At a height of extolling democratic principles, it would be difficult for France to deny admission to these beings who, for freedom's sake, became boat people.

But all did not go as planned. After the Mary Kingstown had been out at sea for just 10 days, 112 refugees were brought aboard her under hazardous conditions and had to be taken immediately to Palawan. Upon learning of this, Gille and Professor Nguyễn Hữu Xương, who at the time was teaching in France, contacted Dr. Kouchner to request that visas be provided for these boat people. They were granted on April 25, 1989. The 112 disembarked from the Mary Kingstown and entered Palawan's refugee camp on the following day.

Once the officially designated time period for the rescue campaing had expired, the Mary Kingstown returned to everyday function of transporting merchandise. But Gille announced that during this period of monsoons and diminished refugee outflow, he would nevertheless have his ship frequently patrol that area of the South China Sea where refugee craft typically appear, just in case some more boat people might be found. In this way, a boat load of 43 refugees was recued in 1988, and two boat loads, having a combined total of 44 refugees in 1989. Because visas had not been prepared for these voyagers, once they were boarded onto the Mary Kingstown, cared for, given supplies, and their boats put in tow, they were taken to the territorial waters of some nation having refugee camps, then asked to reboard their craft and make their own way to shore. These missions yielded good outcomes, but were also a severe financial drain, particularly during the three months when Skipper Herbelin was on vacation and the Mary Kingstown's substitute skippers made their many mistakes.

The more one inquires about André Gille, the more one realizes that he possesses the virtues of thriftiness, modesty and altruism. On the morning of the Boat People S.O.S. Committee's September 1988 reception party, Gille, who was to be both the reception's guest of honor and featured speaker, called Professor Xương from New York City to say: *"I might arrive late, at around 7 p.m."* Asked why, Gille replied: *"I have no choice since, in order to cut costs, I am flying on a chartered plane. I'll just have to wait. I'm very reluctant to spend money on travel since it can be used for better purposes."* Thriftiness also explains why Gille does not personnaly call on boat people when they arrive in port: *"My presence there would serve no useful purpose"*, he says. However, Gille adds: *"All of the doctors and nurses who have worked aboard the Mary Kingstown have expressed amazement regarding the bravey, courage, cooperative spirit, mutual friendship, and gratitude that the boat people display."*

Asked if he knew of some way of helping the refugees interned in the camps, Gille replied: *"Given that I only have the resources to materially assist a few thousand refugees, I don't think that I can do much to better the fate of the camp population. But with a bit of boldness, reflection and initiative, it would be possible to resolve their dilemma at the national level ... France possesses many sparsely populated territories, including Guiana and New Caledonia, that can accomodate refugees. International aid could go to transferring the refguees to the territories, or to making restitution to France should she execute the transfer. In the territories the refugees could plan their futures; resettle where they are, or go to some other nations that would admit them."*

Asked how he felt about the current largely apathetic attitude of the free world toward the boat people, Gille stated: *"The present indifference is symptomatic of human nature. Once some heart rending public awareness campaign has been launched, it just takes a few weeks for the people's attention to shift to some new subjects."*

In view of the weighty and highly meaningful contributions that Andre Gille has made to Vietnamese refugees, ones that the entire world seems to know about and esteem, we asked: "Do your wife and children know about and assist you in your mission, and if so, what are their feelings toward it? Gille replied: *"My wife, naturally, knows about my work and she's supportive of it as well. Some of my children and grandchildren don't know anything about it because I haven't told them, but all those who do know about my work approve of it."*

Asked about his bussiness background and current standing, Gille responded with true humility: *"My material success is quite*

unremarkable; I've little to show in the way of it really. People see my
estate as being that much more modest once they find out that although
my charitable work yields good results, it involves the investment of 80
to 85 precent of my income. However, my good deeds should be viewed
in the context of a progression to disinterestedness, to where one no
longer craves possessions and other material things. Initially it is very
difficult to cultivate this noncovetous character, but in time unselfish
behavior becomes habitual and one appears disinterested by nature. This
being the case, my charitable work does not exact sacrifice. In turn, it is
of no real merit. As my deeds lack merit, I am 'anonymous.' I think that
both Buddhists and Christians will understand me here."

Gille added that he was born on November 12, 1912, in Paris.
He had to leave school at the age of 15 to begin making a living
by the most humble of means, including newspaper delivery
and waiting on tables. He later returned to school and majored in
architecture. Then he went on to help construct many of modern
Paris' districts.

During World War II, Gille had to drop architecture in favor
of the charcoal industry. After the war he went into asphalt
production and became wealthy. All his children attained
adulthood and preeminence. Gille and his wife came to develop
a common desire to do a bit of good for humankind which, upon
arrival of the boat people tragedy, translated into the purchase of
the Mary Kingstown. Although Gille refused to divulge as much,
data show clearly that in 1988 and 1989, he and his wife spent
over one half a million U.S. dollars on deploying their rescue ship
in the South China Sea.

During a recent visit to the United States, André Gille was
received with tremendous warmth by the Vietnamese community.
However, he remained as unassuming as ever. Several thousand
people greeted him at the Save the Boat People Festival held on
October 28, 1989, in Lyon Plaza, San José, California, with rounds
of applause that seemingly could not end as long as he was
visible. Gille's response was: *"As I come into direct contact with the*

Vietnamese community of America, I form impressions that are probably biased. I have made some close, admirable friends by now, and I cannot objectively judge the people I esteem. I can only say, as the recipient of many touching demonstrations of gratitude here in the United States, that they exceed what my modest efforts warrant."

Of all the mementos that Gille received form the American Vietnamese community, one that was quite unanticipated stands out. It is a built-to-scale model of a refugee boat that is one meter, fifty centimeters long, 60 centimeters wide, and equipped with a working engine. The boat was presented by its craftmen Phạm Châu and Phạm Hiền at the San Jose Save the Boat People Festival. Once Hiền and Châu were able to witness Gille's great altruism first-hand, the two hobbyists asked the festival's organizing committee to give their work to Gille as a gift. But when presented with the model, Gille said that he could not make it his personal property. Rather, he said: *"I shall give this boat to the sovereign of my homeland, Prince Rainier."* But in keeping with a suggestion that Gille offered later, the model is now headed for display in the Fisheries Museum of France.

Given André Gille's modesty and tendency to act rather than speak, we do not yet know what more he might do in response to the sufferings of the Vietnamese people aspiring to be free. However, as much as he is but one individual, Gille pursued a great mission that is consequential for very many individuals. André Gille is most worthy of the acknowledgement and gratitude of the entire Vietnamese community.

References:

- *Interview with André Gille, February 15, 1990.*
- *Letter from André Gille, February 15, 1990.*
- *Speech given by Gille, September 16, 1988.*
- *Boat People S.O.S. Committee newsletters, numbers 62 and 63.*

Một Ước Mơ

Năm 1982, tôi và Lê tất Điều cùng làm trong hãng đóng tàu Nassco, những giờ nghỉ trưa, ngồi dưới những mảng sắt khổng lồ, nhìn ra mặt biển mênh mang, gió lồng lộng thổi, cả hai chúng tôi mang những thảm cảnh của thuyền nhân ra bàn cãi, xót thương. Những chiếc ghe mỏng manh chất chứa hàng trăm người, chòng chành, vật lộn giữa sóng nước bao la. Những gương mặt hốc hác vì kiệt lực, vì đói khát. Những cô gái lả đi, xanh ngắt được dìu đi trên bãi biển, là nạn nhân của sóng gió và hải tặc. Chúng tôi nhìn lại những khung tàu khổng lồ đang được đóng tại đây, phải hàng năm nữa mới xong, mới được hạ thủy. Trên con đường rong ruổi ở biển khơi, có khi nào con tàu này đi qua Biển Đông không. Nếu đi trên Biển Đông trong vùng biển của quê nhà, chúng tôi cầu khẩn cho thủy thủ đoàn trên con tàu này nhìn thấy những chiếc ghe mỏng manh, khốn khổ kia mà dừng máy, cứu vớt những đồng bào tuyệt vọng của chúng tôi. Trong nỗi xót thương đó, Điều đã cô động và có những câu thơ như một ước mơ không bao giờ thành sự thật:

…

Một tháng nữa con tàu sẽ xuống nước
Tháng ngày nào mới đi qua Biển Đông?
Biển Đông giờ này bao nhiêu thuyền hấp hối
Ôi con tàu đến trễ cả ngàn năm!
Chàng bắt đầu mơ những điều huyền hoặc
Mơ con tàu cảm được những thương tâm
Nghe được tiếng đàn bà con trẻ khóc
Và xót xa như có một linh hồn.

(Đóng tàu - Cao Tần, Tháng 11-82)

Giấc mơ huyền hoặc của Lê tất Điều, của chúng tôi, tưởng là mơ hồ, nhưng chưa đầy 3 năm sau, đúng khi Cộng Sản Việt Nam tưng bừng kỷ niệm 10 năm chiếm được Miền Nam, do một cơ duyên kỳ diệu, con tàu nhân đạo Jean Charcot của Hội

Y Sĩ Thế Giới (Médecins du Monde) của Pháp điều hành, với sự hỗ trợ cụ thể của cộng đồng người Việt hải ngoại, qua Ủy Ban Báo Nguy Giúp Người Vượt Biển, đã có mặt ở ngoài khơi Vũng Tàu, mở đầu cho những công tác Vớt Người Biển Đông những năm sau đó. Khởi đi từ San Diego, công tác nhân đạo nói trên đã lan tỏa đi mọi nơi trên mặt địa cầu, nơi nào có người Việt tị nạn, đều ít nhiều có những đóng góp gửi về. Từ những đồng tiền ân nghĩa ấy đã nhóm lên một phong trào tương thân "lá rách đùm lá tả tơi." Người Việt liều chết ra đi không những được đón nhận trong vòng tay xót thương của cộng đồng nhân loại, mà còn được coi như tượng trưng cho sự can trường, những chiến sĩ của Tự Do. Và một cách cụ thể, từ hải ngoại đã có những vị bác sĩ tạm thời đóng cửa phòng mạch, từ giã cuộc sống xa hoa nơi các quốc gia Tự Do, để đích thân, những vị y sĩ Việt Nam này, có mặt trên những con tàu đi vớt người vượt biển. Mở đầu là Bác Sĩ Đinh Xuân Anh Tuấn ở Pháp. Gần gũi với San Diego là Bác Sĩ Nguyễn ngọc Kỳ, ở Santa Ana, Bác Sĩ Bùi Đồng, ở Irvine. Miền Bắc Cali thì có Bác Sĩ Nguyễn thượng Vũ. Và từ miền đất xa, lạnh giá Canada, có Bác Sĩ Trang Châu. (Và trong danh sách dự khuyết còn có vị nữ Bác Sĩ Đào thị Hồng, nếu công tác còn tiếp tục, chắc chắn chúng ta sẽ thấy sự hiện diện của vị nữ bác sĩ này trên con tàu đi tiếp cứu thuyền nhân).

Bác Sĩ Trang Châu, tác giả cuốn bút ký *Y Sĩ Tiền Tuyến*, giải thưởng văn chương năm 1970, người thoát khỏi Việt Nam, đêm 29 rạng ngày 30 tháng 4 năm 1975, trên Dương Vận Hạm Thị Nại, HQ 502, một con tàu hư máy, lết đi trong kinh hoàng, khốn khổ, chở theo trên 5,000 đồng bào. Khi Việt Cộng vào đến Sài Gòn, con tàu khốn khổ này còn nằm liệt ở cửa sông Soài Rạp. Lúc con tàu này lết được ra ngoài cửa biển, ở ngoài khơi Vũng Tàu, thì những chiếc ghe chạy giặc chậm chân xáp vào chiến hạm. Thang giây thả xuống, lại vớt thêm người. Trong những người được vớt thêm này có gia đình Bác Sĩ Nguyễn hữu Hùng, (hiện ở Santa Ana) gồm 51 người, trong đó có cụ thân sinh ra Bác Sĩ Hùng. Cụ ông ở trong tình trạng suy kiệt, nguy hiểm.

Bác Sĩ cõng cụ ông trên vai, và gặp chúng tôi, người viết bài này, nói: "Anh ơi, ông cụ em nhẹ lắm rồi. Không ăn không uống gì được cả…" Bác Sĩ Hùng là bạn thân của em tôi, cùng có mặt trên tàu. Trước hoàn cảnh này, là một người phụ tá bất đắc dĩ cho bạn tôi, Hạm Trưởng con tàu, chúng tôi đã giải tỏa phòng ăn sĩ quan làm phòng cấp cứu. Gần 20 vị bác sĩ, nha sĩ có mặt trên tàu được trưng dụng để túc trực tại đây. Một trong những vị y sĩ mà chúng tôi biết ở đây là Bác Sĩ Trang Châu. Nhờ đó mà rất nhiều những trường hợp nguy nan, những đồng bào đi trên tàu đã được săn sóc kịp thời. Chúng tôi biết nhau qua chút duyên văn nghệ, và còn chia xẻ với nhau những giờ phút gian nan, khốn khổ nhưng cũng chất ngất những nghẹn ngào khi cùng nhau đứng nghiêm hát quốc ca, làm lễ hạ quốc kỳ Việt Nam Cộng Hòa, để trao tàu cho Hải Quân Mỹ, trước khi tàu được vào quân cảng Subic của Phi Luật Tân hồi 12 giờ trưa ngày 7 tháng 5 năm 1975. Tôi không bao giờ quên giờ phút đau thương, xúc động ấy. Anh Trang Châu chắc chắn cũng không thể nào quên được. Gần 10 ngày lênh đênh trên con tàu khốn khổ này, chúng tôi đã chia nhau từng ngụm nước có vẫn cặn sét. Chia nhau những nắm cơm khi thì sống, khi thì khê. Và sau đó tháo lon, bỏ mũ vứt xuống biển để bước xuống hầm con tàu chở hàng Greenway. Lại những ngày dài hải hành từ Phi đến đảo Guam. Bước chân lên đảo này hồi 12 giờ ngày 12 tháng 5 năm 1975. Từ đó trong rừng người của trại tị nạn, tôi và anh Trang Châu không gặp nhau nữa. Trong dư âm của cuộc sống, đôi khi tôi nghe nói anh định cư tại Canada, nhưng cuộc sống của chúng tôi khác nhau, nơi sống của chúng tôi lại càng xa nhau. Nhưng trong chúng tôi có chung kỷ niệm của những ngày đổi đời tang thương kia. Dù có muốn xua đuổi, những ngày đau xót đó vẫn cứ ám ảnh tôi hoài. Tôi nghĩ, hàng chục ngàn người ra đi trong giờ phút tang thương đó, không ai có thể nào quên được. Bởi thế, trong danh sách những vị y sĩ tình nguyện trở về Biển Đông do Bác Sĩ Nguyễn ngọc Kỳ đưa ra, có tên anh Trang Châu, tôi như vừa tìm thấy một kỷ vật, một nỗi thân quen cùng một sự vui mừng nhỏ bé rất riêng tư. Con người như thế thì phải làm những việc như thế. Không thể nào khác. Những ngày trên con tàu Thị Nại, HQ 502, như thời gian thực tập cho vị y sĩ này để trở lại Biển Đông tìm kiếm, giúp đỡ, chia xẻ và còn là sống cùng những đồng bào ruột thịt, bè bạn của mình. Bác Sĩ Trang Châu khởi hành từ Montréal ngày Thứ Tư, 20 tháng 4 năm 1988, đến Palawan vào Chủ Nhật 24, để thay thế cho Bác Sĩ Nguyễn ngọc Kỳ.

Trên *boong* con tàu nhân đạo, anh Trang Châu đứng đó, nhìn ra mặt biển bát ngát, chập chùng những đợt sóng xô. Những làn gió trào qua mặt, anh Trang Châu ơi, anh có ngửi thấy mùi đất, mùi bùn, mùi phù sa của đồng bằng sông Hậu, sông Tiền của đất nước mình không? Trong những cụm mây ùn lên trên những mỏm núi xa chìm dưới chân trời ở phía Tây, đó là Vũng Tàu, nơi con tàu khốn khổ của chúng ta, HQ 502, đã nặng nhọc lướt qua. Vì nhiều lý do, tôi đã không có mặt cùng anh, để cùng nhau ngây ngất sống trong khung cảnh bát ngát và ngập tràn xúc động này. Nhưng tôi cũng không hoàn toàn thua thiệt, vì anh đã ghi lại những giây phút ấy bằng một bài thơ. Bài thơ anh viết tay, gửi cho tôi, bao nhiêu năm, tôi còn giữ đây. Hôm nay tôi chép ra để mọi người cùng anh nhớ lại những giờ phút lạ lùng, quý báu kia.

Về Biển Đông

Một chớm bình minh anh ra khơi
Trùng dương bát ngát, người mong người
Dang tay ôm cả chân trời rộng
Sóng vỗ thân tàu, bọt biển trôi
Hỡi những sông ngòi trên quê hương
Có nghe lòng rộn tiếng lên đường
Những con thuyền nhỏ, con thuyền nhỏ
Xuôi nước âm thầm ra đại dương
Ôi! những phong ba sóng thét gào
Những phường thủy khấu sặc gươm đao
Những bàn tay yếu trong tay yếu
Những mắt ngời lên ánh lửa sao

Này chị, này anh, này chú, cha
Này những em thơ, những mẹ già
Một đi một thoát đời nô lệ
Hay chết trong lòng biển Tự Do
Anh ở phương trời tuyết trắng che
Đường xa chi lắm mấy sơn khê
Tình thương như nước bao la ấy
Xui một người đi trở gót về
Mẹ bước lên tàu, cha đẩy ghe
Anh lau giọt tủi, chị lòng se
Em cười, ánh mắt thơ ngây quá
Ôi! buồn xa quê, vui bỏ quê
Đã hết thôi rồi cơn ác mộng
Mùa Xuân đang tới. Chừ đêm nay
Có người đứng nhớ hồn tê dại
Quê nhà qua một thoáng mây bay.

Tàu Mary Kingstown đêm 30 tháng 4 năm 1988
Trang Châu

Bác Sĩ Đinh Xuân Anh Tuấn: Một Viên Ngọc Quý

Từ sự tình cờ đưa đẩy, bắt nguồn từ tình bè bạn mà Ủy Ban Báo Nguy Giúp Người Vượt Biển, (Boat People S.O.S. Committee) đã được hình thành. Từ lá thư của nhà văn Nhật Tiến là bước khởi đầu cho giai đoạn kêu cứu cho thảm nạn Thuyền Nhân. Sau này Ủy Ban đã hợp tác với Hội Y Sĩ Thế Giới của Pháp (Médecins du Monde) và các tổ chức nhân đạo khác, lại khởi đi từ anh Nhật Tiến, nhưng người đóng vai trò quan trọng trong giai đoạn này là Bác Sĩ Đinh Xuân Anh Tuấn. Nói khác đi, nếu không có sự hiện diện của Bác Sĩ Đinh Xuân Anh Tuấn thì không có những hoạt động Vớt Người Biển Đông mà

Ủy Ban đã thi hành với sự hỗ trợ rộng lớn của cộng đồng người Việt khắp nơi trong nhiều năm sau đó.

Như chúng ta đã biết, nước Pháp có những liên hệ sâu rộng, chặt chẽ với nước Việt Nam chúng ta qua gần một thế kỷ. Sau sự thất bại của cuộc chiến năm 1954, người Pháp rút khỏi Đông Dương, nhưng những liên hệ về kinh tế, văn hóa, chính trị đối với Việt Nam vẫn còn sâu đậm. Cuộc chiến sau đó, với sự hiện diện mạnh mẽ của người Mỹ ở Việt Nam, chấm dứt vào giữa thập niên 70 cũng đã được kết thúc bằng hội nghị diễn ra dai dẳng trên đất Pháp. Bởi thế mọi diễn biến ở Việt Nam, tốt hay xấu, với chính giới và nhân dân Pháp vẫn là vấn đề có liên hệ xa gần với người Pháp. Khi Miền Nam sụp đổ vào ngày 30 tháng 4 năm 1975, người Pháp không thể dửng dưng. Nhiều người Việt có quốc tịch Pháp đã được chính phủ Pháp tiếp nhận cho "hồi hương." Không thiếu những chính khách, những người có liên hệ xa gần với Pháp, cũng được chính phủ Pháp can thiệp và tiếp nhận cho rời Việt Nam để định cư ở Pháp. Do đó khi làn sóng người Việt Nam bỏ nước ra đi sau biến cố tháng 4 năm 1975, người Mỹ đã đứng ra tiếp nhận khoảng 130,000 người trong đợt đầu tiên, nhưng sau đó làn sóng Thuyền Nhân tiếp tục ra đi mạnh mẽ, người Mỹ vì nhiều lý do đã không sẵn sàng tiếp nhận thêm nữa. Nhưng người Việt Nam vẫn liều chết ra đi và tệ nạn hải tặc lộng hành trên Biển Đông, tạo nên bao nỗi kinh hoàng trước dư luận thế giới. Trước hoàn cảnh ấy, với những liên hệ sâu xa với Việt Nam, cộng với lòng tự hào của nền văn hóa nhân bản của mình, nước Pháp là nơi đã phát xuất những con tàu nhân đạo đi cứu vớt Thuyền Nhân năm 1979, với "Một Con Tàu cho Việt Nam" (Un Bateau Pour le Vietnam). Năm 1981, Tổ Chức Quốc Tế Chống Hải Tặc (International Committee Against Piracy) ra đời. Năm 1982 con tàu Akuna xuất hiện trên Biển Đông để trực tiếp tìm hiểu về tệ nạn hải tặc. Và cũng năm này, Hội Y Sĩ Thế Giới (Médecins du Monde) cho con tàu M.S. Goelo ra khơi để cứu vớt Thuyền Nhân. Qua những hoạt động của những công tác nói trên, phát xuất từ nước Pháp, thảm nạn Thuyền Nhân đã được dư luận thế giới chú ý đặc biệt.

Trước hoàn cảnh ấy, người thiếu niên Việt Nam sinh năm 1958, rời Việt Nam và được nước Pháp cho định cư đã thấy hết, đã kinh qua những đoạn đường gian nan, cay đắng trước thời cuộc, đã không thể ngồi yên. Anh tên là Đinh Xuân Anh Tuấn. Anh đã liên lạc với Hội Y Sĩ Thế Giới để theo tàu ra khơi đi cứu vớt đồng bào. Không được chấp nhận, vì anh chưa phải là một bác sĩ Y Khoa. Miệt mài học cho xong. Khi đã có học vị bác sĩ Y Khoa năm 1982, chưa tròn 25 tuổi, rất trẻ, chưa vợ con, chưa có phòng mạch, chưa làm cho nhà thương, nói chung là hoàn toàn tự do, Bác Sĩ Đinh Xuân Anh Tuấn trở lại với Hội Y Sĩ Thế Giới, được chấp nhận là một thành viên của hội này và ông là người đã có mặt trên những con tàu đi cứu vớt đồng bào mình từ đó.

Vừa làm công tác xã hội vừa miệt mài học hỏi, khảo cứu. Và trong dịp sang Mỹ do một học bổng nghiên cứu về Y Khoa, Bác Sĩ Đinh Xuân Anh Tuấn mang theo một số phim ảnh liên hệ đến công tác cứu vớt Thuyền Nhân của Hội Y Sĩ Thế Giới mà chính ông đã trực tiếp tham dự. Tại Mỹ, thấy Ủy Ban Báo Nguy Giúp Người Vượt Biển hoạt động rất rộng lớn, bênh vực cho Thuyền Nhân, có những kết quả cụ thể, được báo chí phản ảnh rộng rãi, đồng bào nức lòng hộ trợ, ông đã tìm đến nhà văn Nhật Tiến, một nhà văn nổi tiếng, đồng thời cũng là nạn nhân của hải tặc qua vụ án đảo Kra. Những thước phim vớt người vượt biển của Hội Y Sĩ Thế Giới được đem ra chiếu thử. Và nhà văn Nhật Tiến bàng hoàng: "Sao lại có sự trùng hợp kỳ diệu thế này?" Ông nghĩ ngay đến Ủy Ban, nghĩ đến Hội Y Sĩ Thế Giới. Cả hai mà như là hai mảnh của một tổ chức đầy nhân đạo, cùng lo cho Thuyền Nhân. Ông Nhật Tiến gọi cho người viết "Ông ơi, cái này lạ lắm. Tôi có một người khách quý đến từ phương xa, đem theo một món quà rất lạ, chắc là ông thích …" Lời nói úp mở ấy khiến cá nhân chúng tôi rất nóng lòng. Và một cuối tuần, từ Santa Ana xuống San Diego, ghé đón Lê tất Điều, cùng đến nhà tôi. Phái đoàn còn

có nhà văn Hoàng khởi Phong, và một thanh niên, còn rất trẻ.
Ông Nhật Tiến nói ngay: "Đây là Bác Sĩ Đinh Xuân Anh Tuấn,
thành viên của Hội Y Sĩ Thế Giới (Médecins du Monde) từ
Pháp qua du học. Anh Tuấn có đem theo một số tài liệu về
cảnh đi vớt Thuyền Nhân ..." Những thước phim lập tức được
trình chiếu. Cảnh biển xanh trùng trùng. Hình chiếc ghe vượt
biên như một chấm đen khi ẩn khi hiện. Con tàu đi vớt Thuyền
Nhân tiến lại gần. Tiếng loa vang vang mà như tan loãng vào
gió biển. Tiếng loa của chính Bác Sĩ Đinh Tuấn: "Đây là tàu
Pháp đi vớt người vượt biên ..." Chiếc ghe vượt biên hiện ra
thật gần, chúng tôi đã nghe được tiếng máy ghe lạch xạch.
Tiếng người nói lao xao. Tiếng đàn bà, trẻ con kêu khóc. Và
xuồng cao su từ trên tàu thả xuống. Người Việt Nam duy nhất
trên xuồng, đeo áo phao, nói lớn: "Bình tĩnh. Hãy ngồi xuống
..." Và cảnh vớt người trên biển bắt đầu. Những đứa trẻ bụ
bẫm được chuyền tay từ ghe, qua tay những thủy thủ Pháp,
đưa lên tàu. Những đôi mắt đẫm những lệ chảy xuống khóe
miệng mỉm cười. Những khuôn mặt hốc hác, tóc tai rối bù.
Những bà mẹ già bước lên tàu, hai tay xá mọi người và xá bốn
phương trời, biển...

Đây là phút khởi đầu đầy xúc động cho sự hợp tác chặt
chẽ và sâu rộng giữa Ủy Ban và Hội Y Sĩ Thế Giới, mở đầu
cho những chiến dịch Vớt Người Biển Đông sau này. Giáo Sư
Nguyễn hữu Xương, Chủ Tịch Ủy Ban, lập tức được mời đến
nhà tôi. Bác Sĩ Đinh Tuấn trình bày mọi diễn tiến về công cuộc
cứu vớt Thuyền Nhân, những khả năng cũng như những bất
cập của tổ chức này. Nhưng mục tiêu và lòng nhiệt thành thì
hầu như hai bên đều y hệt như nhau. Tiếp theo sau đó là buổi
họp của Ủy Ban, và những cuộc điện đàm giữa Giáo Sư Xương
và Hội Y Sĩ Thế Giới. Tất cả đều dễ dàng, vì cả hai đều sử dụng
Pháp ngữ nhuần nhuyễn, thân quen, trong quá khứ Giáo Sư
Xương đã xuất thân từ đại học Pháp. Ông sang Pháp từ những
ngày còn nhỏ.

Trong các cuộc họp của Ủy Ban, những vấn đề được đặt ra:

- Ngoài vấn đề nhân đạo, người Pháp có dụng ý gì trong công tác này không.

- Trong sự họp tác giữa Ủy Ban và Hội Y Sĩ Thế Giới, tương quan trách nhiệm như thế nào. Cụ thể chúng ta phải đóng góp bao nhiêu.

- Khi nào công tác này có thể bắt đầu được...

Theo các cuộc điện đàm giữa Giáo Sư Nguyễn hữu Xương với Bác Sĩ Alain De Loche, đương kim chủ tịch của hội này, thì Hội Y Sĩ Thế Giới làm việc này hoàn toàn vì lòng nhân đạo, tượng trưng cho nền văn hóa nhân bản của nước Pháp mà thôi. Hội Y Sĩ Thế Giới là một tổ chức tư, bất vụ lợi, không lệ thuộc chính phủ, mặc dù trong những công tác nhân đạo ấy, chính phủ Pháp có phái các chiến hạm đi theo để hộ tống và giúp đỡ. Trong thời gian mấy năm qua dù không được cộng đồng người Việt hỗ trợ cũng như biết đến, Hội Y Sĩ Thế Giới vẫn làm và họ còn tiếp tục làm. Nay nếu được Ủy Ban chúng ta hỗ trợ, coi như được cộng đồng người Việt chính thức góp sức, nhất là cộng đồng ta ở Mỹ đông đảo, có nhiều khả năng (ít nhất là so với cộng đồng ta tại Pháp), thì công tác nhân đạo này chắc chắn sẽ có những kết quả cụ thể, to lớn hơn. Nói một cách tượng trưng, họ là những người thực sự làm việc nghĩa, còn chúng ta là người hỗ trợ, kẻ biết khen ngợi và vỗ tay.

Cụ thể là chúng ta phải đóng góp bao nhiêu, Giáo Sư Xương cho biết, từ trước tới nay, công tác này họ đã làm, tùy theo ngân khoản mà họ đóng góp và thu nhận được. Do đó sự đóng góp của chúng ta tuy rất cần thiết, nhưng không là điều bắt buộc, càng nhiều càng quý. Càng có nhiều tiền thì công tác càng được thi hành lâu dài hơn, phong phú hơn. Một cách cụ thể, sự họp tác của chúng ta, tuy quan trọng, nhưng hoàn toàn tùy khả năng. Cái khó nhất là làm sao có chiếu khán của các quốc gia đệ tam để khi vớt được thuyền nhân, chúng ta có thể định cư cho họ. Vẫn theo Bác Sĩ A. Deloche, thì một số các quốc gia ở Âu Châu đã hứa sẽ sẵn sàng. Nhưng Hội Y Sĩ Thế Giới mong mỏi chính phủ Mỹ cung cấp cho chương trình này một số chiếu khán, dù chỉ là 1 chiếu khán tượng trưng. Nhưng vẫn theo Bác Sĩ A. Deloche, giới hữu trách Mỹ nói họ "đã làm đủ bổn phận với người Việt Nam rồi."

Còn khi nào công tác này sẽ bắt đầu? Vì còn tùy thuộc vào một số yếu tố khác, nhất là giữ cho công tác được kín đáo cho đến ngày tàu ra khơi, chúng ta chưa có câu trả lời dứt khoát. Nhưng chắc chắn là năm nay, 1985, trong khi Cộng Sản Việt Nam tưng bừng làm lễ 10 năm tiến chiếm Miền Nam, mà làn sóng người vượt biển vẫn bỏ nước ra đi đông đảo, thì Hội Y Sĩ Thế Giới sẽ có một con tàu ở ngoài khơi bờ biển Việt Nam để Vớt Người Biển Đông. Và với sự hợp tác này, trong thủy thủ đoàn, Ủy Ban chúng ta được quyền cử người tham gia để thông dịch, giúp đỡ đồng bào khi vớt được họ. Và như chúng ta biết, ngoài những nhân viên điều hành con tàu, những người khác trên tàu là những bác sĩ, y tá, nhà báo, các đài truyền hình từ Pháp, Đức, Nhật. Họ đều là những người tự nguyện tham gia. Do đó nếu chúng ta có những vị bác sĩ đóng cửa phòng mạch, trở về Biển Đông cứu vớt đồng bào, nhất là những vị bác sĩ xuất thân từ chương trình Pháp, thông thạo tiếng Pháp thì thật là vô cùng quý báu...

Như thế, trên đại thể giữa hai tổ chức đã có sự đồng thuận về mục tiêu và nhiệm vụ. Hội Y Sĩ Thế Giới lo tổ chức những con tàu đi Vớt Người Biển Đông. Ủy Ban Báo Nguy Giúp Người Vượt Biển lo gây quỹ và quảng bá sâu rộng công tác này với cộng đồng người Việt khắp nơi trên thế giới. Hai vị chủ tịch, chấp thuận những nét tổng quát. Còn Bác Sĩ Đinh Tuấn, vừa là thành viên của Hội Y Sĩ Thế Giới, vừa là thành viên của Ủy Ban, giữ vai trò thông tin và liên lạc giữa hai tổ chức. Từ đó, qua các cuộc điện đàm viễn liên hay qua những lần công tác giáo dục tại Hoa Kỳ, giữa người viết và Bác Sĩ Đinh Tuấn là những chương trình, những chi tiết về mọi sinh hoạt của hai bên đã được đem ra thảo luận chi ly.

Cụ thể là đúng ngày 30 tháng 4 năm 1985, con tàu Jean Charcot sẽ có mặt ở ngoài khơi bờ biển Việt Nam để vớt người vượt biển. Hải trình của con tàu này sẽ hoạt động từ ngang mũi Kê Gà (Phan Thiết), chạy xuôi theo bờ biển Việt Nam, cách bờ trung bình từ 40 đến 50 hải lý, tới ngang Côn Sơn thì quay lên. Đây là cửa ngõ của 9 con sông Cửu Long, nơi phát xuất những ghe vượt biển, khởi hành từ vùng Rừng Sát và Lục Tỉnh trong mùa biển êm, mà cuối tháng 4 là bắt đầu hết mùa gió Đông-Bắc. Trong buổi *meeting* nhân ngày Quốc Hận 30 tháng 4 năm 1985, tổ chức tại khu thị tứ trước nhà sách Tú Quỳnh, Santa Ana, cá nhân người viết và nhà văn Nhật Tiến đã được phép đại diện Ủy Ban thông báo trước toàn thể đồng bào hiện diện: "Đúng 8 giờ sáng ngày mai, 30 tháng 4, con tàu nhân đạo Jean Charcot, do Hội Y Sĩ Thế Giới điều hành, với sự hợp tác của Ủy Ban, sẽ có mặt ở hải phận quốc tế, ngoài khơi Vũng Tàu để mở đầu công tác Vớt Người Biển Đông. Con tàu ấy sẽ hoạt động lâu hay mau tùy thuộc vào sự đóng góp của cộng đồng chúng ta …" Cả rừng người vỗ tay hoan hô như sấm động … Công tác Vớt Người Biển Đông năm 1985, chính Bác Sĩ Đinh Xuân Anh Tuấn là người đại diện Ủy Ban có mặt trong công tác này, hoạt động ở ngoài khơi Việt Nam từ 30 tháng 4 đến 7 tháng 6 năm 1985, vớt được 520 thuyền nhân. Suốt trong cuộc hải trình này, chính phủ Pháp đã biệt phái chiến hạm Schoelcher theo để hộ tống và giúp đỡ. Một công tác đầy ý nghĩa của cộng đồng chúng ta đã được chính thức mở đầu.

Để làm được điều này, vai trò của Bác Sĩ Đinh Tuấn thật là to lớn, qua bao nhiêu suy nghĩ, bàn thảo viễn liên, cần được xem xét, cân nhắc tỉ mỉ và giữ kín cho đến khi thi hành. Thí dụ, nếu khi chúng ta vớt thuyền nhân bị tàu tuần Việt Nam quấy nhiễu, ta phải làm gì? Đã có mặt những phóng viên quốc tế trên tàu làm chứng. Nếu cần, có thể có một quả lựu đạn khói khéo léo nổ ra, và những ống kính quốc tế sẵn sàng thu hình. Trên mặt báo quốc tế sẽ là cuộc phiền hà do tàu tuần Cộng

Sản gây ra ... Đây chỉ là một sự việc dẫn ra làm thí dụ, để thấy rằng vai trò của Bác Sĩ Đinh Tuấn quan trọng và cần thiết như thế nào từ lúc khởi đầu cũng như trong suốt 5 năm hoạt động Vớt Người Biển Đông mà rất ít người biết tới.

oOo

Trong khi hợp tác mật thiết như thế trong công tác xã hội, Bác Sĩ Đinh Tuấn vẫn tính toán, xếp đặt để tiếp tục việc nghiên cứu của ông được vẹn toàn. Năm 1990, ông được Hội Y Khoa American College of Angiology vinh danh và trao giải thưởng cho ông về công trình nghiên cứu mà ông đang theo đuổi tại đại học Cambridge, Anh Quốc. Sau 3 năm nghiên cứu tại Anh quốc, Bác Sĩ Đinh Tuấn đã trở về Pháp và làm Giáo Sư Y Khoa tại Đại Học Cochin, Paris. Ông đã lập gia đình, có 2 con, một trai một gái, sinh sống tại Paris, Pháp. Ông cũng là người từ nhiều năm qua đã về Việt Nam giảng dạy thêm cho các sinh viên và y sĩ Việt Nam về lãnh vực của mình và bảo trợ cho những bác sĩ Việt Nam qua Pháp tiếp tục nghiên cứu về các lãnh vực chuyên môn khác. Hầu như hàng năm ông cũng được mời qua Mỹ tham dự những cuộc hội thảo về y khoa. Trong những chuyến hội thảo này, đôi khi còn có một vài vị bác sĩ mới ra trường từ Việt Nam theo ông tham dự hội nghị. Ông cũng còn được biết đến như một thi sĩ tài tử. Những bài thơ của ông mang đậm nét nhân bản và tha thiết với quê hương Việt Nam.

Nói chung, dưới mắt người viết, Bác Sĩ Đinh Xuân Anh Tuấn như một viên ngọc quý, kết tinh từ tình tự dân tộc và được ấp ủ nồng nàn bằng cả nền văn hóa nhân bản hiện đại của thế giới tự do. Ông có trái tim rất to lớn, tha thiết yêu người, nhất là những người còn chìm đắm trong bất an, nghèo khó và ốm đau. Bởi không có ông thì không có những chiến dịch Vớt Người Biển Đông. Không có những sáng kiến, hợp tác của ông, hàng ngàn người vượt biển đã không có cơ may được cứu vớt, không có những cuộc vinh danh là Những

Chiến Sĩ của Tự Do dành cho những Thuyền Nhân Việt Nam. Sự đóng góp cụ thể và ý nghĩa ấy đã trôi đi trong lặng lẽ trên 30 năm qua. Là một người trực tiếp thấy biết những đóng góp tích cực này, tôi thấy mình không thể ngồi im. Do đó những hàng chữ này, có thể đã làm sứt mẻ phần nào lòng khiêm cung nơi Bác Sĩ Đinh Xuân Anh Tuấn, nhưng với tôi, viết ra như thế, tôi thấy lòng mình thư thái như đã trả được một món nợ, dù kẻ cho vay không có ý ghi nhớ để đòi. Một nghĩa cử cao đẹp và ngập tràn nhân ái.

Phan lạc Tiếp
27 tháng 3 năm 2010

Cụ Hoàng Văn Chí, Một Ngôi Sao Sáng và Những Bằng Hữu Vùng Thủ Đô Hoa Kỳ

Cụ Hoàng văn Chí sinh ngày 1 tháng 10 năm 1913 tại Thanh Hóa, một tỉnh địa đầu của Miền Trung, cửa ngõ của sĩ phu Bắc Hà lều chõng vào kinh kỳ thi cử. Cụ mất ngày 6 tháng 7 năm 1988 tại Bowie, Maryland, Hoa Kỳ. Cụ được sinh ra và lớn lên khi nền bảo hộ của Pháp đã được thiết lập vững vàng lên toàn cõi Việt Nam. Và Cụ là một trong số ít người được đào tạo trong nền học thuật chính mạch của người Pháp. Từ năm 1928 đến năm 1935, Cụ theo học tại một trường trung học danh tiếng của Pháp, Lycée Albert Sarraut, và sau đó Cụ theo học tại Đại Học Đông Dương, một trường đại học duy nhất cho cả Việt, Miên, Lào. Cụ đậu bằng cử nhân khoa học năm 1940. Đa số những người xuất thân như Cụ trở thành những viên chức cao cấp của Pháp với quyền cao, chức trọng và nhiều bổng lộc, nhưng với Cụ thì không. Vì từ những ngày còn nhỏ Cụ đã được un đúc và có những hành động yêu nước rất cụ thể. Năm 13 tuổi Cụ đã gia nhập phong trào đòi Pháp chấm dứt chế độ đô hộ tại Việt Nam. Cụ cũng từng tham gia vào ngày tang lễ của nhà cách mạng Phan chu Trinh. Và khi cuộc kháng chiến chống Pháp bùng nổ năm 1946, như đa số thanh niên yêu nước thời đó, Cụ đã theo Việt Minh, đi kháng chiến. Với kiến thức chuyên môn, Cụ được giao cho việc in tiền, gọi là tiền Cụ Hồ. Và cũng chính thời gian 9 năm kháng chiến này, sống trong lòng cộng sản, Cụ đã chứng kiến sự tàn bạo, lừa lọc, vô nhân của cộng sản Việt Nam trong phong trào Cải Cách Ruộng Đất. Do đó khi có hiệp định Genève chia đôi đất nước, Cụ đã mau mắn rời khỏi vùng cộng sản, vào Nam. Với kiến thức và kinh ngiệm sống, Cụ đã thực hiện những tác phẩm sau đây:

- *Trăm Hoa Đua Nở Trên Đất Bắc*
- *From Colonialism to Communism*
- *Từ Thực Dân Đến Cộng Sản*
- *Giai Cấp Mới Ở Miền Bắc*
- *Duy Văn Sử Quan*
- *Phật Rơi Lệ*

Tất cả những điều trên sau này tôi mới biết, nhưng qua cuốn *Trăm Hoa Đua Nở Trên Đất Bắc*, với tôi trong các thập niên 60, 70, Cụ là một ngôi sao xa lấp lánh. Tôi theo dõi, nghiền ngẫm những bài văn, bài thơ rừng rực khí phách, những nhận định sắc bén, phản ảnh những suy tư, cảm nghĩ cũng như những hành động dũng liệt rất cụ thể của nhân sĩ Bắc Hà. Qua đó, tôi nghĩ, chính những tài liệu sống động ấy của Cụ Hoàng đã góp phần không nhỏ trong việc thức tỉnh toàn dân qua phong trào chống cộng tại Miền Nam. Sau này khi cuộc chiến khốc liệt giữa Bắc, Nam, những tài liệu ấy càng trở nên có giá trị, có ảnh hưởng rất sâu rộng vào giới trí thức, văn nghệ sĩ Miền Nam. Nhờ những tài liệu ấy, mỗi lúc người ta càng thấy rằng, chúng ta phải cố giữ lấy Miền Nam. Nếu thua, chúng ta chẳng những sẽ không còn đất sống, mà cả nhân phẩm của chúng ta cũng sẽ bị tiêu tan trước sự hủy diệt khốc liệt không nương tay của người cộng sản.

Nếu coi cuốn *Trăm Hoa Đua Nở Trên Đất Bắc* của Cụ như một thứ vũ khí đánh vào lãnh vực tâm lý, thì cuốn biên khảo của Cụ viết bằng Anh ngữ *From Colonialism to Communism*, sau được chính Cụ dịch ra Việt ngữ dưới bút hiệu Mặc Định, nhan đề *Từ Thực Dân Đến Cộng Sản*, là một thứ vũ khí khác đánh vào lãnh vực tư tưởng. Đặc biệt Cụ muốn trình bày chính những sai lầm, tàn bạo của chủ nghĩa Cộng sản mà chính cụ đã kinh qua, dân tộc Việt Nam đã phải bất hạnh gánh chịu, cụ thể là công cuộc Cải Cách Ruộng Đất được đảng Cộng Sản Việt Nam thẳng tay đem thi hành tại Bắc Việt vào những năm giữa thập niên 50. Tai họa ấy chẳng những đã giết hại, giết oan hàng trăm ngàn người dân Việt Nam vô tội, mà còn làm đảo lộn cả xã hội Việt Nam, làm bại hoại nếp sống nhân nghĩa ngàn đời của người dân Việt. Cuốn sách ấy đã được độc giả trong nước đón nhận trân trọng, và đã được coi như một tài liệu hiếm quý, với những chứng cớ cụ thể về sự sai lầm và cực kỳ tàn khốc do chủ nghĩa Cộng Sản đem lại. Do đó cuốn sách đã được dịch ra 17 thứ tiếng, trong đó có những thứ tiếng tương đối xa lạ, ít được mọi người biết tới như tiếng Ả Rập, tiếng Urdu. Sau đó Cụ đã được mời giữ một vai trò cao cấp trong ngành ngoại giao. (Cụ làm Phó Lãnh Sự của VNCH tại Ấn Độ). Rồi từ đó, thời cuộc đưa đẩy. Cụ đã không có dịp trở về nước nữa. Tiếng tăm của Cụ vì thế cũng ít được nhắc nhở ở quê nhà, nhưng trong sâu thẳm của lòng tôi, tên Cụ, Hoàng văn Chí, vẫn ẩn hiện lấp lánh trong trí nhớ, Cụ vừa là một vị Thầy uyên bác, vừa là một chính khách đã kinh qua nhiều kinh nghiệm đắt giá rút ra từ những ngày sống trong lòng xã hội cộng sản. Và thời gian càng trôi, niềm mong mỏi được gặp Cụ trong tôi càng lúc càng xa.

Sau biến cố 1975, gia đình tôi cư ngụ tại San Diego, Hoa Kỳ. Vào những năm đầu, người Việt mình cư ngụ ở đây còn thưa thớt. Chỗ đi lại loanh quanh năm bảy người. Một hôm Giáo Sư Lê phục Thủy, giọng trong như con gái, gọi tới: "Ông rảnh không, lại tôi chơi." Đang giữa tuần, sắp đến giờ cơm tối, như thường lệ ăn xong tôi lo đi nằm để sớm mai còn kịp dậy đi làm, nên đã tỏ ra ngần ngại. Nhưng anh Thủy nói thêm: "Ông lại nghe ông chú tôi, Cụ Hoàng văn Chí nói chuyện, và vừa nghe Cụ nói, vừa ăn tối luôn ..." Nghe đến tên Cụ Chí, tôi bỗng mừng vui, nhận lời ngay. Từ nơi tôi ở, vùng Đông San Diego, tới khu nhà anh Thủy, Mira Mesa, khá xa. Lúc ấy đường 15 chưa chỉnh trang to rộng như sau này. Đường Mira Mesa từ xa lộ 15 vào còn nhỏ bé như một đường quê, chưa khai thông nối với đường 5 như sau này, hơi khó đi. Tới nơi, căn phòng khách nhỏ có khoảng trên dưới 10 người có mặt. Cụ Chí ngồi trong một ghế bành, ở góc phòng. Dáng người nhỏ nhắn, râu tóc điểm bạc. Không biết câu chuyện bắt đầu từ khi nào, về vấn đề gì. Tôi rón rén ngồi nghe. Cụ nói: "... Cũng lạ. Thế giới ngày nay bị 4 người Do Thái thao túng, Hai người đầu là những vĩ nhân. Hai người sau là hai tên ác quỉ." Cụ ngưng lại, cười, rung nhẹ hai hàng râu bạc, rồi Cụ tiếp: "Người đầu tiên tôi muốn nhắc đến là đấng Christ. Người đã rao giảng lòng nhân ái từ gần 2000 năm nay. Người thứ hai, gần với chúng ta hơn, đó là nhà bác học Albert Einstein, với thuyết tương đối, một cánh cửa mở ra cho nền khoa học của thế kỷ này." Cụ lại ngừng nói, uống một chút trà, rồi Cụ tiếp: "Còn hai kẻ phá hoại là ai? Thứ nhất là Freud. Freud đã cho rằng nguyên nhân sâu xa chi phối mọi hành động của con người phát xuất từ dục tính. Từ đó theo nhận định này, Freud đã lôi kéo con người xuống hàng súc vật." Mọi người bàng hoàng ngồi im, lắng nghe. Cụ lại tiếp: "Kẻ cuối cùng trong 4 người Do Thái đó là Marx, kẻ đã đẻ ra chủ nghĩa Cộng Sản. Tên này đã xướng lên thuyết duy vật, và đưa đến cuộc xung đột tàn khốc giữa hai khối Tư Bản và Cộng Sản hiện nay, mà khốn nạn thay, nơi xảy ra cuộc thư hùng ác liệt ấy lại là đất nước Việt Nam chúng ta. Máu xương của đồng bào ta cả Bắc cũng như Nam đã đổ ra từ đó. Và chúng ta lưu lạc đi khắp mặt địa cầu cũng khởi đi từ đó."

Lúc ấy mùi đồ ăn đã thơm. Chị Thủy ra hiệu cho anh Thủy mời Cụ và mọi người vào bàn. Trong buổi cơm chỉ còn là những thăm hỏi về cuộc sống thường ngày. Tôi ngồi ở cuối bàn không có cơ hội được hỏi Cụ đôi câu, và đêm cũng đã khá khuya. Tôi đứng lên xin phép Cụ và gia chủ, đi về để mai còn đi làm sớm. Vì thế, tuy đã nhìn thấy Cụ, đã nắm được bàn tay ấm áp của Cụ, nhưng với tôi, Cụ vẫn còn thật xa cách. Trên đường về nhà, trời đêm đã khuya, từ vùng ngoại ô, bầu trời sâu thẳm, thấp thoáng có những vì sao lấp lánh rất xa. Có khi nào tôi được gặp lại Cụ, được trò chuyện cùng Cụ?

Nỗi khắc khoải ấy im lặng trong tôi như một giấc mơ thầm, vậy mà cơ hội ấy đã đến, đến một cách thật tình cờ và thân thiết. Năm 1986, năm thứ hai của chiến dịch Vớt Người Biển Đông, hay vào năm thứ 6 hoạt động của Ủy Ban Báo Nguy Giúp Người Vượt Biển (Boat People S.O.S. Committee), theo đề nghị của chị Trương anh Thụy, đại diện Ủy Ban tại vùng Hoa Thịnh Đốn, cũng như theo lời mời của Giáo Sư Lê xuân Khoa, chủ tịch Trung Tâm Tác Vụ Đông Dương, tôi được đại diện cho Giáo Sư Nguyễn hữu Xương, chủ tịch Ủy Ban, đến Hoa Thịnh Đốn để gặp một số đoàn thể và chính thức trình bày những hoạt động của Ủy Ban trước cộng đồng ta tại đây. Buổi gặp gỡ này được tổ chức tại trường Đại Học tại địa phương, có rất nhiều đại diện cộng đồng tham dự. Tôi đã trình bày những nét khái quát về sự hình thành cũng như những hoạt động tiêu biểu của Ủy Ban như:

...Do một sự tình cờ mà Ủy Ban được thành lập. Tình cờ nhà văn Nhật Tiến là một nạn nhân của thảm nạn thuyền nhân ...

...Trong quá khứ, giữa chúng tôi và nhà văn Nhật Tiến lại là đôi bạn rất thân khi còn học trung học ở Hà Nội. Và cũng tình cờ năm 1970, khi chúng tôi đi lãnh tàu tại San Diego, chúng tôi đã có cơ may gặp được Giáo Sư Nguyễn hữu Xương, ông là thượng khách xuống thăm chiến hạm. Rồi sau 1975, chúng tôi lại định cư tại đây, những thân quen được nối lại ... Và cũng thật tình cờ, giữa lúc thảm nạn thuyền nhân khủng khiếp nhất thì Giáo Sư đang là một nhà khoa học, với khám phá mới được coi là tài sản của quốc gia Hoa Kỳ. Khám phá mới ấy mang tên ông là Xuong Machine. Từ đó ông được các đại học danh tiếng tại Mỹ cũng như nhiều nơi trên thế giới mời tới thuyết trình ... Nhưng trên căn bản, Giáo Sư Xương là một người xuất thân từ đại học Paris, nên khi hợp tác với Hội Y Sĩ Thế Giới của Pháp, mọi việc đã được diễn ra với rất nhiều thông cảm, dễ dàng...

...Hơn thế nữa, cũng thật tình cờ, trong Hội Y Sĩ Thế Giới có một bác sĩ Việt Nam tham dự, đó là Bác Sĩ Đinh Xuân Anh Tuấn, thường gọi là Bác Sĩ Đinh Tuấn, ông đã đóng vai trò bản lề giữa Hội Y Sĩ Thế Giới và Ủy Ban một cách thật là hữu hiệu.

...Và cũng tình cờ Ủy Ban hợp tác với Hội Y Sĩ Thế Giới, đem tàu ra Biển Đông, cần một người có thì giờ, có chút hiểu biết về hàng hải, nhất là bờ biển Việt Nam, có khả năng về tổ chức và viết lách, là chúng tôi. Đang đi làm thì bị thương, gãy 3 ngón tay trái (tôi dơ tay trái ra, còn băng 3 ngón tay, nằm nhà), nên chúng tôi mới có thì giờ đi đây đi đó để thay mặt Giáo Sư Xương giải đáp những thắc mắc của đồng bào...

...Trong sự tình cờ đó, chúng tôi mong mỏi thảm nạn thuyền nhân mau được giải quyết, hay có ai, có tổ chức nào, đứng ra nhận lãnh thay cho chúng tôi. Chính vì niềm mong mỏi này mà chúng tôi tới đây, thủ đô Hoa Kỳ, cũng là nơi qui tụ bao nhiêu nhân tài, bao nhiêu nhà văn, nhà báo tiếng tăm, những học giả lẫy lừng ... Biết đâu chính quý vị sẽ thông cảm với nỗi thống khổ của đồng bào, thông cảm với những khó khăn trong trách nhiệm chẳng đặng đừng mà anh em chúng tôi tại San Diego đã phải gồng mình thực hiện trong thời gian qua, quý vị sẽ đứng ra cụ thể hỗ trợ chúng tôi...

...Về hoạt động, trong 5 năm đầu, từ 1980 đến 1985, như tên gọi, Ủy Ban là nơi đem thảm trạng thuyền nhân tới những cơ quan có thẩm quyền, trước dư luận thế giới để những nơi này tìm một giải pháp cứu giúp thuyền nhân. Trong công tác đó vai trò dịch thuật của anh James Banerian đã đóng góp rất là quan trọng...

...Từ năm 1985, Ủy Ban đã hợp tác với những tổ chức nhân đạo thế giới, đem tàu ra khơi, trực tiếp cứu vớt thuyền nhân, Ủy Ban có một chu trình hoạt động kín suốt năm. Khởi đầu thường vào đầu tháng 4, khi gió mùa Đông Bắc vừa hết, biển êm, cũng là lúc kỷ niệm đau thương, ngày Miền Nam lọt vào tay Cộng

Sản, chúng ta đem tàu ra biển, khởi đầu cho chiến dịch Vớt Người Biển Đông. Với chiếu khán xin được và ngân khoản thu được, tàu thường chỉ hoạt động trong vòng từ 45 tới 60 ngày thôi. Những ngày sau đó là lo việc định cư cho những người mà chúng ta vớt được, đồng thời cũng là thời gian để chúng ta khai thác, cổ võ những thành quả vừa đạt được qua những cuộc đón tiếp thuyền nhân tới định cư tại những quốc gia đệ tam, nơi đã cấp chiếu khán cho họ. Sau đó, mùa Đông đã đến, vùng Biển Đông gió Đông Bắc đã thổi, biển động, mùa vượt biên cũng giảm nhưng lúc này là mùa lễ lạc, đoàn tụ như Lễ Tạ Ơn, Giáng Sinh, và Tết truyền thống của chúng ta. Đây cũng là lúc chúng ta khai thác triệt để những thành quả của công tác Vớt Người Biển Đông và tổ chức gây quỹ qui mô. Sau mùa lễ nói trên, qua những kết quả thu được, chúng ta sẽ dự trù công tác trở lại Biển Đông trong những ngày sắp đến. Cứ như thế, chúng ta có một chu kỳ kín, mọi công tác giao thoa nhau, trọn năm ... Và Ủy Ban là một tổ chức bất vụ lợi, được chính quyền của tiểu bang California cho hoạt động, nên mọi đóng góp của đồng bào đều được cấp biên lai để trừ thuế ...

Khi chúng tôi dứt lời, cựu trung tướng Linh quang Viên, là chủ tịch Cộng Đồng tại địa phương, đứng lên phát biểu. Trung Tướng đã có những lời rất đẹp ca ngợi Ủy Ban. Chúng tôi đã thưa lại rằng "Chúng tôi nghĩ những cảm tình nồng hậu mà Trung Tướng vừa trình bày, chính là nỗi xót thương trước thảm họa của thuyền nhân mà có. Ủy Ban chúng tôi, không dám nhận lãnh những lời khen ngợi ấy. Xin Trung Tướng cũng như toàn thể quý vị hãy cụ thể dành cho đồng bào còn đang gặp ngàn vạn nguy nan trên Biển Đông. Vì từ bao ngàn năm dựng nước, chưa bao giờ người Việt phải bỏ nước ra đi như thế, kể cả năm đói, chết hàng triệu người như năm Ất Dậu, 1945 ..." Ngay khi tôi vừa rời bục thuyết trình thì chính học giả Hoàng văn Chí tiến ra, Cụ cười, mở rộng hai cánh tay, và nói "Ông cho tôi ôm ông một cái." Một vòng tay thật nồng nàn. Và Cụ kéo chúng tôi trở lại bục thuyết trình. Cụ đứng im lặng khá lâu, và bỗng tôi thấy nét mặt cử tọa như bồi hồi, dịu xuống. Tôi nhìn sang Cụ. Đôi mắt Cụ đỏ hoe. Đợi cho cơn xúc động lắng đi, Cụ thong thả nói: "Ông Tiếp nói đúng. Nỗi thảm nạn của đồng bào ta to lớn quá. Suốt bao ngàn năm, qua bao nhiêu cơn gian nan, khốn khó, chưa bao giờ đồng bào ta bỏ nước, bỏ mồ mả tổ tiên mà ra đi như thế. Bằng mọi giá, là những người đã may mắn thoát được đến bờ Tự Do, chúng ta không thể làm ngơ được." Đứng lặng một chút, Cụ tiếp "Ông cho tôi gửi lời thăm Giáo Sư Xương và toàn thể quý vị trong Ủy Ban. Tôi có được nghe anh Thủy (Giáo Sư Lê phục Thủy) nói nhiều về Giáo Sư Xương và ông. Các ông không nên khiêm tốn quá. Như quý vị đã biết, tôi và nhà tôi có lập một hãng tương, một thứ nước chấm thuần túy Việt Nam. Kể từ hôm nay, hàng tháng chúng tôi sẽ gửi đến Ủy Ban tất cả lợi nhuận mà chúng tôi thu được." Mọi người vỗ tay hầu như không dứt.

Từ đó, hãng tương Cự Đà, có tên Mỹ là Vietnam Food & Drink Inc., 3824 Ironwood Pl., Landover, MD 20785, mỗi tháng đều gửi về Ủy Ban trên dưới 1,000 Mỹ kim. Bên cạnh đó, cũng từ hãng tương này, những thân hữu, những khách hàng hay những người nói là học trò của Cụ ở Mỹ cũng như ở Canada, ở Pháp đều tiếp tục gửi theo những chi phiếu tới Ủy Ban để hỗ trợ cho công tác Vớt Người Biển Đông. So với những nơi khác thì ngân khoản từ vùng Hoa Thịnh Đốn gửi về không nhiều lắm, (nhiều nhất là vùng San José), nhưng mỗi chi phiếu là một đóng góp thật đặc biệt, thật ý nghĩa. Một lần Cụ Bà Hoàng văn Chí gửi về Ủy Ban một phong bì vàng, lớn, trong đó có tất cả 68 chi phiếu, tổng cộng là 3,389 Mỹ kim, kèm theo một lá thư Cụ Bà viết: "Đây là số tiền của một cặp thanh niên mới cưới ngày 14 tháng 6 năm vừa qua (1987) thu được, bằng cách yêu cầu bà con, bạn bè tới dự lễ cưới đừng cho quà, đừng cho đồ mừng, mà cho một ngân phiếu giúp thuyền nhân". Cặp thanh niên ấy là:

Lê Tùy và Nguyễn ngọc Giao
8515 Jenner Ct., Springfield, VA 22153

Trong buổi họp hàng tháng, Giáo Sư Xương đã mở lại phong bì này ra và đọc bức thư ấy cho mọi người trong Ủy Ban được biết. Ai cũng tỏ ra cảm xúc đặc biệt. Do đó ngoài một lá thư gửi tới hai Cụ Hoàng văn Chí, Giáo Sư Xương cũng còn viết một lá thư gửi tới cặp vợ chồng mới cưới này với những lời chúc rất ân cần. Bây giờ (năm 2008), cuộc hôn nhân này đã trên 20 năm. Có thể cháu đầu lòng của anh chị Túy Giao đã hay sắp xong 4 năm đại học. Tôi nghĩ rằng các con của anh chị ấy phải là những đứa con hiếu thảo và thông minh. Các cháu đã được sinh thành, nuôi dưỡng trong môi trường nhân hậu ấy, chắc chắn phải là những thành phần tốt cho cộng đồng, cho xã hội.

Năm sau, 1988, nhân chuyến công tác tại vùng Hoa Thịnh Đốn, Giáo Sư Lê phục Thủy, tân Phó Chủ Tịch Ủy Ban, (thay thế Luật Sư Nguyễn hữu Khang vừa mới mất), đã được Giáo Sư Nguyễn hữu Xương ủy thác, đại diện Ủy Ban tới thăm hai Cụ Hoàng văn Chí, và trân trọng trao tặng hai Cụ một tấm huy hiệu của Ủy Ban với lời ghi ơn sự đóng góp trân quý của hai Cụ. Sau đó ít lâu, chúng tôi nghe tin Cụ Ông yếu và mất. Trước khi qua đời Cụ đã dặn lại người thân rằng: "Khi tôi mất, nếu có ai mến thương tôi, xin đừng cho hoa, cho lễ vật gì cả, mà xin cho tiền. Các chi phiếu xin đề, gửi cho Boat People S.O.S. Committee." Tất cả thân quyến và bạn bè đã làm theo. Các chi phiếu ấy tổng cộng gần 7,000 Mỹ kim. Cầm các chi phiếu này, chúng tôi run tay và ứa nước mắt. Sao lại có người có một tấm lòng yêu thương đồng bào tha thiết, tận tình và cụ thể như thế. Con người thật như thế, tha thiết và trong sáng như thế, bỗng chốc đã biến đi như một đám mây tan loãng trong bầu trời. Đành rằng cuộc sống là như thế, nhưng đọc lại những tác phẩm của Cụ Hoàng, nhìn lại những hành động của Cụ, với tôi, tôi thấy Cụ là một vị thầy uyên bác, một vị Bồ Tát tu giữa cuộc đời. Trong những ngày xa, tôi ao ước được gặp Cụ, được học hỏi nơi Cụ. Không ngờ trước khi Cụ từ giã cõi đời, tôi đã được gặp Cụ, được Cụ ôm bằng một vòng tay ấm, với tất cả ân tình. Bây giờ cả hai Cụ Hoàng đều đã ở Miền Tiên Cảnh. Ở trên cao nhìn xuống, hai Cụ thấy hết, chắc hai Cụ đã mỉm cười. Và bây giờ tôi mới biết thêm, sau những tác phẩm mà tôi đã nói ở trên, Cụ Hoàng văn Chí đã hoàn tất một công trình biên khảo giá trị, trên 1,000 trang, nhan đề *Duy Văn Sử Quan* do nhà xuất bản Cành Nam in và phát hành. Tác phẩm này, tôi chỉ nghe mà chưa được đọc. Phải chăng đó là tác phẩm để đối lại với cuốn *Duy Vật Sử Quan* của Cộng Sản?

Được biết, Cụ Hoàng văn Chí là rể của một nhân vật kiệt liệt Bắc Hà, một học giả Hán Nôm, Cụ Sở Cuồng Lê Dư. Hai người khác cùng làm rể Cụ Sở Cuồng Lê Dư là nhà phê bình văn học nổi danh Nguyễn ngọc Phan, và một người nữa là tướng Nguyễn Sơn, xuất thân từ trường võ bị Hoàng Phố, Thiếu Tướng của Hồng Quân Trung Hoa, kẻ đã coi thường kiến thức của Võ nguyên Giáp, và là người rất được văn nghệ sĩ trong vùng kháng chiến kính trọng và yêu quý. Cụ Chí còn là cháu gọi Cụ Phan Khôi là cậu ruột. Đối với thành phần trẻ, Cụ Chí còn có một người con nuôi đặc biệt, một cột trụ của nhóm Sáng Tạo, đó là thi sĩ Thanh Tâm Tuyền. Theo Luật Sư Phạm dzư Chất, em ruột thi sĩ Thanh Tâm Tuyền nói: "Vâng. Ông Tâm, anh tôi là con nuôi Cụ Hoàng văn Chí vì Cụ Chí và ông thân sinh ra chúng tôi là hai người bạn thân ..."

Sao lại có những kết hợp lạ lùng kỳ diệu này. Mỗi người là một nhân cách lừng lẫy, một nếp sống đầy trong sáng và cũng vô cùng khắc kỷ, thật đẹp. Và riêng với Cụ Hoàng văn Chí, tôi đã chịu ơn Cụ một tấm lòng. Tôi nhớ những lời Cụ nói và vòng tay ôm ấm áp của Cụ. Tôi viết những hàng chữ này thay cho những nén hương dâng lên Cụ. Và nhớ lại bầu không khí trong buổi gặp gỡ ấy, dù thời gian đã trôi qua hơn 20 năm, tôi vẫn thấy rất rõ như mới xảy ra hôm nào gần đây thôi. Khi cuộc thuyết trình đã hết, nhưng mọi người còn nán lại trò chuyện rất thân tình. Trung Tướng Linh quang Viên còn rất tráng kiện đang đàm đạo cùng họa gia Trương cam Khải và một số các vị cao niên khác. Chỗ kia nhà báo Lê Thiệp cao, gầy, tóc chưa bạc như bây giờ, đang vui cười nói chuyện với anh Ngô vương

Toại. Chỗ khác Giáo Sư Nguyễn ngọc Bích đang đàm đạo với Giáo Sư Lê xuân Khoa. Và anh chị Vũ an Thanh cũng đang tíu tít nói cười mầy-tao rất Trưng Vương. Đông lắm. Và có ai nói vọng qua hàng người quanh tôi: "Ông Ngọc Dũng gửi lời xin lỗi, muốn lắm mà không tới được …" Tôi có ý nhìn quanh mà không thấy anh Lê Văn của đài VOA đến như đã hứa. Chỉ thấy anh Bùi bảo Trúc đang gặp người này người khác thu âm, làm phóng sự. Trong khi đó người bạn thân của chúng tôi là họa sĩ, nhà văn Võ Đình, lừ đừ đến gần, nhắc khéo: "Xong chưa? Lên núi với tụi này được chưa?" Nghe thế, chị Trương anh Thụy vội nói: "Ấy, phải ghé nhà tôi đã chứ. Cụ bà tôi đã làm bún nem rán mời quý vị, đang đợi ở nhà …"

Rời nơi hội họp, chúng tôi về nhà chị Trương anh Thụy. Bước vào nhà như trở lại một Việt Nam thu nhỏ. Trên tường đầy những tranh mai, lan, cúc, trúc và những bức thư họa, nét chữ thanh thoát như múa, như bay. Và rất đông người, đa số là những người rất trẻ. Mọi người đi ra, đi vào cười nói rất vui. Tất cả được ôm ấp trong mùi chả giò thơm phức. Cụ bà Trương cam Khải, từ trong bếp ra tươi cười đón khách.

Cơm nước xong, anh Võ Đình đón chúng tôi về nơi anh ở khá xa nơi thủ đô Hoa Kỳ, một vùng quê có cây rừng và đá núi mà anh gọi là Thạch Lũng. Trời lạnh lắm. Anh trao cho tôi đôi ủng bằng nhựa để đi vòng quanh xem nhà và đá núi rồi vác củi vào nhà để đốt lò sưởi. Hai chúng tôi cùng tuổi, lớn lên giữa lòng quê hương, nên dù ở xa đất nước, nhưng lòng hoài vọng cố hương hầu như mỗi lúc mỗi thêm đầy. Chúng tôi xòe tay trước lửa hồng, kể cho nhau nghe về những ngày còn bé của nhau nơi quê cũ và thay nhau liên tiếp đọc thuộc lòng những câu thơ của Nguyễn Bính.

Tất cả những điều nói trên là khởi điểm cho một Ủy Ban mới, thay mặt cho Ủy Ban cũ ở San Diego, được thành hình và liên tục hoạt động cứu giúp thuyền nhân gần 20 năm qua, do Tiến Sĩ Nguyễn đình Thắng làm Giám Đốc Điều Hành. Ủy Ban mới này mỗi lúc mỗi bành trướng và tạo được bao nhiêu là thành quả thật là cụ thể. Nhưng đó lại là những phần vụ mà cá nhân tôi đã đứng bên lề. Chúng tôi đã là người của quá khứ, người đã có tuổi, đã nghỉ hưu. Phải chăng chúng tôi chỉ là một mảng bè tình cờ trôi trên mặt sóng cuồng loạn gió gào giữa một thời oan trái, một số nạn nhân đã bám được vào bè và qua được cơn sóng gió. Trong giờ phút tình cờ đó, tiếng kêu của chúng tôi đã được biết bao nhiêu người nghe thấy, tiếp tay, hỗ trợ, trong đó có Cụ Hoàng văn Chí và những bè bạn tại thủ đô Hoa Kỳ.

Phan lạc Tiếp

Ông Nguyễn Kim Bảng:
Cây Đuốc Của Tự Do

9 giờ sáng, giờ Cali, ngày 19 tháng 11 năm 1990, cô Bạch Hạc gọi cho tôi:

- Thưa Chú, cháu là Bạch Hạc, báo *Tiếng Nói Thủ Đô*... (và òa khóc). Chú Bảng chết rồi.

Tôi bàng hoàng. Cô Bạch Hạc nức nở, nói tiếp: Chú Bảng tự thiêu trước điện Capitol vào lúc 1 giờ hay 1 giờ 30 gì đó. Cảnh sát đã đưa thi hài chú đi. Cháu đã vào nhà xác, xác nhận đúng là chú Bảng.

- Chú ấy có để lại gì không?

- Bận quá cháu chưa thấy gì.

Buông điện thoại xuống, chân tay tôi rời rã, lòng tôi bàng hoàng. Tôi vội gọi Hoa Thịnh Đốn cho chị Trương anh Thụy để tìm hiểu thêm và xác nhận lại. Đúng như thế, ông Bảng đã tự thiêu, chết. Tôi cố giữ bình tĩnh, bước những bước chân thật lặng lẽ, an nhiên ra trước bàn thờ Phật. Thắp ba nén hương, thỉnh ba tiếng chuông. Tôi ngồi xuống, nhắm mắt và nguyện cầu cho người vừa ra đi được siêu thoát. Lễ xong, tôi mở cửa ra vườn sau, đi loanh quanh trong mảnh sân nhỏ, nhìn lên bầu trời. Trời sâu thẳm. Trong tôi văng vẳng lời ông Bảng nói qua những lần gặp gỡ. Năm 1987, tại sân cỏ Fair Ground, San José, một rừng người, khi tôi đang hướng dẫn Bác Sĩ Alain De Loche, chủ tịch Hội Y Sĩ Thế Giới (Médecins du Monde) đến bắt tay một số bạn bè, văn nghệ ở quanh sân khấu, ông Bảng tiến lại và tỏ ý muốn chụp một tấm hình cùng với Bác Sĩ Alain De Loche. Chúng tôi, ba người đứng trước hàng quốc kỳ của những quốc gia ân nghĩa đã từng có công giúp đỡ, cưu mang thuyền nhân Việt Nam. Chụp hình xong, Bác Sĩ A. Deloche đi loanh quanh những hàng ghế, tiếp tục bắt tay mọi người. Ông Bảng đứng lại với tôi, nói:

- Các ông làm được như thế này là hay, là đúng lắm rồi. Nhưng các ông không có khí giới ...

Tôi hỏi:

- Ông muốn nói ...

- Tôi nghĩ các ông phải có một tờ báo trong tay làm khí giới để quảng bá và làm khí giới để tự vệ.

Tôi cười và nói:

- Nỗi thống khổ của đồng bào là nỗi thống khổ chung, ai trong chúng ta cũng có trách vụ. Việc thông tin, quảng bá là của quý vị và quý vị đang làm việc đó.

Ông Bảng cười:

- Ông nói thế thì chủ quan quá. Những tờ báo như tờ báo của tôi, chúng tôi đã hỗ trợ hết lòng cho công việc chung. Nhưng còn những tờ báo khác. Ông nên nhớ làm phúc cũng có những kẻ thù.

Vừa khi đó thì xướng ngôn viên của cuộc văn nghệ gây quỹ cho thuyền nhân hấp tấp loan báo. "... Xin long trọng loan báo: cho đến giờ này ban kiểm soát ngân khoản cho hay, chúng ta đã thu được một ngân khoản là 96,400 Mỹ kim." Cả hội trường bừng lên một tràng pháo tay thật dài, tiếp theo những tiếng reo "phải thu cho được một trăm ngàn." Cả rừng người lại ào ạt vỗ tay không dứt. Cuộc vận động gây quỹ vẫn tiếp tục ồn ào. Quay lại thì ông Nguyễn kim Bảng đã đi rồi, nhưng mấy lời cuối ông nói vẫn in đậm trong trí nhớ của tôi "... làm phúc cũng có kẻ thù."

oOo

Sau này đôi lần ông Bảng có liên lạc với tôi, lúc thì mời viết, lúc thì đề nghị tôi đứng ra làm một ấn bản *Việt Nam Thời Báo Cali*. Có lúc ông lại nói: "Tôi để tờ báo cho ông muốn viết thì viết." Lời nói nào, đề nghị nào ông cũng bày tỏ bằng một thái độ đầy nhiệt tình và hối thúc. Khi thì ông đến nhà tôi một mình, khi thì đi cùng anh Hà Thúc Sinh. Nhưng vì nhiều lẽ, tôi đã không đáp ứng được những đòi hỏi của ông. Rồi tháng 10 năm 1989, ông tìm đến tôi khi tôi lên San José tham dự Chiến Dịch Tình Thương Dưới Ánh Mặt Trời 5, ông lại tìm đến tôi và nói:

- Tôi thấy nỗi thống khổ của đồng bào mình mỗi ngày mỗi khổ quá. Các ông đã làm hết sức. Đồng bào mình nơi hải ngoại cũng đã hết lòng. Mà ông coi, đồng bào mình chết vùi, chết dập ngoài biển cả có đến cả mấy trăm ngàn. Ở các trại tị nạn, đồng bào mình sống ê chề, đau khổ quá. Tại đó cũng thiếu gì người bị chết, chết trong ê chề, tuyệt vọng. Thiếu gì người đã tự tử, tự thiêu, mà thế giới đâu có động lòng. Mạng người của đồng bào mình rẻ quá mà, rẻ mạt ... Ông nói mà nước mắt đầy mặt.

Tôi nắm tay và vỗ nhẹ lên cánh tay ông và nói:

- Ông có kế gì xin nói cho nghe.

- Ông à, tôi cũng nghĩ chán ra rồi. Cho đến lúc này thật vô kế khả thi, duy (ông ngưng lại, ngần ngừ, rồi tiếp), còn một kế chót...

- Kế gì?

- Khi cần tôi sẽ đến trước tượng Nữ Thần Tự Do, tôi đốt. Tôi sẽ đốt tôi làm cây đuốc, làm cảnh tỉnh lòng người ...

Nghe ông nói thế, tôi bỡ ngỡ, nhìn vào mặt ông, ánh mắt sáng nhưng như có phảng phất những nét u uất lẫn niềm cương quyết rất lạ. Và tôi sợ. Tôi nắm chặt bàn tay ông và giả lả:

- Cứ từ từ ông ơi. Đi đâu mà vội.

Ý định tự thiêu của ông, ông cũng nói cho nhiều người nghe, trong đó có anh Hà Thúc Sinh. Sinh cười khi nói lại với tôi: "Ông này làm bảnh, hù anh em hoài." Nhưng sau đó, khoảng giữa tháng 10 năm 1990, ông Bảng lại gọi cho tôi, ông lại thuyết phục tôi làm báo và ông khoe ông mới cho ra tờ *Tiếng Nói Thủ Đô*. Ông kể lại những khó khăn, tế nhị khi ra tờ *Việt Nam Nhật Báo*, bao nhiêu là phiền phức, nhưng ông không nản. Ông nói: "Cái xứ này nó lạ lắm. Ông nên nhớ Nixon phải từ chức vì báo chí. Báo chí của người Việt mình thì nhiều, mà báo nọ đánh báo kia, chả ai bảo được ai. Phe mình đánh phe ta. Trong khi đó đồng bào mình ở các trại tị nạn khốn khổ quá. Tụi nó trả đồng bào mình về Việt Nam đến nơi rồi. Thật là mạng người mình rẻ quá mức. Trong khi đó ở đây, ở cái xứ Mỹ này, mạng người lại quá đắt. Cái đó có kỳ lạ không ông? Đến một lúc nào đó là tôi làm à ..."

Nghe ông nói thế, tôi hỏi lại:

- Ông gọi tôi từ đâu đây?

- Thì từ Hoa Thịnh Đốn.

Nghe nói thế lòng tôi bỗng nhiên sửng sốt, tôi nói:

- Cứ từ từ ông ơi.

Ở đầu giây bên kia rất bình tĩnh, ông nói:

- Nếu tôi làm, ông nhớ nói lại với anh em về ý nguyện của tôi.

Nghe nói thế tôi toát mồ hôi, không trả lời ngay được. Đợi một hồi cho lòng mình lắng lại, tôi nói:

- Chưa đến lúc phải làm thế đâu ông ơi. Mà nếu ông định làm thì cũng phải bàn thảo, sửa soạn cho chu đáo chứ.

Tôi nói thế chỉ cốt cho ông ấy từ bỏ ý định tự thiêu đi mà thôi, vì biết đâu ông ấy sẽ đổi ý. Nhưng từ buổi nói chuyện này lòng tôi cứ băn khoăn lo lắng. Tôi có nói chuyện với anh Hà thúc Sinh, anh bảo: "Ông ấy hù đấy. Không dám đâu."

oOo

Bây giờ thì mọi việc đã xảy ra thật bàng hoàng. Ông Nguyễn kim Bảng, còn được gọi là Ông Già Đầu Bạc đã tự thiêu, đã chết. Và đây là những sự kiện cụ thể về cái chết của ông Nguyễn kim Bảng qua ghi nhận của Tâm Việt, do bà Trương anh Thụy thu thập và gửi cho chúng tôi, như sau: "Theo một nhân chứng, ông Larry Schuster, một người viết cho báo y khoa Mỹ, lúc bấy giờ đứng cách xa không quá 100 thước thì ông ta chỉ nghe thấy phừng một cái như khi người ta nhóm lửa một cái bếp ngoài trời. Nhưng lửa bừng lên rồi thì che kín cả không cho ta thấy cái gì ở trong đó."

"Lúc đầu tôi chỉ tưởng là một cuộc biểu tình đốt cờ, nhưng khi lửa bắt đầu rụi thì tôi mới thấy hình thù một chiếc tay." Ông Schuster nói: "Tôi hãy còn tưởng đó là một cái hình nộm. Không có lúc nào tôi nghĩ đó là một người thật."

Vẫn trong tài liệu của bà Trương anh Thụy, một nhân chứng khác theo hãng AP, thì người ta cho biết là "Ông ta ngồi thẳng một lúc. Có nhiều người đứng trông ... Thật khá khủng khiếp. Đó là một người nữ du khách từ Iowa, bà ta không chịu cho biết tên nhưng bà ta cũng cho biết chi tiết là sau một lúc ông ta ngã xuống, lăn sang một bên và một tay dơ lên trời trước khi chết."

Sau này, khi ráp nối lại các chi tiết thì người ta được biết khoảng 2 giờ chiều hôm ấy, có một người đàn ông mà cảnh sát mô tả là một người da trắng, trạc độ 30 tuổi cầm 2 bình xăng nhỏ đi lên mấy bực phía Tây Tòa Nhà Quốc Hội (phía nhìn ra đài kỷ niệm Washington và Lincoln Memorial). Đến chỗ sân khá trống trải, ông ta ngồi xuống khá khoan thai, lấy một cái chén đổ xăng lên đầu rồi bật lửa.

Việc nhận diện có một lúc bị trở ngại vì sự mô tả của cảnh sát không được chính xác. Nhưng sau đó cảnh sát cũng đã tìm được chìa khóa một chiếc xe Toyota *pickup* ở trong túi người đàn ông. Tìm đến xe, thì các bảng xe đã được tháo gỡ, cảnh sát phải dùng số *xê ri* của chiếc xe mới tìm về được hãng xe ở San

José đã bán chiếc xe *pickup*, theo đó thì chiếc xe được bán cho một người tên Nguyễn kim Bảng ...

Phải đến 6 giờ chiều cùng ngày, khi cô Bạch Hạc được mời đến cảnh sát đô thành để nhận diện thì người ta mới chắc được nạn nhân là ông Nguyễn kim Bảng, 56 tuổi, người có công dựng tới hai tờ báo Việt ngữ tại Hoa Kỳ – một là tờ *Việt Nam Nhật Báo* ở San José, California, cô Quỳnh Thi làm chủ nhiệm; và một là tờ báo mới nhất ở vùng Hoa Thịnh Đốn, tờ báo cách nhật ra 3 lần mỗi tuần, tờ *Tiếng Nói Thủ Đô* do cô Bạch Hạc làm chủ nhiệm. Sở dĩ người ta chắc được căn cước của người chết mặc dù ông đã bị cháy thui đến độ không thể nhận được ra nét mặt là gì nữa, đó là vì khi cảnh sát xịt tắt đám lửa thì còn một vài phần quần áo trên người ông ta chưa bị cháy. Bên trong cùng là một chiếc áo thung mang mấy chữ "University of California – Santa Barbara" là nơi đi học của người con trai trưởng của ông, cháu Nguyễn kim Triệu, tốt nghiệp cách đây hơn một năm; ngoài cái áo thung là một cái áo len trắng cổ cao mà người ta biết chắc có một người thân trong gia đình vừa đưa cho ông trước đó có vài tuần, và ngoài cùng là cái áo da mà ông thường mặc, vì là áo da nên cháy hơi chậm và nhờ vậy người ta còn nhận được ra mấy lượt áo ở bên trong.

Cái chết của ông Nguyễn kim Bảng đã được sửa soạn rất cẩn thận. Ông còn đem cả một thứ thuốc làm cho xăng cháy nhanh, (tiếng Mỹ gọi là *accelerant*) để khỏi phải sống trong tình trạng bệnh hoạn.

Các cơ quan truyền thông quốc tế đã lần lượt loan tin này. Tại địa phương, nơi gia đình ông Bảng cư ngụ và cũng là nơi ông bỏ công ra làm tờ *Việt Nam Nhật Báo*, tờ *San José Mercury News* ngày 21 tháng 11, 1990 đã loan tin này. Sau đó các báo Việt ngữ mới loan sau. Đài BBC cũng như đài VOA đã lần lượt loan tin này về Việt Nam. Sáng sớm ngày Thứ Năm, ngày Lễ Tạ Ơn của Hoa Kỳ, đài BBC còn đọc thư tuyệt mệnh của ông Bảng gửi về cho đồng bào trong nước. Lá thư tuyệt mệnh ấy nguyên văn như sau:

"Kính thưa đồng bào Việt Nam yêu quý của tôi,

Với bao khắc khoải từ ngày bỏ nước ra đi, ăn không ngon, ngủ không yên, lòng dạ bồn chồn ... Đất nước điêu linh, người dân khốn cùng, khổ sở lầm than, bị bạc đãi ở nhiều nơi trên thế giới, bị hiếp đáp ở Biển Đông, từ các trại tị nạn cho đến gần đây ở bên trời Đông Âu.

Có một chút ý thức như vậy, chúng tôi xin nguyện đem thân này dâng trọn vẹn cho quê hương để làm ngọn đèn leo lét soi vào con đường hầm hun hút để mong thế giới văn minh ngày nay hãy đối xử với đồng bào mình công bằng và nhất là may ra có thể làm cho quý vị mủi lòng chăng.

Chúc quý vị ở lại mạnh giỏi."

Trong những tài liệu để lại, lấy từ trong máy *computer* của ông Bảng do bà Trương anh Thụy gửi cho chúng tôi, người ta còn thấy hai lá thư nữa. Một gửi cho Tổng Thống và quý vị Dân Cử Hoa Kỳ, viết bằng Anh ngữ, khẩn cầu "quý vị hãy đối xử với dân tộc Việt Nam chúng tôi Công Bằng, Bác Ái và Nhân Đạo." Trong lá thư gửi cho Cộng Đồng Người Việt Hải Ngoại, ông viết: *"Chúng tôi nguyện đem thân này dâng trọn vẹn cho quê hương để làm ngọn đèn leo lét soi vào con đường hầm hun hút để mong thế giới văn minh ngày nay hãy đối xử với đồng bào mình công bằng và nhất là may ra có thể làm cho quý vị mủi lòng chăng ..."*

oOo

Tất cả những tài liệu liên hệ cho chúng ta thấy rằng nhà báo Nguyễn kim Bảng đã rất chi ly, bình tĩnh và đầy quyết tâm tự đốt mình làm Cây Đuốc Của Tự Do, hòng thức tỉnh lương tâm nhân loại trước hiểm họa cộng sản. Ông đã lấy bản thân ông thắp sáng ngọn đuốc ấy trước Điện Capitol, thủ đô Hoa Kỳ. Ông đã tạo nên một biến cố kinh hoàng, đầy can trường và cũng ngập tràn lòng yêu nước, thương dân. Một hành động phi thường không ai có thể chối cãi. Dù ông chẳng muốn, nhưng tên tuổi ông đã lẫm liệt đi vào lịch sử của người Việt Nam trong làn sóng khước từ cộng sản bằng mọi giá ở thế kỷ 20. Phải chăng, chính ánh sáng của ngọn đuốc này đã là giọt nước làm tràn ly, trùng hợp với thời gian thành trì đế quốc Cộng Sản đã từ từ sụp đổ, từ Nga Sô đến các nước Đông Âu. Ngày nay, mới hơn 30 năm người Việt bỏ nước ra đi, cộng đồng Việt Nam ở các quốc gia cưu mang họ, nhất là tại Hoa Kỳ, đã là những cộng đồng lớn mạnh, đã có những đóng góp cụ thể, sáng ngời được dư luận ca ngợi. Ngọn cờ vàng tưởng đã chìm khuất sau ngày 30 tháng 4 năm 1975 hiện đang được tung bay và kính trọng ở rất nhiều thành phố, tiểu bang trên đất nước Hoa Kỳ. Và đó lại là công lao của những người trẻ, những người ít hay không vướng mắc trong cuộc chiến tương tàn trước đây. Chính họ, những người trẻ, bằng trí tuệ và sự công bằng đã mạnh mẽ đứng lên tranh đấu và vinh danh cho lá cờ vàng mà cha anh của họ đã cố công gìn giữ. Những tàn độc, phản lại loài người của chế độ Cộng Sản đã lần lượt được phơi bày và phỉ nhổ ở khắp mọi nơi. Chính nghĩa đã về phía chúng ta rồi. Phải chăng đó là những hoa trái mà thế hệ chúng ta đã gắng sức vun trồng, mà ngọn đuốc của ông như một biểu tượng sáng ngời, quyết liệt nhất.

Ông Bảng ơi,

Tôi đã nói chuyện với bà nhà. Cơn kinh hãi cùng độ vì di tản năm 75 khiến bà loạn trí ngày nào, nay chứng bệnh kia đã hết. Bà rất bình tĩnh, sáng suốt và nói với tôi rằng: "Nhà tôi mất đi thoáng cái đã 20 năm. Thương xót quá. Lúc ấy lũ trẻ còn nhỏ, chưa đâu vào đâu. Nay tất cả các cháu đều đã thành tài. Cháu gái, Nguyễn kim Anh Đài, hiện là một bác sĩ có tiếng, có phòng mạch ở vùng Thủ Đô Hoa Kỳ ... Ông ấy mất đi sớm quá, mới 56 tuổi, ông không sống để cùng vui hưởng với vợ con ..." Trước nỗi đau thương đang rạt rào tuôn chảy, tôi không tìm được lời nào hầu lấp đầy được nỗi mất mát này. Tôi đành yên lặng đón nhận những lời than thở. Nhưng trong sâu thẳm của lòng tôi, tôi như thấy vang vọng lời ông Nguyễn kim Bảng đã nói với tôi: "Nếu tôi làm, ông nhớ nói lại với anh em về ý nguyện của tôi."

Ông Bảng ơi! Tôi không quên lời ông dặn dò. Cũng vì thế tôi cũng đã có nhắc đến ông trong *Lời Tưởng Niệm*, đọc trước

Điện Capitol, Thủ Đô Hoa Kỳ, tối hôm 2 tháng 5 năm 2009, và bài viết này để thể hiện cụ thể hơn điều ông ủy thác. Ông đã lẫm liệt tự đốt mình làm Cây Đuốc Của Tự Do. Tên ông cùng với ngọn lửa thiêng liêng ấy không bao giờ tắt trong lịch sử của người Việt Nam đi tìm Tự Do ở cuối thế kỷ 20. Và kể từ ngày 2 tháng 5 năm 2009, lịch sử của người Việt đi tìm Tự Do đã chính thức là lịch sử của Hoa Kỳ. Mọi hành động, hy sinh của chúng ta sẽ còn mãi lưu giữ cho hậu thế.

Vĩnh Biệt Ông.

Hà Thúc Sinh

Anh Hà Thúc Sinh là một người đa tài: viết văn, làm thơ, làm nhạc, viết kịch, là tác giả cuốn *Đại Học Máu*, lừng lẫy một thời, được đón nhận nồng nhiệt cả trong thị trường chữ nghĩa cũng như trong văn đàn. Trong mỗi trang sách đều tiết ra vẻ cao ngạo, diễu cợt, buồn cười, khiến người đọc đều thấy cái nghịch lý rằng sự thất trận thật là kỳ cục, và kẻ thắng thật không có gì đáng thắng. Ngày ra mắt cuốn sách này, nhìn cuốn sách đồ sộ gần một ngàn trang, so với tấm thân mỏng manh dựa trên đôi nạng gỗ, nhạc sĩ Phạm Duy đã cười đùa: "Sinh à, em có thể chết được rồi." Nhưng không, trong những ngày khởi đầu cuộc sống nơi hải ngoại, anh đã toát mồ hôi kiếm sống, nuôi một đàn con nhỏ. Anh chẳng quản ngại việc gì. Có thời mấy cha con làm nghề bỏ báo. Trong nỗi nhọc nhằn ấy, anh đã đùa vui, ghi lại trong mấy câu *Ném Báo*:

> *Thế sự vo tròn ném cái vù*
> *Từng chiêu báo bỏ sáu mươi nhà*
> *Người xưa quẳng gánh rồi vui sống*
> *Mình mấy năm liền quẳng vẫn lo.*

Trong hoàn cảnh ấy anh vẫn miệt mài sáng tác và tích cực tham gia những công tác đấu tranh. Vì anh không thể quên những ngày dài quần quại trong các trại tù Cộng Sản. Anh đã sản xuất nhiều nhạc khúc đấu tranh, và vẫn tiếp tục viết truyện, làm thơ, viết kịch và có mặt trong hầu hết các sinh hoạt của cộng đồng, nhằm vạch trần tội ác của cộng sản Việt Nam trước lịch sử. Ở lãnh vực nào anh cũng có những công trình được công luận tán thưởng. Bởi dưới mọi thể loại, người thưởng ngoạn đều tìm thấy trong sáng tác của anh một tấm lòng tha thiết với quê hương, với đồng bào. Anh làm hối hả, như chạy đua với thời gian, với số phận. Để hiểu hết giá trị những đóng góp của anh, chúng ta cần có thì giờ và thẩm định chu đáo hơn. Với tôi, trong cảm quan nghệ thuật tức thì, tôi bị ám ảnh về cuốn *Chị Em* của anh mạnh mẽ nhất. Cuốn sách thật mỏng, kể cả bìa chỉ có 132 trang, khổ 5"¼ và 8". Bìa màu đen, chỉ có tên sách, tên tác giả mà không có hình vẽ gì hết, hiện lên trong một màu đen đặc. Đen như cảnh một đêm nào đó không trăng sao giữa biển, trời giao thoa không ranh giới, đầy hãi hùng, tuyệt vọng của Thuyền Nhân trên đường đi tìm ánh sáng của Tự Do năm nào.

Bề ngoài cuốn sách là như thế, nhưng mở ra, trên 100 trang sách mỏng manh, nhưng đó là cả một thách đố và nỗi kinh hoàng. Thách đố, bởi Hà Thúc Sinh đã bước chung một khung trời cùng một văn hào lừng lẫy Hoa Kỳ, E. Hemingway trong tác phẩm nổi danh là cuốn *Ngư Ông và Biển Cả (The Old Man and The Sea)*. Anh đã cùng lấy biển khơi làm môi trường của cuốn truyện. Và cụ thể hơn nữa, anh cũng đã khép mình vào sự ngặt nghèo của sinh hoạt như tác giả lẫy lừng kia, truyện chỉ có hai nhân vật. Cái giống nhau là thế, nhưng cái khác nhau thì thật cực kỳ. Ngư Ông ra biển để thỏa lòng tự ái, ông không muốn là một người già. Ông còn hữu ích và tấm lòng ông, ông vẫn còn thừa can trường trước những thách đố, nguy nan của sóng gió, của biển khơi. Ông ra biển, và biệt tăm. Trong không gian trống vắng mịt mù của biển và của nỗi trông chờ của người trong đất liền, ông câu được một con cá lớn. Con cá lớn quá ông không thể kéo lên thuyền được. Con cá bỗng trở nên cái mồi khổng lồ cho đàn cá mập. Chúng nhâu đến rỉa mồi. Con cá ông câu được

386

nhẹ dần, cuối cùng con cá ấy chỉ còn lại là một bộ xương ở cuối đường dây, nhẹ thênh. Với bộ xương cá khổng lồ ấy, ông trở về bến cũ. Ông gặp người bạn nhỏ, ông hỏi nó. Trong những ngày ông ra khơi, ở trong bờ người ta có đi kiếm ông không. Chú nhỏ nói. Có chứ. Cả máy bay và tàu thuyền bổ đi tìm mà không thấy ông đâu. Báo chí theo dõi và đăng tin đầy ra đây này. Lão Ngư Ông mỉm cười, nằm bên chồng báo có những bài, những tin tức vô vọng nói về ông. Ông đã trở về và Ngư Ông thỏa mãn với cuộc phiêu lưu, đùa cợt với hiểm nghèo. Cuốn sách nhỏ này được đón nhận nồng nhiệt trên thị trường chữ nghĩa và được trao tặng giải văn học cao quý, giải Nobel về văn chương, như một lễ đăng quang cho lòng can trường hiếm quý của xã hội Tây phương. Đăng quang cho một trò tiêu khiển, cho tự ái cá nhân, trò chơi ấy có hay không cũng chẳng chết ai. Hầu như cả thế giới đều biết, và ca ngợi thật lẫy lừng.

Còn cuốn *Chị Em* của Hà Thúc Sinh thì sao. Cũng chỉ có hai nhân vật. Đó là hai chị em trên con tàu đi vượt biển tìm Tự Do. Gặp bão, thuyền đắm. Tất cả mọi người trên thuyền chết hết. Trong cơn hoảng loạn, hai chị em trôi dạt vào một hòn đảo hoang. Hòn đảo nhỏ nhoi, không biết thuộc quốc gia nào trong Thái Bình Dương. Trong cảnh hoang sơ, thiếu thốn ấy, hai chị em phải vận dụng mọi khả năng để sinh tồn. Tìm nước mà uống. Tìm cây trái mà ăn. Gia tài của cải của hai chị em chỉ còn một mảnh vải nhỏ thay nhau che thân. Nhưng thời gian không ngừng lại. Trên hòn đảo hoang vu này, hai chị em đã sống như hai người tiền sử. Họ ăn uống, trú ngụ ra sao, nhiều cảnh huống thật bi ai, trào nước mắt. Sức khỏe của hai người mỗi ngày mỗi thêm suy kiệt. Bịnh tình khởi phát. Những hôm thủy triều xuống thấp, cái cột buồm của chiếc ghe vượt biển ngày nào nhô lên. Trực, tên người con trai, nhớ đến những gói *ny long* ở những khoang thuyền. Có thể trong đó còn có những viên thuốc chưa nát, và cũng có thể còn có những bịch thức ăn khô, và cũng có thể còn những mảnh áo quần cũ chưa tan rách hết. Cái gì cũng quý, cũng cần. Trực, người con trai quyết định sẽ bơi ra con thuyền cũ, lục tìm những gì còn sót lại. Anh hẹn người chị sáng mai sẽ về khi trăng lặn, nước lên. Trong nỗi chờ đợi và hy vọng ấy, đêm đã hết, mặt trời đã lên, và thủy triều cũng đã dâng đầy. Người chị, người đàn bà cô độc trên hòn đảo hoang ấy đã đi ra triền cát, nhìn ra khơi. Cái cột buồm của con thuyền cũ đã chìm trong lòng biển sâu. Tất cả đều vắng lặng. Chị nhìn quanh. Tất cả đều vắng lặng. Bốn phương chỉ có tiếng gió hòa trong tiếng biển dạt rào. Chị hoàn toàn tuyệt vọng. Chị nhìn xuống triền cát. Miếng vải nhỏ che thân của người em nằm đó. "Gia tài" cuối cùng người em để lại cho người chị là đây. Lan, tên người con gái. "Nàng không còn nước mắt để khóc. Nàng quì lên. Quay mặt ra biển, hai tay chắp trước ngực và khép chặt hai mắt. Một lát nàng mở ra, qua đôi môi run rẩy, nàng khan giọng thầm thì:

"Trực ơi, em ơi, em của chị ơi …"

Đó là lời than khóc của một thuyền nhân Việt Nam trong vô cùng tuyệt vọng. Tiếng kêu ấy không tới được đất liền, không được ai biết đến. Không ai nghe thấy được. Nỗi tuyệt vọng này khác hẳn với hoàn cảnh của Ngư Ông khi từ biển khơi trở về đã được in đậm trên những hàng tin tức và câu truyện giả tưởng ấy đã được lừng lẫy vinh danh. Trong khi hoàn cảnh bi thương của Thuyền Nhân Việt Nam thì đã từng bị loài người quên lãng. Một đẳng là câu chuyện giả tưởng. Một đẳng là truyện của hàng triệu những câu chuyện như thế, và còn bi thảm hơn thế, thực sự đã và còn liên tiếp xảy ra trên Biển Đông. Một đẳng là sản phẩm của một xã hội dư thừa đi tìm cái hào hùng trong sự rong chơi. Còn một đẳng là thảm nạn của một giai đoạn cam go, bi thảm, hậu quả của một cuộc thư hùng khốc liệt giữa Thế Giới Tự Do và Cộng Sản đã diễn ra trên đất nước Việt Nam. Dân tộc Việt Nam đã phải gánh chịu bao nhiêu là tang thương, chia lìa, đau khổ mà làn sóng Thuyền Nhân là hệ quả của cuộc chiến này.

Đó là một vấn nạn cực kỳ khốc liệt của nhân loại ở cuối thế kỷ 20. Và trước hết là nỗi đau xé ruột của những người cùng chung dòng máu, cùng chia nhau những ngày gian khổ chiến tranh, cũng như chia nhau những tủi nhục của ngày 30 tháng 4, và những ngày gian lao tù tội, những nguy nan, khốn khổ trên đường đi tìm Tự Do. Sau đó là những chiến dịch Vớt Người Biển Đông, là những đóng góp của người đi trước kêu cứu, hỗ trợ cho người đi sau, là "lá rách đùm lá tả tơi." Trong tinh thần ấy, Phong Trào Hưng Ca ra đời, do Hà Thúc Sinh đứng ra thành lập, qui tụ những tiếng hát với bát ngát những tấm lòng thương xót những người đang nguy nan trên đầu ngọn sóng. Bản nhạc *Thà Chết Trên Biển Đông* của Hà Thúc Sinh đã được thai nghén và vang lên, khởi đi từ San Diego, từ căn nhà thuê nhỏ bé hai buồng ngủ cho hai vợ chồng và năm đứa con. Tiếp theo có những người như Nguyệt Ánh, Nguyễn hữu Nghĩa, Phan ni Tấn, Việt Dũng và bao nhiêu bằng hữu nữa cùng góp tiếng. Bản hùng ca ấy mỗi ngày mỗi bùng lên, vang tỏa gần như khắp các tiểu bang Hoa Kỳ, lan tới các châu lục khác, ở Úc, ở Canada, ở Pháp … Những tiếng hát ấy lúc đầu để nói lên nỗi kinh hoàng của người vượt biển, để qui tụ, để gây quỹ Vớt Người Biển Đông. Sau đó tại Genève, trong những ngày cuối của thảm nạn này, trước buổi họp quốc tế về Thuyền Nhân, những tiếng hát ấy còn bùng lên như những tiếng kêu khắp thiết "Là Thuyền Nhân chúng tôi không muốn trở về đất cũ." Tiếng kêu thương hùng vĩ ấy đã có hàng triệu người nghe, bay cả về quê nhà qua các đài phát thanh quốc tế, nhưng khởi đầu là từ tấm lòng của con người mảnh khảnh, tựa mình trên đôi nạng gỗ, anh Hà Thúc Sinh, người bạn cùng màu áo trắng của tôi.

Bây giờ, năm 2010, thảm nạn này đã qua, đã đi vào lịch sử. Những thế hệ con em chúng ta nơi đất mới đã và đang là những ngôi sao lấp lánh của sự thành công, làm vui sướng cho các bậc cha anh, cũng như làm rạng danh cho người Việt trên các vùng đất của quê hương mới. Người Việt Nam ở đâu, hầu như cũng có những tấm gương của sự hiếu học và thành công, như một món quà đáp lại tấm lòng hào hiệp bao dung của những ai đã giúp đỡ mình. Trong hoàn cảnh đó, anh Hà Thúc Sinh, ngày nào mướt mồ hôi trong sinh kế để nuôi dạy một đàn con, lớn thì chưa quá 15, nhỏ thì còn phải cầm bình sữa. Nay tất cả đều đã xong đại học. Chị Hà Thúc Sinh cho biết: "Khi các cháu lớn cả, tôi đã đi học lại kiếm một cái nghề để dưỡng già." Và cậu con út theo chân mẹ, cũng học xong Dược, đi làm, ra ở riêng. Thế là cả hai mẹ con cùng là Tiến Sĩ Dược Khoa. Và người bạn tôi, một thời gian nan như thế, nay anh nói: "Cuộc sống ào ạt trôi đi, dù không muốn, tóc đã bạc." Và anh đã viết:

Thế sự quanh ta một trận cười
Trần gian cũng chỉ dưới chân thôi
Phút vui mấy nét đùa nghiên bút
Tàn mộng trăm năm để tiếng đời.

(Thơ tặng Lão Tử, Hà Thúc Sinh)

Vâng, anh bạn tôi đã "đùa nghiên bút," nhưng trong đùa vui ấy tôi đã thấy tràn ngập một tấm lòng. Và từ những âm vang của tấm lòng ấy đã có bao nhiêu tấm lòng khác cùng hòa reo làm nên cả một phong trào, giúp cho việc nghĩa. Thảm nạn Thuyền Nhân đã hết, nhưng Hưng Ca vẫn còn và vẫn không ngừng sinh hoạt. Nhưng anh bạn tôi thì như một người Hướng Đạo, thấy việc phải thì làm. Làm xong thì buông. Anh không còn sinh hoạt trong Hưng Ca nữa. Trở lại với những con chữ, với tuổi trời, anh hàng ngày làm bạn với cỏ cây, với Lão Đam, với Trang Tử mà từ những ngày còn rất trẻ anh đã muốn *"Dạo Núi Mình Ta"* (tên tập thơ của anh từ những năm trước 1975). Tôi khép mắt lại, nhớ lại những ngày cùng nhau vận động, cứu vớt Thuyền Nhân, tiếng hát của anh em Hưng Ca bỗng như òa vỡ trong không gian vắng lặng của lòng tôi :

"Thà chết trên Biển Đông
Một ngày cũng hào hùng
Em căng buồm thách thức biển gầm…"

12/9/2010

THÀ CHẾT TRÊN BIỂN ĐÔNG

Nhịp đi--vừa phải

Thà chết trên biển đông một ngày đã hào hùng em
Thà chết trên biển đông để được hát tình sầu cho

giăng buồm thách thức biển gầm Thà chết trên biển đông dập
bao người đã chết nghẹn ngào Thà chết trên biển đông để

vùi chiếc thuyền đò anh nghe chừng giông gió cũng thua tự do (Thà)
được có nụ cười chia ....

vui cùng em bé mới ra chào đời Sóng xô giạt nào có đâu

sợ Ngoái trông về để nhớ thêm thù Ngục tù cha con

nào đành quên Nhục hình anh em còn đầy tim Dù giờ đi không bạn đường đến Buồm vẫn căng thuyền

vẫn ra khơi một mình Thà chết trên biển đông để được có một ngày em

xa mùi chủ nghĩa đầm lầy Thà chết trên biển đông được sạch kiếp làm người Anh

vui mồ chung ấy với ai đời đời ./.

HTS -- Pulau Bidong 81
San Diego 85

Chương IV
BUỒN VUI NGÀY ĐÓ

Biển

Thấp thoáng, sau cơn hồng thủy 30 tháng 4 năm 1975, hàng triệu người Việt chúng ta tan tác, cư ngụ trên khắp mặt địa cầu đã được trên 30 năm. Một thế hệ được sinh ra, lớn lên và trưởng thành trong bầu không khí tự do và sung túc. Với những người trẻ này, những gian nan của cha, anh trên đường đi tìm Tự Do, chúng không hề biết. Và cả với một số đông người dù từng kinh qua những đoạn đường gian nan ấy, nhưng ngày tháng đã làm phai mờ và những lo toan của cuộc sống lôi kéo hàng ngày, những kỷ niệm hãi hùng, kinh khiếp cũ hầu như đã nhạt nhòa đi. Đa số là như vậy. Quên đi để làm lại cuộc sống. Quên đi để hướng về tương lai, lo cho những con trẻ đang cần đến những hỗ trợ của cha, anh. Nhưng có những người không bao giờ quên được. Những cảnh huống bi thảm ngày nào như đã hằn sâu vào tâm khảm họ. Những đêm tối lần mò đi ra bãi biển. Những giá rét của sóng gào, biển động. Những thảng thốt hoảng loạn khi thuyền bị lật, bị đắm chìm. Những tiếng kêu thất thanh chìm đi trong bão táp, trong sự hành hạ cực kỳ man rợ của hải tặc. Những đói khát lạc loài trên những hải đảo hoang vu. Rồi như một đùa cợt của thiên nhiên, biển lại yên lắng, êm đềm. Trời lại trong xanh, lửng lơ mây trắng. Lúc ấy trong sự tĩnh lặng của biển trời, có một người lạc loài ngồi trên mỏm đá hướng mắt ra khơi, người ấy quơ tay ra biển:

Vốc một hớp nước biển
Khum vào lòng bàn tay
Long lanh như ẩn hiện
Những giọt lệ vơi đầy

(Nước Biển)

Nỗi thống khổ của người Việt chúng ta khủng khiếp quá, lâu dài quá, chất chứa biết bao đau thương, chia lìa, tan tác. Mà nước mắt của người ngồi đó thì đã khô cạn, cay xè. Có khóc cũng không làm cho nước biển mặn hơn, đầy hơn. Có kêu gào cũng nào có ai nghe thấy. Giữa trời nước mênh mông ấy, có một mảng thuyền trôi. Con thuyền rỗng không, vắng lặng dật dờ. Xung quanh là những đàn cá nhởn nhơ bơi. Phải chăng chính chiếc thuyền này một đêm tối nào đó đã lặng lẽ ra khơi. Trên đó trong sự cắn răng im lặng, nhưng rộn rã bao nhiêu niềm hy vọng. Hy vọng một buổi nào đó khi bình minh ló rạng, họ nhìn thấy một chân trời, một miền đất mới. Ngày này qua ngày khác, thuyền càng đi càng thấy trước mặt là một trống vắng hư vô. Nước cạn, lương thực hết, máy tàu hư, mọi người đói lả và lần lượt từ từ ngã xuống, ngã xuống. Những xác người khô quắt, mắt mở vàng úa được lăn qua mạn thuyền, từng người một cho đến khi trống vắng. Trên thuyền chẳng còn một ai, nhưng con thuyền không chìm, vẫn trôi nổi trên mặt biển mênh mang. Chỉ có đàn cá, như một thói quen đùa rỡn quanh thuyền, bơi theo một chiếc quan tài trống rỗng.

Thuyền trôi trên biển cả
Sao không còn tiếng ai
Chung quanh một đàn cá
Đưa tiễn chiếc quan tài.

(Thuyền)

Trong cô đơn và tuyệt vọng, sau lưng anh là núi, trước mặt anh là lớp lớp sóng ào ạt xô tới. Những đợt sóng nối tiếp nhau không ngừng nghỉ, vang động, mơ hồ, không mệt mỏi. Biển trong những ngày qua đã tàn bạo cuốn lấp biết bao con thuyền mong manh, chôn vùi bao nhiêu con người với bao nhiêu hy vọng. Biển tàn bạo, biển vô tình. Và phải chăng bây giờ biển êm đềm trở lại, biển ân hận, biển muốn gửi một lời xin lỗi, một sự vỗ về muộn màng tới những linh hồn đang trôi nổi trên đầu những ngọn sóng kia. Không biết có phải thế không, nhưng sóng cứ lớp lớp xô vào triền cát êm đềm và rền rĩ những âm vang lan tỏa khắp trời.

Một đợt sóng xô tới
Góp cho biển một lời
Nhiều đợt sóng xô tới
Nghe rền rĩ hồn ai...

(Sóng)

Người đàn ông ấy ngửa mặt nhìn trời. Anh giang tay để gió đùa qua kẽ những ngón tay. Gió lộng ở trên cao. Gió chao chát trên từng tàu lá. Gió chạy dài trên không trung. Gió no đầy khắp chỗ. Gió làm mây nổi, sóng xô. Con tàu ma cũng theo gió mà trôi giạt lững lờ. Một xác người nào đó, không chìm cũng bị sóng bập bềnh xô đẩy:

Gió đưa mây êm đềm
Đưa ngọn sóng triền miên
Đưa thuyền trôi không hướng
Đưa xác ai không chìm.

(Gió)

Một con thuyền rỗng không trôi nổi, một xác ai không chìm, phải chăng là biểu tượng cho biết bao con thuyền khác, bao nhiêu người khác, trong muôn ngàn tuyệt vọng, đã bị chìm ngợp trong lòng đại dương. Nỗi tang thương ấy đã lan tỏa từ mặt Biển Đông trong mấy thập niên qua, như một nỗi kinh hoàng bất nhẫn trước khi thế kỷ tràn ngập những oan gia, máu lửa qua đi, khép lại một thời đại lạ lùng, người cùng máu mủ hăm hở, bóc lột và tận diệt đồng bào mình, khiến hàng triệu người phải xô nhau ra biển chết.

oOo

Bây giờ nhân loại vừa bước vào một thiên niên kỷ mới, với những hy vọng mới. Là một người đã kinh qua những đoạn đường nghiệt ngã ấy, tôi rất muốn quên đi những oan trái ngày cũ, mà không tài nào quên được. Trong tình cờ của số mệnh, người viết bài này và người làm thơ ấy quen biết nhau từ những ngày đất nước chưa chia đôi, dài hơn nửa thế kỷ. Rồi cũng tình cờ, chúng tôi chẳng đặng đừng phải cắn răng bỏ nước ra đi. Kẻ đi trước, người đi sau. Chúng tôi, người đi trước, như một kẻ đứng trên bờ kêu cứu thay cho bạn mình, kẻ đang cùng đồng bào mình chết ngợp giữa bão tố, biển khơi. Vừa hối hả kêu cứu, vừa chan hòa nước mắt. Tiếng kêu cứu một thời đã làm ứa máu những trái tim, lá rách đùm lá tả tơi, đưa đến những con tàu đi Vớt Người Biển Đông. Những thuyền nhân tơi tả được vớt lên giữa biển khơi đã làm bừng sáng lòng can trường trong cuộc chiến thua thiệt vừa qua. Những thuyền nhân từ đó đã được nhân loại mở vòng tay nhân ái đón nhận và vinh danh họ là Những Chiến Sĩ của Tự Do. Bằng sự thông minh và nhẫn nại, một cộng đồng Việt Nam giàu mạnh ở ngoài đất nước Việt Nam mỗi lúc mỗi bành trướng, mỗi thăng hoa, tươi trẻ. Nỗi thống khổ đã qua, như mặt biển hiền hòa sau một cơn giông bão. Mọi người đã quên những gian nguy ngày cũ, nhưng bạn tôi, gần 30 năm cũ, người đã can đảm cất lên tiếng kêu thảng thốt từ một góc biển xa, giữa những kinh hoàng của thảm nạn vượt biên, anh không quên. Anh đã ghi lại thành bài thơ Biển trong thời gian khốn khổ này, năm 1981. Bài thơ có 4 đoạn: Nước Biển, Thuyền, Sóng và Gió như trên. Xin cám ơn anh Nhật Tiến. Gần ba thập niên trước tôi đã khóc khi đọc những lá thư của anh viết từ đảo Kra. Bây giờ đọc bài thơ Biển, tôi lại chan hòa nước mắt.

Phan lạc Tiếp

Những Hạt Mưa Bay

Hồi ấy anh Huy Trâm chở cụ Nghiêm xuân Hồng xuống nhà tôi giảng kinh Hoa Nghiêm, có rất nhiều người tới dự. Anh Vũ hồ Nam cũng tới. Anh ngồi dựa vào tường, ngay bên cửa ra vào sân sau, vừa tầm mắt của cụ Nghiêm, nên nhiều lúc tôi thấy ánh mắt cụ đậu ở nơi anh với nhiều bỡ ngỡ, xót xa. Anh phô cái đầu nhẵn bóng không có tóc như một vị sư, nhưng anh mặc thường phục. Anh mắc một căn bệnh hiểm nghèo đang thời kỳ chữa trị. Lông mày, lông mi cũng rụng hết. Ánh mắt vàng đục. Đôi môi nhạt, bạc. Chỉ có nụ cười như còn dính với cuộc đời. Mãn cuộc pháp đàm, trong bữa cơm chay ở ngoài sân, một số người ngồi quanh cụ. Nhìn anh, cụ bảo "bịnh hả." Anh thưa "vâng." Cụ bảo "Phải cố gắng lắm mới được. Mà mọi sự phải bắt đầu từ tâm mình." Anh chỉ cười nhè nhẹ, như chấp nhận số phận một cách thật can đảm, an nhiên. An nhiên đến độ ai nấy có thể thấy anh đau xé thịt mà anh vẫn cắn răng chịu đựng. Lúc ấy là giữa năm 1995, mùa hè.

Cho đến cuối năm, tháng 11, trong khóa tu mùa thu tại Vista, một thành phố ngoại ô San Diego, có đồi núi, nhưng không xa phố xá, do một số tăng nhân đứng ra tổ chức, anh Nam cũng có ghi tên tham dự, sắc diện của anh khác hẳn. Lông mày, lông mi đã có, và đôi môi cười đã có sắc hồng. Bạn bè nhìn anh, ai cũng thấy như một cây khô đã bắt đầu nẩy lộc. Có người không dấu được nỗi mừng vui, bấu vào vai anh và nói: "Thôi, sống rồi, cố lên ..." Anh lại vẫn chỉ cười. Nụ cười thật lành "cám ơn bác". Anh lặng lẽ tiếp tay với anh em trong Khóm Hồng từ hôm Thứ Sáu 17 để sửa soạn Thiền Đường. Thấy các bà, các chị khiêng những nồi cơm, anh xà lại "để em mang cho". Thấy anh Tâm định An đang bắc ghế treo bức hình Ma-ha-ca-diếp, anh chạy lại giữ chân thang cho anh ấy đóng đinh. Anh chạy đi, chạy lại và lúc nào hình như anh cũng có nụ cười hiền hòa, nhè nhẹ. Tất nhiên anh cũng nhận được những nụ cười, những ánh mắt rất thương yêu từ tất cả mọi người. Những nụ cười của sự vỗ về, an ủi, đón mừng và hy vọng cho anh. Có người thấy anh tươi vui trở lại, nói thầm vào tai người bạn "hay là mình làm mai cho anh ấy một người." Cơn bạo bệnh của anh có lẽ đã qua. Con người hiền lành như thế, dễ thương như thế, lẽ nào Trời, Phật lại không phù hộ.

Bằng đi mấy tháng, trước Tết ta, vào ngày đầu tuần, sau khi tôi đi làm về, được tin anh Nam đã mất. Sự hụt hẫng bàng hoàng xâm chiếm tâm hồn tôi. Sao lại thế được nhỉ! Nhưng đó là sự thật. Thật như những cú điện thoại tới tấp của bạn bè, của thân nhân gọi tới. Thật như những tiếng nấc sụt sùi của những bà, những chị không sao cầm được nước mắt. Thế là một cuộc đời đã dứt. Anh Nam đã chẳng còn. Nhưng còn bà mẹ già, mẹ anh Nam. Bà cụ bấy lâu nay đã già, đã héo. Héo vì đau xót thương anh. Bà như mỗi ngày mỗi quắt lại, mỗi nhỏ đi. Trước cảnh huống này, không biết bà sẽ khổ đến đâu. Mấy người con của cụ, chỉ có anh là con trai. Ông cụ thì mất đã từ lâu, đâu như từ khi anh Nam còn rất nhỏ. Nên từ bao lâu nay, anh Nam đã là người đàn ông độc nhất trong nhà. Anh đúng là cái cột vững chắc, một cái cây to, xòe tán rộng che cho tất cả nhà. Cái cây ấy đang thời xuân sắc, đang xanh tốt, bỗng mục rữa tưởng đổ, nhưng có lúc đã xanh tốt, hồi sinh. Những làn tóc xanh mọc lại, những ánh hồng trên môi, những bữa ăn ngon miệng, ăn rồi lại muốn ăn thêm ở anh Nam, như những chiếc lộc non nẩy ra để trêu ngươi, để đùa giỡn trước bao nhiêu là người thân, sơ của anh Nam. Phải chăng những nét tươi vui ấy, những lộc non xanh ấy, là những sinh lực cuối cùng tiềm ẩn trong anh, cố thoát ra, cố tìm ra ánh nắng, sống cho đến hết, cho đến khi cạn kiệt thì thôi. Cái cây kia hết nhựa, đổ xuống. Thế là hết. Hết hẳn, cạn kiệt của một kiếp người. Người chết đi, như anh Nam, có lẽ cũng nhẹ nhàng như một ngọn đèn dầu từ từ tàn lụi. Nhưng khốn thay, con người lại không vô tri như thế. Quanh anh bây giờ là nỗi trống vắng, bơ vơ của mấy cô con gái, em anh. Quanh anh bây giờ là nỗi cô quạnh và lo sợ của bà mẹ già héo hắt. Nghĩ thế, tôi bỏ bữa ăn tối, hai vợ chồng chúng tôi đến thẳng nhà quàn. Trên đường đi, tôi nghĩ đến bà cụ thân sinh ra anh Nam. Chắc là bà sẽ than khóc, đau đớn lắm.

Đến nhà quàn, rất ít người, vì còn sớm. Tiếng tụng kinh nhè nhẹ từ một cái máy chạy *băng*, đều hòa theo tiếng mõ. Vợ chồng tôi bước vào. Bà cụ mẹ anh Nam, từ hàng ghế quan khách đứng lên đón chúng tôi. Bà cụ nghiêng đầu, nói nhỏ vừa đủ nghe: "Ông bà đến với cháu, với gia đình chúng tôi ..." Tôi nắm lấy đôi bàn tay bà cụ. Hai bàn tay lạnh ngắt, nhỏ bé. Tôi cầm đôi bàn tay của bà cụ thật lâu. Tôi không nói được điều gì. Bà cụ cũng không nói gì thêm. Cụ bình tĩnh, lạnh lùng như một cục đá trơ ra ở sườn núi, mặc cho gió lạnh từ bất cứ phương trời nào thổi tới, hình như cũng không làm cho hòn đá suy xuyển và lạnh lẽo thêm.

Trước mặt tôi là một cỗ quan tài để ngỏ. Anh Nam nằm đó. Đôi mắt anh đã khép. Người ta hình như đã tô chút son hồng lên môi, chút phấn trên mặt anh, nên trông anh còn có vẻ "sống" hơn hôm anh đối diện với cụ Nghiêm. Trước quan tài là bàn thờ vong, một tấm hình anh Nam được phóng lớn bày sau bát hương. Hai cây nến trắng leo lét cháy. Tấm hình chụp ở đâu đó, ở phi trường nào thì phải. Vì hậu cảnh là một vùng trời mênh mông. Tôi đoán thế thôi. Anh đứng đó cười, trên vai đeo một cái túi nhỏ. Nhìn vào tấm hình, nhìn vào đôi mắt anh, tôi như nghe thấy lời nói rất ấm của anh trước khi vào phi cảng, đi xa: "Thôi, tôi đi nhé".

Hôm đưa đám là Thứ Sáu. Đa số anh chị em trong Khóm Hồng đều nghỉ việc để đi đưa tiễn anh lần cuối. Tôi cũng nghỉ. Vợ chồng tôi cũng tạm đóng cửa tiệm để đi đưa đám. Trời hôm nay trở gió, đôi lúc có mưa, có lúc lại nắng. Đám tang khởi hành vào lúc 10 giờ từ đại lộ El Cajon, theo xa lộ 805, hướng Bắc để đến nghĩa trang El Camino. Đây là một nghĩa trang mới, rất đẹp, tọa lạc trên một vùng đồi, bao quanh là những thung lũng sâu. Giữa nghĩa trang có hồ nước, có suối chảy quanh những tảng đá, cỏ, cây. Bởi thế bước vào đây như vào một thế giới riêng, một vùng cách biệt, êm ả, lặng lẽ. Trước năm 1975, đây là một vùng ngoại ô xa của thành phố. Bây giờ thì khác, khu Mira Mesa đã được phát triển, những tòa nhà kỹ nghệ cao, to chiếm những khu vuông vắn, vườn cỏ tươi xanh. Khu thương mại cũng mọc theo với đủ loại dịch vụ. Khu dân cư cũng theo đó được xây cất la liệt. Con đường Mira Mesa, một đường nhỏ miền quê đã được mở rộng và khai thông, nối liền hai xa lộ 15 và 805. Rất đông người Việt Nam làm việc và cư ngụ trong khu vực này. Gia đình anh Nam cũng ở trong khu vực này từ nhiều năm qua. Bởi thế khi đoàn xe tang từ xa lộ 805 rẽ xuống đầu dốc để vào đường Mira Mesa, tôi có cảm tưởng như anh Nam đang đi về nhà anh. Và cũng chính khúc đường này, một hôm đi làm về, thấy anh Nam đi bộ, tôi đã vòng xe lại, đưa anh về nhà. Con dốc từ xa lộ đổ xuống, mở ra 4 lằn xe chạy. Lằn ngoài cùng bên trái, rẽ trái để đi vào khu Sorento Valley. Ba đường còn lại, tất cả đều để rẽ phải để vào khu Mira Mesa. Nhưng riêng lằn bên phải ngoài cùng là lằn bắt buộc rẽ phải ngay khi vào đường Mira Mesa để vào khu nghĩa trang. Hai lằn kia để mọi người kia đi làm, lằn ranh của cuộc bon chen, sinh sống hàng ngày. Từ bao năm qua, tôi đã và còn đi trên lằn ranh này. Tôi quen từng vết nứt, từng chút lồi lõm trên mặt đường ở đây.

Đoàn xe tới nơi, nơi anh Nam sẽ yên nghỉ. Trời vẫn mưa, một thứ mưa thật nhẹ, mưa không ướt áo. Áo quan đã được đặt trên miệng huyệt. Những vòng hoa xô lệch, đã được xếp ở xung quanh. Tiếng chuông mõ cất lên. Lời kinh cầu và những tiếng khóc tấm tức. Trong phút cuối của tử biệt, tôi bỗng thấy như thiếu vắng thế nào. Hình như thiếu một tiếng khóc nghẹn ngào. Thiếu một nỗi đau đứt ruột, kêu than. Phải chăng vì anh Nam chưa lập gia đình. Biết thế tôi thấy cũng là may. May cho một người đàn bà nào đấy chưa phải là vợ anh để phải chia lìa trong giờ phút đau đớn này. Nghi lễ dứt, tôi được nói đôi lời. Tôi đứng trên đầu huyệt, định mở lời, nhưng cứ nghẹn ngào mãi, không bắt đầu được. Tôi nhớ tới một buổi tu học lâu rồi, trong rừng cây. Tôi đã ngồi cạnh anh Nam, cùng tập hát một bài thi- kệ. Đó là một bài thơ ngắn được phổ nhạc, phản ảnh lời chỉ dạy của Đấng Như Lai. Lời ca vang tỏa trong không khí êm mát của rừng, khiến mọi người như xa lánh được những phiền lụy của cuộc sống vội vã, cuốn hút ở ngoài kia. Anh Nam bảo tôi: "Bài hát như một lời ru ngọt ngào, làm ta có thể khép mắt mà ngủ trong bình yên". Nhớ đến lời anh nói, tôi đã cố trấn tĩnh mà cất tiếng: "Thưa cụ bà và tất cả gia đình của anh Vũ hồ Nam. Chúng tôi là những người bạn cùng tu học với anh Nam. Riêng tôi, tôi còn biết anh Nam trước nữa, khi chúng tôi cùng hoạt động trong công tác cứu vớt Thuyền Nhân. Anh Nam là một người thật quý. Anh đã chẳng từ nan bất cứ việc gì dù to, dù nhỏ mà chúng ta cần đến. Đặc biệt tôi còn biết anh Nam rất thích một bài thi kệ của Thầy Nhất Hạnh. Bây giờ chúng tôi xin được cùng hát bài thi kệ ấy để đưa tiễn anh Nam, và cũng để thay cho lời phân ưu gửi đến cụ bà và gia đình". Mọi người im lặng. Thật yên lặng. Tôi có thể nghe thấy rất rõ tiếng gió đùa trên những cành lá ở trên cao. Tất cả anh chị em trong Khóm Hồng đã cùng cất tiếng:

Nay ta đã về
Nay ta đã tới
An trú bây giờ
An trú ở đây

...

Lời ca dứt là lúc mọi người ném những cành hoa xuống lòng huyệt. Rồi những người âm công xúc những xẻng đất, ào ạt phủ lên nắp áo quan, phát ra những âm thanh lộp bộp. Chính lúc ấy, bà cụ thân sinh của anh Nam bỗng kêu lên thảng thốt: "Con ơi. Con ơi. Thế là con bỏ mẹ đi thật rồi ư ...."? Tiếng kêu bỗng vang động, trùm tỏa, cuốn hút tất cả mọi người xung quanh, khiến bao nhiêu người cùng òa lên kêu khóc. Trời vẫn lất phất mưa, như cả không gian cùng khóc, cùng chia xẻ nỗi đau mất con của người mẹ già tuyệt vọng. "Con ơi, con ơ...i..." Tôi chịu không nổi. Tôi quay ra, ngửa mặt để nước mắt chảy xuống mặt. Mưa vẫn lất phất bay, gió lạnh.

Tôi bước đi và tôi nhận ra rằng những ngôi mộ xung quanh có những nén hương mới cắm. Gia đình anh Nam mới cắm, có lẽ trong ý niệm "bán anh em xa mua láng giềng gần." Đó là những ngôi mộ của người Việt Nam. Tôi lần theo những nén hương này và tìm thấy bao nhiêu là người tôi đã biết, đã quen. Này là ông Nguyễn hữu Giá, một thời trông coi cơ quan giúp đỡ người tị nạn ở những năm đầu định cư 75, 76. Bên cạnh ông là em ông, Luật Sư Nguyễn hữu Khang. Ông Khang, trong những năm đầu tị nạn, là người mở ra Trung Tâm Luật Pháp Hồng Đức, văn phòng đặt tại 6970 Linda Vista Rd., San Diego. Năm 1979, khi làn sóng người tị nạn lên cao, nạn hải tặc trở nên kinh khiếp, Ủy Ban Báo Nguy Giúp Người Vượt Biển (Boat People S.O.S. Committee) được thành lập do Giáo Sư Nguyễn hữu Xương làm chủ tịch. Trong lúc khởi đầu, văn phòng Ủy Ban đã dùng địa chỉ của Trung Tâm Luật Pháp Hồng Đức làm nơi liên lạc, và Luật Sư Nguyễn hữu Khang được yêu cầu làm Tổng Thư Ký. Đó cũng là thời gian tôi rất gần gũi, hoạt động với anh Khang. Khởi đầu là những lá thư kêu cứu đầy bi thương của nhà văn Nhật Tiến và của vợ chồng Ký Giả Dương Phục, Vũ thanh Thủy từ bên trại tị nạn gửi qua, kèm theo những bằng chứng rất cụ thể. Những thỉnh nguyện thư của Ủy Ban tới tấp được gửi đi. Những phản ứng thuận lợi từ những cơ quan quốc tế, những văn phòng chính phủ, những chính khách thế giới đáp nhận và hứa theo dõi và cứu xét. Những chính khách lớn của Hoa Kỳ bày tỏ những quan tâm. Những cổ võ, những hỗ trợ nồng nhiệt của đồng bào khắp nơi tới tấp đổ về. Anh Khang khoe những chồng thư trong các buổi họp, thường mỉm cười sung sướng nói "cái này tâm tình lắm." Khởi đi từ những "tâm tình" ấy, chúng ta, cộng đồng người Việt chúng ta nơi hải ngoại làm được một số việc. Cụ thể là 3,103 đồng bào chúng ta đã được cứu vớt trên đường đi tìm Tự Do trong các chiến dịch Vớt Người Biển Đông. Hàng ngàn đồng bào khác, vì không đủ chiếu khán để vớt và đưa vào các trại tị nạn, đã được những con tàu nhân đạo giúp đỡ, hướng dẫn để đến bến Tự Do an toàn. Nhiều dịch vụ khẩn thiết khác nữa cho đồng bào do Ủy Ban khởi xướng và thi hành. Đồng bào chúng ta bỏ nước ra đi, bị cộng sản Việt Nam hãm hại, bị thứ là cặn bã của xã hội, nay qua các chiến dịch Vớt Người Biển Đông, các quốc gia Âu Châu đã hân hoan cấp chiếu khán cho những thuyền nhân này. Đồng bào chúng ta đã được đón tiếp long trọng trong những buổi lễ và vinh danh là những Chiến Sĩ của Tự Do ... Một thời hăng say hoạt động. Một thời thân thiết với nhau là thế, bây giờ anh Khang nằm đây. Tấm bia đặt phẳng cùng mặt đất, cỏ bốn phía che phủ, lấn át cả tên anh, cả tấm hình của anh. Những giọt mưa đọng trên lá cỏ. Nén hương trên mộ anh vẫn êm đềm tỏa khói. Tôi ngắt những ngọn cỏ quanh tấm bia, cúi đầu và nói nhỏ: "Yên nghỉ nhe anh Khang."

Lần theo những đám khói hương, tôi tiếp tục đi, đọc những mộ bia quanh đó. Có người sinh ra từ miền núi cao Yên Bái, Lào Cai. Có người đến từ miền trung du, Thái Bình, Nam Định. Có người đến từ đồng ruộng Rạch Giá, Cà Mau. Người thì mất đi khi tuổi đã quá già, người thì còn quá trẻ. Không thiếu những người là quân nhân, với áo trận, giây biểu chương trên vai áo, biểu tỏ một thời ngang dọc xả thân vì đại nghĩa ... Bao nhiêu cuộc đời, bao nhiêu ước vọng, bao nhiêu là khó khăn, cực nhọc, vượt cả một đại dương mới đến được nơi này. Bây giờ họ lặng lẽ nằm đây.

Tôi vẫn tiếp tục đi theo những đốm khói hương nhưng khi đến ngôi mộ này thì tôi phải dừng chân lại vì đây là ngôi mộ của một người mà tôi quen biết. Đó là ngôi mộ của "người con gái hết sức Bắc Kỳ". Khi vào Nam năm 1954, chưa đến tuổi 20, chị đang thời xuân sắc. Chị là một trong hai cô con gái hát hay của một ban nhạc mới di cư. Ban nhạc mang tên một ngọn núi ở Thanh Hóa, phải chăng để ghi dấu nơi chôn nhau, cắt rốn, một ước mơ cho một ngày về dù mơ hồ, xa lắc. Chị là người yêu của một người tôi quen biết. Họ biết và yêu nhau từ Hà Nội, trước năm 54. Nhưng suốt hơn 20 năm ở Miền Nam, họ không lấy được nhau. Phần vì gia đình, phần vì những ngày dài chinh chiến, trong lờ mờ của lo sợ, người chiến binh ngần ngại "lỡ khi mình không về ..." như Hữu Loan đã viết. Khi cuộc chiến tàn trong hoảng loạn, bỗng không hẹn, họ gặp nhau trong thành phố xa lạ trên đất Mỹ này. Niềm cô quạnh gặp nỗi cô đơn. Những ngóng trông xa cách bỗng hóa thật gần. Những phiền lụy như tan theo những nhớ nhung để lại ở quê nhà cách cả một đại dương mờ mịt. Họ thành vợ chồng. Một mái ấm gia đình nhỏ bé nhưng tràn đầy yêu thương, đầm ấm. Không bao giờ còn xa cách, nhất định thế, để bù cho những ngày lãng phí, chia lìa mấy chục năm qua. Một cháu trai ra đời càng làm cho cuộc sống của đôi uyên ương thêm tươi vui, bền chặt. Khi cháu bé đầy năm, cũng là lúc tôi và anh làm việc trong một cơ quan thiện nguyện, tôi đã bắt chặt tay anh và nói "mừng anh". Buông bàn tay tôi ra, anh bỗng lặng đi và nói: "Nhà tôi bệnh nặng". Chị bị ung thư. Căn bệnh quái ác đã đeo đẳng, phá ruỗng hạnh phúc của anh chị. Chị mất vào năm thứ mười hương lửa. Tôi bận quá không tới chia buồn cùng anh và đưa tiễn chị được. Trong tấm thiệp gửi lời phân ưu, tôi có viết hai câu thơ vội vàng:

Mười năm hương lửa bay vèo.
Nỗi con thơ dại, nỗi chiều mình anh.

Tấm thiệp sau khi gửi đi tôi đã quên, quên hẳn. Nhưng bây giờ trên tấm bia ở đầu mộ người đàn bà một thời xuân sắc ấy, có hai câu thơ này. Tấm hình chị in trên mộ bia đã có phần phai lạt. Tôi lấy giấy lau mộ bia, nụ cười của chị hiện ra. Nhưng trên mắt chị nhạt nhòa những hạt nước mưa như chị đang đầm đìa nhỏ lệ. Tôi đứng lặng rất lâu với lòng đầy thương cảm. Mưa hình như đã dứt, không còn rơi nữa, nhưng gió vẫn từng đợt hắt hiu.

Tôi đi ra triền đồi. Vùng thung lũng sâu ở phía dưới. Những gốc cây khô mục nằm kềnh càng, lăn lóc bên những bông lau dài trắng xóa, oằn mình nghiêng ngả. Gió vẫn thổi, thổi từ phía dưới thổi tới, phả trong làn hơi nước âm u, khiến cảnh vật trước mặt mờ nhòa, không tiếng động. Bên kia thung lũng là những ngôi nhà cao, cửa kính kín bưng. Đó là những cơ sở điện tử. Ở đó trong cái thinh lặng của thinh không, có bao nhiêu là tín hiệu của thông tin chồng lớp. Cuộc sống ở đó. Những khám phá mới, những tranh đua, bao nhiêu ước ao, dự tưởng. Cảnh trí êm ả như một âm bản, một giấc mơ. (Phải chăng cuộc sống cũng chỉ là một giấc mơ?). Và nơi đây, bên này bờ vực, chỗ tôi đang đứng là nơi an nghỉ của bao nhiêu là người. Bao nhiêu xôn xao, yêu ghét, tranh đua, giờ tất cả không còn. Tất cả đã lặng im. Quanh tôi chỉ thấy những nén hương nghiêng ngả. Những làn khói êm đềm la đà bay tỏa, tan loãng vào làn hơi nước mờ đục, ủ đẫm một vùng đồi nghiêng nghiêng, la liệt những tấm mộ bia. Tôi bước đi. Những bước chân xiêu vẹo, hay lòng tôi cũng đang xiêu đổ, bồi hồi. Đám tang của anh Nam đã vãn. Những vòng hoa nhàu nát phủ đầy lên nấm mộ. Một bát hương nghi ngút khói bay tỏa, la đà.

Có tiếng chuông ở đâu đó vọng về với những lời cầu kinh lúc to, lúc nhỏ lọt qua một hàng cây thưa. Lại một người nào, một người Việt Nam nào vừa an nghỉ ở nơi đây? Tôi từ giã nghĩa trang, ra về. Những hạt mưa lại xiêu xiêu, nhẹ nhàng rơi xuống, đậu trên từng lá cỏ bát ngát bên đồi nghĩa trang.

oOo

Những hàng chữ này tôi viết khi anh Nam nằm xuống, năm 1995, bây giờ khi lục lại trong máy, trời đất đã xoay vần 20 năm tròn, khiếp quá. Trong 20 năm đó tôi đã đi lại, thăm viếng, tiễn đưa bao nhiêu người thân, sơ, như Hà Thúc Sinh đã ngậm ngùi:

Cha ông gửi xác đây nhiều quá
Mai về ai chỉ lối đi xưa!

Trên vùng đồi cao là nơi hai cụ thân sinh ra Giáo Sư Nguyễn hữu Xương an nghỉ. Khi sinh thời. chúng tôi thường có dịp đến vấn an cụ. Khi con gái tôi lấy chồng, cả Cụ Ông lẫn Cụ Bà đều đến nhà chúng tôi mừng cháu. Rồi khi hai cụ làm lễ thượng thọ, tôi được vinh dự nói đôi lời chúc thọ. Tuy là một vị khoa bảng, một người được coi là tiền phong trong gia đình luật pháp, xuất thân từ đại học danh tiếng ở Paris, từng giữ những chức vụ cao khi người Pháp mới đặt nền đô hộ tại Đông Dương, chắc chắn là Cụ nói tiếng Pháp không thua người Pháp Paris, nhưng thật lạ, ngôn ngữ của Cụ thật bình dị. Cụ cười khà khà và nói "Thôi, xin cùng nâng chén, uống cho say nha …" Và trong câu chuyện kể của Cụ, ta thấy vang bóng những người một thời như Phạm Quỳnh, Nguyễn văn Vĩnh …

Cùng an nghỉ tại đây, ngay bên bờ hồ trong vắt là một người được coi như tiền phong trong cộng đồng ta tại San Diego. Ông

407

thật quảng giao, khéo nói và nhất là chịu khó, nên không một công tác cộng đồng nào không có ông. Ông đến từng cửa hàng, các văn phòng y khoa để thu nhận những đóng góp cho ngày Tết, cho những công tác xã hội. Do đó tất nhiên ông đã góp công, góp của rất bền bỉ cho công tác Cứu Vớt Thuyền Nhân nên trong tình bằng hữu, chúng tôi gọi ông là ông Lý Trưởng, Lý Trưởng Phạm như Bích. Mọi việc có ông mó vào là "xong ngay".

Ngược lại với ông Bích, một người khác, ít nói, chi ly và rất là nguyên tắc. Xuất thân là một nhà ngoại giao, từng là phát ngôn viên chính thức dưới thời ông Trần chánh Thành, thời Đệ Nhất Cộng Hòa. Khi Ủy Ban Báo Nguy Giúp Người Vượt Biển được thành lập, ông là người thiết lập văn phòng cho Ủy Ban và theo dõi rất chi ly mọi chi thu, vì lúc đó ông đang làm kế toán cho thành phố này. Ông cũng đã mất. Ông tên là Lưu danh Du, người hàng xóm của tôi một thời ở San Diego. Trước khi mất, ông cắn răng gánh chịu:

"Không thở than và đóng cửa tạ người"
Ôi những người, những tấm lòng son sắt đó, giờ đã đi đâu?
Tất cả chỉ còn là những tấm hình mờ nhạt
với bao nhiêu tiếc thương.
Bốn mươi năm, gần một nửa thế kỷ
Bao nhiêu nỗi nhớ, quên.
Và bao nhiêu nỗi ngậm ngùi.

Chuyện Cô Ph.
(Một Tấm Lòng Bồ Tát)

Trong thảm nạn Thuyền Nhân, không biết bao nhiêu chuyện bi thương, hãi hùng đã xảy ra. Những điều chúng ta biết dù tang thương đến đâu cũng còn là những điều may mắn, vì những nạn nhân còn sống, còn đến được bến bờ tự do để kể lại cho chúng ta nghe. Những người khác, những thảm nạn khác thì những nạn nhân đã bị giết, bị vùi thân trong lòng biển cả. Biển lặng lẽ xóa đi tất cả, Những thảm nạn này phần lớn xảy ra trong vùng vịnh Thái Lan, nên chúng ta thường có ấn tượng cụ thể, đưa đến những sự phẫn nộ, oán thù khi nhắc tới vùng biển này. Điều ấy không sai, nhưng xét cho cùng, nguyên nhân đưa đến thảm nạn này chính là cộng sản Việt Nam. Và nhìn kỹ hơn vào giai đoạn bi thương trên, bên cạnh những tai họa do hải tặc gây nên trong vùng biển Thái Lan, những thuyền nhân Việt Nam chúng ta đã từng được những ngư dân Thái giúp đỡ không phải là nhỏ. Hàng trăm ngàn người Việt chúng ta đã được chính phủ và nhân dân Thái cho tạm dừng chân tại các trại tị nạn, trước khi được các quốc gia đệ tam tiếp nhận. Điều ấy hiển nhiên, ta không thể nào phủ nhận được. Bây giờ ba thập niên đã trôi qua, đa số những thuyền nhân ngày nào tang thương dừng chân trên đất Thái, đã ổn định được cuộc sống, không thiếu những người tị nạn trở lại thăm viếng quê nhà, ghé chân trên đất Thái như những người giàu có đến từ các nước văn minh. Được như thế, bình tâm mà xét, chúng ta nên cám ơn đất Thái, người Thái. Nhân đây tôi xin kể một câu chuyện có thật xảy ra trong vùng vịnh Thái Lan, để chúng ta cùng suy ngẫm.

Một buổi sáng, như mọi ngày, khoảng 10 giờ sáng, chúng tôi tới văn phòng Ủy Ban để cùng ông Phạm chí Kiều, giải quyết những vấn đề của Ủy Ban. Tôi thấy một người đàn bà trẻ, ôm đứa con trong lòng, ngồi dựa lưng vào tường sát bên cửa văn phòng. Thấy tôi tới, người đàn bà đứng lên, lấy trong túi *sắc* ra một phong thư lớn và nói trong nghẹn ngào: "Xin Ủy Ban cứu em tôi với …" Rất ngỡ ngàng, nhưng được ông Kiều nói "Chị này đợi ông từ sớm. Ông xem nếu giúp được thì nên giúp chị ấy." Tôi đành nhận bì thư và mở ra coi. Đầu tiên là những lá thư viết tay của cô N. K. Ph., gửi cho chị là N. T. và anh là N. D., hiện ở San Diego. Lời lẽ trong thư êm đềm, nhỏ nhẹ, nhưng những sự kiện thì kinh hoàng quá. *"Mẹ đưa em lên Sài Gòn ngày 14, sau đó xuống thuyền ra khơi lúc 1 giờ khuya ngày 15 và gặp nạn ngày 17. Buổi sáng lúc 7 giờ. Bọn chúng lấy tất cả đồ đạc, nữ trang và mang theo 2 người con gái, trong đó có em nữa. Có người biết tiếng Anh xin mãi, quì lạy cho nó tha. Nó đi đâu được 10 phút thì quay lại đâm vào thuyền em làm thuyền em vỡ ra. Cũng may là em chụp được mảnh gỗ, nếu không thì em không còn, vì em đuối sức lắm. Lúc còn ở trên thuyền, em say sóng nằm mê man, có ăn uống được gì đâu. Chị biết không người sống thì cách em xa, còn người chết thì ở chung quanh. Ôi ghê lắm. Được một lúc thì có hai con cá nổi lên kiếm xác người chết. Ôi lúc này em sợ quá, không còn biết gì hết, đến lúc tỉnh dậy bơi gần mọi người được một chút, lênh đênh kéo dài đến 5, 6 giờ gì đó thì được vớt lên thuyền, em không còn biết gì nữa. Mãi đến 1, 2 giờ khuya em mới tỉnh. Họ đưa quần áo cho bận, đút thức ăn và cho uống thuốc. Em phải chịu cảnh đau đớn trên thuyền 10 ngày. Mắt bị sưng, không thấy đường và mặt thì bị bỏng đau nhức lắm, đến khi lột da thì rát vì gió biển và 4 ngày sau em mới bớt. Rồi thuyền cặp bến ngày 1 tháng 5. Đó là chuyến đi đầy bất hạnh phải không chị...”* Đọc những hàng non yếu và đơn sơ ấy và hình dung những ngày cô gái ôm mảnh ván thuyền trôi nổi trên mặt biển bao la cùng những xác người ở xung quanh mà kinh sợ. Tôi hỏi chị T., chị của Ph., được biết như sau: “Em của cháu sinh ngày xx tháng x năm 1971, năm nay em vừa 18 tuổi. Ba của chúng cháu là N. K. hiện ở San José, số điện thoại (408) 472-xxxx. Mẹ cháu hiện còn ở Việt Nam.”

Bên cạnh những lá thư của cô Ph. còn có một bức thư bằng Anh ngữ cho biết cô Ph. hiện ở trong nhà của một người đánh cá. Vợ người đánh cá có người bà con là cô sinh viên đang theo học Luật tại Bangkok. Cô sinh viên này tới thăm và thấy cô Ph. ở đây. Sau khi biết hoàn cảnh của cô Ph., cô sinh viên này mới viết thư cho chị cô Ph. : “I expect it is possible that S.O.S. was concerned this story...” (Tôi nghĩ rằng Ủy Ban Boat People quan tâm đến câu chuyện này...) Đọc đến hàng chữ này, tôi bỗng ngưng lại tự hỏi “sao cô sinh viên Thái Lan này biết đến những hoạt động của Boat People S.O.S. Committee?” Suy nghĩ mãi tôi mới nhớ ra rằng, mới đây Giáo Sư Nguyễn hữu Xương, Chủ Tịch Ủy Ban, người vừa được chính phủ Thái mời tới thuyết trình về công trình phát minh của ông, nhan đề là Xuong Machine tại Đại Học

Thái Lan. Trong dịp này, ông đã là thượng khách của chính phủ Thái, nên chính phủ Thái đã dành cho ông nhiều dễ dàng để đi thăm các trại tị nạn trên đất Thái, cũng như ông đã đến thăm văn phòng Cao Ủy Tị Nạn Liên Hiệp Quốc tại đây. Tất nhiên, với tư cách là Chủ Tịch Ủy Ban Báo Nguy Giúp Người Vượt Biển, ông đã trình bày về mối quan tâm của Ủy Ban cũng như của dư luận thế giới trước thảm họa về Thuyền Nhân. Báo chí Thái cũng đã tường thuật rộng rãi cuộc viếng thăm này. Những điều ấy chắc đã là nguyên nhân khiến cô sinh viên Thái biết đến hoạt động của Ủy Ban. Tôi thấy không thể không làm hết sức để giúp cô Ph. ra khỏi nơi này. Sau lá thư của cô sinh viên Thái Lan kia còn có một bản đồ vẽ rõ vị trí nơi cô Ph. hiện bị giam giữ. Bản đồ chỉ dẫn đường đi từ thủ đô Bangkok xuôi Nam, giữa đường là *"my house"*, nhà của cô sinh viên này ở tỉnh Ghumphone. Tiếp tục xuôi theo bán đảo tới Songkhla City, nơi có văn phòng của UNHCR, Cao Ủy Tị Nạn, sát đó ở phía Nam là nơi hiện cô Ph. bị giam giữ. Hai bên Đông và Tây của bán đảo này, trong hình vẽ còn có những chiếc thuyền mà tôi suy nghĩ mãi không biết để nói lên điều gì, ngoài chỉ dấu là biển khơi.

Đem những lá thư đó về nhà, đọc kỹ lại và hầu như suốt đêm tôi không ngủ được. Hình ảnh mặt biển mênh mông, cô Ph. ôm mảnh ván trôi nổi cùng những xác chết xung quanh. Những con cá biển khổng lồ đến ăn những xác chết ấy. Ngày này qua ngày khác. Đêm thì lạnh, ngày thì nắng cháy rát lưng, rát mặt, đói khát. Rồi những ngày bị hành hạ trên thuyền … Trước hoàn cảnh này, chúng tôi đã viết một lá thư đề ngày 8 tháng 6 năm 1989 gửi cho Văn Phòng Cao Ủy Tị Nạn LHQ tại Bangkok, trong đó có gửi theo phóng ảnh thư và bản đồ chỉ dẫn nơi cư ngụ của cô Ph. Bản sao của những tài liệu này chúng tôi cũng gửi cho cô sinh viên người Thái, theo bì thư đã để sẵn tên người nhận bằng tiếng Thái do cô sinh viên Thái cung cấp. Thư gửi đi mà lòng tôi thì lo âu, phập phồng. Đúng một tháng sau, ngày 7 tháng 7 năm 1989, chúng tôi nhận được thư phúc đáp mang niêm hiệu:

United Nations High Commissioner for Refugees
Branch Office for Thailand

Chúng tôi mở ra coi ngay và vô cùng vui mừng, vì kết quả tốt đẹp ngoài sự mong mỏi của chúng tôi, tất nhiên bằng Anh ngữ, dịch ra như sau:

Thưa ông Phan,

Phúc đáp thư ông số 828/BP/1989, đề ngày 8 tháng 6 năm 1989 về trường hợp của cô N.K.Ph., mà chúng tôi nhận được hôm 4 tháng 7 năm 1989. Tuy nhiên chúng tôi rất vui mừng để thông báo với ông rằng, đương sự đã được tìm thấy bởi Cảnh Sát Hải Quân, với sự hợp tác của Văn Phòng Cao Ủy LHQ ngày 21 tháng 6 năm 1989. Đương sự hiện ở trong sở Cảnh Sát Songkhla, dưới sự bảo vệ của Cảnh Sát Hải Quân để chờ được chuyển giao vào trại tị nạn.

Chúng tôi cũng vui mừng thông báo cho ông biết ngoài đương sự (cô Ph.) còn có 29 người Việt Nam khác đang chờ được các quốc gia đệ tam tiếp nhận, những người này cũng ở trong nhóm được các ngư dân Thái vớt và đưa vào bờ. Chúng tôi cũng còn được thông báo có khoảng từ 20 đến 25 thuyền nhân được ngư dân Thái vớt cùng ngày nói trên và đã đưa vào hải đảo của Mã Lai. Chúng tôi đang tìm hiểu xem những người này có phải cùng nhóm với những người kia không.

Nếu ông có thắc mắc gì liên hệ đến vấn đề trên, xin đừng ngần ngại cứ liên lạc với chúng tôi.

Trân trọng

Sten A. Bronee
Assistant Representative (Legal)

oOo

Sau đó cô Ph. được đưa vào trại tị nạn. Ông K., thân phụ của cô Ph. đã từ San José, Hoa Kỳ đi thăm con gái vào những ngày cận Tết. Trước khi ông lên đường, chúng tôi đã liên lạc với ông nhiều lần, cung cấp cho ông những thông tin cần thiết mà chúng tôi có được, nhất là những người, những chỗ cần liên lạc, hầu giúp cho ông bớt những bỡ ngỡ, khó khăn.

Và một sự tình cờ kỳ lạ, đêm 29 tháng 4 năm 1975, tất cả gia đình bên nhà vợ tôi đều chạy theo tôi xuống tàu, đi thoát, chỉ riêng cô em út, đã có gia đình ở riêng, nên bị kẹt lại ở Việt Nam. Đó là nỗi ray rứt, khốn khổ của gia đình bà xã tôi trong bao nhiêu năm. Sau nhiều lần cô em tôi vượt biển thất bại, đã ra đi bằng đường bộ, qua Miên, đến được đất Thái, cùng cư ngụ trong trại tị nạn này với cô Ph. Do đó giữa ông K, và chúng tôi có chung một nỗi mừng vui. Không biết ông đã đem theo những gì làm quà cho con gái ông, nhưng với gia đình chúng tôi, ông đang là một người mà chúng tôi nhờ vả, mang ơn. Ông đã đem theo hộ chúng tôi rất nhiều thứ. Ngoài những lá thư thăm hỏi, còn có những món quà, những "đồng tiền mừng tuổi" của tất cả anh chị em trong đại gia đình chúng tôi ở Mỹ gửi tới người em gái muộn màng đi sau và những tấm hình của đại gia đình, nhất là hình các cháu nhỏ, con tôi, mà một thời đã được yêu thương, săn sóc bởi cô C., em gái của nhà tôi. Chưa bao giờ tôi thấy được rằng chút công sức mà tôi đóng góp vào công tác cứu vớt thuyền nhân lại được đền bù mau chóng và hiển nhiên như thế.

Vũ Huynh Trưởng
Những Sự Thật Mà Cứ Như Đùa

Nhớ lại những ngày lo Vớt Người Biển Đông, thật không biết nói sao cho hết những điều muốn nói. Mỗi nơi mỗi lúc đều có những "biến cố" đáng lưu tâm. Ở Washington, D.C. ta không thể quên cụ ông và cụ bà Hoàng văn Chí. Sau khi nghe trình bày, hai cụ đã tình nguyện đem tất cả lợi nhuận hãng tương của hai cụ tặng cho công cuộc Vớt Người Biển Đông. Nghĩa cử ấy đã kéo theo rất đông học trò và những bạn bè của hai cụ. Không kể về giá trị vật chất mà về tinh thần thật là vô giá. Trở lại vùng nam Cali, sau khi bác sĩ Nguyễn ngọc Kỳ đóng cửa phòng mạch để trở lại biển Đông đi vớt người vượt biển, đã có rất đông các vị bác sĩ khác lần lượt ra biển, như là bác sĩ Trang Châu bên Canada, và nhiều vị nữa. Người không đi được đã ký ngay một chi phiếu 5 ngàn Mỹ kim cho Ủy Ban. Đó là bác sĩ Phạm Đặng Long Cơ. Trong buổi trao số tiền này cho Giáo Sư Xương, ông tỏ ra rất tiếc không thể bỏ các thân chủ đang theo dõi chương trình y tế hàng tuần của ông trên TV được. Và ngược lên vùng Bắc Cali, bác sĩ Nguyễn thượng Vũ, đang là giám đốc một nhà thương lớn, đã thu xếp để "ra biển bằng được." Chính ông đã chứng kiến bao nhiêu cảnh xúc động khi nắm tay kéo đồng bào từ chiếc ghe rách nát lên tàu. Ông đã thấy một bát hương còn nghi ngút khói. Bát hương nghèo, đơn sơ, trên con tàu rách nát ấy đã là niềm hy vọng, cầu xin của đồng bào đi tìm sự sống. Bây giờ mọi người đã đặt chân lên con tàu to lớn, vị cứu tinh của thuyền nhân, nhưng bát hương ấy bị bỏ lại, lẻ loi. Ông rất xúc động cúi đầu lễ 3 lễ rồi mang bát hương đó về tàu lớn. Và hôm họp mặt với đồng bào tại San Jose, ông đã đưa bát hương đơn sơ này cho mọi người đều thấy. Những nghĩa cử ấy đã diễn ra tại San Jose, trước mặt đồng bào, gây bao nhiêu suy nghĩ, từ đó đã đến lượt những người khác ra biển, phát xuất từ San Jose. Họ cũng đã có những giây phút bồi hồi cảm động khi phát giác ra bóng dáng chiếc ghe vượt biển, rồi nắm những bàn tay gầy ốm của bà con mình kéo lên tàu lớn. Nỗi vui sướng của những người đi vớt, tôi nghĩ cũng không thua nỗi vui mừng của người được vớt. Tất cả những nỗi thương quý ấy làm nên những buổi họp mặt đông vui chất ứ cả công viên, đưa đến những số tiền khổng lồ dành cho những con tàu đi vớt người vượt biển.

San Jose là một thành phố đông đảo người Việt, có lẽ chỉ sau vùng Tiểu Sài Gòn mà thôi. Nhưng khác với Tiểu Sài Gòn là sự kết hợp chặt chẽ trong mọi sinh hoạt cộng đồng. Vì thế khi phong trào Cứu Vớt Thuyền Nhân bùng lên, San Jose có những sinh hoạt rất đông vui, mang lại những kết quả hết sức tốt đẹp, với những buổi sinh hoạt có hàng chục ngàn người tham dự, gom góp được hàng trăm ngàn mỹ kim. San Jose được coi là thủ phủ của tình thương dành cho người vượt biển. Đó là lý do tôi thường có mặt tại thành phố này và quen biết thân tình với những người hằng có những sinh hoạt cộng đồng tại đây. Nhiều lắm, từ những vị chủ tịch lãnh đạo đến hầu như tất cả những ai có mặt trong sinh hoạt chung. Hai người mà tôi biết khá kỹ là anh Nguyễn hữu Lục và anh Vũ huynh Trưởng. Các anh còn trẻ so với tôi và hăng hái trong mọi công tác dù nặng nhọc như căng biểu ngữ, đưa đón bạn bè, nhất là việc này, vì tôi ở xa đến. Trên đường từ phi trường đến nơi hành lễ, là lúc chúng tôi hé lộ cho nhau biết những điều sẽ diễn ra trong những ngày sắp tới. Trong lúc đang dựng cột cờ, anh Trưởng hỏi tôi:

- Theo anh biết thì năm nay 1986 liệu có tàu ra khơi vớt người vượt biển không ?

Tôi vui vẻ đáp ngay "Có chứ."

- Mà có là có thế nào. Bao giờ?

- Ngay sau buổi họp hôm nay.

- Nghĩa là lát nữa đây GS Xương sẽ thông báo?

- Đúng thế. Và đó cũng là sự hiện diện của Ủy Ban và sự đón tiếp của chúng ta hôm nay.

- Thực chứ?

- Rất thực.

Nghe thế, anh Trưởng buông tay đang dựng cờ, vuỗi tay đi mất.

Sau này, anh Lục cho hay "anh Trưởng chạy ra Bưu Điện đánh điện về Sài Gòn cho thân nhân."

Và như một sự sắp xếp chu đáo từ trước, chưa đầy một tuần sau, trong chuyến chiến dịch Vớt Người Biển Đông năm 1986 (do 3 tổ chức Ủy Ban Báo Nguy Giúp Người Vượt Biển, Hội Y Sĩ Thế Giới của Pháp, và Ủy Ban Cap Anamur của Đức phối hợp thi hành, và con tàu của Đức thực hiện công tác), như một chuyện riêng, các thân nhân của anh Trưởng được vớt ngoài khơi Vũng Tàu, cách bờ khoảng 50 hải lý mà thôi. Trên ghe không ai say sóng, mệt mỏi gì, thực phẩm hầu như chưa dùng đến, nước ngọt ê hề như đi *picnic*.

Tin này loan trên hệ thống truyền thông , có người nói: "Tại ông Trưởng quen với Ủy Ban." Sự thực không phải thế. Tất cả chỉ là sự ngẫu nhiên may mắn mà thôi. Là người trong cuộc, chúng tôi mừng cho gia đình anh Trưởng mà không biết phải giải thích thế nào.

Thời gian trôi đi vùn vụt, thoáng đã mấy chục năm, cái nhớ, cái quên, nhưng nỗi mừng của gia đình anh Trưởng vẫn như một tràng pháo rộn ràng ngày Tết. Ngồi viết lại những vui buồn ngày cũ, bao nhiêu điều muốn nói, muốn kể và nhớ lại chuyện này, tôi muốn đóng chương sách "Vớt Người Biển Đông" bằng câu chuyện ấy. Tôi nhờ vị lão thành của San Jose, là tiên sinh Giao Chỉ, sau mấy tuần ông cho biết "không tìm gặp được đương sự."

Tình cờ đọc tin thời sự, thấy số điện thoại của anh Trưởng, bèn gọi. Vẫn nhận ra nhau ngay và sau đây là phần sau của câu chuyện:

- ...ừ vui chứ, vui quá chứ nhưng đó là gia đình bà Ngọc, bà chị họ của tôi. Tất cả sáu, bảy người được tàu Cap Anamur vớt ngoài khơi Vũng Tàu ngày xưa đấy. Do tàu Đức vớt, nên tất cả được định cư tại Đức, sinh con đẻ cái tùm lum và bảo trợ từ Việt Nam qua nữa, đông lắm … Cũng ít khi có người qua Mỹ chơi...

- ...Thế có ai học hành thành đạt gì không ?

- Ồ nhiều lắm. Con trai bà chị tôi, Phạm tiến Dũng, tháng 7 này cưới vợ. Vợ nó cũng là bác sĩ, tên Hiền...

Ông Trưởng còn nói nhiều lắm, nhưng vì tuổi già nghe không kịp, và thấy thế cũng tạm đủ cho câu chuyện Vượt Biên năm xưa.

Ở lại dưới bàn tay tàn bạo và tham lam của CS, chúng ta đã mất hết từ nhà cửa, tiền bạc, đến tương lai và nhân phẩm. Mọi thứ thực chẳng còn gì, quê hương cũng đã khác.

Chúng ta đành phải ra đi, liều chết mà đi. Chúng ta làm lại từ đầu vì đã mất tất cả, và cũng đã có lại tất cả. Dù trải qua bao gian khó, nhưng những gian khó ấy không hề vô ích. Hơn bao giờ hết, chính những gian khó của chúng ta đã làm cho loài người bừng tỉnh trước hiểm họa của chủ nghĩa Cộng Sản quái đản đang là nỗi nguy nan của nhân loại.

Lời Phát Biểu của UBBNGNVB
Ngày 2 tháng 5 năm 2009
Trong buổi họp về Hành Trình Đi Tìm Tự Do
(Journey to Freedom, a Boat People
Retrospective Symposium)

Kính thưa Thượng Nghị Sĩ Jim Webb,
Kính thưa Dân Biểu Joseph Cao,
Kính thưa toàn thể quý vị,

Chúng tôi rất lấy làm hân hạnh được có mặt ở đây để trình bày khái quát về những hoạt động của Ủy Ban Báo Nguy Giúp Người Vượt Biển (Boat People S.O.S. Committee), từ năm 1980 cho đến cuối năm 1990, gồm 2 giai đoạn:

- Kêu cứu cho thuyền nhân, và

- Mang tàu ra Biển Đông trực tiếp cứu vớt thuyền nhân và định cư họ.

Trong giai đoạn thứ nhất, Ủy Ban Báo Nguy Giúp Người Vượt Biển đã được thành lập nhằm mục đích đem thảm trạng của Thuyền Nhân lên diễn đàn quốc tế và những cơ quan nhân đạo của Liên Hiệp Quốc, để nhờ những nơi này tìm mọi cách chấm dứt thảm nạn này. Việc đầu tiên là can thiệp có hiệu quả cho 157 thuyền nhân bị hải tặc hành hạ trên đảo Kra mau chóng được nhập cảnh Hoa Kỳ. Đại diện cho nhóm này là nhà văn Nhật Tiến, ký giả Dương Phục và Bà Vũ thanh Thủy. Tiếp theo là bênh vực cho 19 thuyền nhân bị vu oan là hải tặc, vì tự vệ, họ đã dám chống lại bọn hải tặc Thái Lan. Can thiệp và trực tiếp giúp cải thiện các trại tị nạn, cũng như vận động để hàng ngàn trẻ em tị nạn Việt Nam không thân nhân khỏi bị trả từ trại tị nạn Thái Lan về bên kia biên giới Cam Bốt. Những vận động nói trên đều có kết quả tốt đẹp.

Ủy Ban cũng là cơ quan người Việt đầu tiên điều trần trước Tiểu Ban Á Châu Thái Bình Dương của Quốc Hội Hoa Kỳ, ngày 29 tháng 4 năm 1982, nêu lên những lý do chính đáng để những cựu tù nhân chính trị Việt Nam cần được ra đi trong chương trình có trật tự (ODP). Trước những thành quả đã gặt hái được, Ủy Ban đã liên tục có những sinh hoạt khác liên hệ đến sự an nguy của người Việt trên đường đi tìm Tự Do.

Trong giai đoạn hai, Ủy Ban đã hợp tác với những tổ chức nhân đạo quốc tế như Hội Y Sĩ Thế Giới của Pháp (Médecins du Monde), Ủy Ban Cap Anamur của Đức, và nhà tỷ phú André Gille của xứ Monaco, đem tàu ra Biển Đông cứu vớt thuyền nhân. Các vị bác sĩ Việt Nam đã đóng góp rất cụ thể trong công việc này. Năm 1985 vớt được 520 người. Năm 1986 vớt được 888 người. Năm 1987 vớt được 906 người. Năm 1988 vớt được 494 người. Năm 1989 vớt được 400 người. Tổng cộng có trên 3,000 thuyền nhân đã được những con tàu nhân đạo này cứu vớt giữa biển. Những Thuyền Nhân này đã được đưa đi định cư tại các quốc gia đệ tam, và được vinh danh là những Chiến Sĩ của Tự Do.

Ủy Ban đã đóng góp tài chánh cho chương trình Rescue at Sea của Liên Hiệp Quốc, để tổ chức này tiếp tục hoàn trả chi phí cho những chiếc tàu buôn đã dừng lại giữa hải trình để cứu vớt thuyền nhân. Riêng trong vòng 9 tháng của năm 1990, đã có 2,288 thuyền nhân đã được các tàu buôn cứu vớt. Cùng một mục đích trên, Ủy Ban cũng đã tài trợ mở đầu cho Chương Trình Bảo Trợ Người Tị Nạn vào Canada. Trước áp lực của thế giới muốn hoàn trả người tị nạn về Việt Nam, Ủy Ban là tổ chức tiên khởi bảo trợ cho Trung Tâm Tác Vụ Đông Dương (IRAC), để đại diện cộng đồng người Việt tại Mỹ và tại các quốc gia khác nhóm họp tại Hoa Thịnh Đốn vào tháng 6 năm 1988, cùng nhau tìm giải pháp can thiệp cho thuyền nhân.

Bây giờ gần ba thập niên đã trôi qua, hồi tưởng lại giai đoạn gian nan nhưng cũng đầy xúc động đó, một cộng đồng người Việt non trẻ trải rộng trên nhiều quốc gia tạm dung ở Mỹ, ở Úc, ở Canada cũng như ở Pháp..., đâu đâu cũng náo nức hỗ trợ việc làm của Ủy Ban chúng tôi. Trước thảm nạn to lớn và khủng khiếp của người Việt đi tìm Tự Do, kết quả mà Ủy Ban chúng tôi mang lại tuy nhỏ bé, nhưng cụ thể và vô cùng thiết thực. Từ đó chúng tôi mạnh mẽ tin rằng: là những cựu Thuyền Nhân, chúng tôi đã hết lòng tự cứu chúng tôi; từ đó chúng tôi có tư cách để yêu cầu thế giới tiếp tục cứu vớt chúng tôi. Chính ở niềm tin này, hôm nay chúng tôi rất lấy làm vinh hạnh để chính thức nói lời cảm tạ đến mọi quốc gia, mọi tổ chức, mọi cá nhân trong quá khứ, dưới hình thức này, hay hình thức khác, đã đóng góp vào công cuộc cứu vớt Thuyền Nhân.

Xin đa tạ quý vị.

Tiến Sĩ Nguyễn hữu Xương
Nhà văn Phan lạc Tiếp

Ladies and Gentlemen, Senator Jim Webb, and Representative Joseph Cao,

In the early 80's, with the exception of the Vietnamese community abroad, not much was known about the Boat People internationally. Some of these Boat People were our friends and even our kin, but all of them, our countrymen. In fact, we'd probably suffer the same fate if we didn't escape 5 years before when Saigon fell. How could we turn a blind eye to them? Thus, the Boat People S.O.S. Committee was formed on January 27, 1980.

Our first charge was obvious. We needed to tell the world of the unspeakable stories, the atrocities committed against humanity on the South China Sea, those lost souls who forever drifted in the ocean graveyard on their journey to find freedom. We needed to garner the support of humanitarian organizations under the United Nations in order to end this calamity. We needed to be the voice of these victims who cannot speak for themselves.

In 1980, the Boat People S.O.S. Committee successfully intervened and expedited the immigration 157 Boat People to the United States. These refugees had previously been raped, victimized and tortured by Thai pirates on the island of Ko Kra. Representing these poor souls were author Nhat Tien, journalists Duong Phuc and Vu Thanh Thuy. Our efforts also proved to be effective in defending the Boat People's rights. For example, fighting for those who had been falsely accused when they tried to defend themselves against the tyranny of pirates, preventing the repatriation of thousands of children without guardians, and improving conditions within the refugee camps. However, these efforts were after the fact. How could we save the Boat People before losing them to pirates, starvation, dehydration, and the merciless ocean?

In 1985, the world had heard our plea for help. With the collaboration of Médecins du Monde of France, Cap Anamur from Germany, and the philanthropist André Gille from Monaco, we staged our first Boat People mission. Among the volunteers were many of our own Vietnamese doctors, 520 people were saved during the first mission. In the following years, there would be several more expeditions such as this, and by the end of 1989, over 3,000 Boat People had been rescued at sea.

After 1989, our committee continued to raise funds for the United Nation's Rescue at Sea program, which compensated commercial ships for rescuing Boat People. Within only 9 months, 2,288 Boat People were saved in 1990. By this time, the world had experienced "refugee fatigue." Due to international pressure to repatriate refugees back to Vietnam, our committee was the first to sponsor the Indochina Refugee Action Center (IRAC) in the endeavor to represent the collective voice of Vietnamese abroad, so that we can together propose a solution for the remaining refugee dilemma.

Thirty years have passed, and our experience has since become a yarn of the greater fabric of the American story. As we recall this poignant time, those early years when Vietnamese immigrants were spread thin across so many nations – the United States, Canada, France, Australia, etc. – when all of us were still getting our footing in an adoptive country. In the face of the horrors that confronted our countrymen in their search for freedom, we as a community came together. And perhaps the impact of our efforts were small, they were concrete and earnest. At one time, we were all refugees. If we didn't save our own people, if we didn't save ourselves, we had no right to seek the assistance of the world. We couldn't do it alone. That much was clear. We will be forever indebted to every nation, every organization, and every individual who have supported and contributed to our cause to save the Boat People.

Thank you very much.

Author Tiep Phan
Dr. Xuong Nguyen Huu

Lời Tưởng Niệm
Những Anh Hồn Người Việt Đi Tìm Tự Do
Ngọn Đuốc Của Tự Do

Hỡi đồng bào đã bỏ mình trên đường Đi Tìm Tự Do.

Hỡi những ai đã vùi thân trong rừng sâu,
hay chìm mình trong lòng biển rộng.

Quý vị đã không đến được bến bờ như nguyện ước ...

Nhưng "Tự Do hay là Chết"
Đã làm bừng tỉnh lương tâm loài người
Một rừng ngọn nến hôm nay lấp lánh như sao trời
Để nhớ tất cả mọi người đã chết vì Tự Do.
Hay bênh vực cho người đi tìm Tự Do.
Họ đã chết ở bất cứ đâu.

Lớp lớp trai, gái, trẻ, già
Đã chết rạc giữa rừng sâu.
Chết nghẹn ngào trong sóng gào, bão tố
Hay chết như một người Việt Nam nào đó
Đã tự đốt mình làm cây đuốc của Tự Do
Ở ngay Thủ Đô Mỹ Quốc.

Với nguyện ước: "Xin hãy cứu lấy những Thuyền Nhân
Chúng tôi không muốn bị trả về chốn cũ."
Ôi những cái chết uất ức, nghẹn ngào
Nhưng cũng vô cùng thiêng liêng, cao cả.

Đó là những ngọn đuốc sáng mãi
trong lịch sử di dân của đất nước này
Vết tích lẫm liệt ấy từ nay được lưu trữ
trong Thư Viện Quốc Hội Hoa Kỳ
Những ngọn đuốc của lòng can trường, khước từ Cộng Sản
Ngọn đuốc của nhân phẩm, trí tuệ và thương yêu tràn đầy
Ngọn đuốc đã góp phần phá tan thành trì u tối
Ngọn đuốc hùng vĩ ấy được thắp lên bằng những mạng người
Những mạng người Việt Nam
Ngọn đuốc ấy bùng cháy ở cuối thế kỷ hai mươi
Những ngọn đuốc chói lòa chính khí

Ngọn đuốc ấy đang được chuyển đi khắp bốn phương trời
Cùng với lá cờ vàng tổ quốc phấp phới tung bay
Vui biết bao nhiêu, anh em ơi, đồng bào ơi !
Lẽ phải về phía chúng ta rồi.

Hỡi đồng bào đã ra đi trong hào hùng, bão táp
Quý vị đã lẫm liệt về Trời
Từ trên cao nhìn xuống, quý vị thấy hết.

Xin quý vị hãy nỉm cười, an nhiên trong cõi Vĩnh Hằng
Và phù hộ cho tất cả chúng tôi.

Cho ngọn lửa Tự Do loan tỏa khắp nơi
Và ngời sáng muôn đời.

Phan lạc Tiếp

Bài thơ này đã được in nơi bìa trong (trang 2) của tấm chương trình *Hành Trình Đi Tìm Tự Do (Journey to Freedom)* tổ chức tại Thư Viện Quốc Hội Hoa Kỳ vào ngày 2 tháng 5 năm 2009, dưới đề tựa *To Whom Who Lost Life In Search Of Freedom*, do con gái tôi, Phan Thị Ngân Hà dịch.

Và trong buổi lễ tưởng niệm các Thuyền Nhân, tổ chức bên hồ trước Thư Viện Quốc Hội Hoa Kỳ, tối hôm 5 tháng 5 năm 2009 với hàng hàng ngọn nến lung linh bên hồ nước, tôi, tác giả bài thơ, đã đọc bài thơ này như một lời khấn nguyện trước vong linh những ai đã vì Tự Do mà bỏ mình trên đường đi tìm Tự Do, hay cả những ai đã vì bênh vực cho người đi tìm Tự Do mà đã liều chết để thức tỉnh lương tâm nhân loại. Nơi đây không xa nơi mà trước đây ít năm, Ông Nguyễn kim Bảng đã tự đốt mình làm ngọn đuốc với lời kêu cứu *"Là Thuyền Nhân, chúng tôi không muốn trở về đất cũ"* đúng như nguyện ước của người đã tự đốt mình để nêu cao lời kêu cứu ấy hầu bênh vực cho hàng trăm ngàn đồng bào ta đang kẹt lại tại các trại tị nạn trong vùng Đông Nam Á.

423

An Elegy
To You Who Lost Your Life In Search Of Freedom

0' fellow countrymen who have lost your lives
on the way to freedom

0' those buried within the deep dense forest,
or submerged in the cold bowels of the sea

Although you have not arrived at the shores of freedom

But ... your cry, "Freedom or death" has awakened
the conscience of humanity

And tonight, at the nation's capital

We light a forest of candles to remember you

Our anguish and bitterness, the tears washed away
upon leaving our motherland

will now forever be known, tucked away in the annals of history

The sorrows and distress of our yesteryears
will finally take its place amidst

all those who risked their lives for freedom

Among the thousands lit tonight, there is my lone candle

This, I dedicate to one person, Journalist Nguyen Kim Bang

Against the fatigue and indifference of the world that

wished to repatriate the Boat People,
he made himself a torch for freedom

On November 19, 1990, at 11 a.m., Nguyen Kim Bang

Set himself on fire in our nation's capital.

His final request, "Please save our Boat People.
God bless America."

His light will never be extinguished
in the minds of those who searched for freedom

Never will it fade in the hearts of his friends and family

This human torch has burned and torn inside of me
across the years.

My friend, I regret that I couldn't fan your flame into an inferno,

But now the ashes from your sacrifice, as of May 2, 2009,

Has been honorably archived at the Library of Congress

Your light will forever be luminous in our collective story
to find freedom

You have returned to the heavens
along with the many brave souls who risked their lives

When you look down at us from above, please smile,
and find peace in eternity

And bless all of us remaining on earth

For our time will come

Because each of us will die only once.

Phan Lac Tiep
Washington D.C., May 4th, 2009

Translated by Phan Ngan Ha

Buồn Vui Ngày Đó

Mới ngày nào còn hăm hở, cuồng nhiệt lo cứu giúp Thuyền Nhân, nay nhìn lại, gần 40 năm dài đã trôi qua. Nhìn đống hồ sơ ngồn ngộn, phải bắt đầu từ đâu đây. Vui cũng nhiều mà buồn cũng không thiếu, kể ra không hết. Sau đây là một vài điều vui, buồn chưa được nói, hay nói chưa đủ, vì chưa phải lúc.

Một Thành Viên Tốt Bụng

Lúc khởi đầu, người viết nhận được thư kêu cứu từ nhà văn Nhật Tiến, qua nhà văn Lê tất Điều, như mọi người đều biết. Người viết không biết làm sao, mới chuyển tới GS Xương. GS Xương cùng với người viết mời một số người quen biết trong cộng đồng, phần đông đang có công việc trong lãnh vực giáo dục tại đây, hoặc đang sinh hoạt trong cộng đồng. Sau đó hoạt động của Ủy Ban bùng lên để hỗ trợ cho công tác Vớt Người Biển Đông, có những buổi tiệc gây quỹ. Trên thực tế, kể cả GS Xương, ai tham dự cũng đều phải "mua" Thiệp Mời. Lúc ấy, mỗi phần ăn khoảng 15 Mỹ kim, nhà hàng lấy 5 hoặc 6 Mỹ kim. Mọi người đóng góp như nhau. Nhưng có những vị khách như nhà báo, văn nghệ sĩ, ca sĩ…, chúng ta rất mong có sự hiện diện của họ, để sinh hoạt của chúng ta được thêm phong phú và dư luận thêm rộng rãi, nhưng họ không nhận lời chắc chắn. Họ đến là may, là vui, khi đi nhiều, khi đi ít. Để sẵn chỗ cho những người bạn quý này, lúc đầu, người viết nhờ ông em vợ là nha sĩ Nguyễn kim Chân, một thứ "mạnh thường quân ép buộc", đặt sẵn 1 hoặc 2 bàn, để cho khách quý. Nếu phút chót họ đến không đủ thì người viết "ới" anh em, người nhà ra thế chỗ cho khỏi trống. Nhờ vả cậu em như thế mãi cũng không tiện, vì tiệc gây quỹ liên tiếp tổ chức khi có những biến cố vui, buồn liên hệ đến Thuyền Nhân. Việc này đến tai anh Thắng, chủ tịch Hội Sửa Xe tại San Diego, một người bạn thân trong nhà, nguyên là một sinh viên Khoa Học Sài Gòn. Anh Thắng bảo: "Ôi, việc nhỏ, để tụi này lo…." Thế là ngoài các bàn của anh em Hội Sửa Xe khi Ủy Ban có tiệc gây quỹ, thường chiếm một góc phòng tiệc, năm, sáu bàn, chưa kể một, hai bàn trống "cho ban tổ chức" để tùy nghi. Thế là anh Thắng được tụi tôi nắm lấy và mời anh làm một thành viên của Ủy Ban. Anh Thắng, hơn ai hết rất thông cảm với hoàn cảnh của Thuyền Nhân. Vợ và các con anh đã bị chìm trong lòng biển, trong hoàn cảnh rất đau lòng.

Cuộc Bán Đấu Giá Lạ Lùng

Một việc nữa cũng vui không kém. Đó là việc bán đấu giá tranh trong bữa tiệc. Việc này người viết có 4 người quen. Người thứ nhất là một độc giả, anh nói: "Em rất thích đọc những bài ký sự chiến tranh của anh. Sao anh không thu thập lại, in đi kẻo thất lạc uổng quá." Tôi bảo: "Chưa phải lúc và cũng chưa cần tiền…"(*). Nhưng anh bạn này nói : "Em để sẵn đây một số tiền, khi nào anh ra sách em sẽ mua ủng hộ…"

Người thứ hai là một vị chủ chợ ở San Diego này. Khi tôi được Dược Sĩ Trang Kiên giao cho *San Diego Tin Tức*, cùng với anh Hà Thúc Sinh, tôi có ý định sẽ lần lượt ghi lại những sinh hoạt định cư của người Việt tại thành phố này, qua từng giai đoạn. Hy vọng sau đó chúng ta có những bài in thành một cuốn sách về bước đầu định cư của người Việt tại đây. Trước tiên, tôi nghĩ rằng bất cứ ở đâu, ai cũng phải ăn, cũng phải đi chợ, nên tôi muốn biết ai là người mở chợ Việt Nam đầu tiên ở San Diego. Do đó tôi đã tìm đến người có gian hàng ở cái hẻm, dốc góc đường Linda Vista. Chợ chỉ là cái sạp thật nhỏ rộng khoảng 3 m, dài chừng 8 m là cùng, bày la liệt đủ thứ, từ gạo nếp, gạo tẻ, muối, nước mắm, một đặc sản rất hiếm ở những năm đầu định cư ở Mỹ. Lúc ấy "chợ" này chưa có khả năng bán thịt, không có tủ lạnh, nhưng đặc biệt có đủ thứ rau thơm, từ bạc hà đến ngò gai, húng quế, hành hoa, gừng ớt …, nên từ phía cực Nam như Bonita, hoặc từ phía Bắc là Escondido dù có xa một chút, phải mất hơn nửa giờ lái xe, ai cũng tới. Khởi đi từ cái sạp nhỏ bé này, chỉ mấy năm sau, người Việt tị nạn đến định cư mỗi lúc mỗi đông, ông chủ sạp này đã nghiễm nhiên đã là chủ ngôi chợ thật lớn ở vùng Đông San Diego, chiếm cứ một diện tích khá lớn, bãi đậu xe mông mênh. Tôi đã có một bài viết về ông chủ chợ này trên *San Diego Tin Tức*. Bài viết khá dài, có cả ảnh ngôi chợ và hình cá nhân ông, khác hẳn những tờ quảng cáo khác, chiếm gần trọn trang nhất tờ báo. Ông chủ chợ vui lắm. Khi ấy ông còn rất trẻ, khoẻ mạnh, vừa làm ông chủ, vừa làm nhân công. Cười nói hể hả, ông dẫn tôi đi khắp các quầy hàng, giới thiệu rất chi ly về siêu thị đầu tiên của người Việt ở thành phố này, không thua gì siêu thị của Mỹ, có đủ các mặt hàng, từ thịt, cá, bánh kẹo, bún, bánh cuốn, nhất là khu rau tươi hoa quả. Thật là ê hề. Cái gì cũng có. Rau gì cũng có. Bài viết hoàn toàn *"free"*, không nhận dù là một ly cà phê nhỏ. Là người làm ăn sòng phẳng, ông chủ chợ này cứ băn khoăn, nắm lấy tay tôi nói: "Tụi này phải tính sao với ông đây …" Tôi chỉ cười: "Anh em cả, mỗi người mỗi việc. Lúc nào cần tôi sẽ nhờ ông sau." Ông buông tay tôi ra và nhắc: "Đừng ngại, khi cần nhớ cho tôi hay."

Người thứ ba, xin nói ngay là họa sĩ Nghiêu Đề, một người thật là nghệ sĩ. Viết văn, làm thơ, vẽ, món nào cũng rất tới. Mới đến Mỹ, mọi sự đối với gia đình anh còn xa lạ, tôi và một số bạn bè đã tới thăm anh, mỗi người một tay, hy vọng anh chóng hội nhập vào đời sống mới. Trong bữa tiệc gây quỹ do Ủy Ban chúng tôi tổ chức, tôi đề nghị anh vẽ cho một bức tranh để bán đấu giá, đồng thời cũng là cơ hội để chúng ta chứng minh với "quê hương mới" đôi nét về văn hóa Việt Nam mà không cần ngôn ngữ. Anh ngồi im rất lâu rồi mới nói, "Tụi này mới đến đây, cái gì cũng lạ, lòng còn ngổn ngang, lấy ý từ đâu, lấy phương tiện gì mà vẽ …" Việc này đến tai anh Văn Mộch, một họa sĩ đang có một nhà in tại San Diego, nhưng anh vẫn không quên cầm cọ. Anh bảo, "Việc này quá dễ. Hôm nào mời ông tới nhà chơi, đồ nghề của tôi ê hề, gì cũng có …" Thế là chẳng bao lâu anh đã có một bức tranh thật đẹp để cho Ủy Ban bán đấu giá. Bức tranh vẽ người con gái trong vườn chuối thật đẹp, má hồng óng lên bên tàu chuối non xanh. Mà người đứng thẹn thùng trong vườn chuối sao giống chị Nghiêu Đề quá. Hỏi anh, anh chỉ cười: "Vẽ lại tranh cũ. Cũ mình, mới người nên cũng mau xong."

Người thứ bốn là anh Nguyễn tiến Huấn. Anh và anh Nguyễn hữu Lục từ San José tới. Trên tổng quát nói tới San José, nói tới công tác gây quỹ cứu vớt Thuyền Nhân ở đây là anh Nguyễn hữu Lục, nhưng người đứng sau anh Lục, một thứ "quân sư quạt mo" là anh Huấn. Anh ít khi lộ diện, nhưng lại là người có biệt tài ăn nói, nhất là tài khích động đám đông trong những công cuộc gây quỹ, đấu giá, đã mang lại những số tiền khổng lồ, liên tục trong những chiến dịch Tình Thương Dưới Ánh Mặt Trời diễn ra trong nhiều năm, khiến San José được mệnh danh là "Thủ Phủ Của Tình Thương Dành Cho Người Tị Nạn."

Do đó trong âm thầm chúng tôi đã có đủ người và vật để "ra quân" tại San Diego. Chỉ chờ cơ hội mà thôi. Đó là một bữa tiệc gây quỹ tại San Diego. Khi mọi sự đã sẵn sàng, giữa bữa tiệc, cuộc bán tranh bắt đầu, theo "kiểu mới" do anh Huấn từ San José xuống phụ trách.

Người trả tiếng đầu đã được vận động trước (là số tiền anh bạn dành cho cuốn sách của tôi sẽ xuất bản).* Khi anh Huấn nói "Xin vị mạnh thường quân trả cho một tiếng làm nền cho cuộc bán bức tranh. Tiền đưa ra không lấy lại." Vị độc giả của tôi dơ tay và đưa ra một chi phiếu 1,000 Mỹ kim. Chúng tôi không ngờ chi phiếu đưa ra không lấy lại làm nền, giá tối thiểu của bức tranh lại to đến thế. Tôi rất ngỡ ngàng, tưởng chỉ vài trăm đã là "đẹp" lắm rồi. Sau mấy phút làm quen với cuộc bán đấu giá này, quan khách trong bữa tiệc lần lượt trả giá thêm: 20, 30 Mỹ kim ... trao tiền không lấy về. Những cánh tay đưa lên tới tấp. Những đồng tiền nhỏ này liên tiếp theo nhau lớn dần lên bỏ vào thùng gây quỹ. Và đó cũng là nét chính của cuộc bán tranh hôm nay. Nếu không ai trả hơn, thì bức tranh về tay người trả tiếng sau cùng. Những món tiền nhỏ này gom lại thành số tiền khá lớn. Đó là chìa khóa của việc bán đấu giá "kiểu mới." Có người trả 100, 200 Mỹ kim. Cuộc bán tranh khựng lại ở đó.

"Có ai trả hơn nữa không?", anh Huấn hướng về bốn phía: "Đây là tiếng trả cuối cùng." Anh hỏi đi, hỏi lại ba lần. Cả phòng tiệc mấy trăm người im phăng phắc.

429

Rồi một cánh tay dơ lên từ một bàn hơi khuất và nói lớn: "Tôi trả ba ngàn Mỹ kim."

Mọi người sững sờ quay nhìn về người vừa lên tiếng ấy. Một thanh niên to con, ăn mặc giản dị, quần *jean*, áo thung. Cả hội trường im lặng như muốn nghẹt thở. Một giá cao vượt xa giá của người trước. Lời anh Huấn sắc, chắc nịch như mời gọi, như thách thức: "Ba ngàn Mỹ kim. Số ba và ba số không. Ba ngàn Mỹ kim. Xin nhắc lại Ba ngàn. Một, hai, ba, nếu không ai cất tiếng nữa, bức tranh sẽ về tay anh bạn này."

Anh bạn trẻ lớn tiếng nói :

"Tôi xin xác nhận lại, tôi trả tiếng sau cùng là ba ngàn Mỹ kim."

Anh vẫn đứng yên, trên tay cầm chi phiếu vẫy vẫy. Ánh đèn máy ảnh loang loáng liên hồi. Tôi cũng bàng hoàng, vì dù đã vận động, yêu cầu trước với ông chủ chợ "Ông trả cho tiếng cuối cùng." Ông bảo: "Được mà. Nhưng đừng đăng báo ồn ào nha. Làm ồn quá, anh em báo chí, hội đoàn tới đông, sức mình chịu không thấu ... mà tôi sẽ không tới dự bữa tiệc này đâu, nhưng sẽ cho thằng em đi dự." Vận động thế thôi, hơn con số khởi đầu chút ít, tất cả trước sau mang lại độ 1,000 Mỹ kim là đẹp quá rồi, đâu có ngờ người bạn đọc thân quý, kẻ ra giá làm nền, cũng như ông chủ chợ lại hậu hĩnh như vậy. Bây giờ sau mấy chục năm, tôi không còn nhớ chính xác, nhưng bức tranh đã mang lại một ngân khoản tổng cộng gần 10,000 Mỹ kim. Danh tánh vị ân nhân ấy, theo yêu cầu, đã được giữ kín, không đăng báo, không loan trong bản tin. Trong không khí vui tươi ấy, GS Xương hoan hỉ lên máy vi âm ngỏ lời cám ơn tất cả quan khách, những mạnh thường quân và trân trọng mời anh bạn trẻ lên nhận bức tranh *Thiếu Nữ Trong Vườn Chuối*. (Không biết bức tranh ấy bây giờ ở đâu). Mọi người vỗ tay quá xá. Riêng tôi, tôi nắm tay anh Huấn và nói: "Ông hết sảy ..." Chưa nói hết câu thì anh Huấn, anh Lục kéo ghế đứng lên: "Thôi để tụi này dọt. Từ đây về San José bảy, tám tiếng lái xe, mai còn đi cày." Trong không khí tưng bừng ấy, Bác Sĩ Bernard

Kouchner, nguyên chủ tịch sáng lập ra Hội Y Sĩ Không Biên Giới (Médecins Sans Frontières), sau vì bất đồng chính kiến ông lập ra Hội Y Sĩ Thế Giới (Médecins du Monde) từ Pháp qua, cũng có mặt, mang theo một số cuốn sách mà ông vừa cho xuất bản, cuốn *L'Ile de Lumière*, ông đã vội vàng lấy ra một cuốn và ghé tai hỏi tôi tên vị mạnh thường quân ấy là ai. Tôi chỉ biết là bà con của ông "chợ Viễn Đông", nên Bác Sĩ B. Kouchner đã ghi "Pour Vien Dong ...", ký tên đề ngày 21. 11. 1987, và đưa cho tôi để sẽ trao lại cho ông Trương Sén. Tôi giữ cuốn sách và quên luôn, cho đến mấy chục năm sau, nhân lục tủ sách cũ mới thấy cuốn sách ấy và nảy ra ý định viết bài này.

Bài viết tới đây vẫn để trong máy, chưa gửi đi đâu, bỗng có một biến cố xảy ra. Anh Nguyễn hữu Lục đột ngột từ trần. Tôi nhận tin này trên *email*, vội gọi lên San José hỏi người bạn xem sao. Ông ta cười ngặt nghẽo "Anh Lục hả, tôi mới gặp đương sự mấy bữa đây mà, hắn khỏe như voi, sao lại chết được, nhưng để tôi coi lại." Và chỉ khoảng 10 phút sau, ông bạn tôi gọi lại, nói: "Đúng, anh Nguyễn hữu Lục đã đột ngột từ trần ngày 14 tháng 7 năm 2014, sau một cuộc giải phẫu nối 5 mạch máu vào tim. Sau một đêm anh Lục đã gần như bình phục, ngồi xem giải túc cầu quốc tế, cười nói, vỗ tay rất là rôm rả. Bỗng anh lả đi, bác sĩ xúm lại mới hay là một trong 5 mạch máu vừa ghép, bung ra, hết cứu. Anh chết như đùa." Chúng tôi nghe tin ấy thấy trời đất quay cuồng, bàng hoàng, thương tiếc. Một con người hiền lành và cực kỳ khiêm tốn. Suốt bao nhiêu năm sinh hoạt, chúng tôi có với nhau bao nhiêu kỷ niệm. Hình ảnh một vị trung niên, quần xanh áo cụt tay, cười rạng rỡ đón chúng tôi tại phi trường, hay bến xe và thả chúng tôi xuống nơi hành lễ, anh lao ngay vào việc treo cờ, treo biểu ngữ, đóng bảng chỉ đường, hùng hục không nghỉ tay. Và khi ngưng tay cũng là lúc anh vào trong nhà tắm lau mặt, khoác áo ngoài, cà vạt nghiêm chỉnh để sẵn sàng lên sân khấu để "kính thưa quý vị ..." Và khi tiệc tan, sinh hoạt đã vãng, mọi người về hết thì người cặm cụi sau cùng thu dọn "chiến trường", nhặt rác, rồi mang các thứ như cờ xí, biểu ngữ.

chất đầy sau xe, đem về nhà cất … Tất cả là tự nguyện, không một đồng lương, nhưng lúc nào anh cũng cười, nhất là khi nhìn thấy danh sách thuyền nhân được cứu vớt, có những người có thân nhân ở ngay trong thành phố này, San José. Con người như thế mà bỗng biến đi, không ai còn thấy nữa, khi tuổi đời mới vừa đạt mức lãnh tiền hưu, 67.

Tiếc quá anh Lục ơi !

Kết quả cuộc bán đấu giá bức tranh do những người đã hết lòng hỗ trợ cho công cuộc Vớt Người Biển Đông và cũng là những người có những giao tình thân thiết với người viết. Trên 30 năm đã trôi qua, tưởng cũng quá đủ, đã đến lúc cần nói rõ tên những tấm lòng hào hiệp ấy, vì nếu không nói bây giờ thì bao giờ mới nói. Người trả tiếng mở đầu 1,000 Mỹ kim, khai mào cho cuộc đấu giá là ông Nguyễn văn Thưởng, một độc giả thân quen. Lúc này, sau mấy chục năm đi làm công cho hãng đóng máy bay, đã nghỉ hưu, ông có một dịch vụ lạ lùng là thu mua các lon, hộp đã dùng rồi do những người nghèo, những người vô gia cư đem đến. Ông đã mua được một khu đất rộng gần nhà "cho phù hợp với sự phát triển của công việc." Ông vừa làm vừa chơi, vẫn mặc quần áo mua ở Salvation Army, vừa là một người cầm bút ghi lại những mảnh đời tị nạn trên đất mới. Ông đã có mấy cuốn sách được trình làng, được giải thưởng nữa. Hiện ông vẫn cư ngụ tại thành phố cực Nam của thành phố này, giáp ranh với Mexico, từ mấy chục năm qua. Các con ông sinh ra tại Mỹ cũng đã thành tài, rất giỏi tiếng Việt, làm giáo sư Văn Chương Việt Nam cho đại học Mỹ. Tất cả gia đình ba thế hệ đều sống kín đáo trong thành-phố-vườn Bonita này từ khi qua Mỹ đến nay.

Vị ân nhân tốt bụng và khiêm tốn là ông Trương Sén, Giám Đốc chợ Viễn Đông, góc đường 54 và University Ave, San Diego. Sau mấy chục năm ngôi chợ vẫn hoạt động sầm uất, nay do các con ông điều hành. Còn ông, ông đã nghỉ hưu, sức khoẻ không được tốt sau một lần tai biến mạch máu. Mới đây, khi đi chợ, tình cờ người viết gặp lại ông, chúng tôi bắt tay nhau. Nhìn đôi mắt thẫn thờ mệt mỏi, chân bước lừng cứng, tôi hỏi "Nhớ tôi không?", ông cười hiền từ: "Nhớ chứ, quên sao được."

Riêng họa sĩ Nghiêu Đề thì đã là người "đi xa." Bức tranh người con gái trong vườn chuối đã là một đóng góp rất văn nghệ và đúng lúc cho công cuộc Vớt Người Biển Đông. Anh chỉ nhận có 200 Mỹ kim "là tiền khung và tiền vải." Anh cũng trích ra 30 Mỹ kim để trả 2 "Thiệp Mời." Xin cám ơn anh, người nghệ sĩ đa tài mà vắn số. Anh không sống đến lúc này để thấy các con anh, trai cũng như gái, tất cả học rất giỏi và đã thành tài. Và người bạn tôi, anh Nguyễn tiến Huấn, giữa lúc phong trào Cứu Vớt Thuyền Nhân đến lúc gay go, việc đem tàu ra biển cứu vớt Thuyền Nhân không thực hiện được nữa, người Việt ở các trại tị nạn đang bị đe dọa bị trả về Việt Nam thì anh đi đâu, không tăm tích. Hỏi ai cũng không biết. Anh Huấn, anh bây giờ ra sao, đọc được những hàng này, ông "ới" cho tôi một tiếng nghe ông. Nhớ ông lắm. Đoạn đường gian khó đã qua, bao nhiêu là vui buồn. Muốn gặp ông lắm.

Một Thuyền Nhân Lạnh Lùng

Trên là một vài điều vui. Sau đây là một vài điều lấn cấn.

Cũng nằm trong việc tổ chức gây quỹ, tôi nhớ đến cô Điệp, người con gái đã ôm được cái phao là một xác người khi ghe vượt biên của cô bị sóng đánh vỡ. Một chuyến đi khác, cô và tất cả mọi người trên ghe được tàu Rose Schiaffino vớt. Chính Bác Sĩ Nguyễn ngọc Kỳ, đại diện Ủy Ban ở trên tàu, vớt ghe này ngày 12 tháng 4 năm 1987. Do đó trong một bữa tiệc gây quỹ tại San Diego, Ủy Ban đã mua vé máy bay, mời cô cùng gia đình người anh rể của cô định cư ở San Diego đến tham dự, nhất là để cô trao một bó hoa cho Bác Sĩ Kỳ, người đã vớt cô cùng 40 người khác giữa khi chiếc ghe của cô đã hết dầu, hết nước, lương thực đã cạn. Trong điện thoại dàn xếp cô bảo: "Chú mời anh M. đi, anh ấy là một trong 40 người cùng ghe với cháu, anh ở cũng gần đây, vùng Santa Ana …" Tôi khấp khởi mừng và gọi cho anh M. và nghĩ chắc anh cũng sẽ mừng lắm, một dịp trùng phùng hi hữu. Mọi chi phí cho bữa tiệc, kể cả bó hoa ân nghĩa dành để quý vị thuyền nhân sẽ trao cho BS Kỳ, các anh không phải đóng góp gì cả, chỉ cần hiện diện cùng những người bạn đã được Bác Sĩ vớt mà thôi … Nhưng chúng tôi đã nhận được câu trả lời: "Tôi không có thì giờ anh ơi" và cúp máy. Thái độ ấy như một bát nước lạnh hắt xuống. Chúng tôi không biết phải kết luận thế nào.

Không Được Đi Thì Phá Bĩnh

Từ năm 1985 đến năm 1990, liên tục trong 5 năm, cứ vào mùa biển êm, tháng 4, "mùa vượt biển", Ủy Ban cùng với các tổ chức quốc tế, liên tục có những con tàu đi Vớt Người Biển Đông. Và người đi vớt phần lớn là các vị bác sĩ Việt Nam. Đó là một tính toán kỹ lưỡng của Ủy Ban. Trước hết các vị bác sĩ Việt Nam ra đi hoàn toàn tự nguyện, tự đài thọ mọi chi phí từ di chuyển, khách sạn, Ủy Ban không phải tốn một đồng nào. Ngoài ra các vị bác sĩ còn đem theo nhiều thuốc men, để chữa trị cấp thời, và thân tặng chút tiền túi cho những ai cần đến. Hơn thế nữa, Hội Y Sĩ Thế Giới của Pháp (Médecins du Monde) là những người nói tiếng Pháp, mình gửi những vị bác sĩ ra khơi, cũng thông thạo tiếng Pháp, nên mọi giao dịch thật là tuyệt hảo. Hơn thế nữa "Quý vị là những bác sĩ người Pháp có lòng nhân đạo đi vớt Thuyền Nhân, chúng tôi là những bác sĩ người Việt, chúng ta là đồng nghiệp, chúng ta gặp nhau trong cùng một mục đích này …" Đó là những người vừa có khả năng, phương tiện, uy tín và cũng chan chứa lòng thương xót với đồng bào ruột thịt của mình như bất cứ ai. Do đó việc xếp đặt, tìm người đi Vớt Người Biển Đông, Ủy Ban nhờ Bác Sĩ Kỳ phụ trách. Trong tinh thần đó, ở Mỹ ngoài Bác Sĩ Kỳ còn có Bác Sĩ Nguyễn thượng Vũ, Bác Sĩ Bùi thiện Đồng và một số bác sĩ khác sẵn sàng lên đường. Danh tánh những vị này được giữ kín, chỉ thông báo khi những vị ấy đã lên đường. Ở Canada có Bác Sĩ Trang Châu đi ra biển Vớt Người Biển Đông do cộng đồng địa phương bảo trợ.

Tất nhiên kẻ ra biển cứu vớt đồng bào được Ủy Ban tường thuật trên báo chí, mọi người cùng biết và ca ngợi. Do đó một số người khác cũng muốn ra đi, nhưng khả năng và phương tiện của họ rất hạn chế, ngoài một tấm lòng, hy vọng thế. Tất nhiên Ủy Ban phải từ chối vì mọi sự đã được sắp đặt rồi. Thế là những bài báo, những chống đối nổi lên, những vu oan, bịa đặt xảy ra thật buồn. Mặc dù Ủy Ban vẫn thông báo đầy đủ những chi thu, nhưng những người đánh phá đã yêu cầu sở thuế đến truy xét về ngân sách của Ủy Ban. Sở thuế đến văn phòng Ủy Ban xét rất kỹ, không thấy có sai sót gì. Những kẻ đánh phá lại yêu cầu Sở Thuế tái xét. Sở thuế lại truy xét tài chánh của Ủy Ban. Kết quả sở thuế nói: "Ủy Ban điều hành rất hoàn hảo. Chúng tôi không có nhiệm vụ khen ngợi, để trao bằng khen cho Ủy Ban này. Từ nay ai có thắc mắc về tài chánh của Ủy Ban này, xin gọi thẳng cho chúng tôi." Tất nhiên Ủy Ban rất cực nhọc, mất nhiều công sức về việc này và gây nản lòng không ít cho những người liên hệ. Và xét cho cùng, nguyên nhân và người gây ra những phiền lụy này lại là những người gần gũi với Ủy Ban, nhưng chân trong chân ngoài, không đi họp thường xuyên, không nắm vững vấn đề. Con gà tức nhau tiếng gáy mà thôi, như ông Nguyễn kim Bảng nói: "Làm phúc cũng có kẻ thù."

Vấn Đề Tôn Giáo

Trong tài liệu hướng dẫn, Ủy Ban lưu ý quý vị đại diện Ủy Ban khi tới vùng biển cứu vớt thuyền nhân, hãy cố gắng tổ chức một lễ truy điệu, bằng cách tập hợp nhân viên có mặt trên tàu, kể cả thủy thủ đoàn và thuyền nhân vớt được, tùy theo tôn giáo của mình, mọi người hãy thành kính đọc kinh rồi thả xuống biển một vòng hoa (hoa khô mang sẵn theo hành lý), cầu cho những linh hồn đồng bào ta đã thác oan trên đường đi tìm Tự Do được siêu thoát. Bài văn tế do cụ Bảo Vân Bùi văn Bảo soạn. Nhìn được hình ảnh này, Linh Mục Bùi đức Tiến từ Melbourne, Úc đã yêu cầu Ủy Ban dàn xếp cho Linh Mục Tiến có mặt trên tàu, khi tàu ghé bến Singapore, để linh mục thăm viếng đồng bào, nhất là làm lễ tạ ơn Thiên Chúa cho các con chiên có mặt. Hình ảnh và tin tức này tất nhiên được phổ biến rất sâu rộng, nhất là qua các ống kính của các phóng viên Âu châu có mặt trên tàu. Thế là văn phòng Ủy Ban tới tấp nhận được những lá thư, những cú phôn sỉ vả rất nặng lời như: "Việc cứu vớt thuyền nhân là công sức của cả cộng đồng góp lại, chứ đâu phải của mấy ông Thiên Chúa Giáo …" Nhìn và nghe những lời phẫn nộ ấy, chúng tôi chỉ còn biết thở dài …

Lặng Lẽ Khai Trương và Tưng Bừng Dẹp Tiệm

Để kết thúc bài này, có người đặt câu hỏi, trong bao nhiêu năm gắn bó với Ủy Ban, điều gì làm quý vị vui nhất ?

Sau những năm dài suy nghĩ, tôi thấy điều vui nhất không phải là những điều Ủy Ban đã làm dù cụ thể, hữu ích đến đâu. Điều vui nhất là điều Ủy Ban đã không làm. Nghe có vẻ nghịch lý, nhưng thật đúng. Đó là việc Ủy Ban đã nhận định đúng, đã ngưng hoạt động và đã bàn giao cho chi nhánh của Ủy Ban để chi nhánh này tiếp tục hoạt động. Vì việc đem tàu ra biển Vớt Người Biển Đông không thể thực hiện được nữa, vì không quốc gia nào cấp chiếu khán cho những thuyền nhân do chúng ta vớt được. Đó là những quốc gia Âu Châu, nhất là Pháp. Trong khi đó, hầu như tất cả những thuyền nhân được vớt, ai cũng chỉ muốn đi Mỹ. Vấn đề còn lại của Thuyền Nhân tùy thuộc vào những quốc gia đệ tam, là những nước đang tiếp nhận người tị nạn, đặc biệt là Hoa Kỳ, tùy thuộc ở chính phủ Mỹ, Quốc Hội Mỹ. Để vận động được mau chóng, trực tiếp, hơn nơi nào khác chúng ta phải có văn phòng tại thủ đô Hoa Kỳ. Đó là những lý do mà Ủy Ban đã thành lập chi nhánh của mình tại thủ đô Hoa Kỳ từ mấy năm trước và bây giờ (1 tháng 10 năm 1990) bàn giao cho chi nhánh này. Ủy Ban tại San Diego sẽ đóng cửa. Khi bàn giao, chúng tôi có nói đùa: "Từ con số không chúng tôi đã làm được một số việc, tuy không to lớn, nhưng cụ thể và liên tục hoạt động trong 10 năm. Quý vị cũng phải hoạt động trong 10 năm …" Vậy mà ngày nay BPSOS, hậu thân của Ủy Ban đã sinh hoạt đến gần 40 năm, (bao gồm cả 10 năm của Ủy Ban tại San Diego) với nhiều văn phòng trải rộng tại nhiều thành phố ở Hoa Kỳ và còn lan rộng ra nhiều quốc gia khác nữa, bao trùm nhiều sinh hoạt xã hội, chính trị có ảnh hưởng to lớn phát xuất từ văn phòng BPSOS ở thủ đô Hoa thịnh Đốn. Tất nhiên, với tư cách là người đã bàn giao, đã "rửa tay gác kiếm", chúng tôi không có công lao, trách nhiệm gì trước những thành quả của BPSOS này.

Kể ra thì còn nhiều điều vui buồn khác nữa, nhưng cũng xin ngưng ở đây. Sau những hàng chữ này hy vọng mới thực sự là hết việc. Xin đa tạ những thâm tình của bằng hữu, của đồng bào bốn phương, kẻ yêu, người không yêu, đã xa gần, sôi nổi tiếp tay với chúng tôi trong những ngày qua, một giai đoạn cực kỳ bi thảm, nhưng cũng chan chứa thương yêu trước thảm nạn Thuyền Nhân.

Chúng tôi cũng biết rằng cộng đồng Việt Nam chúng ta trên khắp các tiểu bang Hoa Kỳ, cũng như nhiều nơi khác trên thế giới tự do, trong nhiều năm cũng đã liên tục đóng góp ngân khoản gửi về Ủy Ban, nên chắc chắn cũng có bao nhiêu nỗ lực vui buồn đáng ghi nhớ nhưng tiếc rằng khả năng của chúng tôi quá hạn hẹp, không thấy được, không ghi nhận được. Dám mong đồng bào các nơi thể tình mà tha thứ cho.

Trân trọng,

Phan lạc Tiếp
30 tháng 8- 2014

* Sau khi Ủy Ban ở San Diego ngưng hoạt động, tác giả đã cầm bút lại, có một số tác phẩm, đa số là bút ký, được các nhà xuất bản Mõ Làng, Văn Nghệ, Tiếng Quê Hương, Tổng Hội Hải Quân VNCH in và phát hành, tổng cộng trên 2,000 trang, chưa kể cuốn sách đang trên tay quý vị.

Phần III

TÁC GIẢ VÀ HÌNH ẢNH

Mr. Phan Lac Tiep

Founder
Boat People SOS Committee

441

Vài Hàng Về Người Viết và Các Tác Phẩm

Tôi, Phan lạc Tiếp, sinh năm 1933 tại Sơn Tây, Bắc Việt; xuất thân trường Sĩ Quan Hải Quân Nha Trang; từng giữ các chức vụ Hạm Trưởng trong Hạm Đội, Trưởng Phòng tại Bộ Tư Lệnh Hải Quân. Định cư tại San Diego từ năm 1975; đã có các tác phẩm sau đây:

1) ***Bờ Sông Lá Mục.*** Bút ký chiến tranh, viết về những hoạt động tại đơn vị Giang Lực, khi tôi được đổi xuống Giang Đoàn 21 Xung Phong tại Mỹ Tho, năm 1965. Cuốn sách nhỏ này được coi là một tài liệu đầu tiên nói về những gian lao, nguy hiểm và cũng thật là hữu hiệu của người lính Hải Quân, ngày đêm đối diện với Việt Cộng trong vùng đồng bằng sông Cửu Long. Xuất bản năm 1969 tại Việt Nam. Sau biến cố 1975, tác giả đã tìm lại được cuốn sách này trong Thư Viện của Quốc Hội Hoa Kỳ. Tôi đã viết thêm và tái bản năm 1991 tại Mỹ. Nhà văn Võ Phiến trong *Tổng Quan Hai Mươi Năm Văn Học Miền Nam* đã nhiều lần đề cập đến cuốn sách này dưới nhiều góc cạnh và kết luận rằng: "*... Tác phẩm giới thiệu với chúng ta một văn tài, tất nhiên; mà cùng lúc nó cũng giới thiệu một cốt cách. Trong mỗi tác giả còn có một con người. Con người nơi ông là một người trung hậu ...*"

443

2) **Nỗi Nhớ**. Bút ký, viết về cuộc di tản đầy gian nguy của Dương Vận Hạm Thị Nại, HQ. 502 với trên 5,000 người rời Sài Gòn trong đêm 29 rạng ngày 30 tháng 4 năm 1975. Đây cũng là một trong 27 chiến hạm của Hải Quân rời khỏi nước, đi sau cùng, kỹ thuật yếu kém nhất vì đang trong thời kỳ sửa chữa, chở đông người nhất, nên bi thảm nhất (trong đó có gia đình Bác Sĩ Nguyễn hữu Hùng (định cư tại Santa Ana), và gia đình Bác Sĩ Trang Châu (định cư tại Canada). Hạm Trưởng con tàu này là một người bạn cùng khóa với tôi (Hải Quân Trung Tá Nguyễn văn Tánh). Tôi đã tích cực hỗ trợ, phụ tá cho vị Hạm Trưởng trong việc tổ chức và điều động con tàu này từ giờ phút khởi hành cho đến khi con tàu thoát được ra khơi, nhập vào Hạm Đội, và hải hành tới Subic Bay, Phi Luật Tân. Giáo Sư Trần anh Tuấn trong loạt bài *Công Cuộc Nghiên Cứu Lịch Sử Tại Bắc Mỹ (1975 – 2000)*, khi nhắc đến cuốn bút ký này trên nguyệt san *Thế Kỷ 21*, đã viết: *"xuất phát từ một tâm hồn nhạy cảm, với sự tinh tế, sâu sắc của một nhà văn và hiểu biết của một sĩ quan Hải Quân, Nỗi Nhớ đã làm độc giả nhiều phen không ngăn được dòng lệ kinh hoàng và uất hận ..."*

3) **Cánh Vạc Lưng Trời**. Tập truyện, viết về những cảnh huống bi hùng của người Việt trên đường đi tìm Tự Do, nỗi tuyệt vọng của Thuyền Nhân trên Biển Đông, những ngày dài khốn khổ ở các trại tị nạn, những khó khăn, bỡ ngỡ của chúng ta trong những ngày đầu trên đất tạm dung, cùng bao cảnh chia lìa, tan nát ... Xuất bản năm 1991. Giáo Sư Nguyễn đình Hòa đã viết một bài dài (bằng Anh ngữ), giới thiệu cuốn sách này như một tác phẩm hay trong nội san của Đại Học Oklahoma, số Mùa Xuân năm 1993, ông đã kết luận: *"Độc giả không thể nào không cảm thấy tinh thần độ lượng của tác giả khi tiếp cận vấn đề, và sự liêm khiết đạo đức tiềm ẩn nơi ông ..."* Đài phát thanh BBC, Luân Đôn, đã chọn bài *Cánh Vạc Lưng Trời* (một

truyện lấy làm tên sách), đọc trong đêm giao thừa Tết âm lịch năm 1981, phát về Việt Nam. Giáo Sư Nguyễn sỹ Tế, trong một bài điểm sách dài, trên nguyệt san *Thế Kỷ 21*, đã kết luận rằng: *"tôi đã nhắm ngắm cho Cánh Vạc Lưng Trời một chỗ ngồi trang trọng trong tủ sách văn chương học đường ..."*

4) ***Quê Nhà, 40 Năm Trở Lại.*** Bút ký, ghi lại chuyến về thăm quê hương đất Bắc năm 1994, nơi tác giả đã được sinh ra và lớn lên, với rất nhiều biến cố của thời cuộc liên tục trong hơn nửa thế kỷ qua, những gặp gỡ đầy xúc động với người cũ, cảnh xưa sau 40 năm xa cách. Đây là cuốn sách được độc giả đón nhận rất nồng nhiệt, được nhiều vị thức giả, báo chí và các đài phát thanh nói đến, trích đọc, khen ngợi cũng như in lại liên tục từ nhiều năm qua tại nhiều nơi ở Mỹ, Canada và Úc Châu. Xuất bản năm 1995, viết thêm và tái bản năm 1998. Đài Tiếng Nói Hoa Kỳ (VOA) đã thực hiện 3 cuộc phỏng vấn tác giả về cuốn sách này, phát thanh về Việt Nam liên tiếp 6 buổi cùng thời gian có cuộc viếng thăm của Tổng Thống Hoa Kỳ, Bill Clinton, vào tháng 11 năm 1999. Thi sĩ Hà Thượng Nhân trong lời tựa đã viết: *"Trong văn chương Việt Nam tôi chỉ thấy có hai người là Doãn quốc Sỹ và Phan lạc Tiếp. Sao lại có thứ văn chương tràn ngập tình yêu thương, những tấm lòng đôn hậu đến như vậy ... Đọc Tiếp nhiều lúc tôi đã khóc ..."*

5) Ngoài ra, suốt 11 năm, từ năm 1980 tới năm 1991, khi thảm nạn thuyền nhân lên cao nhất, tôi là người cùng với Giáo Sư Nguyễn hữu Xương, Giáo Sư Tiến Sĩ Đại Học UCSD, và bằng hữu đứng ra thành lập Ủy Ban Báo Nguy Giúp Người Vượt Biển (Boat People S.O.S. Committee). Giáo Sư Xương là Chủ Tịch Ủy Ban, đặc trách đối ngoại. Với tư cách là Giám Đốc Điều Hành, tôi đã thu thập, phổ biến rộng rãi cho báo chí khắp nơi những cảnh huống bi thảm của Thuyền Nhân, cũng như những hoạt động tích cực của Ủy Ban, lên tiếng kêu cứu cho đồng bào ta trước

các diễn đàn quốc tế, hầu tìm cách chấm dứt tệ nạn hải tặc trên Biển Đông. Trước những kết quả cụ thể đầy khích lệ, Ủy Ban đã được đồng bào khắp nơi nơi nồng nhiệt cổ võ và hăng say hỗ trợ.

Sau đó Ủy Ban đã được các tổ chức nhân đạo như Médecins Du Monde của Pháp, Ủy Ban Cap Anamur của Đức và nhà tỷ phú André Gille của Monaco hợp tác một cách mạnh mẽ và hữu hiệu. Trong 6 Chiến Dịch Vớt Người Biển Đông ròng rã trong 6 năm, một số bác sĩ Việt Nam tại Mỹ cũng như tại Canada, đã đóng góp đầy ý nghĩa, có mặt trên những con tàu nhân đạo để trực tiếp cứu vớt và săn sóc sức khỏe cho thuyền nhân. 3,103 đồng bào đã được cứu vớt giữa biển khơi. Những đồng bào này đã được các quốc gia tại Âu Châu cấp chiếu khán, long trọng đón nhận và vinh danh là những Chiến Sĩ của Tự Do. Trong công tác này, ngoài việc hoạch định công tác vận động rộng lớn khắp nơi, viết và phổ biến các tin tức liên hệ. Tôi còn là người đóng góp những kinh nghiệm cụ thể của một Hạm Trưởng Hải Quân VNCH, đề nghị những hải trình cứu vớt thuyền nhân dọc theo bờ biển Việt Nam và Thái Lan.

Các tài liệu này đã được thu thập, lưu trữ và đang viết lại thành sách, nhan đề *Vớt Người Biển Đông*. Trên 500 trang tài liệu và rất nhiều hình ảnh liên hệ đã được chọn lựa và phân loại. Đây là tập tài liệu cụ thể về thảm nạn Thuyền Nhân, với sự tiếp tay cụ thể của cộng đồng người Việt tại hải ngoại.

6) Vốn là một cựu quân nhân Hải Quân, suốt 4 năm trời, từ 1998 đến 2002, tôi đã tích cực hợp tác với Tổng Hội Hải Quân (hai nhiệm kỳ do Ông Trần chấn Hải làm Tổng Hội Trưởng), cùng sự góp công của nhiều người trong cũng như ngoài Hải Quân, thu thập những tài liệu và viết lại những hoạt động của Hải Quân VNCH từ khi thành lập đến khi Hạm Đội Hải Quân VNCH làm lễ hạ kỳ trên Biển

Đông. Đây là một nỗ lực cụ thể và đầy ý nghĩa của cả quân chủng Hải Quân, (dưới sự theo dõi của Hội Đồng Hải Sử do cựu Phó Đề Đốc Đặng cao Thăng làm Chủ Tịch), nhằm để lại cho các thế hệ sau, và những ai muốn tìm hiểu về hoạt động của Hải Quân VNCH trong cuộc chiến; bổ khuyết những sai lầm, thiếu sót trong các tài liệu của Đồng Minh; đồng thời cũng để phản bác những khoác lác vô lý trong các tài liệu của Hà Nội. Những bài viết này dưới nhiều hình thức, góp lại thành *Tuyển Tập Hải Sử*, 700 trang khổ lớn, đã phát hành do Tổng Hội Hải Quân.

7) Do tính cách trung thực của những dữ kiện, các cuốn sách của tôi đa số là bút ký, đã được một số trường Đại Học tại Hoa Kỳ như UCI, UCLS, UCB ... dùng làm tài liệu tham khảo và trích dẫn trong các lớp có liên hệ đến Văn Hóa và Chiến Tranh Việt Nam. (Một số vị phụ trách các chương trình này là Giáo Sư Phạm cao Dương và Giáo Sư Nguyễn đình Hòa, ...).

Chúng tôi có một con gái và ba con trai, bốn cháu nội ngoại. Các con đều đã hoàn tất đại học, trưởng thành, ra ở riêng. Niềm vui cũng như ước vọng của tôi trong tuổi về hưu, là mong được khỏe mạnh để hoàn tất các cuốn sách còn đang dang dở.

Tủ sách Kẻ Nủa

Tác giả Phan lạc Tiếp:

1. *Bờ Sông Lá Mục*, Bút ký

2. *Nỗi Nhớ*, Bút ký

3. *Cánh Vạc Lưng Trời*, Tập truyện

4. *Quê Nhà, 40 Năm Trở Lại*, Bút Ký

5. Một Thời Oan Trái, Bút ký

6. Vớt Người Biển Đông, Bút ký

Tác giả Phan Lạc Phúc:

1. Bè Bạn Gần Xa, Bút ký

2. Tuyển Tập Tạp Ghi, Bút Ký

Tác giả Nguyễn Phan Khiêm:

Gõ cửa Miền Quá Khứ…

***

Tất cả các ấn phẩm trên đều đã hết, ngoại trừ cuốn *Vớt Người Biển Đông.*

Liên lạc với tác giả: **phanlactiep@gmail.com**

California State Assembly

Certificate Of

Recognition

PRESENTED TO:

TIEP LAC PHAN

IN HONOR OF:

Your Hard Work and
Accomplishments in becoming a
Proud Member of our community.
Your Dedication to your Community is
greatly Appreciated.

MEMBER OF THE ASSEMBLY

ASSEMBLY DISTRICT
CALIFORNIA STATE LEGISLATURE

★★★★★★★★ ★★★★★★★★★★★★★★★★★★★★★★★★★★

Vài hàng về nhà văn Phan lạc Tiếp

Trong những năm hoạt động cho UBBNGNVB, nhà văn Phan lạc Tiếp ngoài các công việc tổ chức, quản trị, kế hoạch, ông đã thành công không nhỏ trong việc phổ biến tin tức cứu người vượt biển đến báo chí Việt ngữ khắp nơi trên thế giới một cách đều đặn và nhanh chóng.

Bất cứ lúc nào, ngày cũng như đêm, anh em báo chí cần đến những dữ kiện cho bài viết, liên quan tới các công việc của Ủy Ban, ông đều sẵn sàng và chu đáo hoàn tất. Chính những chất liệu mà người viết bài này sử dụng trong số báo này nếu không có sự tiếp tay của ông Tiếp, chắc chắn sẽ không thể chính xác và đầy đủ được.

Nhà văn Phan lạc Tiếp trước tháng Tư năm 1975 là một sĩ quan Hải Quân, từng giữ các chức vụ Hạm Trưởng, và Sĩ Quan Tham Mưu tại Bộ Tư Lệnh Hải Quân. Khi Việt Nam sụp đổ, ông và một số bạn bè đã điều động một chiến hạm rời Saigon vào giữa đêm 29 rạng ngày 30 tháng Tư, chở theo trên 5,000 người. Tại Guam, ông là người đã phụ trách phần phát thanh và báo chí hướng dẫn đồng bào trong hoàn cảnh mới.

Cuối năm 1979, khi nhận được thư cầu cứu của nhà văn Nhật Tiến, Dương Phục, và Vũ thanh Thủy về thảm nạn hải tặc trên vịnh Thái Lan, ông đã cùng Tiến Sĩ Nguyễn hữu Xương và bằng hữu thành lập Ủy Ban Báo Nguy Giúp Người Vượt Biển. Từ ngày Ủy Ban được thành lập đến nay, ông đã là người trực tiếp điều hành, liên tục viết và phổ biến hàng ngàn tin tức liên hệ đến thảm trạng này. Ông cũng là tác giả nhiều chuyện ký về những cảnh huống bi thảm của thuyền nhân được đăng tải trên các báo Việt ngữ khắp thế giới. Ông là vị đại diện Ủy Ban đi tiếp xúc, gặp gỡ cộng đồng Việt Nam tại nhiều tiểu bang Hoa Kỳ, qua Úc và cả Âu Châu, tạo được sự hỗ trợ rộng lớn cho công cuộc cứu vớt thuyền nhân. Những kết quả cụ thể của Ủy Ban đã liên tục được dư luận theo dõi và phổ biến rất rộng rãi từ nhiều năm qua. Hàng ngàn nhân mạng của đồng bào ta đã được cứu vớt. Cho tới khi Ủy Ban chính thức ngưng hoạt động, ông đảm nhiệm vai trò Giám Đốc Điều Hành văn phòng trung ương của Ủy Ban Báo Nguy Giúp Người Vượt Biển tại San Diego.

Ông Tiếp cho hay, trong tương lai gần ông sẽ cho xuất bản hai cuốn sách liên quan tới các công tác vớt người Biển Đông cũng như ghi lại các thảm cảnh của thuyền nhân.

Trọng Kim
(10-10-90)

Một Vài Nhận Xét của Các Vị Thức Giả

• *Tác phẩm giới thiệu với chúng ta một văn tài, tất nhiên; mà cùng lúc nó cũng giới thiệu một cốt cách. Trong mỗi tác giả còn có một con người. Con người nơi ông là một người trung hậu.*

(Nhà văn Võ Phiến)

• *Xuất phát từ một tâm hồn nhạy cảm, với sự tinh tế, sâu sắc của một nhà văn và hiểu biết của một sĩ quan Hải Quân, (tác giả) đã làm độc giả nhiều phen không ngăn được dòng lệ kinh hoàng và uất hận...*"

(Giáo Sư Trần anh Tuấn).

• *Độc giả không thể nào không cảm thấy tinh thần độ lượng của tác giả khi tiếp cận vấn đề, và sự liêm khiết đạo đức tiềm ẩn nơi ông ...*

(Giáo Sư Nguyễn đình Hòa)

• *Trong văn chương Việt Nam tôi chỉ thấy có hai người là Doãn quốc Sỹ và Phan lạc Tiếp. Sao lại có thứ văn chương tràn ngập tình yêu thương, những tấm lòng đôn hậu đến như vậy ... Đọc Tiếp nhiều lúc tôi đã khóc ...*"

(Thi sĩ Hà thượng Nhân)

• *Ngoài các công việc tổ chức, quản trị, kế hoạch, ông đã thành công không nhỏ trong việc phổ biến tin tức cứu người vượt biển đến báo chí Việt ngữ khắp nơi trên thế giới một cách đều đặn và nhanh chóng.*

(Nhà báo Trọng Kim)

Lần đầu tiên Bác Sĩ Đinh Xuân Anh Tuấn từ Pháp qua San Diego gặp Giáo Sư Nguyễn hữu Xương

Và

Lần đầu tiên Giáo Sư Nguyễn hữu Xương gặp Bác Sĩ Alain De Loche và Bác Sĩ Bernard Kouchner của Hội Y Sĩ Thế Giới mở đầu cho sự hợp tác Vớt Người Biển Đông sau này

Ngày Thuyền Nhân 27-10-1985 tại UCSD

Đại diện sinh viên UCI đang trao chi phiếu 2,827.00 Mỹ kim cho Bác Sĩ A. Deloche, Chủ Tịch Hội Y Sĩ Thế Giới, trước sự hiện diện của nhà văn Nhật Tiến, nữ tài tử Kiều Chinh và Giáo Sư Nguyễn hữu Xương, chủ tịch UBBNGNVB.

Từ trái: Linh Mục Đỗ thanh Hà đang ngỏ lời chúc lành trước GS Nguyễn hữu Xương, chủ tịch UBBNGNVB, Bác Sĩ Alain De Loche, chủ tịch Hội Y Sĩ Thế Giới, và Tiến Sĩ Newdeck, chủ tịch Ủy Ban Cap Anamur, ngày 1/4/1986 trong buổi tiệc gây quỹ mở đầu Chiến Dịch Vớt Người Biển Đông 1986.

Phái đoàn lạc quyên khởi hành từ văn phòng của Ủy Ban mở đầu công tác gây quỹ cho Chiến Dịch Vớt Người Biển Đông 1986.

Vớt Người Biển Đông 1985

Bác Sĩ Đinh Xuân Anh Tuấn trên xuồng cứu vớt thuyền nhân

Thuyền nhân đang được chuyển lên tàu Jean Charcot

*Tàu Regine, Cap Anamur II khởi hành ra Biển Đông, mở đầu Chiến Dịch
Vớt Người Biển Đông 1986*

Vớt Người Biển Đông

Tiến Sĩ Newdeck đang ngỏ lời chào mừng các thuyền nhân trên tàu Cap Anamur II

Ký giả Dương Phục và nhiếp ảnh gia Nguyễn cát Hiên trên tàu Cap Anamur II, 1986

Linh Mục Bùi đức Tiến từ Úc Châu đang làm lễ cho các con chiên trên tàu
Cap Anamur II

Sau lễ cầu siêu, hương hoa đang được ném xuống Biển Đông, theo nghi lễ Phật Giáo, trên tàu Cap Anamur II, 1986

Tiến Sĩ Newdeck trong một đêm liên hoan trên tàu Cap Anamur II

Tiến Sĩ Newdeck và cựu Thiếu Tá Lê quang Trung, đại diện thuyền nhân trên tàu Cap Anamur II

Những thuyền nhân được vớt và sau đó được đưa về trại tị nạn Palawan, quây quần bên quốc kỳ Việt Nam Cộng Hòa và vị ân nhân đã trực tiếp cứu vớt họ: Bác Sĩ Nguyễn ngọc Kỳ.

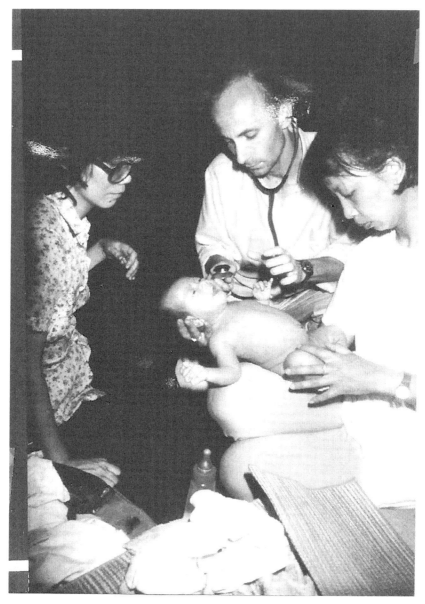

Em bé Phạm hải Trí, sinh ngày 3/8/1987 mới có 28 ngày tuổi đời mà đã có 6 giờ hải hành trên biển. Em Trí đang được Bác Sĩ Beasse và Bác Sĩ Thanh khám sức khỏe. Trước mặt mẹ em là Bà Dương tú Oanh đang theo dõi.

468

Chiếc ghe tị nạn vừa được phát giác

Đồng bào vừa được vớt lên tàu, đang uống những thìa sữa đầu tiên

*Nét kinh hoàng còn đầy trên khuôn mặt của các thuyền nhân
vừa được cứu vớt*

*Những thuyền nhân tụ tập trên sân trực thăng
sau khi được chuyển từ các chiến hạm về tàu Rose Schiaffino.*

*Những thuyền nhân được vớt bởi con tàu nhân đạo Mary Kingstown
trong khoảng tháng 4 năm 1988.*

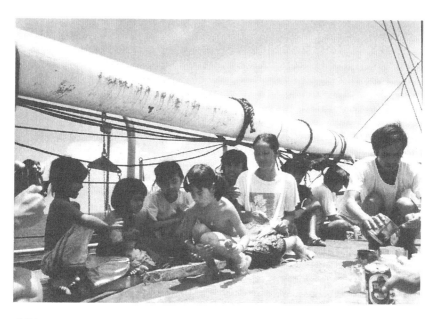

Những ngụm nước, những thìa cơm đầu tiên trên con tàu Mary Kingstown
do đồng bào hải ngoại đóng góp trong tinh thần lá rách đùm lá tả tơi

Bác Sĩ Nguyễn thượng Vũ

Các em nhỏ được vớt lên tàu. Bây giờ các em ở đâu, làm gì?

473

Các em nhỏ được vớt lên tàu. Bây giờ các em ở đâu, làm gì?

474

Lời cuối sách

Không ngờ cuốn sách này đã hoàn thành được.

Trước hết xin cám ơn các con tôi đã hăng hái, vui lòng xuất từ quỹ gia đình của chúng để sẵn sàng tài trợ in cuốn sách, dưới sự hô hào của bà xã tôi.

Thứ đến là người bạn cố tri của tôi, GS Nguyễn hữu Xương, người đã không quản gian nan, bền bỉ theo lời yêu cầu của tôi đã ròng rã bao nhiêu năm lo cho đồng bào vượt biển, và chính ông cũng muốn cuốn sách được hình thành.

Thứ đến là ông Trần Kim Ngọc và cô Lưu Na, hai người đã vô cùng hăng hái trong việc đánh máy và layout cuốn sách. Không có những đóng góp to lớn đó thì những dữ kiện can trường đau thương của thảm nạn Thuyền Nhân sẽ chìm theo năm tháng.

Và sau hết, qua bao nhiêu gian nan đóng góp của bằng hữu bốn phương dưới nhiều hình thức đã làm nên cuốn sách này.

Tôi, kẻ tình cờ với chút lòng trắc ẩn, bỗng trở nên người phối hợp và điều hành mà thôi.

Dù thế nào, đó là một giai đoạn lịch sử bi hùng, ngẫu nhiên chúng ta có mặt.

Trân trọng.

Phan lạc Tiếp,

Giữa đêm 15 tháng 3 năm 2018

Danh Mục

A

Akuna 158, 287, 359
Alain Deloche 168, 169, 170, 171,
    172, 173, 174, 175, 178, 179,
    180, 362, 378, 455, 457
Alain De Loche 168, 169, 170, 171,
    172, 173, 174, 175, 178, 179,
    180, 362, 378, 455, 457
Albert Einstein 369
Alfred Gottschalk 217, 218, 253, 369
Allan Jury 280
André Gille 12, 154, 197, 198, 202,
    203, 236, 239, 244, 245, 250,
    252, 261, 262, 265, 266, 338,
    339, 340, 341, 342, 343, 344,
    345, 346, 347, 348, 350, 352,
    353, 418, 420, 446

B

Bạch Hạc 377, 382
Balny 190, 287
Ban Thad Camp 153, 209, 210, 234
Bảo Vân 182, 435
Beasse 468
Bernard Kouchner 239, 277, 341,
342, 349, 430, 455
Betty Greenberg 217
Boat People S.O.S. Committee xii,
    6, 7, 15, 25, 38, 60, 80, 81, 82,
    88, 108, 109, 110, 140, 157,
    346, 348, 349, 350, 353, 358,
    370, 374, 404, 410, 417
Boudet 11, 198, 226
Bùi anh Tuấn 22, 241
Bùi bảo Trúc 376
Bùi Đoàn 70
Bùi Đồng 12, 355
Bùi đức Tiến 182, 435
Bùi Ngọc Dương 142
Bùi thiện Đồng 434
Bùi thị Xuân 73
Bùi Tuyết Hồng 117
Burton M. Joseph 217

C

Cao nguyệt Nga 75, 131
Cap Anamur 10, 11, 38, 170, 181,
    182, 183, 184, 185, 186, 187,
    188, 189, 220, 225, 287, 339,
    346, 415, 416, 418, 420, 446,
    457, 462, 464, 465, 466, 467

Carter 29, 109, 111, 171, 275
Chalee Krueawal 273
Challenge 120
Chanthaburi 73
Charac Rurith 273
Chung thị Mỹ Vân 68
Cự Đà 373

D

David Dreier 281
David Patterson 255
David Smollar 218
De Decker 237
Denis 68, 69
Don Warium 273
Duncan Hunter 263, 281
Dương chi Lăng 147
Dương Phục 7, 10, 14, 17, 21, 22,
    29, 36, 38, 45, 65, 78, 79, 108,
    110, 111, 113, 115, 122, 182,
    186, 187, 188, 239, 240, 245,
    250, 258, 264, 404, 417, 451,
    464
Dương tú Oanh 468

Đ

Đặng cao Thăng 447
Đặng giang Sơn 30, 123, 124
Đặng Ngọc Nữ 117
Đào huy Hoàng 132
Đào thị Hợi 259
Đào vũ anh Hùng 23
Đinh Quang Anh Thái 40
Đinh thạch Bích 25, 26, 30, 37, 38,
    79, 85
Đinh thị Hồng 70, 72, 73
Đinh Thịnh 84, 94
Đinh Tuấn 158, 165, 341, 349, 361,
    363, 364, 365, 371
Đinh văn Tiến 70, 73

Đinh Xuân Anh Tuấn 26, 154, 165,
    355, 358, 360, 361, 364, 365,
    366, 371, 455, 459
Đinh xuân Thái 176
Đoàn văn Toại 116
Đỗ bạch Bảo Trâm 163
Đồng bá Hạnh 186, 187
Đỗ ngọc Yến 25, 37, 284
Đỗ như Điện 22
Đỗ phương Khanh 17, 37
Đỗ quang Biên 84, 93
Đỗ quang Dũng 72
Đỗ quang Giai 85, 94
Đỗ thái Hương 84, 94
Đỗ thanh Hà 23, 457
Đỗ thị Minh 70, 73
Đỗ trung Chu 163
Đỗ trung Nghĩa 87
Đường thiện Đồng 202, 203, 262

E

Edmond Kaiser 144
Ene Riisna 192, 194
Eric Schwarez 256, 257, 281

F

Felix Bolo 36
Francis Herbelin 340, 347, 348
Frank Wolf 281

G

Galang 40
Genevière Aubry 260
Gerhart M. Riegner 217
Ghumphone 411
Giao Chỉ 169, 172, 237, 416
Goelo 158, 359
Gottschalk 217, 218, 253, 255
Gracieuse 190
Greg Gross 27, 28, 108, 111

H

Hà Thúc Sinh 154, 165, 173, 245,
    379, 380, 385, 386, 387, 389,
    390, 407, 427
Hà Thượng Nhân 445
Higoroum 347
Hoàng bá Tước 177
Hoàng cao Thao 162
Hoàng khởi Phong 361
Hoàng Nam 177
Hoàng Văn Chí 154, 305, 366
Hoàng Yến 175, 177
Hoda Dubray 144
Hội Y Sĩ Thế Giới 9, 10, 11, 26, 158,
    159, 160, 165, 168, 170, 173,
    174, 175, 178, 179, 180, 181,
    189, 193, 197, 220, 225, 236,
    239, 277, 278, 339, 341, 354,
    358, 359, 360, 361, 362, 363,
    364, 370, 371, 378, 415, 418,
    431, 434, 455, 456, 457
Hồng Kông 12, 226, 235, 236, 274,
    275, 276, 277, 280, 286, 288,
    310
Hồ quang Nhật 169
Hướng Thiện 177
Hương Việt 175, 177
Hữu Loan 405
Huỳnh công Ánh 259
Huỳnh thúy Minh Thư 162
Huỳnh văn Chỉnh 284
Huỳnh văn Hay 179
Huỳnh văn Trương 161
Huy Trâm 399

I

Ile de Lumière 38, 158, 287, 431
International Rescue Committee
    219

J

James Banerian 27, 28, 38, 371
Jean Charcot 9, 158, 159, 161, 162,
    163, 164, 169, 171, 172, 174,
    175, 181, 287, 339, 346, 354,
    364, 460
Jean Houlmann 235
Jean Mary Pakouri 246
Jeanne d'Arc 11, 195, 198, 226, 237
Jim Bates 263
Jimmy Carter 29, 171
Jim Webb 417, 419
Joseph Cao 417, 419

K

Kennedy 29, 109, 111, 171
Khao I Dang 141, 246
Khlong Yai 211, 212, 214, 215
Kiều Chinh 23, 176, 179, 456
Kim Y Phạm lệ Oanh 328, 337
Kompong Som 211
Kra 3, 7, 31, 33, 34, 35, 36, 37, 39,
    45, 46, 49, 58, 74, 75, 76, 77,
    79, 80, 82, 83, 87, 88, 99, 111,
    116, 125, 131, 132, 135, 145,
    147, 171, 360, 398, 417, 420

L

Laem Sing 73
Lại đức Hùng 237
Lâm Tì Ni 177
Lê công Truyền 23
Lê Dư 375
Lê Hậu 142
Lê hồng Long 37
Lê hữu Phú 237
Lemsing 64
Lê phục Thủy 22, 24, 30, 94, 95, 263,
    368, 373, 374

Lê quang Bính 264
Lê Quang Trung 188
Lê tất Điều 16, 25, 29, 34, 37, 38,
       176, 354, 360, 426
Lê Thiệp 375
Lê thị Lộc 129, 130
Lê Tùy 373
Lê văn Dũng 162, 241
Lê văn Khoa 90, 137
Lê văn Mười 164
Lê văn Trở 131
Lê văn Trọng 131
Lê xuân Khoa 3, 14, 23, 259, 274,
       276, 279, 370, 376
Linh quang Viên 372, 375
Lionel Rosenblatt 284
Lục Phương Ninh 85
Lumpini 68, 69
Lưu danh Du 22, 24, 408
Lý bá Hùng 74, 125, 135
Lý cao Hiếu 75, 131
Lý đàm Long 243, 251
Lý Minh Bảo Quỳnh 252
Lý nguyệt Minh 75, 129
Lý nguyệt Nhung 131, 134
Lý nguyệt Phương 75
Lý văn Sự 242, 252

M

Mai Trâm 177
Mai văn Học 162
Mai việt Cao 162
March Fong Eu 24
Mary Kingstown 11, 12, 153, 192,
       193, 194, 196, 197, 199, 200,
       201, 202, 203, 204, 205, 225,
       236, 238, 239, 240, 244, 245,
       248, 249, 250, 251, 252, 257,
       258, 261, 289, 290, 291, 292,
       293, 294, 295, 296, 297, 339,

       340, 341, 342, 343, 344, 345,
       346, 347, 349, 350, 351, 352,
       358, 471, 472
Médecins du Monde 9, 26, 144, 158,
       178, 197, 227, 277, 339, 346,
       355, 358, 359, 361, 378, 418,
       420, 431, 434
Médecins Sans Frontières 38, 277
Minh Đức Hoài Trinh 116
Moqueuse 190

N

Nakhon Si Thammarat 49, 76
Namwong 148, 149
Nancy Pelosi 281
Newdeck 457, 464, 466, 467
Nghiêm xuân Hồng 399
Nghiêu Đề 428, 433
Ngoạn văn Đào 149
Ngọc Dũng 376
Ngô Mỹ Dung 68
Ngô Mỹ Hạnh 68
Ngô Vương Toại 307, 308, 319
Nguyễn bảo Quốc 129
Nguyễn bá Thiện 144
Nguyễn cảnh Hiền 182
Nguyễn cao Hách 262
Nguyễn cát Hiền 464
Nguyễn công Biên 69
Nguyễn cơ Thạch 276
Nguyễn đình Hòa 144, 447, 453
Nguyễn đình Thái 163
Nguyễn đình Thắng 23, 235, 239,
       240, 241, 245, 250, 264, 376
Nguyễn Hiệp 22
Nguyễn Hoài Hương 114
Nguyễn hồng Diệp 200
Nguyễn hồng Tuấn 66
Nguyễn hữu Đoàn 22
Nguyễn hữu Giá 22, 30, 84, 94, 95, 404

Nguyễn hữu Giao 234
Nguyễn hữu Huấn 184
Nguyễn hữu Hùng 355, 444
Nguyễn hữu Khang 22, 24, 84, 94,
    95, 112, 374, 404
Nguyễn hữu Lộc 161
Nguyễn hữu Lục 23, 26, 225, 237,
    283, 415, 429, 431
Nguyễn hữu Nghĩa 165, 173, 389
Nguyễn hữu Tường 163
Nguyễn hữu Vui 161
Nguyễn hữu Xương 80, 317, 350
Nguyễn kim Anh Đài 384
Nguyễn Kim Bảng 154, 377
Nguyễn kim Triệu 382
Nguyễn Leo 164
Nguyễn mạnh Kim 97
Nguyễn mạnh Tiến 284
Nguyễn Ngọc Bích 307, 309, 324
Nguyễn ngọc Giao 373
Nguyễn ngọc Kỳ 11, 23, 195, 199,
    204, 226, 239, 240, 244, 245,
    248, 250, 251, 262, 265, 268,
    271, 277, 284, 285, 297, 341,
    355, 356, 357, 413, 433, 467
Nguyễn ngọc Linh 23, 25
Nguyễn ngọc Ngân 200
Nguyễn ngọc Phan 375
Nguyễn Nguyên 85, 94
Nguyễn Phát 144
Nguyên Phong 23
Nguyễn Sơn 375
Nguyễn sỹ Tế 445
Nguyễn tấn Thọ 22
Nguyễn thái Bình 200
Nguyễn thanh Giang 40, 231
Nguyễn thanh Hoàng 37
Nguyễn thanh Hồng 239, 240, 241,
    245, 250, 264
Nguyễn thị Ánh Nguyệt 68

Nguyễn thị Đào 71
Nguyễn thị Hạnh 87, 229
Nguyễn thị Hồng 73, 229, 233
Nguyễn thị Kim Thanh 270
Nguyễn thị Mỹ 68, 213, 231, 232
Nguyễn thị Ngọc Tuyết 66
Nguyễn thị Nhường 69, 71, 72, 73
Nguyễn thị Phương Mai 162
Nguyễn thị Trường 70
Nguyễn thượng Vũ 12, 23, 169, 173,
    196, 199, 202, 204, 225, 226,
    227, 228, 237, 239, 246, 265,
    341, 355, 414, 434, 473
Nguyễn tiến Huấn 429, 433
Nguyễn tôn Hoàn 19, 283
Nguyễn trần Tâm 184
Nguyễn tường Huân 164
Nguyễn tường Hùng 163
Nguyễn văn Bảo 129
Nguyễn văn Cường 23, 282
Nguyễn văn Đôn 72
Nguyễn văn Đồng 200
Nguyễn văn Hân 162
Nguyễn văn Hiển 10
Nguyễn văn Mịch 163
Nguyễn văn Mộch 22
Nguyễn văn Mùi 72
Nguyễn văn Ngãi 282
Nguyễn văn Nghi 22, 38, 84, 93, 176
Nguyễn văn Thơ 282
Nguyễn Văn Thưởng 246
Nguyễn văn Trân 282
Nguyễn văn Tư 164
Nguyễn viết Khẩn 129
Nguyễn Vũ 129
Nguyễn vy Túy 37
Nguyễn xuân Vinh 23
Nguyệt Ánh 165, 173, 174, 389
Nhất Giang 26, 283

Nhật Tiến 7, 14, 17, 18, 21, 23, 25, 26, 27, 29, 32, 36, 37, 38, 41, 45, 47, 65, 78, 87, 108, 110, 111, 113, 122, 136, 137, 138, 139, 147, 160, 170, 177, 358, 360, 361, 364, 370, 398, 404, 417, 426, 451, 456

P

Pak Phanang 33, 36, 49, 58, 59, 76, 134, 147
Palawan 10, 153, 162, 163, 181, 194, 195, 202, 203, 225, 236, 239, 240, 244, 245, 248, 252, 264, 272, 277, 278, 292, 295, 342, 350, 357, 467
Peter Yarrow 257
Phạm cao Dương 268, 447
Phạm Châu 266, 345, 353
Phạm chí Kiểu 409
Phạm Duy 176, 177, 385
Phạm dzư Chất 375
Phạm hải Trí 468
Phạm Hiền 266, 345, 353
Phạm Hùng 276
Phạm khải Hương 162
Phạm ngọc Huy 263, 270
Phạm Ngọc Minh Hùng 247, 273, 293
Phạm như Bích 22, 408
Phạm quang Tuấn 22, 84, 94
Phạm thị Dung 163
Phạm thị Hằng 163
Phạm thị Hồng Thúy 163
Phạm thị Tịch 246
Phạm văn Tâm 164
Phạm xuân Cảnh 260, 279, 282
Phạm xuân Thắng 22
Phan lạc Phúc 17
Phan lạc Tiếp 3, 7, 22, 24, 32, 34, 37,

38, 79, 85, 94, 97, 122, 123, 187, 225, 227, 272, 337, 339, 346, 366, 377, 398, 423, 437, 443, 445, 447, 451, 453, 475
Phan Thị Ngân Hà 423
Phan văn Thính 144
Phủ Cao Ủy Tị Nạn 8, 14, 29, 111, 113, 122, 145, 159, 172, 181, 239
Phùng bá Hạnh 227, 228
Phú toàn Cương 237
Polly Platt 176
Prakob Benjapong 273
Puerto Princessa 162
Pulau Bidong 12, 40, 64, 142, 200, 226, 236, 287, 290
Pulau Tengah 37, 64, 121

R

Rabbi Moses Cyrus Weiler 217
Rainier 266, 345, 348, 353
Rick Murphy 177
Robert Dornan 281
Robert P. DeVecchi 219
Rosa Parks 218, 253
Rose Schiaffino 10, 11, 189, 270, 271, 272, 288, 339, 346, 433, 470
Rubén Rumbaut 219
Rupert Neudeck 181

S

Sattahip 73
Schiaffino 10, 11, 189, 190, 191, 270, 271, 272, 288, 339, 346, 433, 470
Schweitzer 33, 57, 58, 108, 111
Sentinelles 144
Sichon 72
Sikhiu 64, 141

Singapore 11, 12, 71, 98, 100, 101,
    160, 162, 181, 188, 192, 193,
    194, 195, 199, 202, 203, 225,
    236, 239, 275, 276, 287, 289,
    297, 435
Sol M. Linowitz 255
Songkhla 33, 34, 35, 37, 38, 39, 58,
    60, 64, 65, 69, 72, 73, 75, 76,
    77, 78, 80, 81, 82, 87, 88, 112,
    113, 125, 134, 135, 142, 273,
    411, 412
Soupha Phouma 260
Spovapoj Srivali 30, 95, 111
Stephen J. Solarz 256, 257, 281
Surasak Nokkaew 273

T

Terre Des Hommes 144
Thanh Huyền 177
Thanh Nam 25
Thanh Tâm Tuyền 375
Theodore G. Schweitzer III 57, 108,
    111
Theodore Schweitzer 33, 57, 58
Thế Uyên 30
Thích Giác Lượng 283
Thích phước Thuận 263
Thích Trí Chơn 93
Thùy Hạnh 176, 177
Tô Đồng 22, 180, 263
Tống Nhiệm 23, 26, 264, 284
Traluan 223, 224, 229
Trần anh Dũng 164
Trần anh Tuấn 444, 453
Trần chấn Hải 446
Trần chánh Thành 24, 408
Trang Châu 12, 154, 195, 196, 198,
    226, 355, 356, 357, 358, 414,
    434, 444
Trang Kiên 22, 245, 262, 283, 427

Trần huy Vân 23
Trần mạnh Phúc 84, 94
Trần minh Chánh 22
Trần quý Trung 22
Trần thanh Khải 164
Trần thanh Nhàn 164
Trần thanh Nhơn 284
Trần văn Chơn 20
Trần văn Khang 22, 94, 180
Trần văn Nhựt 284
Trần văn Tâm 164
Trengganu 64, 247
Triệu Phổ 173
Trịnh thúy Nga 24
Trọng Kim 452, 453
Trung Tâm Sinh Hoạt Người Việt
    Quốc Gia 121, 124, 139
Trung Tâm Tâm Tác Vụ Đông
    Dương 14
Trương anh Thụy 15, 23, 238, 258,
    281, 282, 327, 328, 332, 337,
    370, 376, 377, 381, 383
Trương Cam Khải 305
Trương Sén 431, 432
Trương tấn Trung 283
Trương trọng Trác 26, 282
Trương văn Tính 19

U

Ủy Ban Báo Nguy Giúp Người Vượt
    Biển 2, 3, 6, 7, 15, 16, 23, 34, 38,
    85, 86, 89, 93, 96, 97, 108, 109,
    110, 112, 114, 117, 121, 122, 135,
    136, 157, 168, 170, 176, 184, 186,
    189, 197, 199, 218, 237, 247, 248,
    250, 253, 254, 256, 257, 261, 263,
    280, 287, 303, 305, 315, 324, 327,
    339, 355, 358, 360, 363, 370, 404,
    408, 411, 415, 417, 445, 452

V

Văn Mộch 38, 428

Victor Kugler 217

Victor Schoelcher 158, 160, 161,
    162, 163, 168

Viên Linh 177

Việt Dũng 165, 173, 259, 389

Võ Đình 327, 328, 376

Võ nguyên Giáp 375

Võ Phiến 443

Võ văn Ái 37

Vũ an Thanh 376

Vũ đức Vinh 25, 37

Vũ hồ Nam 22, 399, 403

Vũ Huynh Trưởng 154, 413

Vũ lai Định 226

Vũ minh Cường 164

Vũ minh Trân 22, 94

Vũ ngọc Yên 37

Vũ thanh Thủy 7, 11, 14, 17, 22, 29,
    36, 37, 38, 45, 65, 78, 79, 108,
    110, 111, 113, 122, 192, 193,
    195, 218, 226, 238, 253, 254,
    256, 257, 258, 404, 417, 451

Vũ thị San 69

Vũ văn Lộc 169, 172, 237, 283

Zumwalt 20

Made in the USA
San Bernardino, CA
13 July 2018